AF756263

प्रेरणास्थान

स्वामी रामानंद तीर्थ

थोर स्वातंत्र्य सेनानी व शिक्षणतज्ज्ञ

CH. Vidyasagar Rao
GOVERNOR OF MAHARASHTRA

RAJ BHAVAN
Malabar Hill
Mumbai 400 035
Tel. : 022 2000 2000
Fax.: 022-2368 0505

14 September 2016

MESSAGE

I am pleased to know that the Swami Ramanand Teerth Marathwada University, Nanded is bringing out a Volume **'Sarvadarshi Dr Babasaheb Ambedkar'** on the life and work of Bharat Ratna Dr Babasaheb Ambedkar to mark the occasion of the 125th birth anniversary of late Dr Ambedkar.

It is gratifying to note that many eminent thinkers, scholars and writers have contributed articles highlighting different aspects of the life and work of Dr Ambedkar, making the Volume a collector's delight. I am sure the Volume will enlighten the readers, particularly the youths about the vast and varied work of Dr Ambedkar and inspire them to serve the nation with passion and commitment.

I congratulate the Swami Ramanand Teerth Marathwada University, Nanded for its thoughtful decision to come up with a commemorative volume on Dr Ambedkar and convey my appreciation to the advisory committee, editorial board, contributors and all those associated with the publication.

(CH. Vidyasagar Rao)

विनोद तावडे

मंत्री

शालेय शिक्षण, क्रीडा आणि युवक कल्याण, उच्च व तंत्र शिक्षण,
वैद्यकीय शिक्षण, मराठी भाषा, सांस्कृतिक कार्य

शुभसंदेश

महामानव डॉ. बाबासाहेब आंबेडकर यांच्या विचार, साहित्य आणि भाषाणांमध्ये नवीन सक्षम पिढी घडविण्याचे सामर्थ्य आहे. यंदाचे वर्ष महामानव डॉ. बाबासाहेब आंबेडकर यांच्या जयंतीचे शतकोत्तर रौप्य महोत्सवाचे वर्ष आहे. त्यांच्या पवित्र स्मृतीस त्रिवार अभिवादन! स्वामी रामानंद तीर्थ मराठवाडा विद्यापीठ, नांदेडच्या वतीने 'सर्वदर्शी डॉ. बाबासाहेब आंबेडकर' या स्मृतिग्रंथाचे प्रकाशन होत असल्याचे समजले, खूप आनंद झाला.

समाजातील दुर्बल आणि वंचित घटकांचा उद्धार करणाऱ्या महामानव डॉ. बाबासाहेब आंबेडकरांनी सामाजिक परिवर्तन घडवून आणले. त्यांच्या मूल्यदृष्टीवर आणि विचारधनावर प्रकाश टाकणारा, आपण प्रकाशित करीत असलेला, हा ग्रंथ समाजातील विद्यार्थी, शिक्षक, साहित्यिक, पत्रकार, सामाजिक व राजकीय कार्यकर्ते आणि तत्त्वचिंतक व विश्लेषक या सर्वांना दिशादर्शक ठरेल, याची मला खात्री आहे.

या स्मृतिग्रंथास माझ्या मन:पर्वूक शुभेच्छा!

आपला

(विनोद तावडे)

१०८, पहिला मजला, विस्तारित इमारत, मंत्रालय, मुंबई - ४०० ०३२. दूरध्वनी /फॅक्स : ०२२ - २२०२७१७४ /२२०२९७४२

www.vinodtawde.com vinodtawdeminister@gmail.com /tawdevinod

स्वामी रामानंद तीर्थ मराठवाडा विद्यापीठ, नांदेड

डॉ. बाबासाहेब आंबेडकर यांच्या शतकोत्तर रौप्य महोत्सवी वर्षानिमित्त अभिवादन ग्रंथ

सर्वदर्शी
डॉ. बाबासाहेब आंबेडकर

संपादक

डॉ. पी. विठ्ठल
समन्वयक, डॉ. बाबासाहेब आंबेडकर
अध्यासन व अभ्यास केंद्र
स्वामी रामानंद तीर्थ
मराठवाडा विद्यापीठ, नांदेड

डॉ. नागोराव कुंभार
माजी अधिष्ठाता,
सामाजिक शास्त्रे विद्याशाखा,
स्वामी रामानंद तीर्थ
मराठवाडा विद्यापीठ, नांदेड

डायमंड पब्लिकेशन्स

सर्वदर्शी डॉ. बाबासाहेब आंबेडकर
संपादक : डॉ. पी. विठ्ठल, डॉ. नागोराव कुंभार

Sarvadarshi Dr. Babasaheb Ambedkar
Sampadak : Dr. P. Vitthal, Dr. Nagorao Kumbhar

■

प्रथम आवृत्ती : १७ सप्टेंबर, २०१६ (विद्यापीठ वर्धापन दिन)
पुनर्मुद्रण : जुलै, २०१७

■

ISBN : 978-81-8483-697-4

■

■

मुखपृष्ठ : शाम भालेकर

■

अक्षरजुळणी : डायमंड पब्लिकेशन्स, पुणे

■

प्रकाशक
डायमंड पब्लिकेशन्स
२६४/३ शनिवार पेठ, ३०२ अनुग्रह अपार्टमेंट
ओंकारेश्वर मंदिराजवळ, पुणे-४११ ०३०
☎ ०२०-२४४५२३८७, २४४६६६४२
info@diamondbookspune.com

संपादकीय

एक महान तत्त्वचिंतक, बुद्धिप्रामाण्यवादी नेते आणि लोकशाही मूल्यांचा पुरस्कार करणारे आंतरराष्ट्रीय कीर्तीचे युगपुरुष अशी जगभरात डॉ. बाबासाहेब आंबेडकर यांची ओळख आहे. समग्र आयुष्यभर त्यांनी जोपासलेली तत्त्वनिष्ठा आणि भारतीय समाजक्रांतीप्रती त्यांनी बाळगलेली प्रतारणाविहीन कार्यनिष्ठा ही त्यांच्या महापरिनिर्वाणापश्चातच्या अनेक राजकीय, सामाजिक व सांस्कृतिक चळवळींना प्रेरणास्वरूप राहिली आहे. धर्म, समाज आणि संस्कृतीची कठोर आणि तर्कनिष्ठ चिकित्सा करून त्यांनी भारतीय समाजजीवनातल्या प्रतिगामी रूढी-परंपरांना, विषमता आणि शोषणाला विरोध करून समतेचे तत्त्व रुजविण्याचा प्रयत्न केला. भारताला लोकशाहीवादी देश करण्यासाठी त्यांनी दिलेले योगदान अभूतपूर्व आहे. डॉ. बाबासाहेब आंबेडकर यांनी समग्र आयुष्यभर केलेल्या कार्यामुळे सामाजिक परिवर्तनाची प्रक्रिया सुरू झाली. चातुर्वर्ण्यावर आधारित विषमतापूर्ण व्यवस्थेचे उच्चाटन झाले आणि सर्वांत महत्त्वाचे म्हणजे एका विशिष्ट वर्गाचे वर्चस्व संपुष्टात येऊन सर्वसामान्यांना समान हक्क मिळाले. डॉ. बाबासाहेब आंबेडकरांनी भारतीय उपखंडातील शोषितांच्या समग्र मुक्तिसाठी अखंडपणे ज्ञानसाधना केली. प्रत्यक्ष राजकीय, सामाजिक चळवळीची कास न सोडता या चळवळीला पोषक अशी वैचारिक ज्ञानसंपदा निर्माण करणारे ते भारतीय राजकारणातील अपवादात्मक उदाहरण आहे. त्यांनी समताधिष्ठित जातीविहीन समाजव्यवस्थेचे स्वप्न पाहिले. त्या स्वप्नांच्या पूर्ततेसाठी त्यांनी स्वतःला झोकून दिले. त्यामुळेच डॉ. बाबासाहेब आंबेडकर यांचा विचार आज अनेक दशकांनंतरही महत्त्वाचा वाटतो आहे.

विशेषतः वर्तमान काळ हा अधिकाधिक जटिल आणि वैचारिकदृष्ट्या गुंतागुंतीचा आहे. आपापल्या जाती आणि धर्माच्या चक्रात अडकून प्रत्येक महामानवाकडे बघण्याचा दृष्टिकोन अधिक दिसतो आहे. असे असतानाही डॉ. आंबेडकरांच्या विचारांना टाळता येत नाही अथवा त्यांना कालबाह्य ठरवता येत नाही. कारण डॉ. आंबेडकरांनी उच्चवर्णियांना जातीची अहंता सोडायला भाग पाडले आणि दलित व मागास समाजाचे समग्र मानसिक परिवर्तन करून त्यांना

आत्मसन्मानाची जाणीव करून दिली. 'शिका, संघटित व्हा आणि संघर्ष करा' हा त्यांचा विचार सर्वार्थाने परिणामकारक ठरला आणि यातूनच अभूतपूर्व बदल घडून आला. भगवान गौतम बुद्ध, संत कबीर, म. जोतीराव फुले यांच्या नंतरचे एक महान क्रांतिकारी युगपुरुष म्हणून आपल्याला डॉ. आंबेडकरांचे नाव घ्यावे लागते. 'बुद्ध, कबीर, फुले' ही जी विचारपरंपरा आंबेडकरांनी गुरूस्थानी मानली त्याचे कारण या तीनही महामानवांनी आपापल्या काळातल्या प्रस्थापित धर्म आणि तत्त्वज्ञानाविरुद्ध आणि त्यावर आधारित समाजरचनेविरुद्ध बंडखोरी केली होती. सामाजिक सुधारणांसाठी त्यानी केलेले वैचारिक बंड न्यायाच्या दृष्टीने अत्यंत महत्त्वाचे होते. कारण आंबेडकरांनी केवळ समाजाला विचारच दिला, असे नाही; तर त्यांनी समाजाला कृतिप्रवण बनवले. अभ्युदयाचा मार्ग दाखवला. त्यामुळे सर्वार्थाने मागास असलेला समाज आत्मशोध घ्यायला प्रवृत्त झाला. मानवी मूल्यांचा सन्मान करण्याची त्यांची भूमिका सामाजिक पुनर्रचनेला महत्त्व देणारी होती. तथाकथित मनोवृत्तीत बदल घडवून आणणारी होती आणि सर्वांत महत्त्वाचे म्हणजे गुलामी आणि लाचारीची मानसिकता बदलून प्रत्येक माणसाला स्वाभिमानी बनवणारीही होती.

डॉ. आंबेडकरांनी भारतीय समाजजीवनात मूलगामी स्थित्यंतर घडवून आणले. हे स्थित्यंतर जागतिक पातळीवर अपूर्व ठरले आहे. डॉ. बाबासाहेब आंबेडकर यांचा विचार केवळ सामाजिक वा राजकीय क्षेत्रापुरता मर्यादित राहिला नाही, तर त्यांच्या तत्त्वज्ञानामुळे सांस्कृतिक आणि साहित्य क्षेत्रात मूल्यजाणिवांच्या आधाराने नव विचार रुजला. धर्म, संस्कृती आणि समाजाची कठोर चिकित्सा करणारे नवे साहित्य जसे आंबेडकरी विचारातून उदयाला आले तसेच या विचाराने एकूणच भारतीय साहित्यालासुद्धा नवा आशय आणि नवी भाषा मिळवून दिली. दलित साहित्याच्या विद्रोही अभिव्यक्तीमागची ऊर्जा ही अर्थातच डॉ. आंबेडकरांच्या विचारांची आहे, हे आपण लक्षात घ्यायला हवे. त्यामुळेच समता, स्वातंत्र्य आणि न्याय हक्काचा लढा आरंभीला गेला. साठोत्तरी काळात दलित लेखकांनी आपल्या साहित्यकृतीच्या माध्यमातूनच लेखनाच्या चळवळीला गती दिली. आजही मराठीतील दलित साहित्य हे अत्यंत प्रभावी ठरले आहे. जुन्या सांस्कृतिक मूल्यांना यामुळे तडे गेले. परिवर्तनाचा विचार रुजला. 'दलित साहित्य' या प्रवाहाने मराठी साहित्याला प्रचंड समृद्ध केले. समाजक्रांतीच्या जाणिवा घेऊन लिहू लागलेल्या लेखक-कवींनी दलित-शोषितांच्या भावभावनांना वाट मोकळी करून दिली. अन्यायाची प्रभावी मांडणी दलित साहित्याने केली. दलित साहित्याची वैचारिक प्रेरणा डॉ. बाबासाहेब आंबेडकर यांची आहे. त्यांच्याच विचाराने मराठी दलित साहित्याला

एक नवी जीवनदृष्टी मिळाली. समाज, संस्कृतीचा नवा विचार प्रतिभावंत लेखक-कवींनी मांडला.

जीवनाच्या सर्वच स्तरांवर दलित आणि वंचितांचे माणूसपण हिरावून घेणाऱ्या जातिव्यवस्थेच्या विरोधात डॉ. आंबेडकरांनी लढा उभारला. त्यांनी यासाठी आयुष्यभर संघर्ष केला. 'कोणत्याही सभ्य समाजात स्वातंत्र्य, समता आणि बंधुता या तिन्ही मूल्यांचा सन्मान व्हायला हवा. हे तिन्ही सिद्धान्त मी तथागत बुद्धाच्या शिकवणुकीतून घेतले आहेत. या तिन्ही सिद्धान्तांचे सफल क्रियान्वयन घडून यायचे असेल, तर समाजातील सर्व वर्गांना आर्थिक स्वातंत्र्य मिळणे आवश्यक आहे; पण देशातील अस्पृश्य समाजाला कुठे आर्थिक स्वातंत्र्य आहे? या कोट्यवधी लोकांची लोकशाही आर्थिक साधनसामग्री केवळ शून्यात आहे. या देशातील लोकशाहीव्यवस्था सुदृढ राहावयाची असेल तर, या कोट्यवधी लोकांची आर्थिक परिस्थिती सुधारण्यासाठी प्रयत्न करावे लागतील' अशी त्यांची ठाम भूमिका होती. त्यांनी समाजबांधवांना संघटित, अनुशासित आणि संघर्षशील बनवले. मानवीय अधिकारांसाठी आंदोलन छेडले. महाडच्या चवदार तळ्यासाठी केलेले आंदोलन असो की काळाराम मंदिर प्रवेशासाठी केलेला सत्याग्रह असो त्यांच्या प्रत्येक कृतीने लोकांच्या मनात जबरदस्त आत्मविश्वास आणि उत्साह निर्माण केला. 'अस्पृश्यांसाठी स्वतंत्र मतदार संघाची मागणी' हा त्यांचा निर्णय प्रारंभी अनेकांना रुचला नाही, परंतु हे एक प्रभावी पाऊल होते, हे काळाने सिद्ध केलेच. विलक्षण विद्वान असलेल्या डॉ. बाबासाहेब आंबेडकर यांच्या नेतृत्वाखाली राज्यघटनेची निर्मिती झाली. राज्यघटनेच्या माध्यमातून दलित-पददलितांना अधिकार देण्याचे काम आंबेडकरांनी केले. म्हणूनच त्यांना सामाजिक न्यायाचे महान योद्धे मानले जाते. समाजशास्त्र, इतिहास, अर्थशास्त्र, मानववंशशास्त्र, तत्त्वज्ञान, कायदा, राज्यघटना, विज्ञान अशा सर्वच विषयात पारंगत असलेल्या डॉ. आंबेडकरांचा व्यासंग थक्क करणारा आहे. रूढीप्रामाण्यवाद विरुद्ध समतेचा आधुनिक विचार अशा परस्परविरोधी हा संघर्ष होता तरीही डॉ. आंबेडकरांनी आपल्या विद्वत्तेने रूढी, परंपरांना पराभूत करण्यात यश मिळवले. धर्मशास्त्राचा त्यांचा अभ्यास मोठा होता. तर्कशुद्ध आणि सार्वत्रिक हितासाठीच त्यांनी आपली वैचारिक मांडणी केली. त्यामुळे मनुसंस्कृतीचे दहन असो की पुढच्या काळात धर्मांतराचा घेतलेला निर्णय असो ते आपल्या सर्व भूमिकांवर ठाम राहिल्याचे दिसून येते. जातिभेद, वर्णभेद, अस्पृश्यता नष्ट केल्याशिवाय आणि सामाजिक, आर्थिक, राजकीय न्याय मिळाल्याशिवाय समतेचे तत्त्व रुजू शकणार नाही, याची पूर्ण जाणीव होती. या देशातला माणूस धर्म, वर्ग आणि जातीत विभागलेला आहे. तो एकात्म आणि एकसंघ नाही. त्यामुळे तो पारतंत्र्यात आहे. हे पारतंत्र्य ब्रिटिशांच्या राजवटीतच होते

असे नाही स्वातंत्र्यानंतरही ते आहे. त्याला या गुलामी मानसिकतेतून बाहेर काढण्याचे काम आंबेडकरांनी केले. १९५६ साली केलेले धर्मांतर म्हणजे फक्त एका धर्मातून दुसऱ्या धर्मात जाण्याची गोष्ट नव्हती. तर या घटनेला मोठा अर्थ होता. 'बुद्ध आणि त्याचा धम्म' हा ग्रंथ लिहून त्यांनी धर्मांतराला वैचारिक आधार दिला. डॉ. रावसाहेब कसबे यांनी म्हटल्याप्रमाणे, 'या ग्रंथात त्यांनी बौद्धदर्शनाची परंपरेला न मानवणारी मांडणी केली आणि म्हणूनच बहुधा हा ग्रंथ जागतिक स्तरावरील बौद्ध पंडितांत चर्चेचा विषय होऊ शकला नाही. त्याकडे अनुल्लेखाने दुर्लक्ष केले असावे.' या म्हणण्यात मोठे तथ्य दिसते. ज्ञान-विज्ञानाच्या आधारे चिकित्सा करून आंबेडकरांनी बौद्ध धर्म स्वीकारला. धम्म प्रवर्तन ही खऱ्या अर्थाने एक मोठी क्रांती होती. जगाच्या इतिहासातली ही अपूर्व घटना होती. धम्म प्रवर्तनाच्या माध्यमातून तमाम दलित जनता सामाजिक, मानसिक गुलामगिरीच्या दास्यातून मुक्त झाली. प्रज्ञा, करुणा आणि समता शिकविणारा हा धर्म आहे. आज बौद्धधर्माला सामाजिक तत्त्वप्रणाली म्हणून मान्यता मिळत आहे. डॉ. आंबेडकरांची दूरदृष्टी इथे स्पष्ट दिसते.

'विषमतावादाला तीव्र विरोध आणि मानवी नीतिमूल्यांचा पुरस्कार' हे आंबेडकरी विचारांचे महत्त्वाचे सूत्र राहिले आहे. समाजातील अविकसित घटकाला मुख्य प्रवाहात आणायचे असेल तर त्याला राजकीय स्वातंत्र्य मिळायला हवे, हे कार्य त्यांनी राज्यघटनेच्या माध्यमातून साधले. लिंगभेदामुळे अन्यायग्रस्त बनलेल्या आणि सामाजिक अधिकारापासून वंचित बनलेल्या स्त्रियांना मुख्य प्रवाहात आणण्यासाठी डॉ. आंबेडकरांनी स्त्रीशिक्षणावर भर दिला. स्त्रियांना आर्थिकदृष्ट्या सक्षम करण्याच्या दृष्टीने त्यांनी मोलाचे कार्य केले. 'हिंदू कोड बिल' यादृष्टीने महत्त्वाची घटना मानायला हवी. सामाजिक आणि सनातनी परंपरांनी जे हक्क स्त्रियांना नाकारले होते ते सर्व हक्क, अधिकार हिंदू कोड बिलाद्वारे डॉ. आंबेडकरांनी स्त्रियांना मिळवून दिले. स्त्रियांना आर्थिकदृष्ट्या सक्षम आणि त्यांच्यात आत्मविश्वास जागवण्याचे काम त्यांनी केले. 'स्त्रियांची प्रगती ही स्त्री दाक्षिण्याच्या दृष्टीने पाहण्याची साधी बाब नसून ती राष्ट्रीय विकासाचा मूळ आधारस्तंभ आहे' ही त्यांची भूमिका होती. महत्त्वाचे म्हणजे डॉ. आंबेडकरांची भूमिका ही दलितकेंद्री कधीच नव्हती. त्यांच्या विचारांचे परिशीलन आपल्याला खूप व्यापक पातळीवर करावे लागते. वर उल्लेखीत 'हिंदू कोड बिल' हे केवळ स्त्रियांना विवाह, घटस्फोट, दत्तक घेण्याच्या अधिकारांपुरतेच मर्यादित नव्हते तर तो स्त्रियांच्या आर्थिक उन्नतीचा एक राष्ट्रव्यापी कृतीकार्यक्रम होता. भारतीय हिंदू कायद्याने नाकारलेले अधिकार देण्याचे कार्य या बिलाच्या माध्यमातून झाल्याचे दिसते.

डॉ. बाबासाहेब आंबेडकर यांच्या व्यक्तिमत्त्वाचे असंख्य पैलू आहेत. ते केवळ राज्यघटनेचे शिल्पकार किंवा सामाजिक न्यायाचे प्रणेते एवढीच त्यांची ओळख नाही. ते महान अर्थशास्त्रज्ञही होते. मुंबईच्या सिडनहॅम कॉलेजमध्ये ते अर्थशास्त्राचे प्रोफेसर होते. त्यांच्या आर्थिक विचारांचा सर्वंकषपणे अभ्यास केला तर त्यांची महत्ता आपल्या लक्षात येऊ शकते. आर्थिक नियोजन, सिंचन, वीज, कामगार धोरण, लोकसंख्या धोरण, समाजवाद अशा असंख्य विषयांवरील त्यांचे लेखन पाहिले की थक्क व्हायला होते. त्यांनी सामाजिक, आर्थिक, धार्मिक, कायदा आणि न्याय, औद्योगिक, वैज्ञानिक अशा सर्वंकष प्रश्नांवर त्यांनी केवळ भाष्य केले असे नाही तर त्यावर उपाययोजनाही सुचविल्या. 'समान व किमान वेतन', 'सामूहिक शेतीची कल्पना', 'शेतीला औद्योगिकीकरणाची जोड', अशा त्यांनी सुचविलेल्या गोष्टींची नीट अंमलबजावणी झाली तर देशाची आर्थिक सुबत्ता वाढून आर्थिक विषमता दूर होऊ शकेल.

डॉ. बाबासाहेब आंबेडकर यांची ग्रंथसंपदा अजरामर आहे. 'थॉट्स ऑन पाकिस्तान', 'थॉट्स ऑन लिंग्विस्टिक स्टेट्स', 'ॲनिहिलेशन ऑफ कास्ट', 'रानडे, गांधी अँड जिना', 'दि प्रॉब्लेम ऑफ रुपी', 'हू आर दि शूद्रा?', 'दि बुद्ध अँड हिज धम्म' ही ग्रंथसंपदा त्यांच्या चौफेर आणि व्यासंगी व्यक्तिमत्त्वाची साक्ष आहे. त्यांच्या ग्रंथाएवढीच त्यांची वचनेही सर्वप्रिय आहेत. भारतीय इतिहासातील एक अत्यंत असाधारण व्यक्तिमत्त्व म्हणून त्यांची ओळख कायम राहील. राजकीय विचारप्रवाहांचे व्यापक ज्ञान असलेले आंबेडकर हे लोकशाही समाजवादाचे पुरस्कर्ते होते. जातिव्यवस्थेच्या निर्मूलनासाठी त्यांनी केलेले कार्य, शिक्षण आणि स्त्रियांविषयीचा त्यांचा दृष्टिकोन, सामाजिक न्यायविषयीची त्यांची भूमिका या सगळ्या बाबींचा आपण विचार केला तर त्यांच्या विचारांची भव्यता स्पष्ट दिसू शकेल.

डॉ. बाबासाहेब आंबेडकर यांच्या जयंतीचे यंदाचे शतकोत्तर रौप्य महोत्सवी वर्ष आहे. त्यांच्या महानिर्वाणास सुमारे सहा दशकांचा कालावधी लोटला आहे. आज संपूर्ण जग जागतिकीकरणातून बऱ्या-वाईट परिणामांच्या गर्तेत आहे. सर्वसामान्य वर्गातील लोकांना भांडवलशाहीचा धक्का बसला आहे. सामाजिक पटलावर अनेक घटनांना धर्मवादाचे रंग दिले जाताहेत. परस्परपूरकतेची आणि समन्वयाच्या भूमिकेऐवजी धार्मिक गोष्टींना हेतूपूर्वक पुढे आणले जात आहे. भारतासारख्या लोकशाहीप्रधान देशात अशा गोष्टी एकविसाव्या शतकात मोठ्या प्रमाणात वाढाव्यात, ही घटना नक्कीच निंदनीय आहे. जात, धर्म, भाषा, वंश, प्रदेश अशाप्रकारचे भेदभाव लोकशाही राज्यात असू नयेत ही आंबेडकरांची भूमिका होती. एकविसाव्या शतकाच्या पार्श्वभूमीवर म्हणूनच डॉ.आंबेडकरांचा विचार आपल्याला समजून घेणे गरजेचे आहे. कारण आज

भारतासह संपूर्ण जग एका मोठ्या अरिष्टात सापडलेले आहे. हे अरिष्ट आधुनिकीकरणातून आले आहे. सर्व प्रकारची विषमता, धार्मिक असहिष्णुता, सांस्कृतिक मूल्यांचा ऱ्हास याचा प्रत्यक्ष परिणाम होताना दिसतो आहे.

या पार्श्वभूमीवर डॉ. बाबासाहेब आंबेडकरांच्या विचारांची समर्पकता समकालीन संदर्भात मांडणे आवश्यक आहे. समाजाच्या प्रती विद्यापीठाचे जे उत्तरदायित्व आहे, ते अंशतः निभावण्याचा प्रयत्न स्वामी रामानंद तीर्थ मराठवाडा विद्यापीठाने या ग्रंथाच्या माध्यमातून करण्याचा प्रयत्न केला आहे. २०१० साली विद्यापीठातील डॉ. बाबासाहेब आंबेडकर अध्यासन व अभ्यास केंद्राची स्थापना करण्यात आली. अध्यासन केंद्राच्या माध्यमातून अत्यंत महत्त्वाचे उपक्रम सातत्याने राबवण्यात आले. प्रस्तुत ग्रंथात डॉ. रावसाहेब कसबे यांच्या पासून ते राजीव आरके यांच्यापर्यंतच्या नव्या-जुन्या अभ्यासकांनी डॉ. बाबासाहेब आंबेडकर यांची विचारप्रणाली आणि कार्याची नोंद केली आहे. प्रारंभीच एक बाब नमूद करायला हवी, ती ही की जगभरात कदाचित डॉ. आंबेडकर यांच्यावर जेवढे विपुल लेखन झाले आहे, तेवढे क्वचितच इतरांवर झाले असेल. तरीही प्रत्येक वेळी अभ्यासकांना डॉ. आंबेडकरांच्या व्यक्तिमत्त्वाचे आणि त्यांच्या कार्याचे नवे पैलू खुणावताततच. या ग्रंथातील सर्व लेख वाचल्यानंतर हे आपल्या लक्षात येईल.

डॉ.रावसाहेब कसबे हे मराठीतील एक महत्त्वाचे तत्त्वचिंतक आहेत. 'डॉ. बाबासाहेब आंबेडकरांचा बुद्ध आणि त्यांचा धम्म' हा त्यांचा दीर्घ लेख या ग्रंथाची मौलिकता वाढवणारा आहे. पारंपरिक बौद्ध धर्म हा 'शील', 'समाधी' आणि 'प्रज्ञा' या तीन शिकवणुकीवर उभा आहे. आंबेडकरांनी मात्र 'शील', 'प्रज्ञा' आणि 'करुणा' मैत्रीवर भर दिला. यासह अनेक बाबींचे अभ्यासपूर्ण विश्लेषण डॉ. कसबे यांनी केले आहे

डॉ. पंडित विद्यासागर हे नामवंत वैज्ञानिक, शिक्षणतज्ज्ञ आणि विद्यापीठाचे सन्माननीय कुलगुरू आहेत. शिक्षणाविषयीचे त्यांचे चिंतन सर्वश्रुत आहे. 'डॉ. बाबासाहेब आंबेडकर यांच्या विचारांचा शैक्षणिक संदर्भ' या लेखातून त्यांनी डॉ. आंबेडकरांनी शिक्षणाचा सामाजिक न्यायासाठी कसा उपयोग केला हे सांगितले आहे. तर ज्येष्ठ विचारवंत डॉ. जनार्दन वाघमारे यांनी 'डॉ. बाबासाहेब आंबेडकरांची धर्मसंकल्पना आणि धर्मांतर' या लेखातून आंबेडकरांच्या धर्मांतराविषयीचे साधार विश्लेषण केले आहे. ज. वि. पवार हे दलित पँथरच्या चळवळीपासून सक्रिय असलेले महत्त्वाचे अभ्यासक आणि नेते आहेत. त्यांनी 'डॉ. बाबासाहेब आंबेडकर यांचे चळवळीविषयक विचार' याविषयी म्हटले आहे की, 'डॉ. आंबेडकरांना आपल्या चळवळीमार्फत सर्व प्रकारचा वर्चस्ववाद नष्ट करायचा होता, परंतु वर्णवर्चस्ववाद एवढा जहरी आहे की,

त्यामुळे सर्वच चळवळी निकालात निघतात.' मुक्त पत्रकार आणि अभ्यासक बी. व्ही. जोंधळे यांनी 'डॉ. आंबेडकरांची लोकशाही संकल्पना' स्पष्ट करतानाच धर्मनिरपेक्ष राज्यव्यवस्थेचा आंबेडकरांनी पुरस्कार केल्याचे स्पष्ट केले आहे. डॉ. ज. रा. दाभोळे यांनी आपल्या अभ्यासपूर्ण लेखात बुद्धाचा 'धम्म' आणि त्याचा डॉ. आंबेडकरांनी सांगितलेला अन्वयार्थ विशद केला आहे. मोतीराम कटारे हे महत्त्वाचे कवी, समीक्षक आणि अभ्यासक आहेत. 'डॉ. आंबेडकरांची सामाजिक लोकशाहीची संकल्पना' त्यांनी आपल्या दीर्घ लेखातून उलगडून दाखवली आहे. डॉ. नागोराव कुंभार यांनी 'डॉ. आंबेडकरांचे शैक्षणिक विचार' या लेखात डॉ. बाबासाहेब आंबेडकरांच्या शैक्षणिक विचारांचा परामर्श घेतलेला आहे. डॉ. गंगाधर पानतावणे, डॉ. नरेंद्र जाधव, डॉ. आनंद तेलतुंबडे, डॉ. सुहास पळशीकर, या ज्येष्ठ अभ्यासक आणि विचारवंतांचे लेख पुनर्मुद्रित केले आहेत. त्यांच्या लेखाशिवाय या ग्रंथाला परिपूर्णता आली नसती. डॉ. अविनाश डोळस यांनी 'वेटिंग फॉर व्हिसा' या लेखातून डॉ. आंबेडकरांच्या आयुष्यातील काही महत्त्वाच्या घटना, प्रसंगांना उजाळा दिला आहे. एका अर्थाने प्रस्तुत लेख हा डॉ. आंबेडकरांच्या आत्मकथनावर भाष्य करणारा आहे. डॉ. बाबासाहेब आंबेडकर यांची स्वातंत्र्याची संकल्पना स्पष्ट करताना लेखक प्रा. जयदेव डोळे यांनी 'बाबासाहेबांचा झगडा इतरांच्या स्वातंत्र्याच्या लढ्यापेक्षा फार वेगळा होता कारण बाबासाहेब राज्यसंस्थेसह धर्मसंस्थांशीही झुंजत होते' असे म्हटले आहे. डॉ. प्रकाश मोगले, श्री. बी. व्ही. जोंधळे, डॉ. संजय मून, डॉ. संगीता ठोसर, डॉ. वैजनाथ अनमुलवाड, प्रा. राजीव आरके, डॉ. सिद्धोधन, डॉ. राजेश्वर दुडूकनाळे, प्रा. सचिन गरूड, प्रा. प्रकाश कांबळे, पी. एस. कांबळे या अभ्यासकांनी डॉ. बाबासाहेब आंबेडकर यांच्या विविध विचारांचे समाजसापेक्ष विश्लेषण केले आहे.

प्रस्तुत ग्रंथाच्याद्वारे या अभ्यासकांनी डॉ. आंबेडकरांच्या विचारांचा आणि त्यांच्या बहुआयामी व्यक्तिमत्त्वाचा, कार्याचा शोध घेण्याचा प्रयत्न केला आहे. कारण आंबेडकरी विचार कालातीत असून, या तत्त्वज्ञानाची गरज सतत भासणार आहे. डॉ. आंबेडकरांच्या अलौकिक व्यक्तिमत्त्वाचा हा शोध निःसंदिग्धपणे आपणा सर्वांनाच उपयुक्त ठरणारा आहे.

एका गोष्टीचा जाणीवपूर्वक उल्लेख करायला पाहिजे, विद्यापीठाचे सन्माननीय कुलगुरू डॉ. पंडित विद्यासागर यांनी या ग्रंथाला मूर्त रूप लाभावे म्हणून सातत्याने प्रोत्साहन आणि स्वातंत्र्य दिले. ग्रंथ अधिकाधिक दर्जेदार, आकर्षक आणि संदर्भमूल्य असणारा असावा ही त्यांची भूमिका होती. प्र-कुलगुरू डॉ. गणेशचंद्र शिंदे आणि सर्व प्रशासकीय अधिकारी यांचेही या प्रकल्पात मोठे योगदान आहे. तसेच मा. व्यवस्थापन परिषद आणि मा. अधिसभा सदस्य यांच्याविषयीची कृतज्ञता व्यक्त करतो. त्रैमासिक

विचारशलाकाचे संपादक आणि ज्येष्ठ विचारवंत डॉ. नागोराव कुंभार यांनी या ग्रंथनिर्मितीसाठी मोठे परिश्रम घेतले आहेत. लेखांच्या निवडीपासून तर ग्रंथ अधिकाधिक निर्दोष होण्याच्या दृष्टीने त्यांनी वेळोवेळी केलेल्या सूचना मोलाच्या ठरल्या आहेत. वित्त विभागाचे डॉ. जी. बी. कतलाकुटे, कुलगुरू कार्यालयातील सहाय्यक कुलसचिव डॉ. सरिता यन्नावार, श्री. डी. आर. कोंका व श्री. त्रिंबक आव्हाड याकामी यांचेही सहकार्य लाभले. अध्यासन केंद्रातील कर्मचारी माधव जायभाये यांनी या कामी खूप मदत केली. या सर्वांचे मनापासून आभार. तसेच डायमंड पब्लिकेशन्सचे श्री. दत्तात्रेय पाष्टे यांनी हा ग्रंथ प्रकाशित करण्यास पुढाकार घेतला त्यांचे आणि सर्व कर्मचाऱ्यांचे आभार. वाचक, अभ्यासक या ग्रंथाचे स्वागत करतील अशी अपेक्षा व्यक्त करतो.

धन्यवाद!

डॉ. पी. विठ्ठल
संपादक-डॉ. बाबासाहेब आंबेडकर अभिवादन ग्रंथ
समन्वयक-डॉ. बाबासाहेब आंबेडकर
अध्यासन व अभ्यास केंद्र
स्वामी रामानंद तीर्थ मराठवाडा विद्यापीठ, नांदेड.
मो.: ९८५०२४१३३२

■ ■ ■

प्रमुख मार्गदर्शक

डॉ. पंडित विद्यासागर

(कुलगुरू, स्वामी रामानंद तीर्थ मराठवाडा विद्यापीठ, नांदेड)

सल्लागार समिती

डॉ. जनार्दन वाघमारे

(माजी कुलगुरू)

डॉ. गणेशचंद्र शिंदे

(प्र–कुलगुरू)

प्राचार्य डॉ. सुरेश सदावर्ते

(सदस्य, मा. व्यवस्थापन परिषद)

डॉ. दीपक पानसकर

(संचालक, म.व.वि.वि.मं.)

अनुक्रम

विभाग–ब

डॉ. बाबासाहेब आंबेडकर यांचे विचारविश्व

विभाग–क

डॉ. बाबासाहेब आंबेडकर यांचे व्यक्तिमत्व आणि कार्य

■ ■ ■

सर्वदर्शी
डॉ. बाबासाहेब आंबेडकर

।। विभाग–अ ।।

डॉ. बाबासाहेब आंबेडकर यांची मूल्यदृष्टी

१

डॉ. बाबासाहेब आंबेडकरांची धर्म संकल्पना आणि धर्मांतर

▪

डॉ. जनार्दन वाघमारे

॥ १ ॥

धर्म हा डॉ. बाबासाहेब आंबेडकरांच्या चिंतनाचाच नव्हे तर श्रद्धेचा विषय होता. 'धारयति सः धर्मः' अर्थात समाजाची धारणा करतो तो धर्म. ही व्याख्या त्यांना मान्य होती. धर्म ही समाजाला जोडणारी शक्ती असते. ती समाजाला तोडणारी शक्ती नसते. जी शक्ती समाजाला जोडू शकते तीच समाजाची धारणा करू शकते. Religion is an integrative, and not a disintegrative force.

डॉ. बाबासाहेबांचे वडील हे धार्मिकवृत्तीचे होते. वस्तुतः ते कबीरपंथीय होते. कबीरांचे दोहे हा त्यांच्या श्रद्धा व भक्तीचा विषय होता. शिवाय रामायण, महाभारत आणि संत साहित्याची त्यांना आवड होती. या ग्रंथांचे वाचन ते आपल्या मुलांना करायला सांगत. अशा संस्कारक्षम वातावरणात डॉ. बाबासाहेब आंबेडकर हे लहानाचे मोठे झाले. संत साहित्याचा पगडा त्यांच्या मनावर बसला. त्यांच्या शिक्षणाला ज्ञानाबरोबर संस्कारांची जोड मिळाली. अशा प्रकारे त्यांच्या मनात जीवनमूल्ये रुजली. चांगली पुस्तके वाचण्याचा त्यांना छंद जडला.

आंबेडकर हे मॅट्रिक पास झाल्यानंतर त्यांच्या समाजातील लोकांनी त्यांचा छोटासा सत्कार मुंबईमध्ये केला. कृष्णाजी अर्जुन केळुस्कर हे शिक्षकही या कार्यक्रमास उपस्थित होते. ते लेखकही होते. त्यांनी लिहिलेले बुद्ध चरित्र त्यांनी या विद्यार्थ्याला भेट म्हणून दिले. आंबेडकरांनी हे पुस्तक आवडीने वाचले. बुद्धाच्या चरित्राने व त्याच्या शिकवणुकीने त्याच्या मनाचा ठाव घेतला. बुद्धधर्माचे मुख्य तत्त्व हे समतेचे होते. माणूस हा त्यांच्या केंद्रस्थानी होता. डॉ. आंबेडकर हे ज्या हिंदू धर्मात होते

आणि ज्या बुद्ध धर्माचा परिचय या पुस्तकामुळे झाला त्यात त्यांना ताळमेळ लागला नाही. हिंदू धर्माच्या केंद्रस्थानी माणसा-माणसातील भेदभाव होता. समता नव्हती. हिंदू धर्मात ईश्वर, आत्मा आणि चातुर्वर्ण्य होते. त्या चातुर्वर्ण्याने समाजात उच्च-नीचतेची उतरंड उभी केली होती; माणसांची अनेक जातींमध्ये विभागणी केली होती. बुद्ध धर्मात ईश्वर व आत्मा नव्हता. अनाकलनीय अशा काल्पनिक गोष्टींना त्यात स्थान नव्हते. माणसांची विभागणी उच्च-नीच जातींमध्ये केलेली नव्हती. उलट, 'सगळी माणसे समान आहेत' हा विचार त्यात अधोरेखित झाला होता. बुद्ध धर्म हा समाजाची धारणा करणारा धर्म होता. समाज हा त्याचा परीघ व माणूस हा त्याचे केंद्र होता.

शाळेत शिकत असताना डॉ. आंबेडकरांना अस्पृश्यतेचे चटके बसत होते. शाळेबाहेरही ते बसत होते. बडोदे संस्थानच्या सेवेत असताना तर अमानुष अनुभव पदरी पडला. अस्पृश्यता ही चातुर्वर्ण्याच्या विकृतीतून निर्माण झाली होती. 'सर्व माणसे ईश्वराची लेकरे आहेत' हे हिंदू धर्म शिकवीत होता; आणि सर्व माणसे एकाच बापाची लेकरे असतील तर त्यांच्यामध्ये हा भेद का? ईश्वराने माणसांना जन्म दिला आणि त्यांची विभागणी उच्च-नीच जातींमध्ये केली, हे असे का? याची संगती कशी लावायची? धर्मात या जातिव्यवस्थेचा शिरकाव कसा झाला? पुढे जात आणि धर्म हे डॉ. आंबेडकरांच्या आयुष्यभराच्या अभ्यासाचे व चिंतनाचे विषय बनले. हिंदू धर्म हे विषमता व विसंगतीचे एक फार मोठे गाठोडे आहे हे त्यांच्या लक्षात आले. हे गाठोडे सोडायचे नाही असेच उच्चवर्णीयांनी ठरवले होते. पण हे गाठोडे सोडले पाहिजे आणि त्यातील विसंगतींमधून बाहेर पडलेच पाहिजे असा त्यांनी निर्धार केला. धर्म हा केवळ अभ्यासाचा विषय असू शकत नाही; तो श्रद्धेचाही विषय आहे आणि आचरणाचाही विषय आहे. इतरांचे धर्म हे केवळ अभ्यासाचे विषय असू शकतात. पण आपला धर्म मात्र श्रद्धेचा व आचरणाचा विषय असतो. धर्म हा आचरणाचा विषय असल्यामुळे अनुभवाला आचरणात महत्त्वाचे स्थान असते. ते अनुभव आपल्याला उन्नत करणारे आहेत की अवनत करणारे आहेत? धर्मावरची तुमची श्रद्धा डोळस आहे की आंधळी आहे हा प्रश्न तर अतिशय महत्त्वाचा ठरतो. धर्माच्या नावाने हिंदू समाजाने अंधश्रद्धा, अंधविश्वास व कालबाह्य परंपरा मात्र जपल्या. अनेक विसंगतींमध्ये हा धर्म अडकला. धर्म हा विवेकाशी विसंवादी असून चालणार नाही.

॥ २ ॥

पारंपरिक धर्म संकल्पनेमध्ये मानवी जीवनाचे दोन भाग कल्पिले गेले आहेत. ऐहिक आणि पारलौकिक. ऐहिक जीवनात तसेच पारलौकिक जीवनात सुख आणि

शांती प्राप्त करण्यासाठी माणसाने चांगले कर्म केले पाहिजे. चांगल्या कर्माचे फळ हे चांगलेच असते आणि वाईट कर्माचे फळ हे वाईटच असते. हिंदू धर्माने पुनर्जन्म मानला. मृत्यूनंतर चांगले कर्म केलेल्या व्यक्तीला स्वर्ग प्राप्त होतो आणि वाईट कर्म केलेल्या व्यक्तीला नरकात जावे लागते. कर्माप्रमाणे अनेक जन्मांच्या फेऱ्यातून माणूस जातो. चौऱ्याऐंशी लक्ष योनीतून त्याला प्रवास करावा लागतो. गतजन्माच्या कर्माचे फळदेखील त्याला भोगावे लागते. हिंदू धर्माने कर्मविपाकाचा सिद्धान्त मांडला. मोक्ष हे जन्माचे अंतिम उदिष्ट आहे. ते प्राप्त करण्यासाठी अनेक व्रत-वैकल्ये त्याला करणे भाग आहे. ज्यू धर्म, इस्लाम आणि ख्रिश्चानिटीमध्येदेखील ऐहिक व पारलौकिक जीवन कल्पिले गेले आहे. त्यांनी पुनर्जन्म मानला नाही. पण पाप-पुण्याची कल्पना त्यांनी मांडली आहे. स्वर्ग व नरकाच्या कल्पना त्यांनीही मांडल्या आहेत. 'निर्णयाच्या दिवशी' (Day of Judgement) प्रत्येकाला कर्माचा हिशेब द्यावा लागतो. ईश्वर व आत्मा त्यांनीही मानला आहे. ते एकेश्वरी धर्म आहेत. ईश्वर एकच आहे. तो सर्वव्यापक, सर्वशक्तिमान व निराकार आहे. त्याची उपासना व आराधना केली पाहिजे. उलट, हिंदू धर्म हा अनेक देव-देवतांना मानतो. हा मूर्तिपूजकांचा धर्म आहे. त्यांच्या देव-देवतांच्या अनेक पौराणिक कथा आहेत. ऐहिक तसेच पारलौकिक जीवनातील प्रत्येक गोष्ट ही कर्माशी संबंधित आहे. हिंदू धर्माने तर वैयक्तिक व सामाजिक जीवनाची व्यवस्था ठरवून दिली आहे. त्याने वैयक्तिक जीवन हे चार आश्रमात व सामाजिक जीवन चार वर्णांत विभागून ठेवले आहे.

प्रत्येक धर्माचा एक धर्मग्रंथ असतो. तो अपौरुषेय मानला जातो. ईश्वरानेच तो निर्माण केल्यामुळे तो अपरिवर्तनीय असतो. हिंदूंचा मात्र ठरावीक एकच धर्मग्रंथ नाही. वेद, पुराणे, उपनिषदे व गीता हे सर्व त्यांचे धर्मग्रंथ आहेत. ते श्रुती-स्मृतींमध्ये विभागले गेले आहेत. हे सर्व ग्रंथ अपौरुषेय आहेत असे मानले जाते. हिंदूंचे तत्त्वज्ञानही त्यात आहे आणि कायदेही त्यात आहेत. हिंदू हा नियम-उपनियमांच्या चक्रव्यूहात अडकलेला धर्म आहे.

डॉ. आंबेडकर एके ठिकाणी म्हणतात, "...religion must mainly be a matter of principles only. It cannot be a matter of rules. The moment it degenerates into rules it ceases to be Religion, as it kills responsibility which is the essence of a truly religious act."[1]

ऋग्वेदामध्ये पुरुषसूक्त आहे. ब्राह्मण या विराट पुरुषाच्या मुखातून, क्षत्रिय त्याच्या बाहूतून, वैश्य त्याच्या जांघेतून व शूद्र त्याच्या पायातून उत्पन्न झाले असा त्यात उल्लेख आहे. चार वर्णांची उत्पत्ती अशा प्रकारे झाली. त्यात चार वर्ण हे कसे

निर्माण झालेत याची कथा सांगितलेली आहे. सुरूवातीला वर्ण हे गुण कर्मावर आधारलेले होते. नंतर जन्माचे त्यांना अधिष्ठान प्राप्त झाले. हळूहळू त्यांचे रूपांतर अनेक अनेक जातींमध्ये झाले. अंत्यजांचा पाचवा वर्णही तयार झाला आणि अशा प्रकारे अस्पृश्यता निर्माण झाली. वर्णव्यवस्था आधी असमानतेवर आधारलेली होती. त्या असमानतेला विषमतेचे रूप प्राप्त झाले. अशा प्रकारे विषमतेची शृंखलाच तयार झाली. 'विषमता हा हिंदू धर्माचा आत्मा आहे.' असे विधान डॉ. आंबेडकरांनी एके ठिकाणी केले आहे.

हिंदू धर्माचे तत्त्वज्ञान आणि व्यवहार यांच्यामध्ये अंतर पडत गेले. शेवटी विषमतेवर आधारलेला व्यवहारच 'धर्म' मानण्यात येऊ लागला. सोईनुसार अनेक प्रथा त्यात समाविष्ट करण्यात आल्या. त्यांनाच धर्म मानण्यात येऊ लागले. सतीप्रथेसारख्या अमानुष प्रथेलाही धर्म मानण्यात आले आणि म्हणून हिंदू समाज रचनेच्या तळातील लोकांचे अमानुषीकरण झाले. स्त्री-शूद्रांना त्याने वाईट वागणूक दिली. धर्मच आपल्या अनुयायांना सारखा न्याय व सारखी वागणूक देत नसेल तर धर्म या संज्ञेला तो पात्र कसा ठरू शकेल? धर्म हा माणसाकरिता असतो, धर्माकरिता माणूस नसतो.

धर्म संकल्पना सत्य, प्रेम, दया, क्षमा, बंधुभाव अशा उदात्त तत्त्वांवर व मूल्यांवर आधारलेली असते. त्याच्या सैद्धान्तिक व व्यावहारिक स्वरूपांमध्ये एकरूपता हवी. त्यातूनच बंधुभाव निर्माण होतो. मानवतेचा त्यातूनच आविष्कार होतो. ईश्वराच्या पितृत्वाखाली माणसाचे भ्रातृत्व आणि त्या भ्रातृत्वांतून मित्रत्व निर्माण झाले तरच त्याला धर्म मानता येईल. चातुर्वर्ण्याच्या शिखरस्थानी ब्राह्मणशाही आणि तळस्थानी अस्पृश्यता! या दोन्हींचेही समर्थन हिंदूधर्म करतो.

डॉ. बाबासाहेब आंबेडकरांना अस्पृश्यतेमध्ये होरपळणे भाग होते. हिंदू धर्माच्या सुधारणेचा प्रयत्न त्यांनी केला. मंदिर प्रवेशासाठी त्यांनी संघर्ष केला. महाडच्या चवदार तळ्याचा सत्याग्रह त्यांनी घडवून आणला. ते अस्पृश्यांना 'प्रोटेस्टंट हिंदू' म्हणू लागले. मनुस्मृतीचे त्यांनी दहन केले. सर्व हिंदूंना एकाच वर्णाचे मानावे असा ठराव केला. ते सर्व हिंदूंना समपातळीवर आणू इच्छित होते. पण हिंदू धर्माच्या मुखंडांची मानसिकता अजिबात बदलली नाही. १९३५ साली शेवटी त्यांनी घोषित केले- ''हिंदू म्हणून जन्माला आलो असलो तरी हिंदू म्हणून मरणार नाही.''

वस्तुत: ही भीष्मप्रतिज्ञा होती. या प्रतिज्ञेत गांभीर्य होते आणि निर्धारही होता; पण तीत सूड आणि द्वेष भावना मात्र नव्हती. धर्मांतर करीत असताना भारतातील सात कोटी दलितांच्या भवितव्याची काळजीही त्यांना घ्यावयाची होती. धर्मांतरापूर्वी

भारतामध्ये अस्तित्वात असणाऱ्या प्रचलित धर्मांचा तौलनिक अभ्यास करण्याची आवश्यकताही होती. मानवमुक्तीचा मार्ग कोणता धर्म दाखवू शकतो याचा अभ्यास करणे आवश्यक होते. 'मुक्ती कोण पथे?' या प्रश्नाचे उत्तर शोधण्याची आवश्यकता होती. अभ्यासांती बुद्धधर्मच मुक्तीचा मार्ग दाखवू शकेल याची खात्री त्यांना पटत गेली. इस्लाम, ख्रिश्चानिटी, शीखधर्म या सर्वच धर्मांचा त्यांनी अभ्यास केला. तो करीत असताना दलितांची मानसिक तयारीही ते करून घेत होते.

समाजाची धारणा करणारी तत्त्वे कोणत्या धर्मात प्रचुरतेने आढळतात हे पाहणे आवश्यक होते. जो धर्म समन्यायाच्या तत्त्वावर आधारलेला आहे आणि जो सर्वांना स्वातंत्र्य, समता व बंधुभाव प्रदान करतो असा धर्म कोणता आहे हे पाहणे आवश्यक होते. डॉ. बाबासाहेब आंबेडकर अशा धर्माच्या शोधात होते, की जो जीवनाच्या सर्वच अंगांच्या विकासासाठी उपयोगी पडू शकेल. सामाजिक, आर्थिक, राजकीय व सांस्कृतिक अंगांचा उत्कर्ष करू शकेल असा तो धर्म असला पाहिजे. बुद्धधर्मामध्ये ही तत्त्वे आहेत याची त्यांना खात्री पटली.

डॉ. बाबासाहेब आंबेडकरांच्या जीवनाचे तत्त्वज्ञान स्वातंत्र्य, समता व बंधुत्व या तीन शब्दांत गुंफले जाऊ शकते. त्यांना ही तत्त्वे फ्रेंच क्रांतीतून नव्हे, तर बुद्धधर्मातून प्राप्त झाली होती. याचा अर्थच असा की, बुद्धधर्माचे तत्त्वज्ञान मुख्यत: या तीन तत्त्वांनी गुंफले गेले होते. समाजाच्या धारणेसाठी स्वातंत्र्य, समता व बंधुता या तीन तत्त्वांची आवश्यकता आहे. या धर्मात जातींना अजिबात स्थान नाही. जिथे जात आहे तिथे स्वातंत्र्य, समता व बंधुतेला स्थान कसे असू शकेल? जात आणि समता यांचा तर छत्तीसचा आकडा आहे. जात आणि समता यांच्यात परस्पर विरोध आहे. समताधिष्ठित सामूहिक जीवन जातींमुळे निर्माण होऊ शकत नाही. जातींच्या पायावर समाजही उभा करता येत नाही आणि राष्ट्रही उभे करता येत नाही. जातींच्या नावावर धर्माची इमारतही बांधता येत नाही. जातींच्या पायावर बांधलेली इमारत ही भेगाळल्याशिवाय राहणार नाही आणि म्हणून जातिव्यवस्था नामशेष करावी लागेल; पण हिंदूंच्या रक्तात आणि श्वासोच्छ्वासात भिनलेली जात नामशेष कशी करणार? जातीला धर्म चिकटलेला आहे. ती धर्मांचे अभिन्न अंग बनलेली आहे. धर्मग्रंथांनी तिला पवित्र मानलेले आहे. ती संपवायची असेल तर धर्मापासून तिला अलग (De-linking) करावे लागेल आणि हे काम तेवढे सोपे नाही. ती अतिशय अवघड अशी बाब आहे. तरी पण तिचे आव्हान स्वीकारलेच पाहिजे. मोठ्या प्रमाणात आंतरजातीय विवाह करणे हा एक प्रभावी मार्ग आहे; तो स्वीकारावा लागेल. त्याचबरोबर आपल्या मानसिकतेतून जात काढून टाकावी लागेल. डॉ. आंबेडकरांनी हे सर्व निक्षून

सांगितले. त्यांनी म्हटले आहे, " The real remedy for breaking caste is inter - marriage. Nothing else will serve as the solvent of caste."[2]

॥ ३ ॥

१९३५ साली डॉ. बाबासाहेब आंबेडकरांनी धर्मांतराची घोषणा केली आणि लगेच गांभीर्याने त्यांच्या धर्मचिंतनाला सुरूवात झाली. हिंदू धर्मासहित सर्वच धर्मांचा अभ्यास ते अगदी खोलात जाऊन अतिशय चिकित्सक बुद्धीने करू लागले. त्याच वर्षी पंजाबमधल्या जात–पात तोडक मंडळाने त्यांना लाहोरला एका परिषदेस अध्यक्ष म्हणून निमंत्रित केले; पण मंडळाशी काही मुद्द्यांवर झालेल्या मतभेदांमुळे ती परिषद झाली नाही; पण त्यांनी लिहिलेले अध्यक्षीय भाषण मात्र त्यांनी प्रसिद्ध केले. त्यात हिंदू धर्माची व हिंदूंच्या मानसिकतेची त्यांनी चिरफाड केलेली आहे. बुद्ध धर्माविषयीची चर्चा या भाषणात नाही. पण हिंदू धर्माची चिकित्सा त्यात आहे. अतिशय तर्कनिष्ठ पद्धतीने त्यांनी आपले मुद्दे मांडलेले आहेत. त्याचबरोबर धर्म कसा असावा, या विषयीचे विचारमंथनही त्यात आहे. अस्पृश्यांच्या ससेहोलपटीचा अनुभवही त्यात व्यक्त झाला आहे. त्यांना अभिप्रेत असलेल्या समाज सुधारणेचा तो जाहीरनामाच आहे असे मला वाटते. 'Annihilation of Caste' हे त्यांचे पुस्तक त्या दृष्टीने अतिशय महत्त्वाचे आहे.

समाजाची नव्याने पुनर्रचना करण्यावर डॉ. बाबासाहेब आंबेडकरांचा भर होता. स्वातंत्र्य, समता व बंधुता या तत्त्वांचे अधिष्ठान हिंदू धर्माला दिल्याशिवाय नवीन समाज व्यवस्था अस्तित्वात येणार नाही. त्या समाजव्यवस्थेत 'जात' असणार नाही. समाजातील सर्वलोक समपातळीवर आले तर जात शिल्लक राहू शकत नाही. असा समताधिष्ठित समाजच आदर्श समाज ठरेल. डॉ. आंबेडकरांनी म्हटले आहे, "If you ask me, my ideal would be a society based on Liberty, Equality and Fraternity."[3]

असा समाज निर्माण करणे म्हणजे 'लोकशाही' निर्माण करणे होय. त्यांच्याच शब्दांत "Democracy is not merely a form of Government. It is primarily a mode of associated living of conjoint communicated experience. It is essentially an attitude of respect and reverence towards fellowmen."[4] शेवटी धर्म म्हणजे तरी काय? धर्म म्हणजे समूह जीवन आणि सामूहिक अनुभव. Religion also is primarily a mode of associated living of conjoint communicated experience.

डॉ. आंबेडकरांनी धर्मांतर करण्याचा विचार मनात का आणला? एकाच धर्मात असून कुणी उच्च आणि कुणी नीच हे चालणार नाही. असा धर्म समाजाची धारणा करू शकेल काय? धर्म हा आपल्या अनुयायांच्या मनात ऐक्याची व एकात्मतेची अर्थात बंधुभावाची भावना निर्माण करतो. प्रत्येक व्यक्तीमध्ये स्वत्वाची भावना निर्माण करतो. तो त्यांच्या मनात Sense of belonging निर्माण करतो आणि नेमकी हीच गोष्ट हिंदू धर्माने हिंदूधर्मियांच्या मनात निर्माण केली नाही. कारण त्याने माणसाला केंद्रस्थानी ठेवलेच नाही. धर्म माणसासाठीच असतो हे विसरले गेले. चातुर्वर्ण्याला त्याने केंद्रस्थानी ठेवले. पण चातुर्वर्ण्यातच विषमतेची बीजे होती. जोपर्यंत गुणकर्माचे त्याला अधिष्ठान होते तोपर्यंत ती बीजे अंकुरली नाहीत. पण गुणकर्माची जागा जन्माने घेतली आणि ती घेता क्षणीच ती बीजे फोफावली आणि त्यातून जाती-उपजातींचे घनदाट जंगल तयार झाले.

हिंदू धर्मात 'समता' आणि 'बंधुभाव' ह्या तत्त्वांचा अभाव आढळतो. सिद्धान्ततः तो अद्वैताची भाषा बोलतो; पण व्यवहारात तो माणसामाणसातील भेदभावांना खतपाणी घालतो आणि त्या उच्च-नीचतेला कर्माचे अधिष्ठान देऊन तिचे तो उदात्तीकरण करतो. खरेतर धर्म हा आत्मोन्नती आणि सामाजिक प्रगतीसाठी असतो. पण हिंदू धर्माने तर दलितांची अधोगतीच केली आहे. समाजाच्या परिघाबाहेर त्याला त्याने लोटून दिले. आणि म्हणून अशा धर्माला धर्म म्हणता येईल का? हिंदू धर्मात ना सर्वांना स्वातंत्र्य आहे, ना समता आहे, ना बंधुता. धर्म हा ऐहिक उन्नतीसाठी असतो. बुद्ध धर्म हा केवळ ऐहिक जीवनाचा विचार करतो. 'समता' ही त्याचा आत्मा आहे आणि म्हणून डॉ.आंबेडकर या धर्माकडे आकर्षित झाले.

धर्मांतराची घोषणा केल्यानंतर अनेक परिषदांतून डॉ. आंबेडकर हिंदू धर्माची चिरफाड करीत राहिले. 'मुक्ती कोण पथे?' या ऐतिहासिक भाषणामध्येदेखील धर्मांतर करण्याचा त्यांनी निर्धार व्यक्त केला; पण कोणता धर्म स्वीकारणार, हे मात्र सांगितले नाही. धर्मांतराची आवश्यकता व सार्थकता मात्र ते दलित समाजाला पटवीत राहिले. मध्यंतरी 'स्वतंत्र मजूर पक्ष' व त्यानंतर 'दलित फेडरेशन' यांच्या माध्यमातून दलितांच्या शैक्षणिक व आर्थिक उन्नतीविषयी ते बोलत राहिले. मजूरमंत्री म्हणूनही काम करण्याची त्यांना संधी मिळाली. घटनासमितीवर ते निवडून गेले. मसुदा समितीचे ते अनपेक्षितपणे अध्यक्ष बनले. त्यांनी या देशाला एक आदर्श 'राज्यघटना' दिली. नंतर 'हिंदू कोडबिल' त्यांनी या देशाला दिले. त्यांनी दिलेली घटना ही राष्ट्राची धारणा करणारी ठरणार आहे.

या काळात निरनिराळ्या धर्मांचा ते अभ्यास करीत होतेच. बुद्ध धर्म त्यांच्या आवडीचा व चिंतनाचा विषय बनला होता. १९४५ साली त्यांनी 'पीपल्स एज्युकेशन सोसायटी'ची स्थापना केली. त्याच वर्षी त्यांनी मुंबईमध्ये सिद्धार्थ कॉलेज सुरू केले. १९५० साली त्यांनी औरंगाबादमध्ये मिलिंद कॉलेज सुरू केले. या महाविद्यालयांना सिद्धार्थ आणि मिलिंद ही नावे का दिली हे त्यांनी विशद केले. १९५० नंतर बुद्ध जयंतीच्या कार्यक्रमात ते नेमाने सहभागी होऊ लागले. त्यांच्या भाषणातून बुद्धधर्माचे समर्थन होऊ लागले. १९५६ साली त्यांनी आपल्या अनुयायांसहित बौद्ध धर्म स्वीकारला आणि अशा प्रकारे त्यांनी धर्मचक्रप्रवर्तन केले.

धर्मांतराची घोषणा त्यांनी १९३५ साली केली होती. पण त्यांनी १९५६ साली धर्मांतर केले. याचा अर्थ वीस-एकवीस वर्षे त्यांनी निरनिराळ्या धर्मांचा अभ्यास केला. धर्मांतराचा देशावर काय परिणाम होईल याचाही विचार केला. माणुसकी देणाऱ्या धर्माच्या शोधात ते होते. कोणता धर्म स्वीकारायचा हे त्यांनी १९५० पासून पुढे स्पष्ट केले. ६ जून १९५० रोजी केलेल्या एका ऐतिहासिक भाषणात 'अस्पृश्यांना बौद्धधर्माशिवाय कोणताही पर्याय नाही' हे त्यांनी अगदी स्पष्ट शब्दांत सांगितले. अस्पृश्यता निवारण करायची असेल तर समतेच्या तत्त्वावर आधारलेला बुद्ध धर्मच स्वीकारणे भाग आहे असे त्यांनी निक्षून सांगितले.

यापुढची त्यांची धर्मविषयक भाषणे ही बुद्ध धर्मावरचीच भाषणे होती. दिल्ली, मुंबई, कोलंबो, काठमांडू, रंगून या ठिकाणी केलेली त्यांची भाषणे बुद्ध आणि बुद्ध धर्मावरची भाषणे आहेत. बुद्ध धर्म समजायला सोपा आहे आणि आचरण्यासही अवघड नाही. एकेकाळी या धर्माने भारतात धर्मक्रांती केली होती आणि 'बौद्ध धर्म' हाच पुन्हा या देशाचा प्रमुख धर्म होईल असा आशावादही त्यांनी व्यक्त केला. मुंबईमध्ये १४ जानेवारी १९५१ रोजी केलेल्या भाषणात ते म्हणतात, "धर्माशिवाय समाज जगणार नाही आणि तो धर्म, बौद्ध धर्मच पाहिजे. समता, प्रेम, बंधुभाव या सर्व गोष्टी जगाच्या उद्धाराकरिता आवश्यक असतील तर त्या बौद्ध धर्मातच सापडतील. मी आज वीस वर्षे प्रत्येक धर्माचा अभ्यास केला आहे. सर्व धर्मांचा अभ्यास केल्यावर जगाने बौद्ध धर्मच स्वीकारायला पाहिजे, असे माझे मत झाले आहे."[5]

धर्म कशासाठी? धर्म हा दुराचरणावर नियंत्रण ठेवतो, या शब्दांत त्यांनी या प्रश्नाचे उत्तर दिले. धर्म हा माणसाच्या पापी व दुराचारी वर्तनावर बंधन घालतो. धर्म हा माणसाच्या ऐहिक जीवनाला योग्य असे वळण देतो. त्याला सत्य व प्रेमाचा मार्ग दाखवतो.

१५ फेब्रुवारी १९५३ रोजी दिल्लीतील एका कार्यक्रमात बोलताना त्यांनी सांगितले की, बुद्धाच्या शिकवणुकीमध्ये शांतीचे तत्त्वज्ञान आढळते. जगाला आज शांतीची नितांत गरज आहे. खरेतर जगात शीतयुद्धाने शांततेला धोका निर्माण केला होता. जागतिक युद्धाचे काळेकुट्ट ढग आकाशात जमले होते. अशा काळात बाबासाहेबांचे धर्मचिंतन चालू होते. 'बुद्ध की युद्ध?' हा प्रश्न जगासमोर त्यांनी ठेवला, यात शंका नाही. याच काळात पं. जवाहरलाल नेहरू हे पंचशीलच्या माध्यमातून जगाला शांततेचा संदेश देत होते. पंचशील हे तिसऱ्या जगाचे अधिष्ठान बनले.

बौद्ध धर्मामुळेच भारत जगात 'महान देश' झाला होता याची बाबसाहेबांनी आठवण करून दिली. बौद्ध धर्म हा बुद्धिवादावर आधारलेला आहे आणि म्हणून 'बौद्ध धर्मच या देशाचा धर्म होईल' असा आशावाद त्यांनी उरी बाळगला होता. बुद्धाने चातुर्वर्ण्य नाकारले. जातिव्यवस्था नाकारली. मूर्तिपूजा नाकारली. बुद्ध धर्माला जातिभेद मान्य नाही. समानता हा त्याचा आत्मा आहे. समता हे त्याचे सारतत्त्व आहे. नैतिक मूल्यांना तो प्राधान्य देतो. पारलौकिकता त्याला मान्य नाही. माणसाच्या विवेकबुद्धीला तो आवाहन करतो. प्रज्ञा, करुणा व शील या मूल्यांना तो सर्वाधिक महत्त्व देतो. स्वातंत्र्य, समता व बंधुभाव या तत्त्वांवर आधारलेल्या बौद्ध धर्माचे पुनरुज्जीवन व प्रसार यासाठी बाबासाहेबांनी आपले उर्वरित आयुष्य अर्पण करण्याचे ठरविले होते.

बुद्धाने माणसामाणसात भेद केला नाही. 'आपण सर्व सारखेच आहोत' हे त्यांनी पुन:पुन्हा सांगितले. त्यांनी स्वत:ला ईश्वर किंवा ईश्वराचा प्रेषित मानले नाही. बुद्धीला जे पटेल तेच स्वीकारा, परप्रकाशित बनू नका हीच त्यांची शिकवण होती. सारनाथ येथे पिंपळाच्या झाडाखाली बसून त्यांनी साधना केली होती. त्या साधनेतून त्यांना दिव्यज्ञान प्राप्त झाले होते. ईश्वरानेच ते मला दिले, मी ईश्वराचा प्रेषित आहे, असे ते म्हणू शकले असते. मी ईश्वराचा प्रेषित आहे असे त्यांना घोषित करता आले असते. पण त्यांनी ते केले नाही.

धर्मांतर करण्यापूर्वी डॉ. बाबासाहेब आंबेडकरांना 'Buddha and His Dhamma' हा ग्रंथ लिहावयाचा होता. बायबलसारख्या ग्रंथाची बुद्धधर्माला गरज होती. त्यात बुद्धाच्या चरित्रातील महत्त्वाच्या गोष्टी आणि बौद्ध धर्माची तत्त्वे यांचा त्यांना समावेश करावयाचा होता. हिनयान आणि महायान याऐवजी 'नवयान' त्यांना मांडायचा होता. खरे तर तो 'भीमयान' आहे. त्यांनी पारंपरिक बौद्ध धर्म स्वीकारला नाही. त्याचबरोबर बौद्ध धर्माचा त्यांना प्रचारही करावयाचा होता. म्हणूनच त्या कामासाठी स्वत:ला

त्यांनी वाहून घेतले. बौद्ध धर्माच्या प्रचारकार्याला त्यांनी 'मिशन' मानले. १९५०मध्ये त्यांनी श्रीलंकेत बौद्ध धर्मावर चार भाषणे दिली. कँडी शहरात एक आणि कोलंबो शहरात तीन. श्रीलंका हा बौद्ध धर्मीय देश आहे. बौद्ध धर्मीय देशांनी बौद्ध धर्माच्या वाढीसाठी संघटित व्हावे व त्याग करावा हा संदेश त्यांनी दिला. अस्पृश्यांना तर बौद्ध धर्माशिवाय पर्यायच नाही हे त्यांनी तेथेही सांगितले. ब्राह्मणी धर्माला बौद्ध धर्मच आव्हान देऊ शकतो.

१९५४मध्ये त्यांनी ब्रह्मदेशात रंगून येथे बौद्ध धर्मावर एक भाषण दिले. नेपाळमध्ये काठमांडू येथेही १९५६मध्ये त्यांनी एका परिषदेमध्ये बौद्ध धर्मावर विद्वत्तापूर्ण व्याख्यान दिले. बौद्ध धर्माचे अंतिम ध्येय मानवी दुःख निवारण्याचा मार्ग दाखविणे हेच आहे असे सांगितले. भारतात तर अनेक प्रांतांमध्ये बौद्ध धर्माचा प्रचार त्यांनी केला. बौद्ध धर्माची लाट भारतात पुन्हा एकदा निर्माण होईल आणि ती कधीही परत जाणार नाही असा आत्मविश्वास त्यांनी ठिकठिकाणी व्यक्त केला. बौद्ध धर्म हा इतर धर्मांपेक्षा कसा वेगळा आहे हे त्यांनी विशद करून सांगितले. लंडनमध्ये बी.बी.सी.वर १२ मे १९५६ रोजी 'मला बौद्ध धर्म का प्रिय आहे?' या विषयावर ते बोलले. या भाषणाला जागतिक संदर्भ होता. मार्क्सवाद अर्थात साम्यवादाला उत्तर केवळ बौद्ध धर्मच देऊ शकतो हे त्यांनी ठामपणे सांगितले. युद्धाला उत्तर 'बुद्ध' हेच आहे. बुद्धाच्या शिकवणुकीचा अंगीकार केला तर जगात शांतता नांदेल हे त्यांनी आवर्जून सांगितले. अहिंसा हेच बुद्ध धर्माचे मुख्य सूत्र आहे.

॥ ४ ॥

डॉ. बाबासाहेब आंबेडकरांनी १४ ऑक्टोबर १९५६ रोजी नागपूर येथे बौद्ध धर्माची दीक्षा घेतली आणि तद्नंतर लगेच त्यांच्या अनुयायांना बौद्ध धर्माची त्यांनी दीक्षा दिली. या विधीचा एक भाग म्हणून बावीस प्रतिज्ञा त्यांच्याकडून त्यांनी वदवून घेतल्या. हिंदू धर्मांच्या परंपरा त्यांनी सोडून दिल्या. 'मी समता स्थापना करण्याचा प्रयत्न करीन' ही त्यांपैकी एक अतिशय महत्त्वाची प्रतिज्ञा होती. बुद्धांनी सांगितलेल्या पंचशीलाचा आणि अष्टांगमार्गाचा त्यांनी स्वीकार केला आणि दहा पारमिता पाळण्याची शपथ घेतली.

या प्रसंगी बाबासाहेबांनी केलेले हे भाषण ऐतिहासिक स्वरूपाचे आहे. त्यांनी नव्याने धर्मप्रवर्तन केले. बुद्ध धर्माची संकल्पना त्यांनी आपल्या भाषणात पुन्हा एकदा विशद केली. मनुष्यमात्राच्या उत्कर्षासाठी ही अत्यंत आवश्यक वस्तू आहे. गरीब असो वा श्रीमंत, प्रत्येक माणसाला धर्माची आवश्यकता आहे हे त्यांनी आवर्जून सांगितले.

बुद्ध धर्म हा दुःख निवारण्याचा मार्ग सांगतो. दुःख हे माणसाच्या जीवनातले

आदिसत्य आहे. पण ते नाहीसे करता येते. दुःख हे तीन प्रकारचे आहे. वैयक्तिक दुःख, सामुदायिक दुःख आणि नैसर्गिक दुःख.

वैयक्तिक दुःखे नाहीशी करण्यासाठी 'पंचशील' हा मार्ग बुद्धाने सांगितला आहे. तो खालीलप्रमाणे आहे-

१) कोणाचा जीव घेऊ नकोस. २) कोणाची वस्तू चोरू नकोस. ३) खोटे बोलू नकोस. ४) व्यभिचार करू नकोस, आणि ५) दारू अथवा मादक पदार्थांचे सेवन करू नकोस. हे पाच नियम म्हणजेच पंचशील होय. सामुदायिक दुःख निवारण्यासाठी अष्टांगमार्गांचा अवलंब करण्याची आवश्यकता आहे. तो असा -

१)सम्यक् दृष्टी, २) सम्यक् संकल्प, ३) सम्यक् वाचा, ४) सम्यक् कर्म, ५) सम्यक् उपजीविका, ६) सम्यक् व्यायाम (सुविचार वाढविणे), ७) सम्यक् स्मृती, ८) सम्यक् समाधी (दुष्ट प्रवृत्तींपासून मनाला दूर ठेवणे).

यांपैकी सम्यक् दृष्टीला फार महत्त्व आहे. नैसर्गिक दुःख निवारणे मात्र कठीण आहे. तरीपण त्यांनी दहा पारमिता सांगितल्या आहेत. पारमिता म्हणजे आपल्याला जेवढे शक्य आहे तेवढे करणे. त्या पारमिता खालीलप्रमाणे आहेत -

१) प्रज्ञा	२) शील	३) नैष्कर्म्य
४) दान	५) वीर्य	६) क्षमा
७) सत्य	८) अधिष्ठान (दृढनिश्चय)	९) मैत्री

१०) उपेक्षा (शुभ कार्यात अडथळा निर्माण न करणे)

पंचशील, अष्टांगिक मार्ग आणि या दहा पारमिता दुःख निवारण करण्यासाठी आवश्यक आहेत. 'ऐहिक जीवन सुखी करणे' हाच बुद्ध धर्माचा खरा उद्देश आहे. पंचशील, अष्टांगिकमार्ग आणि दहा पारमितांचे पालन केले तर मानवी जीवनातील दुःख नाहीसे होईल आणि माणूस निर्वाण प्राप्त करील. बुद्ध धर्म म्हणजे एक प्रकारची आचारसंहिताच आहे. प्रज्ञा, करुणा व शील यांना त्यात विशेष महत्त्व आहे. थोडक्यात, हा धर्म सेक्यूलर आहे.

बुद्ध धर्माचा सगळा भर हा नैतिकतेवर (Ethics) आहे. आध्यात्माचा काथ्याकूट त्यात नाही. त्यात ब्रह्मजाल नाही. पंच-ज्ञानेंद्रियांनी व पंचकर्मेंद्रियांनी जे अनुभवास येते तेच सत्य असते. सत्य म्हणजेच धर्म, सत्य शोधण्यासाठी स्वातंत्र्य हवे. समाजात सौहार्द निर्माण करण्यासाठी समता व बंधुभाव हवा. डॉ. बाबासाहेब आंबेडकरांच्या 'धर्म' संकल्पनेमध्ये नैतिक मूल्यांना आणि विवेकबुद्धीला महत्त्वाचे स्थान आहे. सदाचरण म्हणजे धम्म!

ईश्वर, आत्मा, स्वर्ग, अवतार अशा काल्पनिक गोष्टींमध्ये बौद्ध धर्म अडकलेला नाही. चमत्कारांवर त्याचा विश्वास नाही. त्यात मिथस् नाहीत. बौद्ध धर्माने पौराणिक कथा निर्माण केल्या नाहीत. विज्ञान आणि तर्कशास्त्रावर तो उभा आहे. तो विवेकनिष्ठ व मूल्यनिष्ठ आहे. जीवनातील दुःख निवारण्याचे मार्ग तो सांगतो. सम्यक् विचार, सम्यक् उच्चार, सम्यक् आचार व सम्यक् व्यवहार यावर तो अधिष्ठित आहे.

संदर्भ

1) Dr. B. R. Ambedkar, Annihilation of Caste (Nagpur : Samata Prakashan, 2004), P. 69
2) Ibid, P. 60
3) Ibid, P. 46
4) Ibid, P. 47
5) डॉ. नरेंद्र जाधव, बोल महामानवाचे, खंड दोन (मुंबई : ग्रंथाली, २०१२) पृ. ४६०

■ ■ ■

२

डॉ. बाबासाहेब आंबेडकरांचा बुद्ध आणि त्यांचा धम्म

■

डॉ. रावसाहेब कसबे

बुद्धचरित्र

बाबासाहेब आंबेडकरांनी त्यांच्या ग्रंथाच्या पहिल्या खंडात बुद्धाचे चरित्र लिहिलेले आहे. त्यात बुद्धाच्या आईला त्याच्या जन्मापूर्वी पडलेले स्वप्न, त्यात सुमेध बोधिसत्त्वाने ते या पृथ्वीतलावर घेत असलेला शेवटचा जन्म, त्याचे मातृत्व स्वीकारण्याची त्यांना केलेली विनंती आणि त्यांनी दिलेला 'होकार' यांचा समावेश असून, आठ ब्राह्मणांनी त्या स्वप्नांचा लावलेला अर्थ समाविष्ट आहे. आंबेडकरांनी बुद्धाचे चरित्र लिहिताना म्हणजे जन्मापासून ते गृहत्यागापर्यंतचे संपूर्ण विवेचन हे अश्वघोषांच्या 'बुद्धचरितम्' आणि धर्मानंद कोसंबी यांच्या 'बोधिसत्त्व' या १९४९ साली प्रसिद्ध झालेल्या मराठी नाटकाच्या आधारे लिहिलेले आहे.

डॉ. आंबेडकरांनी सिद्धार्थ गौतमाच्या गृहत्यागाचे पारंपरिक कारण नाकारून शाक्य आणि कोलीय यांच्यात रोहिणी नदीच्या पाणीवाटपावरून सुरू असलेल्या युद्धाला विरोध, हे सांगून कर्मठ बौद्धानुयायांना पहिला धक्का दिला आहे. अर्थात, आंबेडकरांनी सांगितलेल्या कारणाला बौद्ध वाङ्मयातील सुत्तपिटकाच्या पाचव्या भागातील 'सुत्तनिपातात' पुरावा सापडतो. पारंपरिक बौद्ध धर्म गृहत्यागाचे कारण रोगी, वृद्ध आणि शव पाहिल्याने जीवनात दुःख आहे, याची सिद्धार्थ गौतमाला खात्री पटली हे देतो; परंतु ते दुःख व्यक्तिगत आहे. आंबेडकरांना मानवी दुःख व्यापक करून त्याला सामाजिक संघर्षाच्या पातळीवर न्यायचे होते. कारण त्यांना बौद्ध धर्मच मुळी सामाजिक बनवायचा होता. त्याचप्रमाणे, वास्तवातील सामाजिक संघर्ष ऐरणीवर आणून तो सोडविण्याचा मार्ग शोधायचा होता. म्हणूनच आंबेडकरांनी बुद्धचरित्रात

सिद्धार्थ गौतमाच्या तोंडी आधुनिक वाटावी इतकी क्रांतिकारी भाषा घातलेली आहे. 'सिद्धार्थ गौतम एकदा आपल्या मित्रांच्या सोबत वडिलांच्या शेतावर गेला असताना त्याने तिथे अर्धनग्न अवस्थेत उन्हातान्हात शेत नांगरणारे, बांध घालणारे, झाडे तोडणारे कामगार पाहिले. हे दृश्य बघून त्याचे हृदय हेलावून गेले. तो त्याच्या मित्रांना म्हणाला, ''एका माणसाने दुसऱ्याचे शोषण करणे उचित आहे काय? कामगारांनी घाम गाळून श्रमावे आणि त्यांच्या मालकांनी मात्र त्यांच्या श्रमाच्या फळावर जगावे हे बरोबर आहे काय?''[१] आंबेडकरांनी बुद्ध-चरित्रातील सिद्धार्थ गौतमाच्या तोंडी घातलेल्या या वाक्यांना प्राचीन बौद्ध वाङ्मयात किंवा अर्वाचिन बौद्ध धर्मावरील वाङ्मयात कोठेही संदर्भ सापडू शकणार नाहीत. आंबेडकरांच्या ग्रंथातील बुद्ध हा त्यांची स्वत:ची निर्मिती आहे. तो समजून घेण्यासाठी म्हणूनच आंबेडकर या ग्रंथाबरोबरच 'प्राचीन भारतातील क्रांती आणि प्रतिक्रांती' आणि 'बुद्ध आणि मार्क्स' हे त्यांचे लिखाण वाचण्याचा आग्रह धरीत होते.

वास्तविक पाहता डॉ. आंबेडकर बुद्धचरित्रातील गृहत्यागाची जी माहिती देतात तिच्यात सिद्धार्थ गौतमाने शाक्य संघाची घेतलेली दीक्षा, संघाचे नियम, शाक्य आणि कोलीय यांच्यात रोहिणी नदीच्या पाण्यावरून होणारे संघर्ष आणि त्याची परिणती युद्धाच्या तयारीत होणे, सिद्धार्थ गौतमाचा या युद्धाला प्रखर विरोध, शाक्य संघाने युद्धाचा प्रस्ताव बहुमताने स्वीकारणे, तरीही सिद्धार्थ गौतमाने 'वैराने वैर मिटत नाही' असे सांगून संघाला केलेला विरोध, संघाने त्याला जाहीर केलेल्या शिक्षा आणि त्याने स्वत: स्वीकारलेला देशत्याग आणि गृहत्याग या सर्वांचा तपशील आहे. तसेच गृहत्यागापूर्वी त्याने वडील शुद्धोधन, आई महाप्रजापति गौतमी आणि पत्नी यशोधरा यांच्याशी केलेला संवाद, यशोधरेने सिद्धार्थास गृहत्यागाची दिलेली धैर्यपूर्वक संमती या गोष्टीही आलेल्या आहेत. त्या सर्व कल्पना काही आंबेडकरांच्या स्वत:च्या नाहीत. त्यांनी त्यांचा ग्रंथ लिहिण्यापूर्वी या कल्पना धर्मानंद कोसंबी यांनी १९४५ साली लिहून पूर्ण केलेल्या आणि १९४९ साली प्रसिद्ध झालेल्या 'बोधिसत्त्व' या मराठी नाटकातील आहेत.[२] आंबेडकरांच्या ग्रंथात या नाटकातील काही संवादांचे शब्दश: इंग्रजी भाषांतर केलेले स्पष्टपणे दिसते. त्याचप्रमाणे आंबेडकरांच्या ग्रंथात धर्मानंद कोसंबी यांनी लिहिलेल्या आणि १९४० साली प्रसिद्ध झालेल्या 'भगवान बुद्ध' या ग्रंथातील अनेक उतारेही दिसतात. म्हणून धर्मानंद कोसंबी यांच्याबद्दल थोडी माहिती करून घेतली पाहिजे.

धर्मानंद कोसंबी (१८७६-१९४७) हे विसाव्या शतकातील पहिले बौद्ध पंडित आहेत. ज्यांनी बुद्धचरित्राकडे आणि बौद्ध वाङ्मयाकडे विज्ञाननिष्ठ आणि बुद्धिवादी

पद्धतीने पाहण्याची दृष्टी जगाला दिली त्यांनी बौद्ध धर्मावर लिहिलेली बुद्ध, धर्म आणि संघ (१९१०), बुद्धलीला सारसंग्रह (१९१४), 'समाधिमार्ग' (१९२५), 'बौद्ध संघाचा परिचय' (१९२६), 'हिंदी संस्कृती आणि अहिंसा' (१९३५), विसुद्धिमग्गा हा भारतीय विद्या भवनने प्रकाशित केलेला ग्रंथ आणि पार्श्वनाथप्रणीत चतुर्यामधर्म हे छोटेखानी पुस्तक; ही सर्वच ग्रंथसंपदा म्हणजे बौद्ध धर्माच्या अध्ययनासाठी आणि लेखनासाठी धर्मानंद कोसंबी यांनी निष्कांचन अवस्थेत संपूर्ण जीवन व्यतित करून केलेल्या तपश्चर्येचे फळ काय मिळते याची साक्ष देणारी आहे. त्यांनी त्यांच्या संपूर्ण आयुष्याचा वृत्तांत 'निवेदन' (१९२४) आणि 'खुलासा' (१९३८) या आत्मचरित्रपर ग्रंथात नोंदवून ठेवलेला आहे.

धर्मानंद कोसंबी १९१० साली विशुद्धिमार्गाच्या संशोधनासाठी प्रो. डॉ. जेम्स एच्. वूड्स यांच्या आमंत्रणावरून अमेरिकेतील हॉर्वर्ड विद्यापीठात गेले होते. त्या काळात त्यांनी बौद्ध धर्माबरोबरच समाजशास्त्र आणि अर्थशास्त्राचा अभ्यास केला आणि ते समाजसत्तावादी विचारांकडे झुकले. 'भांडवलशाही नष्ट करून समाजाची रचना साम्यवादाच्या पायावर केल्यानेच सामान्य जनतेला सुख मिळेल व समाजातील स्पर्धा, कलह इत्यादीचे मूळ नाहीसे होईल,' अशी त्यांची खात्री होत चालली होती. परंतु, पाश्चिमात्य देशात साम्यवाद मूळ धरू शकत नव्हता व सर्व राष्ट्रांचे हात हिंसा व अत्याचार यांनी बरबटलेले होते. हे त्यांना सहन होत नव्हते. 'जगातील श्रमजीवी वर्गाने अशा प्रकारच्या प्रेमाचा मार्ग स्वीकारल्याशिवाय मनुष्यकृत मनुष्यहत्या बंद होणार नाही; परंतु देशाभिमानाने उन्मत्त झालेल्यांना तो सापडणार कसा?' त्यानंतर ते १९२९ साली सोव्हिएत रशियातील लेनिनग्रॅड येथे बौद्ध संस्कृतीच्या अभ्यासासाठी स्थापिलेल्या संस्थेत काम करण्यासाठी गेले. रशियातील अनुभवांचा अगोदरच साम्यवादी बनलेल्या त्यांच्या मनावर बराच अनुकूल परिणाम झाला.[३] अशाप्रकारे मार्क्सवादी बनलेल्या कोसंबी यांनी श्रमजीवी वर्गामध्ये बुद्धाच्या अहिंसा तत्त्वज्ञानाच्या प्रचाराने, स्पृश्यास्पृश्य भेद नष्ट करून समता स्थापन होईल की काय हे पाहण्याच्या हेतूने मुंबईतील परेलच्या वस्तीत एक आश्रम स्थापन करण्याचे कार्य हाती घेतले. त्यांच्या हेतूनुसार १९३७च्या जानेवारीत 'बहुजन विहारची' स्थापना झाली. शेवटच्या काळात भगवान बुद्धांनी जेथे पहिले धम्मचक्र प्रवर्तन केले त्या सारनाथला ते जाऊन राहिले. अगदी शेवटी त्यांनी गांधीजींच्या सहवासात राहून प्रायोपवेशन करून ५ जून १९४७ रोजी सेवाग्रामात या जगाचा निरोप घेतला. १९२० ते १९४७ या काळात भारतात गांधीजींची चळवळ हीच राष्ट्रव्यापी जनचळवळ असल्याने अनेक मार्क्सवाद्यांना गांधीजींचे फार आकर्षण होते. त्यात जसे जयप्रकाश नारायण होते तसेच धर्मानंद कोसंबीही होते एवढेच.

कोसंबी यांनी त्यांच्या 'हिंदी संस्कृती आणि अहिंसा' या ग्रंथात भांडवलशाहीच्या गुण-दोषांची चर्चा केलेली आहे आणि भांडवलशाहीने इंग्लंडमधील माणसाची अवस्था काय केली आहे हे गोल्डस्मिथ यांच्या 'The Deserted Village' या काव्यसंग्रहातील पुढील ओळी उद्धृत केल्या आहेत-

"I'll fares the land, to hastening ills to pray,
Where wealth accumulates, and men decay"

या देशाची दुर्दशा होत आहे. येथे संपत्ती एकवटत आहे; परंतु माणसांचा मात्र ऱ्हास होत आहे.

"While thus the land adorn'd for pleasure all
In barren splandour feebly waits the fall"

याप्रमाणे हा देश ऐशआरामासाठी निर्जीव भपक्याने शृंगारलेला आहे खरा, तरी दौर्बल्यामुळे तो च्युत होण्याच्या बेतावर आला आहे. कोसंबी यांना गोल्डस्मिथ यांचे हे काव्य इंग्लंडला भावी संकटांचा इशारा देणाऱ्या विचारांनी भरलेले आहे, असे वाटत होते.[४] कोसंबींनी रशियात बोल्शेविकांनी केलेल्या राज्यक्रांतीचे फायदे तेथील दलित वर्गाला कसे झाले आहेत, हे सांगून डॉ. आंबेडकरांनी 'Bhuddha and Karl Marx' या निबंधात सोव्हिएत रशियातील प्रगतीची ज्याप्रमाणे स्तुती केली आहे, त्याचप्रमाणे त्यांनीही बोल्शेविकांची तरफदारी केलेली आहे. विशेषत: स्त्रियांच्या संबंधी त्यांनी केलेली नोंद फार महत्त्वाची आहे. त्यांच्या मताप्रमाणे, "जोपर्यंत स्त्रीला परिग्रह समजण्यात येईल, तोपर्यंत त्या समाजाची नैतिक उन्नती झाली, असे मानता यायचे नाही. अहिंसेची आणि सत्याग्रहाची कसोटी म्हटली म्हणजे स्त्रीस्वातंत्र्य होय. मनुष्याच्या हिंसक बुद्धीने स्त्रियांना दास बनविले... आजकाल पाश्चात्त्य देशात जे स्त्रीस्वातंत्र्य आहे, ते वरपांगी आहे असे आम्हा वाटते.... सोव्हिएत रशियात मात्र स्त्रियांना खरे स्वातंत्र्य देण्यात आले आहे आणि त्यावर सर्व भांडवलशाही देशात एकसारखे काहूर माजून राहिले आहे. स्त्रियांना राष्ट्रीय मालमत्तेत दाखल करण्यात आले, अशी ओरड भांडवलशाही वर्तमानपत्रे करीत आहेत व त्याचा प्रतिध्वनी दिल्लीपर्यंत पोहोचला आहे. बोल्शेविकांनी स्त्रियांच्या आर्थिक स्वातंत्र्याची पहिली पायरी दृढ केली आहे; व दुसरी शिक्षणाची पायरी ते मजबूत पायावर उभारण्याच्या बेतात आहेत. दरम्यान, स्त्री-पुरुषांकडून काही नैतिक दोष घडून आले तर ते क्षम्य आहेत; परंतु बोल्शेविकांच्या प्रयत्नांचा तिटकारा करणे हा अक्षम्य अपराध आहे. स्त्री परिग्रहापासून मानवजातीला सोपविण्याचा जर कोणी खराखुरा प्रयत्न केला असेल, तर तो मार्क्सानुयायी बोल्शेविकांनीच होय आणि त्यासाठी आम्ही त्यांचे मन:पूर्वक अभिनंदन करतो.[५]

धर्मानंद कोसंबी जरी मार्क्सवादीदृष्टीने भारतीय इतिहासाची मांडणी करीत होते तरी ते हाडाचे संशोधक, तत्त्वज्ञ होते. त्यांना बुद्धाची प्रतिमा एका क्रांतिकारक रूपात उभी करावयाची होती. त्यासाठीच त्यांनी बुद्धांच्या गृहत्यागाची पारंपरिक कारणे नाकारायचे ठरविले होते. त्याचे सूतोवाच त्यांनी 'भगवान बुद्ध' या ग्रंथातच केले होते. त्यांना यासाठी भगवान बुद्धांनी स्वत:च गृहत्यागाचे सांगितलेले कारण बौद्ध वाङ्मयातील अत्तदण्डसुत्तात सापडले. बुद्ध स्वत:च म्हणतात,

"अत्तदण्डा भयं जातं, जनं पस्सथ मेधकं ।
संवेगं कित्तविस्सामि यथा संविजितं मया ।।१।।
फंदमानं पजं दिस्वा मच्छे अप्पोदके यथा ।
अत्र्यममत्र्येहि व्यारूद्ध दिस्वा मं भयमाविसि ।।२।।
समन्तमसरो लोको, दिसा सब्बा समेरिता ।
इच्छं भवनमत्तेनो नाद्दसासिं अनोसितं ।
ओसाने त्वेत व्यारूद्धे दिस्वा मे अरति अहु ।।३।।"

अर्थ–शस्त्रधारण भयावह वाटले, (त्यामुळे) ही जनता कशी भांडते पहा!
मला संवेग (वैराग्य) कसे उत्पन्न झाले हे सांगतो ।।१।।

अपुऱ्या पाण्यात मासे जसे तडफडतात, त्याप्रमाणे परस्परांशी विरोध करून तडफडणाऱ्या प्रजेकडे पाहून माझ्या अंत:करणात भय शिरले ।।२।।

चारी बाजूंना जग असार दिसू लागले, सर्व दिशा कंपित होत आहेत असे वाटले आणि त्यात आश्रयाची जागा शोधित असता निर्भय स्थान सापडेना. कारण शेवटपर्यंत सर्व जनता परस्परांशी विरुद्ध झालेलीच दिसून आल्यामुळे मला भय वाटले ।।३।।

हा संपूर्ण प्रसंग रोहिणी नदीच्या पाण्यासाठी शाक्य आणि कोलीय यांच्यातील संघर्षाच्या वेळचा आहे.[६] कोसंबींनी बोधिसत्त्वाच्या प्रव्रजेची बौद्ध वाङ्मयात तीन कारणे सापडतात, असे सांगून पहिले कारण आप्तांनी शस्त्र धारण केल्यामुळे त्याला भय वाटले. दुसरे कारण घरप्रपंच ही अडचणीची आणि कचऱ्याची जागा आहे असे वाटले आणि तिसरे आपण जन्म, जरा, मरण, व्याधी यांनी संबद्ध असता अशाच प्रकारच्या वस्तूंवर आसक्त होऊन राहता कामा नये असे वाटले. या तीनही कारणांची संगती लावता येणे शक्य आहे.[७]

धर्मानंद कोसंबी यांनी त्यांच्या 'बोधिसत्त्व' या नाटकात पहिले कारण महत्त्वाचे मानले आहे आणि त्यादृष्टीनेच नाटकाची मांडणी केली आहे. या नाटकातील नायिका यशोधरा त्यांनी परंपरेपेक्षा वेगळ्या रूपात उभी केली आहे. ती एक धीरोदत्त, संयमी आणि धीट स्त्रीच्या रूपात आपल्याला दिसते. त्रिपिटकात तिचा उल्लेख

क्वचितच सापडतो. ती सासरी आल्यानंतर त्याकाळच्या प्रथेप्रमाणे डोक्यावरून पदर घेत नसे आणि त्यामुळेच ती टीकेचा विषय बनली. परंतु, त्या टीकेला तिने सडेतोड उत्तर दिले असे तिच्याबद्दलचे कथानक 'ललितविस्तार'मध्ये आलेले आहे. तिच्या धीटपणाचे अनुमान तिच्याच थेरी अपदानातील पुढील गाथांवरून करता येऊ शकते. त्याचा मराठी अनुवाद पुढीलप्रमाणे आहे–

"हे वीरा, (बुद्ध) शाक्य कुळात जन्मलेली मी स्त्री आहे
आणि गृहस्थाश्रमात तुझी पत्नी आहे ।।१।।"

हे महामुनि, (जन्मोजन्मी तुझ्या सहवासात) गिळालेल्या सुखांचे मी अभिनंदन केले.

पण दुःखामध्ये दुर्मना झाले नाही.
तुझ्यासाठी मी सर्व प्रसंगी संतुष्ट राहिले ।।२।।
हे वीरा, त्यासमयी (त्वां) भगवंताने राजवाड्यात
क्षत्रियासमोर म्हटले आणि माझे उपकार मानले की,
जी उपकार करणारी नारी, जी हितवादिनी नारी आणि
अनुकंपा करणारी नारी (ती हीच होय) ।।३-४।।
गृहत्याग करून मी अनगारिक प्रवजा घेतली आणि
पंधरवडा होण्यापूर्वीच चार सत्त्यांचे ज्ञान संपादिले ।।५।।"

थेरी अपदानातील या गाथा इतक्या बोलक्या आहेत की धर्मानंद कोसंबींना गृहत्यागाच्या क्षणी बोधिसत्त्व आणि यशोधरा यांच्यातील संवाद लिहिणे सोपे गेले असावे. त्याच प्रकारचे संवाद आंबेडकरांच्या ग्रंथातही आहेत. आंबेडकरांना कोसंबींचे हे नाटक भावण्याची अनेक कारणे असू शकतात. त्यांपैकी पहिले प्रमुख कारण हे त्यांना एक क्रांतिकारी बुद्ध उभा करण्यास अतिशय उपयोगी पडणारे होते. दुसरे कारण भगवद्गीतेला पूर्णपणे बाद ठरविण्यासाठी ते उपयुक्त ठरवून त्यांच्या 'Revolution and counter Revolution' या लेखनातील विचारांशी जुळणारे होते. बुद्धाने केलेल्या क्रांतीला भगवद्गीता आणि मनुस्मृती या ग्रंथाद्वारे ब्राह्मणांनी कशी प्रतिक्रांती दिली, हे पटवून देणारे होते. अत्तदण्डसुत्तातील यापूर्वी उद्धृत केलेल्या उताऱ्यात बोधिसत्त्वांची जी मनःस्थिती होती तशीच गीतेतील पहिल्या अध्यायात अर्जुनाची मनःस्थितीही थोड्याफार फरकाने अशाच प्रकारची होती. अर्जुन श्रीकृष्णाला सांगतो–

"हे केशवा, ही लक्षणे मला ठीक दिसत नाहीत आणि स्वजनांचा संहार करून कल्याण होईल असेही मला दिसत नाही." (गीता, १.३१)

"हे माधवा, आमचे भाऊ आणि धृतराष्ट्रांच्या पुत्रांना मारण्यासाठी आम्ही योग्य

नाहीत. कारण आमच्याच कुटुंबीयांना मारून आम्ही सुखी कसे होऊ शकतो.'' (गीता, १.३७)

''म्हणून हे मधुसूदना! मला मारले तरीसुद्धा, किंवा त्रैलोक्याच्या राज्यासाठीसुद्धा मी या सर्वांना मारू इच्छित नाही. मग पृथ्वीच्या राज्याची ती काय बात'' (गीता, १.३८)

परंतु त्यावर कृष्णाचे उत्तर होते-

''शौर्य तेजो धृतिर्दाक्षं युद्धे चाप्यपलायनम् ।

दानमीश्वरभावश्च क्षात्रं कर्म स्वभावजम् ।।'' (गीता, १८.४३)

''शूरवीरता, तेज, धैर्य, चतुरता, दातृत्व, युद्धातून पलायन न करणे आणि प्रजेवर सत्ता चालविणे हे क्षत्रियाचे स्वभावजन्य कर्म होय.''

याचा अर्थ, गीताकारांनी माणूस ज्या वर्णात जन्म घेतो त्या वर्णाप्रमाणेच त्याचा स्वभाव ठरतो. म्हणून त्याने त्या वर्णाची ठरवून दिलेली कर्तव्ये पार पाडलीच पाहिजेत.[८] सिद्धार्थ गौतमही क्षत्रियच होता. त्यालासुद्धा तो लहान असताना त्याच्यावर त्याच्या आईने असेच संस्कार केले होते. आंबेडकरांनी त्यांच्या ग्रंथात प्रजापती गौतमी आणि सिद्धार्थाचा संवाद सादर केला आहे. तो शिकारीला जात नसे म्हणून त्याची आई त्याला समजून सांगे, ''तू हे विसरतोस की तू क्षत्रिय आहेस, युद्ध करणे हे तुझे कर्तव्य आहे आणि युद्धकला अवगत करायची असेल तर तुला शिकार केलीच पाहिजे. शिकारीने अचूकपणे लक्ष्यवेध साध्य होतो म्हणून युद्ध करणाऱ्या वर्णासाठी शिकार म्हणजे लढाईच्या प्रशिक्षणाची शाळाच असते.'' त्यावर सिद्धार्थ विचारीत असे, ''परंतु आई, क्षत्रियाने युद्ध का करावे? आणि तिचे उत्तर असे ''कारण ते त्याचे कर्तव्य असते.'' परंतु, तो पुन्हा तिला विचारीत असे, ''परंतु, मला हे सांग की, माणसाने माणसाची हत्या करणे हे माणसाचे कर्तव्य कसे होऊ शकते?'' त्यावर तिचे उत्तर असे, ''ही अशी प्रवृत्ती संन्याशाला शोभते परंतु क्षत्रियाने लढलेच पाहिजे. जर ते लढले नाहीत तर राज्याचे रक्षण कोण करणार?'' त्यावर सिद्धार्थाचा प्रतिवाद असे ''परंतु, आई! जर सर्व क्षत्रिय परस्परांवर प्रेम करू लागले, परस्पर प्रेमाने राहू लागले तर कोणालाही ठार न मारता त्यांना आपापल्या राज्याचे संरक्षण करता येणार नाही काय?'' यावर प्रजापती गौतमी निरुत्तर होत असे. हा संवादसुद्धा कोसंबीच्या बोधिसत्त्व नाटकात जसाच्या तसाच आहे.[९]

याच प्रकारचा आणखी एक संवाद आंबेडकर आणि कोसंबी यांच्या लिखाणात जसाचा तसा आला आहे. 'बोधिसत्त्व' नाटकात तो शाक्य पुरोहित आणि बोधिसत्त्व यात आहे, तर भगवान बुद्ध आणि त्यांचा धम्म या ग्रंथात सेनापती आणि सिद्धार्थात

झालेला दाखविला आहे. बोधिसत्त्व नाटकातील शाक्य पुरोहित बोधिसत्त्वाला श्रीकृष्णाप्रमाणेच शिकवण देताना म्हणतो, ''युद्धामध्ये क्षत्रियांनी आप्त आणि अनाप्त असा भेद ठेवता कामा नये, त्यांनी राज्यासाठी भावाबरोबरही लढले पाहिजे. यजनयाजन हे ब्राह्मणांचे, युद्ध क्षत्रियांचे, कृषिवाणिज्य वैश्यांचे, सेवा शुद्रांचे स्वाभाविक कर्म आहे. त्याला अनुसरणे पुण्य व त्याच्याविरुद्ध आचरण करणे हे पाप आहे. हा सनातन धर्म आहे.'' त्याला उत्तर देताना बोधिसत्त्व म्हणतो, ''हा सनातन धर्म मुळीच नाही. ब्राह्मणात द्रोणासारखे योद्धे झाले व सध्याही आहेत. क्षत्रियात जनकासारखे पुष्कळ ब्रह्मज्ञानी झाले व सध्याही आहेत. व्यास कोळिणीचा मुलगा होता व त्याचा बाप तर अस्पृश्यांपैकी, मातंग ऋषी चांडाळ. तेव्हा सध्या प्रचारात येऊ पाहणारा जातिभेद हा सनातन धर्म कसा म्हणता येईल? वैराने वैर शमत नाही, ते प्रेमानेच शमते. हा खरा सनातन धर्म होय.'' (बोधिसत्त्व (नाटक) पृ. ३४) कोसंबींनी लिहिलेल्या या संवादाचे इंग्रजी भाषांतर आंबेडकरांनी उचित असेच केलेले आहे. ते लिहितात, '' The Senapati encounter the plea urged by Siddhartha Gautama. He streassed that in war the Kshatriya connot make a distinction between relations and strangers. They must fight even against brothers for the sake of their Kigdom. Performing sacrifice is the duty of Brahmins, Fighting is the duty of Kshatriyas, Trading is the duty of Vaishas and Service is the duty of the Shudras. There is merit in each class performing its duty. Such is the injection of our shastras." Siddhartha replied Dharma as I understand it, consists in recognizing that enmity does not disappear by enmity. It can be conquered by love only. (Buddha and His Dhamma, p. 21)

डॉ. बाबासाहेब आंबेडकर बुद्धाचे चरित्र हे क्रांतिकारीदृष्ट्या माडत होते; याचे कारण बुद्धांनी प्राचीन भारतात कशी क्रांती केली होती आणि मनुस्मृती व भगवद्‌गीतेने प्रतिक्रांती करून ती उद्‌ध्वस्त कशी केली, हे समजून सांगण्यासाठी आणि आता आपल्याला बुद्धांच्या आणि त्यांच्या धम्माच्या आधाराने त्या प्रतिक्रांतीचा बीमोड करून पुन्हा क्रांती कशी करायची हे समजावून सांगण्यासाठी, हा इतिहास नीट समजून घेण्यासाठी एक पार्श्वभूमी म्हणून ते त्यांचे 'प्राचीन भारतातील क्रांती आणि प्रतिक्रांती' हे लिखाण वाचण्याचा आग्रह धरीत होते. त्यांनी रंगविलेले यशोधरेचे पात्र सरळ सरळ महाभारतातील द्रौपदीच्या विरोधी आहे. दुःशासनाने जेव्हा तिला विवस्त्र करण्याचा प्रयत्न केला, तेव्हा तिने श्रीकृष्णाचा धावा केला. परंतु, यशोधरा बोधिसत्त्वाला गृहत्यागाची आणि ज्ञानप्राप्ती करण्यासाठी प्रोत्साहित करते. ''मी तुमच्या ठिकाणी असते तर मी तरी दुसरे काय केले असते? मी कोलीयांविरुद्धच्या युद्धात निश्चितच

भागीदार झाले नसते... माझी एकच इच्छा आहे–तुम्ही आप्तस्वकियांपासून दूर जात आहात, तुम्ही परिव्राजक होणार आहात, तुम्हाला जीवनाचा नवीन मार्ग निश्चित सापडेल. तो मार्ग मानवजातीच्या कल्याणाचा असेल.'' (पृ. २६) तिच्या पुढील जीवनात तिने कोणाचेही साह्य मागितले नाही की ईश्वराकडे प्रार्थना करून तिने त्याची मदतही मागितली नाही. ती स्वत:च स्वत:चा प्रकाश बनली. तिने परिव्रजा घेतली आणि निर्वाणाला प्राप्त झाली. हे तिच्या यापूर्वी उद्धृत केलेल्या गाथांवरून स्पष्ट होते. याठिकाणी कोसंबी आणि आंबेडकर यांच्यातील फरकही स्पष्ट केला पाहिजे. कोसंबींनी बोधिसत्त्व या नाटकांत एक क्रांतिकारी बुद्ध निर्माण केला हे तर खरेच आहे. परंतु, या नाटकाच्या प्रस्तावनेत काकासाहेब कालेलकर यांनी लिहिले आहे 'बोधिसत्त्व' नाटकाचे हस्तलिखित वाचल्यानंतर मी धर्मानंदजींना म्हणालो की, ज्याप्रमाणे भवभूतीने 'महावीरचरित्र' आणि 'उत्तररामचरित' अशा दोन नाटकात मिळून रामजीवन आणले आहे. त्याचप्रमाणे 'बोधिसत्त्व' या बुद्धाच्या पूर्वचरित्रानंतर बुद्धाविषयी तथागत नाटक लिहून बुद्धचरित पुरे का करीत नाही? त्यावर ते म्हणाले, ''बौद्ध समाजाला ते आवडणार नाही. बोधिसत्त्व गौतम एकदा बुद्ध झाल्यानंतर त्याला नाटकाचा विषय करणे बौद्धांच्या भावनांना मान्य नाही'' यावरून कोसंबी काहीसे लोकानुयायी वाटतात. बाबासाहेबांचे तसे नव्हते. त्यांच्या ग्रंथात अनेक जागा अशा आहेत की, त्या जगातील काही बौद्धांच्या भावना दुखावणाऱ्या आहेत. याची कल्पना आंबेडकरांना नसेल, असे म्हणता येत नाही. तशी टीका त्यांच्या ग्रंथावर अनेक बौद्ध पंडितांनी केलेली आहेच; परंतु त्यांनी अतिशय निर्भयपणे आणि ठामपणे आपली मते मांडली आहेत. त्यांनी अनेक बौद्ध राष्ट्रांकडे मदत मागितली होती. परंतु, हा ग्रंथ बौद्ध राष्ट्रांना मान्य होण्यासारखा नसला तरी त्यांनी त्यांचा अनुनय करणारे लिखाण केले नाही. भारतात 'नवयान' बौद्ध धम्माच्या प्रसारासाठी बौद्ध राष्ट्रे मदत करीत नाहीत याचे एक कारण हेसुद्धा असावे.

बौद्ध धम्माचे ध्येय

बोधिसत्त्वाने गृहत्याग केल्यापासून ते त्याला बोधिप्राप्ती होईपर्यंतचा त्याचा प्रवास सर्वश्रुत आहे. बोधिसत्त्वाने मानवी दु:खाचा नवीन दृष्टिकोनातून विचार सुरू केला. त्याचवेळी त्यांना शाक्य आणि कोलीय यांच्यात समेट होऊन शांतता प्रस्थापित झाल्याची बातमी समजली. त्यांनी स्वत:लाच एकांतात प्रश्न विचारले, ''आपण आपल्याच लोकांना का सोडून आलो? माझा युद्धाला विरोध होता म्हणून मी गृहत्याग केला. आता तर युद्धाची शक्यताच मावळली. आता माझ्यासाठी कोणती समस्या शिल्लक आहे? युद्ध समाप्त झाल्याने माझ्याही समस्या संपल्यात काय?''

गहन विचारांती त्यांना या प्रश्नांची उत्तरे 'नकारात्मक' मिळाली. युद्धाची समस्या ही मूलत: संघर्षाची समस्या आहे. ती एका विशाल समस्येचा केवळ एक छोटासा भाग आहे. हा संघर्ष केवळ राजे आणि राष्ट्रे यांच्यातच होतो असे नाही. तरी तो क्षत्रिय आणि ब्राह्मणात, कुटुंबप्रमुख आणि इतरात, माता-पुत्र आणि पिता-पुत्रात, भावा-बहिणीत आणि सहकाऱ्यांतसुद्धा होऊ शकतो. राष्ट्रा- राष्ट्रांतील संघर्ष हा प्रसंगोपात असतो. परंतु, वर्गसंघर्ष हा नित्याचा आणि शाश्वत असतो. हा वर्गसंघर्षच जगातील सर्व दु:खाचे आणि पिडांचे मूळ असतो. युद्धामुळे मी गृहत्याग केला हे तर खरेच आहे. परंतु, शाक्य आणि कोलीय यांच्यातील युद्ध मिटले असले तरी मी घरी परत जाऊ शकत नाही. कारण माझ्या समोरील समस्या आता व्यापक बनली आहे. मला आता या समाजिक संघर्षाला तोडगा शोधलाच पाहिजे. जुन्या प्रस्थापित झालेल्या तत्त्वज्ञानांनी या समस्येचे उत्तर कसे दिले आहे? यांपैकी कोणते तत्त्वज्ञान आपण स्वीकारावे? म्हणून त्यांनी सर्व तत्त्वज्ञानांची चिकित्सा करण्याचे ठरविले.[१०] त्यानंतर आंबेडकरांनी त्यांच्या पूर्वकालीनांचे तत्त्वज्ञान तपासायला सुरुवात केली. त्यात वेद, कपिलांचे सांख्यदर्शन, ब्राह्मणे आणि उपनिषदांचा समावेश आहे. यातील उपनिषदांच्या तत्त्वज्ञानासंबंधी आंबेडकरांचे विवेचन फारसे समाधानकारक नाही. कारण, कठ, केन, छांदोग्य, बृहदारण्यक आणि मुंडक या उपनिषदांनी बुद्ध तत्त्वज्ञानाची पार्श्वभूमी तयार केलेली होती. त्यांनी जसा वेदातील यज्ञसंस्थेला आणि कर्मकांडांना आक्रमकपणे विरोध केला होता तसाच माणसाच्या बाह्यजगाबरोबरच त्याच्या अंतर्विश्वाचाही खोलवर विचार केलेला होता.[११] बुद्धांचा ध्यानाचा मार्ग हा या अंतर्विश्वात प्रवेश करून मानवी अस्तित्वाच्या गाभ्याचे ज्ञान करून घेणारा होता. त्यानंतर आंबेडकरांनी बुद्धांच्या समकालीन असलेल्या तत्त्वज्ञानांची चर्चा केली आहे. त्यात पूर्ण काश्यप याचा 'अक्रियावाद' मक्खली गोसाळ यांचा 'नियतिवाद', अजित केशकंबल यांचा 'उच्छेदवाद', संजय बेलपुत्त यांचा 'विक्षेपवाद', निगंठ नाथपुत्ताचा 'चातुर्यामसंवदवाद' इत्यादींचा समावेश आहे.

जगातील सर्व दु:खाचे (Sorrow) आणि पिडांचे (Suffering) मूळ कारण असलेल्या वर्गसंघर्षाचे (Confliet Between Classes) सामाजिक जीवनातून कायमचे उच्चाटन करण्यासाठी उपायांच्या (Solution) शोधास निघालेल्या बोधिसत्त्वाने या सर्व तत्त्वज्ञानांची चिकित्सा करून त्यांच्यातील अनेक गोष्टी नाकारल्या. त्यांच्यातील काही गोष्टींत सुधारणा केल्या तर काही गोष्टी स्वीकारल्या. त्यांनी वेदप्रामाण्य, आत्म्याचे अस्तित्व आणि त्याचा पुनर्जन्म, पूर्वजन्मातील कर्मांचा या जन्मावर होणारा परिणाम, चातुर्वर्ण्य व्यवस्था, ईश्वराचे अस्तित्व, उच्छेदवाद (बुद्ध आणि

त्यांचा धम्म या ग्रंथातील 'He discarded all the Nihilistic views which were promulgated by certain religious teachers' या वाक्यातील 'Nihilistic Views'चे काही मराठी भाषांतरकारांनी 'शून्यवाद' असे भाषांतर केले आहे. ते चुकीचे असून अक्षम्य आहे. बौद्धांचा नागार्जुनाने मांडलेला शून्यवादी विश्वोत्पत्तीचा सिद्धान्त एक महान आणि वैज्ञानिक सिद्धान्त आहे, आंबेडकरांनी नाकारलेला 'Nihilistic View' उच्छेदवादी विचार हा अजित केसकंबलीच्या तत्त्वज्ञानाला उद्देशून वापरलेला आहे. नागार्जुनांच्या 'शून्यवादाला' उद्देशून नाही. शून्यवादाला इंग्रजीत 'Emptiness'असा शब्द वापरण्यात येतो. पाखंडी मते, विश्वोत्पत्तीच्या मूळाचा शोध इत्यादी गोष्टी नाकारल्या तर त्यांनी मनाला मानवी जीवनाच्या केंद्रस्थानी बसविले. मन हे पूर्वापुवर्ती असून जडाची निर्मिती त्याच्यामुळेच होते. मन हेच सर्व प्रकारच्या मन:स्थितीचे प्रमुख आणि दिशादर्शक असते. सर्व भल्याबुऱ्या गोष्टींचा मग त्या माणसाच्या 'आतील' असोत, की 'बाहेरच्या', त्यांचा उगम मनातच होतो. म्हणून चित्तशुद्धी हे त्यांच्या धर्माचे सार आहे. खरा धर्म धर्मग्रंथात नसून तो धर्मतत्त्वांच्या आचरणात आहे. बुद्धकाळात त्यांनी स्वीकारलेल्या या गोष्टी लक्षात घेता, हा धर्म त्यांनी स्वत:च निर्माण केलेला धर्म आहे. आंबेडकरांनी आणि खुद्द बुद्धांनीसुद्धा मानवी मनाला केंद्रस्थानी मानून ज्या तत्त्वज्ञानाची उभारणी केली त्याला तत्त्वज्ञानाच्या क्षेत्रात स्थूलमानाने चिद्वाद (Idealism) अशी संज्ञा आहे. त्यामुळे भौतिकवादी (Materialist) लोकांना हे तत्त्वज्ञान स्वीकारणे अवघड जाण्याची शक्यता आहे. परंतु, त्याचे अतिसुलभीकरण करून विचार करण्यात फारसा अर्थ नाही. कारण आंबेडकरांनी बौद्ध धम्माचा जो उद्देश किंवा ध्येय बुद्धाच्या तोंडून वदवून घेतले आहे, त्यामुळे या चिद्वादी विचारालाही तडा जाण्याची शक्यता आहे.

बोधिसत्त्व बुद्ध होणे म्हणजे त्याला 'बोधि' प्राप्त होणे होय. बोधिसत्त्वाने व्यक्तीच्या दु:खांवर आणि त्यांच्या कारणांवर 'ध्यान' देऊन ही दु:खे नष्ट कशी करायची याचा विचार केला आणि त्यांना त्यावरील योग्य उत्तर सापडले. त्यालाच सम्मा बोधि (right enlightment) असे म्हणतात. ज्या पिंपळ वृक्षाखाली त्यांना सम्माबोधि प्राप्त झाली त्याला बोधिवृक्ष म्हणतात, (पृ. ५५) बोधिसत्त्व बुद्ध कधी होतो? या प्रश्नाचे उत्तर आंबेडकरांनी असे दिले आहे की, त्याला एकामागोमाग एक असे दहा जन्म बोधिसत्त्वच रहावे लागते. त्याला एका जन्मात एकच पारमिता पार करून दहाव्या जन्मात तो धर्ममेधा बनल्यानंतर आणि त्याने अनंत (Infinite) अशी बुद्धाची दिव्यदृष्टी (Divin eye) प्राप्त केल्यानंतर तो बुद्ध होतो. या दहा पारमिता म्हणजे दहा पूर्णत्वाच्या अवस्था होत. अर्थातच त्या महायान परंपरेतून दिलेल्या

दिसतात. कारण त्यात एका जन्मात एकच पारमिता प्राप्त करता येण्याचा आग्रह आहे. परंतु, पारंपरिक बौद्ध शिकवणीनुसार बोधिसत्त्व एकाच जन्मात तीन कल्पांपर्यंत त्यांचे पालन करीत असतो. वास्तविक पाहता प्रत्येक पारमिता प्राप्त करण्यासाठी बोधिसत्त्वाला दहा जन्म घ्यायला लावणे, हे बाबासाहेबांच्या मूळ दृष्टीशीही विसंगत आहे. त्यांनी याबाबतीत मूळ परंपरेचा स्वीकार केला असता तर अधिक उचित ठरले असते.

बोधिसत्त्वाने ज्ञानप्राप्त करून बुद्ध झाल्यानंतर आपल्याला दुःखमुक्तीचा जो नवा सिद्धान्त सापडला आहे तो जनतेला समजेल की समजणार नाही? आणि तो सामान्य माणूस स्वीकारील की नाही? याबद्दल बुद्धांच्या मनात संभ्रम निर्माण झाला. कारण तो सिद्धान्त सूज्ञांनाही अतिशय सूक्ष्म वाटणारा आहे. त्यामुळे आपण संन्याशीच राहून, जगापासून दूर राहून या धर्मचिंतनाचा (Gospel) आपण आपल्यासाठीच पुरेपूर उपयोग का करून घेऊ नये? म्हणून हे धर्मचिंतन आपण कोणालाही शिकविण्याच्या भानगडीत न पडता त्यासंबंधी मौन का पाळू नये? या विचारापर्यंत ते पोहोचले. अर्थातच याची माहिती 'ब्रह्मा संहपतीला' समजली. जगाला विध्वंसापासून वाचविण्यासाठी त्यांनी ब्रह्मलोक सोडला आणि ते बुद्धासमोर हजर झाले. त्यांनी बुद्धांना धर्मोपदेश देण्याची विनंती केली आणि ती बुद्धांनी मान्यही केली. आंबेडकरांनी त्यांच्या ग्रंथाच्या दुसऱ्या खंडात बुद्ध आणि ब्रह्मा संहपती यांच्यातील जो संवाद लिहिला आहे त्याला 'महावग्गातील ब्रह्मयाचन' कथेचा आधार असला तरी या दोघांतील संवादाचा आंबेडकरांनी केलेला शेवट आणि बुद्ध धम्म शिकविण्यासाठी का तयार झाले याचे उत्तर मात्र पूर्णपणे वेगळे आहे. महावग्गातील मूळ गाथा अशा आहेत.

''किच्छेन मे अधिगतं हलं दानि पकासितु ।
रागदोस परेतेहि नायं धम्मो सुसम्बुद्धो ।।'' (महावग्गो, १.५.७)
''अपारूता तेसं अमतस्स द्वारा
ये सोतवन्तो पमुच्चन्तु सद्धं ।
विहिससज्यी पगुणं न भासि
धम्म पणीतं मनुजेसु ब्रह्मे'' (महाग्गो, १.५.९)

या गाथा म्हणजे काव्यच आहेत. त्याचा मुक्तछंदात मराठी अनुवाद करायचा ठरला तर तो असा करता येईल–

''हे ब्रह्मा! माझे प्रयत्न वांझोटे ठरतील
या भावनेने उच्चारले नाहीत

सत्य बोल
जगाला उद्देशून ....''
पण आता असे वाटते,
''सताड उघडावित अमृताची महाद्वारे
अन् ज्यांचे कर्ण आसुसले आहेत
श्रवण करण्यास सत्यवाणी
त्यांनी ती ऐकू द्यावी
सश्रद्ध अंत:करणांनी .....''

परंतु, आंबेडकरांनी या संभाषणाचा शेवट करताना लिहिले आहे, 'बुद्धांना संन्यास निरर्थक आहे याची जाणीव झाली. जगापासून पळून जाणे व्यर्थ आहे. संन्याशालासुद्धा या जगापासून मुक्ती नाही. जर काही आवश्यक असेल तर हे की, हे जग बदलणे ते अधिक चांगले करणे. आपण गृहत्याग केला कारण जगात दु:ख आणि दैन्य यांना कारणीभूत होणारा संघर्ष सतत चालू आहे याचीही त्यांना जाणीव झाली. परंतु, त्या वेळी त्यांच्याकडे काहीही उपाय नव्हता. परंतु, त्यांनी आता दु:ख आणि दैन्यावर मात करणाऱ्या सिद्धान्ताचा शोध लावल्यामुळे जगाकडे पुन्हा परत फिरणे आणि जगाची सेवा करणे, हे त्यांना त्यांचे कर्तव्य वाटू लागले. आत्मोन्नतीच्या नावावर निष्क्रिय बनून मौन धारण करणे त्यांना उचित वाटले नाही. म्हणून बुद्धांनी ब्रह्मा संहपतींची विनंती मान्य केली आणि आपला सिद्धान्त जगाला शिकविण्याचा निश्चय केला.'[१२]

पारंपरिक बौद्ध धर्म बोधिप्राप्ती करणे हे ध्येय मानीत होता, तर आंबेडकरांचा बुद्ध 'हे जग बदलण्याची, ते अधिक चांगले करण्याची' भाषा करीत आहे. आंबेडकरांनी त्यांचा बौद्ध धम्म जगाची पुनर्रचना करणारा आहे ही गोष्टही धर्म (Religion) आणि धम्म यांची तुलना करताना त्यांच्या ग्रंथाच्या चौथ्या खंडात स्पष्ट केली आहे. धर्माचे प्रयोजन आणि धम्माचे प्रयोजन स्पष्ट करताना ते लिहितात, 'धर्माचा उद्देश हा या जगाच्या उत्पत्तीचे स्पष्टीकरण करणे हे आहे, तर धम्माचे प्रयोजन हे या जगाची पुनर्रचना करणे आहे.'[१३] आंबेडकरांनी बुद्धाच्या तोंडी 'जग बदलण्याची, ते अधिक चांगले करण्याची' घातलेली भाषा आणि 'धर्माचे प्रयोजन जगाच्या उत्पत्तीचे स्पष्टीकरण करणे हे आहे, तर धम्माचे प्रयोजन हे या जगाची पुनर्रचना करण्याचे आहे.' हा त्यांनी केलेला धम्माबद्दलचा विचार नेमका आला कोठून? प्राचीन पाली आणि संस्कृत वाङ्मयात तर अशी भाषा आणि असे प्रयोजन तर कुठेच दिसत नाही. आंबेडकरांचे हे म्हणणे कितीही महत्त्वाचे असले तरी त्याचे सम्यक आकलन करून

घेण्यासाठी कोणतेही पूर्वग्रह न ठेवता बाबासाहेब सांगत होते त्याप्रमाणे मार्क्सवादातील पारिभाषिक शब्दप्रयोगांची ओळख करून घेतली पाहिजे. त्याशिवाय या विचारातील क्रांतिकारक आशय आपण समजून घेऊ शकणार नाही. म्हणूनच ते बुद्धाचे चरित्र आणि त्यांचे तत्त्वज्ञान समजून घेण्यासाठी या ग्रंथाबरोबरच 'बुद्ध आणि मार्क्स' हे त्यांचे लिखाणही समजून घेण्याचा आग्रह धरीत होते. कारण त्यांना बुद्ध आणि त्यांचा धम्म आधुनिक ज्ञानविज्ञानाच्या आधारावर स्पष्ट करायचा होता. त्यासाठी कार्ल मार्क्स या पाश्चात्त्य प्रबोधन चळवळीचे अपत्य असलेल्या विचारवंताचे तत्त्वज्ञान समजून घेणे आवश्यक वाटत होते. कारण त्यांच्या काळात कार्ल मार्क्स यांना संपूर्ण आशिया खंड, पूर्व युरोप आणि पश्चिमेतील तरुण आपला मुक्तिदाता मानीत होते, या वास्तवाची कबुली त्यांनी त्यांच्या काठमांडू येथील महत्त्वाच्या भाषणात जागतिक स्तरावरील बौद्ध भ्रातृ संघाला आणि विशेषत: बौद्ध भिक्खूंना करून दिली होती. कार्ल मार्क्स यांनी त्यांच्या लिखाणात भांडवलशाहीतील सुखाच्या कल्पनेवर प्रचंड हल्ला केलेला होता. त्यांच्या मताप्रमाणे, 'जीवनातील प्रत्येक गोष्ट केवळ पैशासाठी विकणे आणि विकत घेणे, आयुष्यभर संपत्तीचा पाठलाग करणे ही भांडवलशाहीतील सुखाची कल्पना खऱ्या सुखाची कल्पना मुळीच नाही.' असे सांगून मार्क्स पुढे लिहितात 'जीवनात तीच माणसे सुखी असतात जी सर्वांत जास्तीतजास्त लोकांना सुखी करू शकतात.' Experience demonstrates that the happiest are those who make most men happy. आणि ही सर्व मनुष्यजाती सुखी करणे म्हणजे केवळ जगाचे स्वरूप स्पष्ट करणे नव्हे. त्यासाठी त्यांनी फायरबाख या त्यांच्या समकालीन असलेल्या विचारवंताच्या विचारांवर टीका करणारी काही विचारसूत्रे (Thesis) लिहून ठेवली आहेत. त्यांनी फायरबाखवरील अकराव्या सूत्रात असे लिहिले आहे, "The philosophers have only interpreted the world in various ways; the point however, is to change it."[14] आजपर्यंत तत्त्वज्ञानी लोकांनी या जगाचे वेगवेगळ्या पद्धतींनी अर्थ लावलेले आहेत. तरीही महत्त्वाचा मुद्दा हे जग बदलण्याचा आहे. मार्क्सवादी परिभाषेची माहिती नसल्यामुळे आंबेडकरांनी लिहिलेल्या मजकुराचा मराठी भाषांतरकारांनी व्यवस्थित अनुवाद केलेला नाही. पिळवणूक, वर्गयुद्ध, जग बदलणे, जगाची पुनर्रचना करणे इत्यादी शब्द मार्क्सवादी परिभाषेतील आहेत. या सर्व विवेचनातून आंबेडकरांना बुद्ध ज्या 'ध्यान परंपरेत' आणि 'बोधिप्राप्तीत' पारंपरिकांनी अडकवून ठेवला होता आणि त्यांना पूर्णपणे व्यक्तिगत ज्ञानप्राप्तीचा विषय बनविले होते. त्यातून बुद्धाला बाहेर काढून जग बदलण्यासाठी, वर्गसंघर्षासाठी (Conflilet between classes) रणांगणावर उतरवायचे होते आणि तो संघर्ष शांततेच्या,

लोकशाहीच्या मार्गाने कायमचा मिटवायचा होता. परंतु, तो जर लोकशाहीच्या, शांततेच्या आणि अहिंसेच्या मार्गाने मिटणार नसेल, तर आंबेडकरांनी प्रसंगी हिंसेचा वापर करायलाही बुद्धांनी परवानगी दिलेली होती हे 'भगवान बुद्ध आणि त्यांचा धम्म' या ग्रंथाच्या चौथ्या विभागातील तिसऱ्या प्रकरणात 'अहिंसा' आणि 'अहिंसेचा खरा अर्थ' या उपप्रकरणात स्पष्ट केलेले आहे. ते लिहितात,

'अहिंसा म्हणजे जीवहत्या न करणे, हा बुद्धाच्या शिकवणुकीचा अत्यंत महत्त्वाचा भाग आहे. करुणा आणि मैत्री या दोहोंशी तिचा अतिशय निकटचा संबंध आहे. तरीही प्रश्न असा आहे की, बुद्धाने शिकविलेली अहिंसा हे परिस्थितीजन्य, सापेक्ष तत्त्व होते की तो अनुसरण करण्याचा निरपेक्ष (Absolute) असा बंधनकारक (Obligation) नियम होता? जे लोक बुद्धाच्या उपदेशाला मानतात त्यांना अहिंसा हा एक अनुल्लंघ्य नियम आहे असे मानणे कठीण जाते. त्यांचे म्हणणे असे आहे की, जर प्रत्येक वेळी अहिंसेने वागले तर मंगलाला (Good) अमंगलाच्यापुढे आणि सद्गुणांना (Virtue) दुर्गुणांच्या (Evil) पुढे बलिदान करावे लागते.' अशी या विषयाची सुरुवात करून सिलोनमधील बौद्ध भिक्खू परकीय आक्रमणाविरुद्ध रणांगणात उतरल्याचा, ब्रह्मदेशातील भिक्खूंनीसुद्धा अशीच शस्त्रे धारण करण्याचा आणि जर्मनीतील बौद्ध संघाने एक ठराव करून पंचशीलातील पहिले शील 'अहिंसा' हे सोडून बाकीची चार शीले अनुसरण करण्याचा घेतलेला निर्णय इत्यादी बौद्ध राष्ट्रातील अहिंसेबद्दलचे वास्तव स्पष्ट केले आहे. बाबासाहेबांनी त्यापुढील म्हणजे "True Meaning of Ahinsa" 'अहिंसेचा खरा अर्थ' या प्रकरणात पुढे लिहिले आहे-'भगवान बुद्धांनी अहिंसेची व्याख्या कुठेच केलेली नाही. वास्तविक पाहता, अहिंसेचा निश्चित शब्दांत उल्लेख ते क्वचितच करतात. म्हणून अहिंसेचा उपयोग करण्यात त्यांचा काय उद्देश होता हे परिस्थितीजन्य पुराव्यावरूनच समजून घेतले पाहिजे. जर एखाद्या भिक्खूला एखाद्याने भिक्षा म्हणून मांसदान दिले, तर ते खाण्यास बुद्धाचा विरोध नव्हता. भिक्खूला जर दान म्हणून मांस मिळाले आणि प्राणीहत्येत जर त्यांचा प्रत्यक्ष सहभाग नसेल, तर ते मांस खाण्यास त्याला प्रतिबंध नव्हता. 'भिक्षा म्हणून मिळालेले मांसाचे दान भिक्खूंनी खाऊ नये' या देवदत्ताच्या आग्रहाला बुद्धांनी विरोध केलेला होता. यासंबंधीचा दुसरा पुरावा म्हणजे, यज्ञात प्राण्यांचा विनाकारण बळी देण्यास बुद्धाचा विरोध होता आणि तसे त्यांनी स्पष्टही केलेले होते; परंतु 'अहिंसा परमो धर्मः' हा आत्यंतिक सिद्धान्त बौद्ध धर्माचा नाही, तर तो जैन धर्माचा आहे. दुसरा आणखी एक पुरावा की, जो परिस्थितीजन्य पुराव्याच्या सरळ सरळ पुढे जाऊन जवळजवळ अहिंसेची व्याख्याच देतो. तो म्हणजे बुद्ध म्हणाले होते, ''सर्वांवर प्रेम करा म्हणजे

तुम्हाला कोणाचीही हत्या करण्याची इच्छा होणार नाही.'' अहिंसेच्या तत्त्वाचे हे केवळ नकारात्मक स्पष्टीकरण नसून विधायक स्पष्टीकरण आहे. यावरून असे दिसते की, बुद्धाचा अहिंसेचा सिद्धान्त हत्या करू नका असे सांगण्याऐवजी सर्वांवर प्रेम करा असे सांगणारा आहे. या विधानावरून बुद्धांना अहिंसेचा कोणता अर्थ अभिप्रेत होता हे सहज स्पष्ट होईल. ''जीवहत्येची इच्छा व जीवहत्येची आवश्यकता यात बुद्ध फरक करीत होते हे स्पष्ट आहे; ज्या ठिकाणी जीवहत्या करण्याची आवश्यकता असते त्याठिकाणी बुद्धांनी जीवहत्येला प्रतिबंध केलेला नाही. ज्या ठिकाणी जीवहत्येला फक्त जीवहत्येची इच्छा या व्यतिरिक्त अन्य कोणतेही कारण नसते, तिथे त्यांनी जीवहत्येला प्रतिबंध केला. बुद्धांच्या अहिंसेच्या सिद्धान्ताचा असा अर्थ लावल्यास वैचारिक गोंधळ उत्पन्न होणार नाही.''[१५] या प्रकारे बुद्धांचा अहिंसेचा सिद्धान्त उलगडून हाच सिद्धान्त खऱ्या अर्थाने एक नैतिक सिद्धान्त आहे, असा आंबेडकरांचा दावा आहे. जीवहत्येची आवश्यकता आहे की नाही, याचा निर्णय त्यांनी व्यक्तीवर सोपविलेला आहे. कारण तिच्याजवळ प्रज्ञा असते. ब्राह्मणी धर्मात हिंसेची इच्छा असते, तर जैन धर्मात अहिंसेची इच्छा आहे. बुद्धांची अहिंसा ही त्यांच्या मध्यममार्गास अनुसरूनच आहे. दुसऱ्या शब्दांत सांगायचे म्हणजे-बुद्धांनी तत्त्व (Principle) आणि नियम (Rule) यांच्यात फरक केलेला आहे. त्यांनी अहिंसेला नियमाचे रूप दिले नाही. ते एक तत्त्व किंवा जीवनपद्धती म्हणून त्यांनी तिचे स्पष्टीकरण (enunciated) केले आहे आणि असे करण्यात त्यांनी अतिशय शहाणपणा दाखविला आहे. तत्त्वामध्ये तुम्हाला त्यानुसार वर्तन करण्याचे स्वातंत्र्य असते; परंतु नियमात ते नसते. नियम तुम्हाला मोडतो किंवा तुम्ही नियमाला मोडत असता.[१६] आंबेडकरांचा अहिंसेसंबंधीचा हा युक्तिवाद कितीही वकिली पद्धतीचा असला तरी त्याला बौद्ध वाङ्मयात कोणताही संदर्भ नाही. त्यांनी उभा केलेला बुद्ध आणि सांगितलेला बौद्ध धम्म हे परंपरेतील नाहीत. ते बौद्धजग मान्य करील की नाही याची पर्वा न करता त्यांनी बुद्ध आणि धम्माचे बुद्धिवादी, विज्ञाननिष्ठ आणि कालसुसंगत असे केलेले एक महान सर्जन आहे. म्हणून तो 'बुद्ध' आणि 'धम्म' केवळ आंबेडकरांचीच नवनिर्मिती आहे.

धम्माचे तत्त्वज्ञान

डॉ. बाबासाहेब आंबेडकरांनी त्यांच्या ग्रंथाचा दुसरा खंड हा बुद्धोपदेशाला आणि बुद्धांनी ब्राह्मणापासून ते अस्पृश्यापर्यंतच्या पाचही वर्णांतील लोकांना बौद्ध धर्मात कसे आणले याच्या विवेचनासाठी समर्पित केलेला आहे. त्याची सुरुवात सारनाथ येथे दिलेल्या धम्मोपदेशापासून झालेली आहे. त्यात त्यांनी त्यांच्या धम्मात

ईश्वर, आत्मा, मृत्यूनंतरचे जग, कर्मकांड यांना स्थान कसे नाही हे स्पष्ट केले. त्यांच्या धम्माचे प्रयोजन त्यांनी 'जग हे पूर्ण दुःखाने भरलेले असून, ते दुःखमुक्त कसे करता येईल' असे जाहीर केले आहे. या धम्माचा केंद्रबिंदू 'माणूस' असून त्याच्या पृथ्वीतलावरील जीवनात माणसामाणसातील संबंध कसे असावेत, हेही सांगितलेले आहे. आंबेडकरांनी बौद्ध धम्माचे तत्त्वज्ञान 'विशुद्धीचा मार्ग' The Path of Purity सदाचरणाचा मार्ग The Path of Righteousness आणि सद्गुणांचा मार्ग The path of Virtue या तीन पायऱ्यांद्वारे मांडलेले आहे. पहिल्या पायरीत त्यांनी पंचशीलांचा उपदेश केलेला आहे. ही पंचशीले सर्वश्रुत असल्यामुळे त्यांची चर्चा याठिकाणी करण्याचे कारण नाही. त्यानंतर बुद्धांच्या सदाचरणाच्या मार्गाची चर्चा अष्टांग मार्गाचे स्पष्टीकरण देऊन केलेली आहे. तोही सर्वश्रुत असल्यामुळे, केवळ त्याच्या शेवटच्या अंगाची चर्चा करणे आवश्यक वाटते. ते अंग म्हणजे 'सम्यक समाधी' हे होय. आंबेडकरांनी आर्य अष्टांगिक मार्गाची चर्चा त्यांच्या महत्त्वाच्या दोन लिखाणात केलेली आहे. पैकी एक 'Buddha and Karl Marx हा निबंध आणि दुसरे 'The Buddha and His Dhamma' हा ग्रंथ. पैकी पहिल्या लिखाणात त्यांनी 'सम्यक समाधी' ला Right Contemplation असा शब्द वापरलेला असून, तिचा अर्थ त्यांनी 'earnest thought on the deep mysteries of life' जीवनाच्या खोलवर असलेल्या गुढांवरील प्रामाणिक विचार' असा सांगितलेला आहे.[१७] त्याचप्रमाणे, आर्य अष्टांगिक मार्गाचे ध्येय या पृथ्वीतलावर सदाचाराचे राज्य प्रस्थापित करणे हे असून, या पृथ्वीतलावरून दुःख आणि दैन्याचे उच्चाटन करणे हे सांगितले आहे. याचा अर्थ जाणते अजाणतेपणे का होईना मानवी जीवन अस्तित्वाच्या खोल गाभ्यात काहीतरी गूढ आहे आणि सम्यक समाधीच्या साहाय्याने त्याची उकल होऊ शकते, याची जाणीव आंबेडकरांना निश्चितच असली पाहिजे. कदाचित हे गूढ म्हणजे मूळ ध्यानावर आधारलेल्या बौद्ध धर्मातील मानवी नेणिवेतही असू शकते; परंतु या अतिशय महत्त्वाच्या मुद्द्यासंबंधीची चर्चा या ठिकाणी करण्याचे काहीही कारण नाही. कारण आपण येथे त्यांच्या 'भगवान बुद्ध आणि त्यांचा धम्म' या ग्रंथांची चर्चा करीत आहोत.

त्यांनी त्यांच्या ग्रंथात लिहिले आहे, 'हे परिव्राजकांनो, सम्यकदृष्टी, सम्यक संकल्प, सम्यक वाणी, सम्यक कर्मांत, सम्यक आजीविका, सम्यक व्यायाम आणि सम्यक स्मृती (या सात मार्गांच्या) आचरणात पाच बाधा येतात. त्या म्हणजे लोभ, द्वेष, आळस, शंका आणि अनिश्चय या होत. त्यांच्यावर विजय प्राप्त करणे आवश्यक आहे. या बाधा म्हणजे माणसाच्या पायातील जणू काही बेड्याच (fetters) आहेत.

त्यांच्यावर विजयप्राप्तीचा (आठवा) मार्ग म्हणजे 'समाधी' होय. परंतु हे परिव्राजकांनो, समाधी आणि सम्यक समाधी या एकच नाहीत. त्या फार वेगवेगळ्या आहेत.' आंबेडकर हा ग्रंथ लिहिताना फार सावध होते याचा परिचय या ग्रंथात अनेकदा येतो. आपण हा ग्रंथ बुद्ध आणि त्यांचा धम्म या नावाने लिहित आहोत. म्हणून आपण मूळ बौद्ध धर्मापासून फार दूर जाता कामा नये याची जाणीव त्यांनी सतत ठेवलेली आहे. तसे वाटताच ते पुनः पुन्हा बौद्ध वाङ्मयात शिरताना दिसतात. म्हणून त्यांनी 'समाधी' आणि 'सम्यक समाधी' यातील फरक स्पष्ट केला आहे. तो करताना ते लिहितात, समाधी म्हणजे केवळ एकाग्रता (Concentration) असते. अर्थातच ती स्वयंप्रेरित (Self induced) ध्यान अवस्थेकडे घेऊन जाते. समाधीमुळे या बाधांना प्रलंबित (Suspense) ठेवता येते; परंतु ही ध्यानाची अवस्था तत्कालिक असते. म्हणून या बाधांचे प्रलंबनही तत्कालिकच असते. त्यासाठी मनाच्या स्थायी परिवर्तनाची आवश्यकता असते. मनाचे हे स्थायी परिवर्तन केवळ सम्यक समाधीच्या प्राप्तीमुळेच होते. केवळ समाधी ही नकारात्मक असून, ती या बाधांना फक्त काही काळच प्रलंबित ठेवू शकते. ती मनाचे प्रशिक्षण करीत नाही, सम्यक समाधी ही सकारात्मक असते. ती कुशल कर्मासाठी आणि विचारासाठी मनाच्या एकाग्रतेच्या अवस्थेत या बाधातून उत्पन्न होणाऱ्या अकुशल कर्मांना बाद करते. सम्यक समाधी मनाला कुशल चिंतनाची आणि नेहमीसाठी कुशल विचारांचीच आणि कुशल कर्मे करण्याची प्रेरणा देते.' आंबेडकरांनी या ठिकाणी लिहिलेले 'Samma samadhi gives the mind the necessary motive power to do good' हे वाक्य फार महत्त्वाचे आहे. त्यात त्यांनी सम्यक समाधीचा संबंध कुशल कर्मांशी जोडलेला आहे. समाधीतून किंवा ध्यानातून प्राप्त होणाऱ्या अनुभवांशी, ज्ञानाशी (Enlightenment) त्यांचा संबंध फार दुरान्वयाने जोडता येऊ शकेल.

आंबेडकरांनी त्यानंतर सद्‌गुणांच्या मार्गाची चर्चा केली आहे. त्यात दहा पारमितांचा समावेश आहे. त्यात शील, दान, उपेक्षा, नैष्कर्म, वीर्य, शांती, सत्य, अधिष्ठान, करुणा आणि मैत्रीचा विचार केला आहे. या पारमिताही सर्वश्रुत आहेत. वास्तविक पहाता पारंपरिक बौद्ध धर्म हा 'शील', 'समाधी' आणि 'प्रज्ञा' या तीन शिकवणुकीवर उभा आहे. आंबेडकरांनी मात्र शील, प्रज्ञा आणि करुणा मैत्रीवरच अधिक भर दिलेला दिसतो. याचीही कारणे संभवतात. एक तर पारंपरिक बौद्धांनी समाधीचा ज्या खोलात जाऊन जीवन अस्तित्वाच्या किंवा मनाच्या खोलवरील भागातील ज्या गूढाचा शोध घेतलेला होता, त्यासाठी ध्यानाची, विपश्यनेची आवश्यकता होती. या सर्व गोष्टी साधकाला मूलभूत सत्याचा अनुभव देणाऱ्या आहेत. हा

'अनुभव' मानवी जीवन प्रकाशमान करणारा असतो. म्हणून समाधीची चर्चा वरवर करून आंबेडकरांना एकीकडून आपण मूळ बौद्ध धर्मापासून दूर जात नाहीत, हे दाखवून द्यायचे होते. तर दुसरीकडून त्यांनी त्यांच्या धम्माचा हेतू 'जग बदलणे आणि जगाची पुनर्रचना करणे' हा असल्याने ध्यान, विपश्यना या गूढ गोष्टीतून ते ध्येय प्राप्त होण्याची शक्यता नसल्याने त्यांनी त्या गोष्टी बाजूला ठेवल्या असाव्यात. दुसरी गोष्ट म्हणजे त्यांना कार्ल मार्क्स यांच्या तत्त्वज्ञानातील जी तत्त्वे चिरंतन दिसली, ज्यांची चर्चा त्यांनी त्यांच्या 'बुद्ध आणि कार्ल मार्क्स' या निबंधात केलेली आहे.[१८] त्यांचा समावेश त्यांना या ग्रंथात करावयाचा होता. त्या तत्त्वांची आपण यापूर्वी चर्चा केलेलीच आहे. त्यातील पहिले तत्त्व आहे, 'तत्त्वज्ञानाचे कार्य हे जगाची पुनर्रचना करणे हे आहे. त्याने जगाच्या उत्पत्तीचे स्पष्टीकरण करण्यात वेळ दवडू नये.' दुसरे तत्त्व आहे, 'जगात आपापल्या हितसंबंधाचा वर्गसंघर्ष अविरत सुरू आहे.' म्हणून आंबेडकरांनी बौद्ध धर्मातील अंतर्विश्वाच्या शोधाबद्दलच्या गूढ ध्यानावस्थेला फाटा देऊन वेळ दवडलेला नाही असे दिसते. तिसरी गोष्ट मार्क्सवादी आणि बौद्धांच्या व्यवहाराशी संबंधित आहे. मूळ मार्क्सवाद हा माणसाच्या चिंतनाने आणि त्याच्या स्वातंत्र्य, समता व बंधुता या तत्त्वांनी समृद्ध असल्यामुळे कम्युनिस्ट क्रांतींनंतर त्या-त्या देशात समता प्राप्त झाली; परंतु स्वातंत्र्य मात्र दडपले गेले. याउलट, बौद्ध धर्माच्या इतिहासात आध्यात्मिक स्वातंत्र्य वगळले तर ना व्यक्तिगत स्वातंत्र्य मिळाले, ना सामाजिक आणि आर्थिक समता प्राप्त झाली. जगात ज्या देशात बौद्ध धर्म जन्मला आणि त्याचा ज्या देशात प्रसार झाला त्या प्रत्येक देशात बौद्ध धर्म सामंती व्यवस्थेतील राजाश्रयावरच अवलंबून राहिला. त्याच्या भिक्खू संघाला राजाश्रयाची चटक लागल्यामुळे बौद्ध धर्माचा ऱ्हास झाला. हे वास्तव लक्षात घेता, यातून मध्यम मार्ग शोधण्याच्या उद्देशाने बाबासाहेबांनी बौद्ध तत्त्वज्ञानाची मांडणी त्यांच्या ध्येयाला अनुसरून केलेली असावी. कारण कम्युनिस्ट व्यवस्थेत समाजवादाला अनुकूल ठरेल असे मानवी मन घडविण्याचे कोणतेच संस्कार नाहीत. म्हणूनच जगात कम्युनिस्ट क्रांती कोसळतील असे भाकीत त्यांनी वर्तविले होते. बौद्ध धर्म हा मार्क्सवादाप्रमाणे सामाजिक नाही. तो पूर्णपणे व्यक्तीमुक्तीचा विचार करणारा असल्यामुळे, त्यात मनाला सर्वोच्च स्थान आहे. परंतु बाबासाहेबांनी त्याच बौद्ध धर्माच्या तत्त्वज्ञानाला 'जग बदलण्याच्या किंवा जगाची पुनर्रचना करण्याच्या' कामी लावले. त्यांनी बौद्ध धर्मातील समाधीचा आध्यात्मिक भाग वगळून शील, प्रज्ञा, करुणा आणि मैत्री या मनाशी संबंधित असलेल्या गोष्टींवर अधिक भर दिला. अर्थात, त्याचे एक कारण बौद्ध धर्माला सामाजिक रूप देणे हे होतेच.

बौद्ध धर्माकडे पहाण्याची नवी दृष्टी

डॉ. आंबेडकरांनी त्यांच्या ग्रंथाच्या तिसऱ्या खंडात त्यांचा बौद्ध धर्माकडे पहाण्याचा दृष्टिकोन कसा होता, हे विस्ताराने समजावून सांगितले आहे. त्यात त्यांनी बुद्धाच्या धम्माविषयी कोणकोणते दृष्टिकोन आहेत याची चर्चा केली आहे. 'खुद्द बुद्धांच्या दोन अनुयायांतच बुद्धाच्या शिकवणीबद्दल एकवाक्यता नाही' हे वास्तव सांगून काही लोकांच्या मते, बुद्ध धम्म हा निवडक भिक्खूंसाठी केलेला उपदेश आहे. काहींच्या मते तो बहुजनासाठी आहे. काहींच्या मते ते सृष्टीच्या उत्पत्तीचे दर्शनशास्त्र आहे, तर काहींच्या मते ते गूढवादी आणि रहस्यवादी आहे. काहींच्या मते ते स्वार्थासाठी केलेले पलायन आहे; तर काहींच्या मते त्यात वासना आणि भावनांचा निरोध आहे. या मतभिन्नतेचे कारण 'बौद्ध धर्माचे अभ्यासक हे मुळात बुद्ध धम्माचे अभ्यासक नसल्याने आणि ते केवळ इतिहासाचे विद्यार्थी असल्याने, त्यांच्यापैकी कोणीही मानववंशशास्त्राचे (Anthropology) विद्यार्थी नाहीत, असे बाबासाहेबांचे मत होते. कारण मानववंशशास्त्र हा धर्माचा उगम आणि विकास स्पष्ट करणारा विषय आहे. आंबेडकर पुढे लिहितात, प्रश्न असा उपस्थित होतो की, 'बुद्धाकडे देण्यासाठी कोणताही सामाजिक संदेश नव्हता काय?' त्याचे उत्तर देताना बौद्ध धर्माचे अभ्यासक दोन मुद्द्यांवर जोर देतात. त्यांपैकी एक अहिंसा आणि दुसरा शांतता. परंतु, त्यांना असे विचारले की, ''बुद्धाने काही सामाजिक संदेश दिला काय?''

''त्यांनी न्याय शिकविलेला होता काय?''

''त्यांनी प्रेमाची शिकवणूक दिली होती काय?''

''त्यांनी स्वातंत्र्य शिकविले होते काय?''

त्यांनी समता शिकविली होती काय?

''त्यांनी बंधुतेची शिकवण दिली होती काय?''

''बुद्ध कार्ल मार्क्स यांना उत्तर देऊ शकतात काय?''

("Could the Buddha answer Karl Marx?")

बौद्ध धर्माची चर्चा करताना हे प्रश्न क्वचितच उभे केले गेले आहेत. आंबेडकरांनी या सर्व प्रश्नांना दिलेले उत्तर असे आहे की, बुद्धाजवळ एक सामाजिक संदेश आहे. त्यांनी या सर्व प्रश्नांची उत्तरे दिलेली आहेत; परंतु आधुनिक लेखकांनी ती गाडून टाकली आहेत.[११]

भगवान बुद्धांनी त्यांच्या धम्माचे वेगळ्या पद्धतीने वर्गीकरण स्वीकारले होते. त्यांनी धम्म, अधम्म आणि सद्धम्म असे वर्गीकरण केलेले होते. बुद्धाचा धम्म समजून घेण्यासाठी या तीनही संकल्पना समजून घेणे आवश्यक आहे.'' असा

आंबेडकरांचा आग्रह आहे. धम्म म्हणजे काय? या प्रश्नाचे उत्तर देताना आंबेडकर लिहितात, जीवनशुचिता (Purity) राखणे म्हणजे धम्म. या जीवनशुचितेत ते शरीराची शुचिता, वाणीची शुचिता, मनाची शुचिता यांचा समावेश करतात. ते पुढे लिहितात, जीवनाच्या परिपूर्णतेपर्यंत पोहोचणे म्हणजे धम्म. त्यात कायिक, वाचिक आणि मानसिक परिपूर्णतेचा समावेश आहे. त्याचप्रमाणे सुभूती आणि तथागत यांच्यातील संवाद उद्धृत करून ते पारमितांचे स्पष्टीकरण करतात. त्यानंतर 'निब्बाणात जगणे म्हणजे धम्म' 'To live in Nibbana in Dhamma' यात निर्वाणाची चर्चा आहे आणि ती अतिशय महत्त्वाची आहे. बुद्धांचा निर्वाणाचा सिद्धान्त हा त्यांच्या पूर्वसूरींच्या सिद्धान्तापेक्षा आशय आणि अर्थाने पूर्णपणे वेगळा आहे. त्यांच्या पूर्वसूरींच्या कल्पनेप्रमाणे निर्वाण म्हणजे आत्म्याचा मोक्ष होय. बुद्धांच्या निर्वाणाच्या संकल्पनेत तीन कल्पना महत्त्वाच्या आहेत. पैकी एक आत्म्याच्या मोक्षापेक्षा सजीवांचे सुख निर्वाणात महत्त्वाचे मानले आहे. दुसरी कल्पना म्हणजे निर्वाणप्राप्ती याच जीवनात, याच संसारात जिवंतपणी सुखप्राप्तीने होते. तिसरी कल्पना म्हणजे सदैव भडकत असणाऱ्या वासना, विकारांना नियंत्रित करण्याचा सराव होय. शेवटची कल्पना स्पष्ट करण्यासाठी आंबेडकरांनी तथागतांनी गया येथे भिक्खूंना दिलेल्या प्रवचनातील एक महत्त्वाचा अंश उद्धृत केला आहे. त्याचे मराठी भाषांतर असे आहे,

> "हे भिक्खूगण, सारे जळताना दिसत आहे.
> भिक्खूंनो, चक्षुइंद्रिय जळत आहे, रूप भस्मसात होत आहे.
> चक्षुविज्ञानाला आग लागलेली आहे आणि चक्षुसंस्कारही जळत आहेत.
> ज्या संस्कारापासून सुख-वेदनेचा आणि असुख-अदुःखांचा उगम होतो,
> ती वेदनाही जळत आहे.
> परंतु, ते सारे कशामुळे जळत आहेत?
> त्यांना रागाग्नी, द्वेषाग्नी आणि मोहाग्नी जाळत आहे.
> ते जाती, जरा, मरण, दुःखदौर्मनस्य आणि उपायास यांच्यामुळे जळत आहेत.
> हे भिक्खूगण, घ्राणेंद्रिये जळत आहेत आणि गंधही.
> जीभ, रस, काया, चित्ताचे संकल्प-विकल्प सारे जळत आहेत.
> ज्या चित्ताच्या संस्कारातून सुख-दुःख, वेदना आणि असुख-अदुःख वेदना
> उत्पन्न होतात, त्या वेदनाही जळत आहेत.
> परंतु त्या कशामुळे जळत आहेत?
> त्या रागाग्नी, द्वेषाग्नी, मोहाग्नी, जाती, जरा, मरण, दुःखदौर्मनस्य
> आणि उपायास मुळे जळत आहेत.

हे भिक्खूंनो! त्यांचे ज्ञान झाले तर समजदार आणि श्रेष्ठ
मानवाच्या मनात उपेक्षा जन्म घेते.
उपेक्षाच रागाग्नी वगैरेंची शांती असते.
या रागाग्नी वगैरेंपासून लाभणारी शांतीच मानवाला मुक्त करीत असते.
आणि मानव मुक्त झाला म्हणजे त्याला स्वत:च्या मुक्तीचे भान येते.
'मी मुक्त झालो' असा त्याला मुक्तीचा अनुभव प्राप्त होतो.''

माणसाला येणारा मुक्तीचा अनुभव म्हणजे निर्वाण. हे सांगून आंबेडकरांनी सुख कसे प्राप्त होते हे सांगितले आहे. निर्वाण म्हणजे 'मालवून टाकणे' हा टीकाकरांनी लावलेला अर्थ चूक असून, त्यांनी 'निर्वाण' आणि 'परिनिर्वाण' यात फरक केलेला दिसत नाही. बौद्ध वाङ्मयातील उदानाप्रमाणे परिनिर्वाण म्हणजे 'पूर्ण विझणे' हे खरे आहे; परंतु निर्वाणात निर्दोष जीवनाचा अर्थ अभिप्रेत आहे. निर्वाण हे जीवनाचे ध्येय आणि साध्य आहे. निर्वाण हे दुसरे तिसरे काहीही नसून ते अष्टांग मार्ग आहे. आंबेडकरांनी निर्वाणाचा संबंध आर्य अष्टांगिक मार्गाशी जोडून बौद्ध जगाला आणखी एक धक्का दिला आहे.

धम्म म्हणजे तृष्णात्याग, सर्व संस्कार अनित्य आहेत असे मानणे म्हणजे धम्म. हे तत्त्व स्पष्ट करताना आंबेडकरांनी बौद्ध तत्त्वज्ञानातील नागार्जुनाच्या शून्यवादाचाही अर्थ स्पष्ट केला आहे. त्यांच्या मताप्रमाणे शून्यता म्हणजे अनास्तिवाद (nihilism) नव्हे, तर त्याचा अर्थ–जगात प्रत्येक क्षणी परिर्वतन चालू असते एवढाच आहे. शून्यतेमुळेच हे जग चाललेले असून, जगातील सर्व वस्तूंच्या स्वभावाच्या अनित्यतेवरच इतर दुसऱ्या वस्तूंचे अस्तित्व अवलंबून आहे. शून्यवादी सिद्धान्ताची नैतिक बाजू स्पष्ट करताना ते म्हणतात, कोणत्याही गोष्टीबद्दल आसक्ती न ठेवणे, तथागतांनी मांडलेला अनित्यतेचा सिद्धान्त हा मालमत्ता, मित्र वगैरेंपासून अनासक्ती शिकविण्यासाठीच आहे. त्यानंतर त्यांनी 'कर्म हे जगातील नैतिक व्यवस्थेचा आधार आहे असे मानणे म्हणजे धम्म होय' असे सांगितले आहे. आकाशातील ग्रह-ताऱ्यांच्या आणि ऋतुचक्राच्या गती नियमित आहेत इत्यादी गोष्टी सांगून जगात एक व्यवस्था कशी आहे हे स्पष्ट केलेले आहे. तिचा ईश्वराच्या अस्तित्वाशी आणि ईश्वरी इच्छेशी काहीही संबंध नाही. जगातील नैतिक व्यवस्था ईश्वरामुळे नव्हे तर कर्मामुळे ठरते. म्हणून कुशल कर्मे करावीत आणि अकुशल कर्मे टाळावीत. त्यानंतर अधम्म आणि सद्‌धम्म काय असतात याची विस्ताराने चर्चा आलेली आहे. सद्‌धम्माची चर्चा करताना त्यांनी धम्म हा सद्‌धम्म होण्यासाठी ज्या प्रमुख अटी घातल्या; त्यात धम्माने प्रज्ञा, केवळ प्रज्ञा नव्हे तर त्याच्यासोबत शील आणि प्रज्ञा,

शीलासोबत करुणा आणि मैत्रीच्या शिकवणुकीवर जोर दिला पाहिजे. त्यात धम्म सद्धम्म होण्यासाठी समाधीची आवश्यकता मात्र दिसत नाही.

भगवान बुद्ध आणि त्यांचा धम्म या ग्रंथाचा चौथा खंड सर्वांत महत्त्वाचा आहे. कारण त्यात धर्म आणि धम्म यातील फरक, धम्माचे प्रयोजन, नीती आणि धम्म, पुनर्जन्माचा सिद्धान्त, बुद्धाचा कर्मसिद्धान्त, अहिंसा, बुद्धाचा जीवनमार्ग आणि बुद्धाची सामाजिक, राजकीय प्रवचनासहित इतर अनेक प्रवचनांचा समावेश केलेला आहे. आज जगात अस्तित्वात असलेल्या धर्मांच्यापेक्षा (Religion) धम्म हा पूर्णपणे वेगळा आहे. त्यामुळे पाश्चिमात्य लोक बुद्धाच्या धम्माला धर्म मानीत नाहीत. भारतीय हिंदू पंडित त्याला केवळ एक नैतिक व्यवस्था मानतात. हे लक्षात घेता आंबेडकरांनी त्यांच्या धम्माचे स्वरूप अधिक स्पष्ट केले आहे. त्यांच्या मताप्रमाणे, धर्म हा व्यक्तिजीवनापुरताच सीमित ठेवावा आणि धर्माला सार्वजनिक जीवनात हस्तक्षेप करण्याची परवानगी देऊ नये, असे मानले जाते. परंतु धम्म मात्र एक सामाजिक संकल्पना असून, ती निश्चितपणे सामजिक आहे. धम्म म्हणजे सदाचरण असल्यामुळे त्याचा संबंध मानवी जीवनातील माणसामाणसातील संबंधांशी असतो. माणूस एकटा असेल तर त्याला धम्माची आवश्यकता भासणार नाही; परंतु जर दोन माणसे एकमेकांच्या संबंधात आली तर तिथे मात्र धम्म आवश्यक बनतो. याचा अर्थ, धम्माशिवाय समाज चालूच शकत नाही. डॉ. आंबेडकरांच्या मताप्रमाणे समाजाला पुढील तीन पर्यायांपैकी एक पर्याय निवडावाच लागतो. पैकी पाहिला पर्याय, समाजाला असे वाटले की, शासनाचे एक साधन म्हणून धम्माचा स्वीकार करू नये तर धम्माला काही अर्थच उरणार नाही. याचा अर्थ समाजाने अराजकाचा मार्ग स्वीकारला आहे. दुसरा पर्याय, समाजाने पोलिसी व्यवस्था स्वीकारून हुकूमशाही व्यवस्था अमलात आणण्याचा आहे आणि तिसरा पर्याय म्हणजे, समाज धम्माबरोबरच धम्माचे उल्लंघन करणाऱ्या लोकांना शासन करणारा एखादा न्यायाधीश निवडू शकतो. अराजक आणि हुकूमशाहीत स्वातंत्र्य लोप पावते. फक्त तिसऱ्या पर्यायातच स्वातंत्र्य टिकून रहाते. म्हणूनच आंबेडकरांनी धम्माच्या प्रज्ञा म्हणजे निर्मळ बुद्धी आणि करुणा म्हणजे मैत्री यांना धम्माच्या प्रमुख दोन आधारशिला मानले आहे. हीच त्यांची धम्माची व्याख्या आहे. ती धर्माच्या (religion) व्याख्येपेक्षा कितीतरी वेगळी आहे. धम्म म्हणजे प्रज्ञा आणि करुणेचा अपूर्व असा संगम आहे.

डॉ. आंबेडकरांनी त्यानंतर नीतीचा प्रश्न उभा केला आहे. धर्मात (religion) नीतीला कोणतेही स्थान नसून, धर्माचे प्रमुख विषय ईश्वर, आत्मा, प्रार्थना, पूजा, कर्मकांड, विधी, समारंभ आणि यज्ञ हे असतात. प्रत्येक धर्म नीतीचा केवळ उपदेश

करीत असतो; परंतु नीतीला धर्माच्या गाभ्यात स्थान नसते. ती त्याला जोडलेल्या एखाद्या डब्यासारखी असते. वेळ पडेल त्याप्रमाणे तो त्याला जोडता येतो आणि त्यापासून काढलाही जातो. याउलट, धम्मात नीतीला सर्वोच्च स्थान आहे. धम्म म्हणजेच नीती आणि नीती म्हणजेच धम्म. नीती हेच धम्माचे सार आहे. तिच्याशिवाय धम्म अस्तित्वातच राहू शकत नाही. परंतु, केवळ नीती पुरेशी नाही तर ती पवित्र आणि सर्वव्यापक असली पाहिजे. मात्र, नीतीला पवित्र का मानले पाहिजे? या प्रश्नाची ते तीन कारणे देतात. पहिल्या कारणासाठी त्यांनी चार्ल्स् डार्विन यांनी मानवी उत्क्रांतीचा जो सिद्धान्त मांडलेला आहे आणि त्यांच्या काळात त्या सिद्धान्ताला जे चुकीचे Social Darwinismचे रूप विषमतेचे समर्थन करणाऱ्या विचारवंताकडून दिले गेले होते त्याचा संदर्भ स्पष्टपणे दिसतो. या उत्क्रांतीच्या सिद्धान्तात 'जीवन अस्तित्वाचा संघर्ष' आणि 'योग्यतमाचे जीवन अस्तित्व' (Survival of the fittest) या तत्त्वांचा समावेश आहे. हा जीवन संघर्ष इतका भयानक असतो की निसर्गाचे दात आणि नखे ही रक्ताने माखलेली आहेत, असे मानले जाते. त्यातून प्रश्न असा उपस्थित होतो की दुर्बलांचे संरक्षण कसे करायचे? या प्रश्नाचे उत्तर देताना आंबेडकर लिहितात, त्यासाठी प्रबळावर काही निर्बंध घातले पाहिजेत हा विचार पुढे आला आणि नेमक्या त्याचवेळी नीतीचा जन्म झाला आणि ती आवश्यक ठरली. नीती ही पवित्र (Sacred) असली पाहिजे. कारण ती मूलत: प्रबळावर लादली गेली होती. याठिकाणी प्रश्न असा उपस्थित होऊ शकतो की, नीतीला सामाजिक स्वरूप दिल्याने नीती असामाजिक बनू शकते? कारण चोरामध्ये, व्यापाऱ्यात, प्रत्येक जातीतील माणसांत आणि दरोडेखोरातही नीती नसते असे नाही. त्यांच्यातही नीती असते; परंतु ती केवळ त्यांच्या स्वार्थापुरती आणि हितापुरती मर्यादित असते. अशा वेळी त्यांच्यात असलेली नीती समाजविरोधी रूप धारण करते. त्यामुळे समाज एकसंध न राहाता तो विघटित होतो. ज्या समाजात विवेक आणि न्याय बाजूला सारून एका वर्गावर दुसऱ्या वर्गाचे वर्चस्व मान्य केले जाते, त्या समाजात संघर्ष अटळ असतो. हा संघर्ष टाळण्यासाठी एकमेव मार्ग म्हणजे समाजातील सर्व घटकांना एकाच नीतिनियमात बांधणे आवश्यक असते. म्हणून नीती पवित्र असली पाहिजे आणि तिचे पावित्र्य सर्वांनी जतन केले पाहिजे. नीती पवित्र असण्याचे आणखी एक कारण म्हणजे जेव्हा एका गटाच्या हातात सत्ता असते आणि अस्तित्वाचा संघर्ष असतो, तेव्हा व्यक्तीचे हितसंबंधही धोक्यात येत असतात. असे गट समाजाला वर्गावर्गात विभागतात. जे सत्ताधीश असतात ते मालक बनतात आणि गुलामगिरीत जन्मलेले गुलामच राहतात. मालक मालकच राहतात आणि मजूर मजूरच राहतात. जमीनदार जमीनदारच राहतात

आणि शेतमजूर शेतमजूरच. अशा वेळी स्वातंत्र्य ही फक्त काही लोकांचीच मक्तेदारी बनते ती सर्वांना लाभत नसते. याचा अर्थ समतासुद्धा सर्वांसाठी नसते. यातून मार्ग काय? तर बंधुतेला वैश्विक आणि परिणामकारक बनविणे होय. बंधुभाव म्हणजे काय? बंधुभाव म्हणजे माणसामाणसातील बंधुत्वाची भावना. याचेच दुसरे नाव नीती होय. म्हणूनच बुद्ध हे धम्म म्हणजे 'नीती' अशी शिकवण देतात आणि धम्म जसा पवित्र आहे, तशीच नीतीही पवित्र आहे असे सांगतात.

पुनर्जन्म आणि कर्मसिद्धान्त

डॉ. बाबासाहेब आंबेडकर यांनी त्यांच्या ग्रंथाच्या चौथ्या खंडाच्या दुसऱ्या विभागात पुनर्जन्माची चर्चा केली आहे. पारंपरिक बौद्ध धर्म विशेषत: महायान पंथ पुनर्जन्म मानतो परंतु त्याचा आधार कर्म आहे. सत्कृत्य करणारी माणसे जन्मबंधनातून मुक्त होतात असे त्यांचे म्हणणे आहे. आंबेडकरांनी मात्र पुनर्जन्माचा शास्त्रशुद्ध विचार मांडून बौद्ध जगाचा रोष ओढवून घेतला आहे. त्यांच्या ग्रंथावर बौद्ध जगातून जी टीका झाली त्यात त्यांनी मांडलेल्या पुनर्जन्माच्या सिद्धान्ताचाही समावेश आहे. त्यांनी त्यांचा पुनर्जन्माचा सिद्धान्त मांडताना एकीकडून बौद्ध वाङ्मयातील महाकोठ्ठीत आणि सारीपुत्त यांच्यातील संवादाचा आधार घेतला आहे, तर दुसरीकडून आधुनिक विज्ञानाचा. स्वत: बुद्ध हे मृत्यूनंतर पूर्ण उच्छेद होतो असे मानीत नव्हते. म्हणून त्यांनी उच्छेदवादाला विरोध केला होता. जिथपर्यंत आत्म्याचा संबंध आहे तिथपर्यंत बुद्ध उच्छेदवादीच होते. परंतु, जेथे नामरूपाचा म्हणजे भौतिक मूलतत्त्वांचा संबंध आहे तिथे मात्र बुद्ध उच्छेदवादी नव्हते. आंबेडकरांचे हे विश्लेषण लक्षात घेतले तर बुद्धाचा पुनर्जन्माचा सिद्धान्त वैज्ञानिकदृष्ट्या समजावून घेता येणे शक्य आहे. बुद्धांना भौतिक तत्त्वांच्या म्हणजेच मूलतत्त्वांच्या (Matter) पुनर्निर्मितीवर (Regeneration) विश्वास होता; परंतु आत्म्याची पुनर्निर्मिती होते यावर मात्र त्यांचा विश्वास नव्हता. केवळ याच अर्थाने बुद्धांनी पुनर्जन्म स्वीकारलेला आहे. या विश्वातील ऊर्जा (Energy) कधीही नाश पावत नसते. ती अक्षय असते. हे आधुनिक विज्ञानाने सिद्ध केलेले आहे. उच्छेद म्हणजे मृत्यूनंतर काहीही शिल्लक राहात नाही असा अर्थ लावला तर ते विज्ञानविरोधी ठरेल. कारण त्यामुळे ऊर्जा अक्षय नसते असे मानावे लागेल.

डॉ. आंबेडकरांनी पुनर्जन्म मानला परंतु तो आत्म्याचा नसून मूलतत्त्वांचा मानला. मेलेला तोच माणूस पुन्हा जन्म घेतो असे त्यांनी मानले नाही. पुनर्जन्माची चर्चा करताना त्यांनी पुनर्जन्म कशाचा? याची सुरुवातीला चर्चा केली आहे. बुद्धांच्या मताप्रमाणे शरीर धारणा मुख्यत: चार महाभूतांतून होते. 'पंच महाभूते'

(Five Elements) हा एक विज्ञानातील आणि धर्मशास्त्रातील पारिभाषिक शब्द आहे. त्यालाच आपण 'पंचतत्त्वे' ही म्हणू शकतो. आंबेडकरांनी लोकायत संप्रदायातील काही आचार्यांप्रमाणे पाचऐवजी चारच महाभूते मानली आहेत. पृथ्वी, आप, तेज आणि वायू ही ती चार महाभूते होत. पारंपरिक कल्पनेतील आकाश हे महाभूत आंबेडकरांनी वजा केले आहे. या चार महाभूतांच्या संयोगातून शरीरधारणा होत असते. माणूस जेव्हा मृत्यू पावतो तेव्हा ही चारही मूलद्रव्ये किंवा महाभूते नष्ट होत नसतात, तर ती अवकाशात असणाऱ्या त्यांच्या मूळ साठ्यात पुन्हा समाविष्ट होतात. जेव्हा याच साठ्यातून पुन्हा ही चार मूलद्रव्ये एकत्रित येऊन शरीर धारणा करतात तेव्हा नवा जीव नवा जन्म घेत असतो. यालाच बुद्ध 'पुनर्जन्म' म्हणतात. याचा अर्थ मेलेल्या माणसातील जे मूलद्रव्याचे अंश त्यांच्या मूळ साठ्यात परत जातात, नेमके तेच नव्या जन्मासाठी पुन्हा एकत्रित येण्याची आवश्यकता नसते. ती अन्य मृत शरीरातीलही असू शकतात. आपण हे ध्यानात ठेवलेच पाहिजे की, शरीर मर्त्य असते परंतु शरीरधारणा करणारी महाभूते किंवा मूलतत्त्वे मात्र अमर असतात. ही गोष्ट त्यांनी बौद्ध वाङ्मयातील महाकोट्ठीत आणि सारीपुत्त यांच्या संवादातून स्पष्ट केली आहे. बुद्धांनी चार महाभूते अमर मानली म्हणून ते उच्छेदवादी ठरत नाहीत आणि त्यांनी या महाभूतांच्या एकत्रित येण्याने नवा जन्म अस्तित्वात येतो म्हणून ते 'पुनर्जन्म' मानतात. परंतु, मृत व्यक्तीच्या शरीरातील चार महाभूतांचेच अवशेष पुन्हा एकत्र येऊन जर शरीर धारणा झाली असेल, तर मात्र त्याच मृत व्यक्तीच्या पुनर्जन्माची शक्यताही नाकारता येत नाही. त्याचप्रमाणे विविध मृत व्यक्तींतील महाभूतांचे अंश एकत्रित येऊन जर शरीर धारणा झाली असेल, तरीही तो पुनर्जन्म मूलद्रव्यांचा किंवा चार महाभूतांचा असतो. त्याच्याशी आत्म्याचा काहीही संबंध नसतो.

डॉ. आंबेडकरांनी उद्धृत केलेली महाकोट्ठीत आणि सारीपुत्त यांच्यातील प्रश्नोत्तरे त्यांच्या ग्रंथातून याठिकाणी उद्धृत केली तर बौद्ध धर्मातील ध्यानाच्या पहिल्या अवस्थेत काय घडते आणि ध्यानस्थ भिक्खू आणि मृत शरीर यात काय फरक असतो हेसुद्धा स्पष्ट होऊ शकेल.

"महाकोट्ठीत : ध्यानाच्या पहिल्या अवस्थेत किती गोष्टी दूर केल्या जातात आणि किती मागे राखल्या जातात?

सारीपुत्त : पाच दूर केल्या जातात. पाच मागे राखल्या जातात. विषयवासना, दुर्बुद्धी, आळस, चिंता आणि शंका या दूर केल्या जातात आणि निरीक्षण, चिंतन, उत्साह, समाधान आणि चित्ताची एकाग्रता या मागे राखल्या जातात.

महाकोट्ठीत : डोळे, कान, नाक, जिव्हा आणि स्पर्श ही पंचेंद्रिये घ्या. त्यांचे

विषय पृथक् आणि क्षेत्रे पृथक् आहेत. त्यांचा विचार करू लागलो असता असा प्रश्न पडतो की, त्यांचे अंतिम अधिष्ठान कोणते? या पंचेंद्रियांचे विषय आणि त्यांची क्षेत्रे यांचा उपभोक्ता कोण?

सारीपुत्त : मन.

महाकोठ्ठीत : ही पंचेंद्रिये कशावर अवलंबून आहेत?

सारीपुत्त : चेतनेवर (Vitality).

महाकोठ्ठीत : चेतना कशावर अवलंबून असते?

सारीपुत्त : उष्णतेवर.

महाकोठ्ठीत : उष्णता कशावर अवलंबून असते?

सारीपुत्त : चेतनेवर.

महाकोठ्ठीत : तुम्ही म्हणता उष्णता चेतनेवर अवलंबून असते व चेतना उष्णतेवर अवलंबून असते, याचा खरोखर अर्थ तरी काय लावायचा?

सारीपुत्त : मी तुला एक उदाहरण देऊन स्पष्ट करतो. ज्याप्रमाणे दिव्यातील प्रकाश ज्योतीचे दर्शन घडवितो आणि ज्योतीमुळे प्रकाश उद्भवतो, त्याप्रमाणेच चेतना ही उष्णतेवर आणि उष्णता चेतनेवर, अशी ती दोन्हीही तत्त्वे अन्योन्याश्रयी आहेत.

महाकोठ्ठीत : शरीर हे निश्चेतन काष्ठासारखे दूर फेकण्यापूर्वी शरीरातील कोणत्या गोष्टी त्यास सोडून जातात?

सारीपुत्त : चेतना, उष्णता आणि विज्ञान (जाणीव).

महाकोठ्ठीत : इंद्रिय-संज्ञा आणि भाव-भावना ज्या भिक्खूने आपल्या समाधीत निग्रहित आणि शांत केल्या आहेत तो भिक्खू आणि मृत शरीर या दोघांमध्ये भेद काय?

सारीपुत्त : मृत शरीरात काया, वाचा आणि मन यांच्याच क्रिया केवळ थांबलेल्या असतात असे नव्हे, तर इंद्रियांचे सामर्थ्यही उच्छिन्न झालेले असते. उलटपक्षी, ध्यानस्थ भिक्खूंमध्ये चेतना व उष्णता ही कायम असून इंद्रियशक्ती शाबूत असते. जरी त्याचे श्वासोच्छवास, वितर्क-विचार आणि संज्ञा थांबलेल्या आणि शांत केल्या असल्या तरी.''

आंबेडकरांच्या मताप्रमाणे-मृत्यू अथवा उच्छेद यांचे हे श्रेष्ठ आणि परिपूर्ण असे विवेचन ठरण्याचा संभव आहे.

''या संवादात एक व्यंग आहे. महाकोठ्ठीताने सारीपुत्ताला एक आणखी प्रश्न विचारावयाला हवा होता, तो म्हणजे उष्णता म्हणजे काय?''

याचे सारीपुत्ताने काय उत्तर दिले असते याची कल्पना करणे सोपे नाही. एक गोष्ट मात्र नि:संदेश आहे की, उष्णता म्हणजे ऊर्जा (Energy).

अशारीतीने स्पष्ट केल्यास, 'शरीर मृत झाल्यावर काय होते?' या प्रश्नाचे योग्य उत्तर 'शरीर ऊर्जा (Energy) उत्पन्न करण्याचे थांबविते' असे आहे.

परंतु, हाही उत्तराचा एकच भाग ठरतो. कारण मृत्यूचा एक अर्थ असाही आहे की, 'शरीरातून जी ऊर्जा बाहेर पडते ती विश्वात संचार करणाऱ्या ऊर्जासमूहात मिळून जाते.'

म्हणून मृत्यूचे अथवा उच्छेदाचे दोन अर्थ आहेत. एका पैलूचा अर्थ ऊर्जा (Energy) उत्पादन थांबणे, दुसऱ्या पैलूचा अर्थ विश्वात संचार करणाऱ्या ऊर्जेच्या साठ्यात नवी भर पडणे होय.[२०]

कर्मसिद्धान्त

आत्मा, ब्रह्म, पुनर्जन्म, कर्मसिद्धान्त, मोक्ष, निर्वाण इत्यादी शब्द प्रामुख्याने हिंदू धर्मातील पारिभाषिक शब्द आहेत. या शब्दांत जो अर्थ होता तो नाकारून नवे काहीतरी बुद्धांना सांगायचे होते; परंतु त्यासाठी त्यावेळी अस्तित्वात असलेल्या विविध भाषांत नवे शब्द निर्माण झालेले नव्हते. नवे शब्द किंवा नव्या संकल्पना कधी निर्माण होतात हा व्युत्पत्तीशास्त्राचा (Ontology) आणि भाषाशास्त्राचा विषय आहे. विस्तारभयास्तव त्यांची चर्चा याठिकाणी टाळणेच उचित ठरेल. भाषाविषयक या मर्यादांमुळे बुद्धांनी तीच परिभाषा वापरली. परंतु, त्यात पूर्णपणे नवा आशय भरला. त्यामुळे बुद्धसुद्धा पुनर्जन्म मानतात, कर्मसिद्धान्त मानतात असे त्यांचे विरोधक मानतात. परंतु, डॉ. आंबेडकरांनी अतिशय परिश्रमपूर्वक हिंदूंच्या पारिभाषिक शब्दांना बुद्धांनी नवा आशय कसा दिला हे विस्ताराने स्पष्ट केल्यामुळे, बुद्ध वैज्ञानिक सिद्धान्ताच्या किती जवळ गेले होते, हे बौद्धराष्ट्रांना आणि पाश्चिमात्य राष्ट्रांना समजू शकले. त्यांनी केलेले हे महान कार्य बौद्ध धर्माच्या समग्र इतिहासातील अभूतपूर्व आणि सर्वश्रेष्ठ असेच आहे.

ब्राह्मणी धर्मातील कर्मसिद्धान्त प्रामुख्याने भगवद्गीतेत स्पष्ट केला आहे. या कर्मसिद्धान्तावर आधारलेले गीतेवरील भाष्य लोकमान्य टिळकांनी लिहिले आहे. भगवद्गीतेचा तिसरा अध्याय यादृष्टीने फार महत्त्वाचा आहे. त्यात जो कर्मसिद्धान्त सांगितला आहे तो पूर्णपणे चातुर्वर्ण्य व्यवस्थेच्या सुरक्षिततेसाठी होता. माणसाने त्याला जन्मत: प्राप्त झालेले कर्म करण्यानेच त्याला मोक्षप्राप्ती होते, असे या कर्मसिद्धान्ताचे सार आहे. अर्जुन क्षत्रिय होता आणि क्षत्रियाने कर्म हे युद्ध करणे असल्यामुळे, त्याला युद्धासाठी प्रवृत्त करणे हा या कर्मसिद्धान्ताचा उद्देश होता.

त्याचप्रमाणे जन्मप्राप्त आणि परंपरेने चालत आलेल्या कर्मात ढवळाढवळ करून ती आचरणाऱ्यांचा बुद्धिभेद करू नये अशी सक्त ताकीदही गीतेने दिली आहे. गीता म्हणते:-

"न बुद्धिभेदं जनयेदज्ञानां कर्मसंगिनाम्।
जोषयेत्सर्वकर्माणि विद्वान्युक्तः समाचरन्।।" (गीता, ३.२६)

भगवान बुद्धांनी सांगितलेला कर्मयोग नेमका याविरोधी आहे. त्यांच्या कर्मयोगात कुशलकर्मांनी अकुशलावर विजय मिळवावा असे सांगितलेले आहे. धम्मपद म्हणते;-

"अक्कोधेन जिने कोधं असाधुं साधुना जिने।
जिने कदरियं दानेन सच्चेनालोकवादिनं।।" (धम्मपद, २२३)

"क्षमेने क्रोधाला जिंकावे, असाधूला साधुत्वाने जिंकावे, कृपणाला दानाने जिंकावे आणि लबाडाला सत्याने जिंकावे" हा बुद्धांचा कर्मयोग आहे.

डॉ. आंबेडकरांनी 'बुद्धाच्या धर्मात कर्मसिद्धान्ताने जेवढा गोंधळ घातला असेल तेवढा अन्य सिद्धान्ताने क्वचितच घातला असेल.' अशी सुरुवात करून ब्राह्मणी कर्मसिद्धान्त आणि बुद्धाचा कर्मसिद्धान्त यातील भेद स्पष्ट केला आहे. हिंदूंचा कर्मसिद्धान्त आत्मवादी आहे, तर बुद्धांच्या कर्मसिद्धान्त अनात्मवादी आहे. हिंदू सिद्धान्त पूर्वजन्म आणि पुनर्जन्म मानीत असल्यामुळे मागच्या जन्मातील कर्माचे फळ या जन्मी मिळते आणि या जन्मातील कर्माचे फळ पुढील जन्मात मिळते, असे सांगतो. याच प्रकारचा कर्मसिद्धान्त जैनही मानतात. बौद्ध धर्मातील 'चूळ दुःख-खंद सूत्त' याच्या आधाराने आंबेडकरांनी यासंबंधीची बुद्धांची भूमिका स्पष्ट केली आहे. जेव्हा जैन निगंठ बुद्धांना भेटले त्या वेळी बुद्ध आणि निगंठ यातील संवादात भगवान बुद्ध म्हणतात, "तुम्ही म्हणता की, आम्ही पूर्वी पाप केले होते, त्याचे आम्ही आपल्या कठोर तपस्येने परिमार्जन करतो. वर्तमानकाळात काया, वाचा आणि मन यांचा विरोध केल्याने आमच्या पूर्वजन्मीच्या पापांचा निरास होईल. मग तपस्येने मागील पापांचा निरास झाल्यावर आणि नवी पापकर्मे करावयाचे थांबल्यावर आमचा भविष्यकाळ शुद्ध होतो. भविष्यकाळ शुद्ध केल्याने गतकाळ परिणामहीन होतो. गतकाळ परिणामहीन झाल्याने दुःखाचा निरास होऊ लागतो आणि त्यामुळे दुःखकारक वेदना नाहीशा होतात. दुःखकारक वेदना नाहीशा झाल्यावर दुःखच नाहीसे होते.

या माझ्या भाषणाला त्या निगण्ठांनी होकार दिल्यावर मी त्यांना विचारले, "पूज्य माणसांनो, पूर्वजन्म होता किंवा पूर्वजन्म नव्हता हे तुम्हास माहीत आहे का?"

''नाही, आम्हाला काहीच माहीत नाही.''

''पूर्वजन्मातील पापामुळे तुम्ही सदोष अथवा निर्दोष होता याबद्दल तुम्हाला काही ज्ञान आहे काय?''

''नाही, आम्हास काहीच माहीत नाही.''

''पूर्वजन्मी या किंवा त्या विशिष्ट पापामुळे तुम्हांला दोष लागला होता किंवा नाही हे तुम्हाला माहीत आहे का?''

''नाही, ते आम्हांस काहीच माहीत नाही.''

दुसरी गोष्ट अशी की, माणसाची स्थिती आनुवंशिकतेपेक्षा त्यांच्या भोवतालच्या परिस्थितीवर अधिक अवलंबून असते, असे बुद्ध मानतो.

देवधम्म सुत्तात ते म्हणतात, ''काही श्रमण ब्राह्मण अशा मताचे आहेत की, जे काही सुखकर अथवा दुःखकर अनुभव व्यक्तीला येतात ते गतजन्मीचेच परिणाम होत.'' म्हणून ते म्हणतात, गतजन्मीच्या पापकर्मांचे परिमार्जन केल्याने आणि नवी पापकर्मे करण्याचे थांबविल्याने भविष्यकाळात सोसावयाचे काहीच उरत नाही. पापकर्मे क्षय पावतात नि पापकर्मांचा क्षय झाल्याने दुःखाचा उच्छेद होतो. दुःखाचा उच्छेद झाल्याने वेदना नाहीशा होतात आणि वेदनांचा क्षय झाल्याने अखिल दुःखाचा उच्छेद होतो, असे निगण्ठांचे म्हणणे आहे.

प्राण्याचे सुखकारक आणि दुःखकारक अनुभव हे जन्मकाळच्या परिस्थितीमुळे उद्‌भवतात असे निगण्ठ म्हणत असतील तर त्यांचे ते म्हणणे दोषास्पद ठरते.

भगवान बुद्धांची ही विधाने आपल्या प्रश्नांच्या दृष्टीने महत्त्वाची आहेत. जर बुद्ध पूर्वजन्माच्या कर्मावर विश्वास ठेवत असतील तर त्यासंबंधी शंका का निर्माण करतात? वर्तमान जीवनातील सुखकर अथवा दुःखकर अनुभव हे परिस्थितीसापेक्ष आहेत असे मानणारे बुद्ध गतजन्मीच्या कर्मावर विश्वास कसा ठेवतील.

पूर्वजन्मीच्या कर्माचा सिद्धान्त हा शुद्ध ब्राह्मणी सिद्धान्त आहे. ते आत्म्याचे अस्तित्व मानतात, आत्म्याचे अस्तित्व आणि पूर्वकर्माचा आत्म्यावर परिणाम होतो असे मानतात. म्हणून 'गतजन्मीचे कर्म वर्तमानकाळात प्रभावशाली ठरते' याच्याशी ते सुसंगत आहे; परंतु आत्म्याचे अस्तित्व न मानणाऱ्या बौद्ध सिद्धान्ताशी ते अगदी विसंगत आहे.''[२१]

याचा अर्थ बुद्ध असे मानतात की, माणसाची स्थिती (Status) त्याच्या आनुवांशिकतेवर ठरत नसून त्यापेक्षा अधिक ती त्या वेळच्या भोवतालच्या परिस्थितीवर ठरत असते. बुद्धांनी मांडलेला परिस्थितीचा विचार आंबेडकरांनी सामाजिक परिस्थितीशी जोडून समाज व्यवस्थेचा प्रश्न ऐरणीवर आणला आहे.

भिक्खू संघ

डॉ. बाबासाहेब आंबेडकरांनी त्यांच्या ग्रंथाच्या पाचव्या खंडात संघाबद्दल चर्चा केली आहे. परंतु, ही चर्चा त्यांनी लिहिलेल्या महाबोधी सोसायटीच्या नियतकालिकातील 'बुद्ध आणि त्यांच्या धम्माचे भवितव्य' या लेखातील विचाराप्रमाणे झालेली नाही. एकूणच त्यांच्या ग्रंथातील पाच ते आठ हे चार खंड अतिशय संक्षिप्त वाटतात. त्याचे कारण त्यांच्याजवळ एकतर वेळ फारच कमी होता याची जाणीव त्यांना झालेली असावी आणि प्रकृतीही त्यांना साथ देत नव्हती. आंबेडकरांनी बोद्धोपदेशाच्या दोन पातळ्या कल्पिलेल्या होत्या. त्यांपैकी एक भिक्खूसाठी आणि दुसरी गृहस्थासाठी. अर्थात, त्या मूळ बौद्ध धर्मातही होत्याच. भिक्खूसाठी ब्रह्मचर्य, चोरी न करणे, आत्मप्रौढी न मिरविणे, हिंसा न करणे, केवळ आवश्यक तेवढ्या आठ गोष्टी जवळ ठेवणे, भिक्खू केवळ भिक्षा मागणारा नसावा तर तो पापकर्मापासून मुक्त असावा, तो धम्मात रममाण असावा, त्याची वाणी संयत असावी. भिक्खुने चमत्काराद्वारे धम्मदीक्षा देऊ नये किंवा बळजबरीनेही देऊ नये इत्यादी गोष्टी सांगितल्या आहेत. त्यात एक महत्त्वाची गोष्ट भिक्खूंसाठी सांगितलेली आहे आणि ती म्हणजे भिक्खूने धम्मप्रसारासाठी संघर्ष केला तरी चालेल. बुद्ध म्हणाले होते,

"हे शिष्यांनो, मी स्वत: जगाशी भांडत नाही तर जगच माझ्याशी भांडते, सत्योपासक जगातील कोणाशीही भांडत नसतो."

"हे योद्ध्या तथागता, आम्ही स्वत:लासुद्धा योद्धाच समजतो. 'आम्ही कोणत्या प्रकारचे योद्धे आहोत?' असे शिष्यांनी विचारल्यावर, शिष्यांनो, आपण युद्ध करतो म्हणून आपण योद्धे आहोत."

"तथागत, आम्ही कशासाठी युद्ध करतो?"

"आपण श्रेष्ठ शील, श्रेष्ठ प्रयास, श्रेष्ठ प्रज्ञा यासाठी युद्ध करतो. म्हणून आपण योद्धे आहोत. जेथे शील संकटात आहे, त्या वेळी संघर्ष टाळू नका. अशा वेळी गप्प बसू नका."[२२]

याप्रमाणे भिक्खू म्हणजे केवळ बोधिप्राप्तीसाठी ध्यानधारणा करणारा स्वार्थी माणसू नसून तो अन्यायाविरोधी सर्व शक्तिनिशी संघर्षरत असणारा माणूस असतो. त्याचा समाजात आदरयुक्त दरारा असला पाहिजे.

त्यानंतर सहाव्या खंडात बौद्ध धर्माबद्दल जी टीका होत असते त्याला आंबेडकरांनी उत्तरे दिलेली आहेत. त्यात बौद्ध संघात मुक्त प्रवेश असल्यामुळे त्यांच्यावर होणारी टीका, त्यांच्या अहिंसेच्या तत्त्वाचे टीकाकार, बौद्ध धर्म निराशावादी आहे अशी टीका करणारे यांचा समावेश आहे. आंबेडकर लिहितात, 'बुद्धाचा धम्म निराशावादी

आहे, असे टीकाकार म्हणतात. तोच निराशावादाचा जनक आहे अशीही त्याच्यावर टीका होते. या दोषाचे कारण बुद्धाने सांगितलेले या जगात दुःख, कष्ट, क्लेश आहेत हे आर्यसत्य होय. केवळ दुःखाचा संदर्भ येताच अशाप्रकारचे दोषारोप बुद्ध धम्मावर व्हावेत याचे आश्चर्य वाटते. या जगात पिळवणूक आहे, असे कार्ल मार्क्स म्हणाले होते. श्रीमंत अधिक श्रीमंत होत आहेत आणि गरीब अधिक गरीब आणि तरीही कार्ल मार्क्स यांच्या सिद्धान्तावर तो निराशावादी आहे असे कोणीही म्हटलेले नाही. मग बुद्धाच्या सिद्धान्तासाठीच वेगळा दृष्टिकोन का दाखविला जातो? असा प्रश्न उपस्थित करून आंबेडकर आर्यसत्याचा अर्थ स्पष्ट करताना म्हणतात, "जन्म हा दुःखदायी आहे, वृद्धत्व हे दुःखदायी आहे या बुद्धाच्या पहिल्या प्रवचनात आलेल्या शब्दप्रयोगामुळे त्यांच्या धम्माला नैराश्येचा रंग चढविला असावा. परंतु, ज्यांना भाषेतील अलंकारशास्त्र (rhetoric) माहीत आहे, त्यांना हे माहीत आहे की, हा एक कलात्मक अतिशयोक्तीचा प्रकार असून, सर्जनशील साहित्यिक परिणाम साधण्यासाठी त्याचा उपयोग करीत असतात. 'जन्म हा दुःख आहे' ही अतिशयोक्तीची भाषा आहे. हे बुद्धांच्याच एका प्रवचनाचा संदर्भ देऊन स्पष्ट करता येऊ शकते. त्यात त्यांनी म्हटले होते "मानवी जन्म ही अतिशय मौलिक अशी गोष्ट आहे." भगवान बुद्धांनी केवळ दुःख सांगितले नाही तर दुसऱ्याच आर्यसत्यात दुःखाचा विनाश केलाच पाहिजे यावर त्यांनी भर दिलेला आहे. बुद्धांनी फक्त दुःखाचे अस्तित्व हे वास्तव सांगितले; परंतु ते नष्ट करण्यासही सांगितले. जो गुरू दुःखनाशासाठी सदैव उत्सुक होता. त्याला निराशावादी कसे म्हणता येईल."[२३]

सातव्या खंडात निरोपाच्या अखेरच्या भेटीगाठी आहेत. त्यात पिता-पुत्राची अंतिम भेट, सारीपुत्त यांची भेट, महामोग्गलायनाची बुद्धशांच्या शत्रूंनी केलेल्या हत्येची बातमी, वैशालीला शेवटचा निरोप आणि नंतर त्यांचे झालेले महापरिनिर्वाण यांची माहिती आहे. आठव्या खंडात बुद्धाचे व्यक्तिमत्त्व, त्यांची सौंदर्याची आवड इत्यादी गोष्टी आहेत आणि उपसंहारात आर. जे. जॅक्सन, विनवूड रीड, मॅक्सवेल, ड्वाईट गोडार्ड इत्यादी पाश्चिमात्य पंडितांचे बुद्धांबद्दलचे अभिप्राय दिलेले आहेत आणि ज्या ग्रंथातून त्यांनी भगवान बुद्ध आणि त्यांचा धम्म या ग्रंथाच्या सुरुवातीला प्रस्ताव (Prologue) लिहिला होता त्याच ग्रंथातील बुद्ध धम्माच्या प्रसारासाठी घ्यावयाची शपथ आणि त्यांनी त्यांच्या जन्मभूमीत परत येण्यासाठी केलेल्या प्रार्थनेने या ग्रंथाचा समारोप (Epilogue) केलेला आहे.[२४] ती शपथ अशी आहे-

"आपण शपथ घेऊ या
या आसीम जीवसृष्टीला

भवसागरपार घेऊन जाण्याची ।।१।।
आपण शपथ घेऊ या
आपल्यातील असंख्य दोषांना
विझवून टाकण्याची,
आपण शपथ घेऊ या
या जगातील अनंत सत्यांच्या
सम्यक आकलनाची.
आपण शपथ घेऊ या
अतुलनीय बुद्ध धम्म
पूर्ण रूपात साध्य करण्याची.''[२५]

डॉ. आंबेडकरांनी लिहिलेला 'भगवान बुद्ध आणि त्यांचा धम्म' हा ग्रंथ विसाव्या शतकातील बौद्ध धम्मावर लिहिला गेलेला एक अतुलनीय असा महाग्रंथ आहे. त्यात प्राचीन काळातील बुद्ध चेतना आणि आधुनिक पाश्चिमात्य ज्ञान, विज्ञान, सृष्टीसंबंधी, माणूस आणि त्याच्या समाजासंबंधी केलेले चिंतन यांच्या संयोगातून एक नवा बुद्ध आणि त्यांचा धम्म जगाला अर्पण केला होता. म्हणूनच त्यांनी या धम्माला 'नवयान' असे नाव दिले होते. त्या ग्रंथावर जागतिक पातळीवर लगेचच चर्चा सुरू होणे आवश्यक होते; परंतु ती तशी झालेली दिसत नाही. त्याची अनेक कारणे असू शकतात. परंतु, सर्वांत महत्त्वाचे कारण म्हणजे डॉ. बाबासाहेब आंबेडकरांच्या परिनिर्वाणानंतर काही महिन्यांनी तो प्रसिद्ध झाला. एखाद्या बापाचे मूल त्याच्या निधनानंतर जसे पोरके व्हावे, तसे या ग्रंथाचे मुद्रित स्वरूप होते. त्यात डॉ. बाबासाहेबांनी या ग्रंथाला जी प्रस्तावना लिहिली होती, ती मुद्दाम त्या ग्रंथातून वगळलेली होती. अर्थात, त्याची मुख्य कारणे राजकीय होती. डॉ. बाबासाहेबांच्या नंतर त्यावेळच्या दलित चळवळीचे उत्तराधिकारी माईसाहेब आंबेडकर तर होणार नाहीत ना, अशी भीती त्यामागे असण्याची दाट शक्यता आहे. या ग्रंथाचे शेवटचे चार विभाग केवळ एकशे पंचवीस पृष्ठांचे आहेत. त्यांनी लिहिलेली प्रस्तावना Preface पहिल्या आवृत्तीतच प्रकाशित झाली असती तर वास्तव समजले असते. त्यामुळे आंबेडकरी चळवळ दीर्घकाळ ज्या जातीयद्वेषाने ग्रासली होती, तशी ती ग्रासली गेली नसती आणि बाबासाहेबांच्या समाजचिंतनाचा विपर्यासही झाला नसता. आज दलित चळवळीत केवळ याच द्वेषावर काही चळवळी उभ्या आहेत आणि त्या मूळ सामाजिक प्रश्नापासून जनतेला दूर ठेवून केवळ भावनिक प्रश्न उभे करताना दिसतात. हा अनर्थ आणि कालापव्यय टाळता आला असता.

हा ग्रंथ १९५७ साली प्रसिद्ध झाला आणि त्यांची दुसरी आवृत्ती १९७४ साली म्हणजे जवळ जवळ सतरा वर्षांनी निघाली; परंतु तेही केवळ तिचे पुनर्मुद्रण होते. त्यात तळटिपा, संदर्भग्रंथ, परिशिष्ट्ये वगैरे काहीही नव्हती. या सर्वांच्या समावेशामुळेच एखादे लिखाण ग्रंथ ठरत असतो. त्यावर देशी-विदेशी टीकाकार आपली मते मांडून त्यातील मुख्य विषय आणखी पुढे नेण्याचा विचार करतात. बाबसाहेबांचा हा ग्रंथ पूर्ण ग्रंथरूपात प्रसिद्ध न झाल्याने तो जागतिक विचारवंतांच्या चर्चेचा विषय होऊ शकला नाही. लाईट ऑफ एशियासारख्या नियतकालिकात आणि अन्यत्र त्यावर छापून आलेली टीकासुद्धा याचाच परिणाम होता. आंबेडकरांनी बौद्ध वाङ्मयातील जे संदर्भ वापरले होते ते तळटिपेत आले असते, तर या टीकाकारांचे अज्ञानही नष्ट झाले असते. हे काम पीपल्स एज्युकेशन सोसायटीलाही करता आले असते. त्यांनी चालविलेल्या महाविद्यालयात पाली विभाग होता किंवा त्यासाठी पाली भाषेच्या पंडितांची ते मदत घेऊ शकले असते.

जेव्हा महाराष्ट्र शासनाने आंबेडकरांचे समग्र वाङ्मय आणि भाषणे प्रकाशित करण्याचा प्रकल्प हाती घेतला, तेव्हा त्यासाठी वसंत मून यांची संपादक म्हणून नियुक्ती केली. वसंत मून हे अभ्यासू आणि कष्ट घेण्याची प्रचंड क्षमता असलेले अधिकारी होते. जेव्हा 'The Buddha and His Dhamma' या ग्रंथाच्या प्रकाशनाची वेळ आली, तेव्हा त्यांनी हा ग्रंथ संदर्भासहित आणि सूचीसहित प्रकाशित करण्याचे ठरविले होते. त्यापूर्वी म्हणजे १९६१ साली भदंत आनंद कौसल्यायन यांनी या ग्रंथाचा हिंदी अनुवाद त्यातील तळटिपांसहित प्रसिद्ध केला होता. तोसुद्धा पी. ई. सोसायटीनेच प्रसिद्ध केला होता. निदान त्याच्या अनुषंगाने तरी पी. ई. सोसायटीला त्यांनी प्रकाशित केलेल्या १९७४ सालच्या दुसऱ्या इंग्रजी आवृत्तीत त्या तळटिपांचा वापर करता आला असता. अर्थात, हिंदी आवृत्तीतही फक्त तळटिपाच होत्या परंतु संदर्भग्रंथ सूची, शब्द आणि विषय सूची नव्हतीच. तरीही भदंतजींनी केलेले काम फार मोलाचे होते. डॉ. आंबेडकरांनी ज्या-ज्या धर्मग्रंथांचा अभ्यास केला, त्या प्रत्येक ग्रंथाची चिकित्सक आवृत्ती त्यांनी वापरलेली होती. उदाहरण म्हणून त्यांनी बायबलचा केलेला अभ्यास प्रो. स्मिथ यांच्या बायबलच्या चिकित्सेच्या आधारे केलेला होता. हे त्यांनी 'What Congress and Gandhi have done to Untouchables' या ग्रंथाच्या 'F' यांना केलेल्या अर्पणपत्रिकेत (Dedication) लिहून ठेवलेले आहे.[२६]

ज्यांनी या ग्रंथात इतर काहीच समाविष्ट करायचे नाही असा आग्रह धरला होता. त्यांनी एक गोष्ट लक्षात ठेवली पाहिजे की, जगातील कोणताही धर्मग्रंथ त्यावर भाष्य

केल्याशिवाय समजू शकत नाही. तो फार तर पाठ करता येऊ शकतो. उदाहरणार्थ, ऋग्वेदासारखा ग्रंथ तुम्ही कितीही संस्कृततज्ज्ञ असलात, तरी तो तुम्हाला त्यावरील सायनाचार्यांचे भाष्य वाचल्याशिवाय समजू शकत नाही. त्याचप्रमाणे बुद्धाचा शून्यवादाचा सिद्धान्त त्यावरील नागार्जुनांनी केलेल्या भाष्याविना समजू शकत नाही किंवा 'मिलिंद प्रश्न' हा ग्रंथ समजून घेतल्याशिवाय त्याचे आकलन होत नाही. म्हणून बुद्धांच्या मूळ शिकवणीचे स्पष्टीकरण करताना बाबासाहेबांनी या ग्रंथांचा आधार घेतलेला होता. बुद्ध आणि त्यांचा धम्म या ग्रंथाचे पहिले चार खंड जसे विचारांच्या आणि भाषेच्या दृष्टीने वाचकांना खिळवून ठेवतात, तसे शेवटचे चार खंड काहीसे नीरस झाल्याने खिळवून ठेवत नाहीत. त्यात बाबासाहेबांची काहीही चूक नाही. त्यांनी रंगविलेला बोधिसत्त्वाच्या जीवनातील प्रसंग आणि गृहत्यागाचा प्रसंग जसा नवा, आकर्षक आणि बुद्धिवादी वाटतो, तसे पुढील खंडात त्यांची यशोधरेची, प्रजापती गौतमीची; आणि राहुल किंवा शुद्धोधनाची झालेली अखेरची भेट भाषेच्या दृष्टीने नीरस बनली आहे. त्याहीपेक्षा भगवान बुद्धांचा शेवटचा प्रवास आणि त्यांचे महापरिनिर्वाण हृदयाला स्पर्श करीत नाही. ज्यांना महापरिनिर्वाण सूत्राचा परिचय असेल ते या मताशी सहमत होतील. त्याच्यातील कारुण्य आणि काव्य मन हेलावून टाकते आणि बुद्ध वाचकाच्या हृदयसिंहासनावर आरूढ होतात. त्यांच्या ग्रंथातील यासंबंधीच्या विवेचनाला जर मूळ पाली किंवा संस्कृत वाङ्मयातून टिपा टाकल्या असत्या, तर ही त्रुटी निश्चितच टाळता आली असती. हे काम आपले होते. ते आपण केले नाही. त्यादृष्टीने मी १९९६ साली 'मानव आणि धर्मचिंतन' या ग्रंथात अल्पसा प्रयत्न केला होता; परंतु तोही मला आज समाधानकारक वाटत नाही.

वसंत मून यांनी अपार कष्ट घेऊन बाबासाहेबांचा हा महाग्रंथ त्याच्या पूर्ण रूपात जगासमोर यावा म्हणून त्या ग्रंथातील संदर्भ, संदर्भ ग्रंथाची यादी आणि सूची लिहून ती १९९५ साली म्हणजे मूळग्रंथ प्रकाशित झाल्यानंतर तीन वर्षांनी एका पुस्तिकेच्या रूपाने प्रसिद्ध केली. या ग्रंथाचे अभ्यासक त्यांचे कायम ऋणी राहतील. वास्तविक पहाता या प्रकारचे काम १९६५ सालापूर्वीच ॲडले फिस्के (Adele Fiske) या अभ्यासिकेने अमेरिकेतील कोलंबिया युनिव्हर्सिटीत सुरू केले होते आणि त्यांनी त्यांचा प्रबंधही १९६५ साली त्या विद्यापीठाला सादर केला होता. त्या प्रबंधावर आधारित एक पेपरही त्यांनी 'The use of Buddhist scriptures in B.R. Ambedkar's The Buddha and His Dhamma' या नावाने पुणे विद्यापीठात १९९८ साली झालेल्या 'Reconstructing the World : Dr. Babasaheb's understanding of Buddhism' या आंतरराष्ट्रीय चर्चासत्रात सादर केला होता.[२७] आंबेडकरांनी या

लिखाणात बौद्ध वाङ्मयातून कोणते संदर्भ घेतले त्याचा तपशील दिला आहे. त्यांपैकी त्यांनी जे संवाद उद्‌धृत केले आहेत ते बरोबर असले तरी निष्कर्ष मात्र वेगळाच काढला आहे. काही संवादातील काही भाग गाळला आहे तर काही संवाद सुधारलेले आहेत. हे त्यांनी सप्रमाण दाखवून दिले आहे. हे सर्व खरे असले तरी बाबासाहेबांचा उद्देश पारंपरिक बौद्ध वाङ्मयाच्या आधाराने बुद्ध चरित्र आणि त्यांच्या धम्माचे तत्त्वज्ञान सांगण्याचा मुळी नव्हताच. त्यांना ते बुद्धिवादी, विज्ञाननिष्ठ आणि कालसुसंगत मांडायचे होते. त्यांना आपल्या गुरूकडे तटस्थतेने बघून त्याची चिकित्सा करायची होती आणि त्याला आधुनिक रूपात जगासमोर उभे करायचे होते. ते काम त्यांनी ठरविल्याप्रमाणे उत्तम प्रकारे पार पाडलेले आहे. याचा अर्थ त्यांच्या ग्रंथात देवदेवता, ब्रह्मलोक, चमत्कार, पिशाच्च, पिशाच्चविद्या इत्यादींचे उल्लेख नाहीत असे मुळीच नाही. या दिशेने भगवान बुद्ध आणि त्यांचा धम्म या ग्रंथाचे बारकाईने वाचन करून श्री. गौतम शिंदे यांनी 'बुद्ध आणि त्याचा धम्ममधील रूपक कथांचा अन्वयार्थ' या नावाचा एक लेख लिहिला आहे. त्याचे पुनर्मुद्रण 'करुणापर्व' या त्रैमासिकाच्या वर्ष दुसरे अंक ४ थात झाले आहे. त्यांनी या ग्रंथातील रूपक कथांचा अर्थ त्यांच्या पद्धतीने व्यवस्थित स्पष्ट केला असला तरी बाबासाहेबांनी स्वत:च म्हटल्याप्रमाणे त्यांच्या ग्रंथात कमीत कमी अंध:श्रद्धा असतील आणि वाचकांना खिळवून ठेवण्यासाठी बौद्ध वाङ्मयातील काही संवाद उद्‌धृत करावे लागतील. म्हणून या ग्रंथात हा जो मजकूर आलेला आहे तो बाबासाहेबांनी मुद्दाम समाविष्ट केला असण्याचीच जास्त शक्यता आहे.

डॉ. बाबासाहेब आंबेडकरांच्या ग्रंथाची राष्ट्रीय आणि आंतरराष्ट्रीय स्तरावर सुरुवातीला फारशी दखल घेतली नाही. तो परिपूर्ण रूपात प्रसिद्ध न झाल्यामुळे अनेकांना 'बुद्ध आणि त्यांचा धम्म' हा ग्रंथ म्हणजे आंबेडकरांच्या सामाजिक आणि राजकीय विचारांचा प्रसार करण्यासाठी लिहिला असून, त्यांनी बुद्ध आणि धम्माचे राजकीयीकरण (Politisization) केले आहे. बौद्धजगात तर त्याविरुद्ध जोरदार प्रतिक्रिया उमटली; परंतु काही भारतीय आणि परदेशी अभ्यासकांनी या ग्रंथाचे विविध पैलू आपल्या संशोधनाद्वारे समोर आणले तसतसे वातावरण बदलत गेले. पाश्चिमात्य अभ्यासकांनी या ग्रंथाचा Libration Thoeologyच्या अंगानेही भरपूर विचार केला. बाबासाहेबांच्या या ग्रंथाला वैश्विक वैचारिक चर्चेसाठी नेले ते ख्रिस्तोफर एस्. क्वीन यांच्या लिखाणामुळे. त्यांनी १९९६ साली Engaged Buddhism : Buddist liberation Movement in Asis हा ग्रंथ सॅली बी. किंग यांच्या साथीने लिहिला. त्यानंतर २००० साली त्याचाच पुढील भाग म्हणून Engaged Bhuddism in the West हा

ग्रंथ लिहिला आणि २००४ साली 'Ambedkar's Dhamma: Source and method in the construction of Engaged Buddhism' हा निबंध लिहिला. त्यामुळे पाश्चिमात्य जगात या ग्रंथाच्या अभ्यासाची आणि त्याच्या चिकित्सेची प्रवृत्ती वाढत गेली. मार्टिन फ्युच यांनी, 'आंबेडकरांनी आधुनिक नागरी समाजासाठी एक नवा धर्म सांगितला आहे.' असे लिहिले, तर जोहान्स बेल्त्स यांनी, 'आंबेडकरांचे महत्त्व केवळ दलितापुरते मर्यादित राहिले नाही; तर ते मानवी समाजाच्या पुनर्रचनेपर्यंत पोहोचलेले आहे.' असे लिहिले. ख्रिस्तोफर क्वीन (Christopher S. Queen) त्याही पुढे जाऊन म्हणतात की, 'बौद्ध धम्म हाच एकमेव असा धम्म आहे की, जो केवळ भारतातील अस्पृश्यापुरताच मर्यादित नाही तर तो संपूर्ण आधुनिक जगासाठी उपयुक्त आहे, हा आंबेडकरांचा निष्कर्ष महत्त्वाचा आहे.' पाश्चिमात्य अभ्यासकांनी नोंदविलेल्या अनेक प्रकारच्या प्रतिक्रिया आपल्याला डॉ. सुरेंद्र जोंधळे आणि जोहान्स बेल्त्स यांनी संपादित केलेल्या 'Reconstructing the World : B. R. Ambedkar and Buddhism in India' या ग्रंथात एकत्रित मिळू शकतात. म्हणून हा ग्रंथ आधुनिक अभ्यासकांच्या दृष्टीने फार महत्त्वाचा आहे. आकाशसिंग राठोड आणि अजय वर्मा यांनी संपादित केलेली. 'The Buddha and His Dhamma' या ग्रंथाची चिकित्सक आवृत्तीही तितकीच महत्त्वाची आहे.

या सर्व विवेचनाचा सार एवढाच आहे, की एकविसाव्या शतकातील पृथ्वीतलावरील कोणत्याही व्यक्तीला धर्माची गरज भासलीच तर ती आंबेडकरांचा बुद्ध आणि त्यांचा धम्म भागवू शकेल.

■ ■ ■

३

डॉ. बाबासाहेब आंबेडकरांचे धम्मविषयक तत्त्वज्ञान

■

प्रा. डॉ. ज. रा. दाभोळे

प्रास्ताविक

अनेक माणसे 'धर्म' हा शब्द उपयोगात आणतात. परंतु 'धर्म' म्हणजे काय? 'धर्म' कशास म्हणतात? असे प्रश्न विचारल्यास ती माणसे निरूत्तर होतात. तरीदेखील अनेक जण धर्मप्रणीत कर्मकांडात गुंतलेले असतात. कर्मकांड करीत राहणे म्हणजेच धर्माचरण, असे त्यांना वाटत असते. खरे तर संस्कृत भाषेत 'धर्म' या शब्दाचे निरनिराळे १८ अर्थ सांगितले आहेत. पैकी एक अर्थ येथे अभिप्रेत आहे. 'जो समाजाची धारणा करतो तो धर्म होय.' अशी जी व्याख्या केली जाते, ती सर्वमान्य आहे. हिंदू धर्माच्या अभ्यासकांनी ती केली आहे. ही व्याख्या अन्य धर्मिय माणसे मान्य करतील की नाही, हे सांगता येणार नाही.

हिंदू धर्माप्रमाणेच जगाच्या पाठीवर कितीतरी धर्म आहेत, ज्यू, ख्रिश्चन, इस्लाम अशी त्यांची नावे आहेत. हे सर्व संस्थात्मक धर्म म्हणून ओळखले जातात. आपल्या देशात जैन, शीख, लिंगायत असे आणखी काही धर्म उदयास आले. या प्रत्येक धर्माचा कोणीतरी संस्थापक होता, असे मानले जाते. उदा. ख्रिश्चन धर्माचा संस्थापक म्हणून येशू ख्रिस्ताला मानले जाते. गुरू नानकदेव हे शीख धर्माचे उद्गाते म्हणून ओळखले जातात. बौद्ध धर्म हा जगातील अन्य धर्माहून खूप वेगळा आहे. डॉ. बाबासाहेब आंबेडकरांनी गौतम बुद्ध व त्यांच्या शिकवणीचा, त्याने सांगितलेल्या धर्माला आधुनिक काळातील ज्ञान-विज्ञानाशी सुसंगत ठरेल असा अन्वयार्थ लावण्याचा प्रयत्न केला. या प्रयत्नातून डॉ. आंबेडकरांनी जो 'धम्म' आपल्यापुढे ठेवला आहे, त्या धम्माचे तत्त्वज्ञान मांडण्याचा प्रयत्न मी या लेखात केला आहे. त्यासाठी डॉ.

बाबासाहेब आंबेडकरांनी लिहिलेल्या, त्यांच्या परिनिर्वाणानंतर प्रकाशित झालेल्या आणि जगभरातील विद्वानांनी गौरविलेल्या 'बुद्ध अँड हिज धम्म' या ग्रंथाचा मी आधार घेतला आहे. आता बुद्धाने 'धम्म' व त्याचा डॉ. बाबासाहेब आंबेडकरांनी सांगितलेला अन्वयार्थ मी खालीलप्रमाणे विशद केला आहे. जिज्ञासूंना माझे हे प्रतिपादन समजेल असा मी विश्वास बाळगून आहे.

बुद्धप्रणीत धम्मामध्ये बुद्धाने स्वत:चे असे कोणतेही स्थान अथवा महत्त्व केवळ स्वत:साठी प्रतिपादन केलेले नाही. यासंदर्भात इतर प्रस्थापित धर्माकडे नुसती नजर टाकली तरी आपणास बऱ्याच गोष्टी ध्यानात येतील. ख्रिश्चन धर्मामध्ये येशू ख्रिस्ताने स्वत:चे स्थान निश्चित केले आहे. येशू हा ईश्वराचा पुत्र आहे. हे ख्रिस्ताचे म्हणणे स्वीकारल्याशिवाय कोणालाही मुक्ती प्राप्त होणार नाही. महंमद पैगंबरनेही इस्लाम धर्मात स्वत:चे स्थान निश्चित करून ठेवले आहे. 'प्रेषित' म्हणूनच ईश्वराने त्याला पाठविले आहे. महंमद हाच ईश्वराचा प्रेषित आहे, अशी श्रद्धा बाळगल्याशिवाय इस्लामच्या कोणत्याही अनुयायाला 'मुक्ती' प्राप्त होणार नाही, असे इस्लामधर्मीय माणसे समजत असतात. महंमद पैगंबर हा ईश्वराने पाठविलेला शेवटचा प्रेषित होय. बुद्धाने आपल्या धम्मात असली कोणतीच अट घातलेली नाही. शुद्धोदन व महामाया यांचा मी पुत्र आहे, यापेक्षा अधिक असे अभियान बुद्धाने स्वत:ला चिकटविले नाही, हे बुद्धाच्या धम्माचे वेगळेपण बाबासाहेबांनी अधोरेखित केले आहे. याचा अर्थ असा की, बुद्धाचे जीवन व त्याने प्रतिपादन केलेला 'धम्म' या भिन्न गोष्टी होत. (बुद्ध अँड हिज धम्म पान नं. २१६) बुद्धाच्या महानिर्वाणानंतर सुमारे शंभर वर्षांनंतर बुद्धांचा उपदेश निश्चित काय होता हे ठरविण्यासाठी एक परिषद भरविण्यात आली. तेव्हाच त्यावर शिक्कामोर्तब झाल्याचा इतिहास सर्वश्रुत आहे. बुद्धाने आपला वारसदार नियुक्त केला नव्हता, ही गोष्टही ध्यानात घेतली पाहिजे. धम्म ज्या तत्त्वावर आधारलेला आहे ती तत्त्वे सर्वांत महत्त्वाची मानली पाहिजेत. धम्माचा प्रवर्तक कोण? या गोष्टीला महत्त्व असू नये. जर तत्त्वासाठी अधिकारी व्यक्तींची गरज भासत असेल तर ते तत्त्वच म्हणता येणार नाही व त्या तत्त्वाच्या आधारावर उभा असलेला धम्मदेखील 'धम्म' या संज्ञेला पात्र ठरणार नाही.

जगातील बहुतेक धर्म आविष्करण अथवा चमत्कारावर आधारित आहेत. ते सर्व ईश्वराचा संदेश सांगणारे आहेत. सर्व माणसांनी ईश्वराची उपासना करून स्वसंरक्षण करण्याचा उपदेश त्या त्या धर्माचे प्रेषित करत असतात. आपण नरकात जाऊ नये यासाठी ईश्वराच्या आदेशाचे पालन केले पाहिजे अशी समजूत अथवा धारणा अनेक व्यक्तींची झालेली असते. प्रस्थापित धर्मातील ह्या सर्व गोष्टी बुद्धाने नाकारल्या.

त्याने मानवी जीवनाचा शोध घेतला. माणसाच्या ठिकाणी उपजत प्रवृत्ती असतात. त्यांचे कार्य कसे चालते हे त्याने सूक्ष्मपणे समजून घेतले व त्यानंतरच आपला 'धम्म' जगासमोर मांडला. सर्व प्रेषितांनी मानवाला 'मुक्ती'चे अभिवचन दिले. गौतमबुद्ध हा असा एकमेव शिक्षक आहे की ज्याने स्वत:ला 'मोक्षदाता' म्हटलेले नाही. तो स्वत:ला 'मार्गदाता' म्हणवित असे. 'मुक्ती' मिळवायची असेल तर ती ज्याने त्याने स्व-प्रयत्नाने स्वत: मिळवायची असते.

बुद्धाने स्वत:ला कधीही देव, दैवी पुरूष, प्रेषित अथवा ईश्वराचा पुत्र म्हणवून घेतले नाही. 'जेहोवा' हा जो ईश्वर त्याने सांगितलेली शिकवणच मी तुम्हाला सांगत आहे असे मोझेसने म्हणून ठेवले आहे. येशू हा तर स्वत:ला ईश्वराचा एकुलता एक पुत्र समजत असे आणि ईश्वराचाच संदेश आपल्या अनुयायांना सांगत असे. त्यामुळे त्याची शिकवण दैवी ठरते. कृष्णाने तर मी स्वत:च ईश्वर असल्याचे म्हटले आहे. साहजिकच गीतेची शिकवणही दैवी ठरते. बुद्धाने असा दावा स्वत:साठी अथवा त्याच्या 'शासनासाठी' कधीही केला नाही. जगातल्या असंख्य माणसांप्रमाणे मी ही एक मनुष्य आहे असे त्याने स्पष्ट केले आणि त्याने जी शिकवण दिली ती एका माणसाने इतर अन्य माणसांसाठी म्हणून दिली. सर्वांत महत्त्वपूर्ण गोष्ट ही आहे की आपली शिकवण पूर्णत: निर्दोष अथवा बिनचूक आहे, असा दावा बुद्धाने कधीही केला नाही. त्याने संपूर्ण मानवजातीला एकच सांगून ठेवले आहे की, मी सांगितलेला मार्ग खरा मार्ग आहे. संपूर्ण जगातील मानवी जीवनाच्या अनुभवांवर तो मार्ग आधारलेला असल्याने तो सार्वत्रिक आहे. त्या मार्गासंबंधी कोणीही प्रश्न विचारू शकतो. हा मार्ग सत्य आहे की नाही याचा प्रत्यय अथवा पडताळा कोणीही मनुष्य घेऊ शकतो. थोडक्यात असे म्हणता येईल की बुद्धाचा धम्म व्यक्तीचे विचार स्वातंत्र्य मान्य करतो. सर्व संस्थात्मक धर्मांमध्ये हे विचार स्वातंत्र्य नाकारलेले असते. आधुनिक लोकशाही समाजव्यवस्थेत व जीवनपद्धतीमध्ये हे वैचारिक स्वातंत्र्य केंद्रस्थानी असते. ही गोष्ट एकदा मान्य केली म्हणजे बुद्धाचा धम्म आधुनिक लोकशाही समाज व्यवस्थेला पूरक असल्याचे स्पष्ट होते. आता धम्माचे स्वरूप समजून घेऊ.

डॉ. बाबासाहेब आंबेडकरांनी प्रथमच स्पष्ट केले आहे की, काया, वाचा, मने करून पूर्णत्व साध्य करणे हे धम्माचे मुख्य ध्येय होय. 'निब्बाण' ही त्या पूर्णत्वाची अवस्था होय. ही अवस्था व्यक्तीला 'याचि देहा याचि डोळा' अनुभविता येते. ती प्रयत्नसाध्य आहे. 'निब्बाण' म्हणजे आपल्या वासनांवर नियंत्रण ठेवणे. असा सकारात्मक अर्थ बाबासाहेबांनी घेतला आहे. साहजिकच निब्बाण या संकल्पनेचे जे विपरीत अर्थ लावले गेले आहेत त्यांचे नेमकेपणाने खंडन त्यांनी केल्याचे दिसून

येईल. सदाचरणाने जीवन जगणे म्हणजेच निब्बाण, सदाचरणाचेच दुसरे नाव 'निब्बाण' हे होय. तत्कालीन समाजात दोन टोकाचे मार्ग आचरणात होते. एक म्हणजे, पूर्ण संन्यास व दुसरा म्हणजे, परिनिब्बाण. संन्यासामध्ये संपूर्ण त्याग अभिप्रेत असतो तर परिनिब्बाणामध्ये संपूर्ण शरीरच विघटित होऊन जाते. बुद्धाने हे दोन्ही टोकाचे मार्ग टाळले. निब्बाण हा मध्यममार्ग होय. बुद्ध हा मध्यमवर्गाचा पुरस्कर्ता होता. लोभ हा माणसाचा शत्रू तर अतिलोभ हा माणसाचा महाशत्रू होय. लोभाला मर्यादा नसते. जीवनात समाधानी असणे महत्त्वाचे आणि समाधानी जीवन जगाचये असेल तर मनुष्याने लोभाच्या आहारी जाऊ नये. अतिलोभामुळेच हाणामारी, भांडणतंटे, संघर्ष व युद्धे निर्माण होतात. वर्ग संघर्षाचे मूळ अतिलोभातच आढळून येते असे बाबासाहेबांनी स्पष्ट केले आहे. धम्मपदात बुद्धाने म्हटले आहे की, "There is no greater benefit than health and there is nothing valuable than the spirit of contentment." यावरून स्पष्ट होते की, मनुष्याने समाधानाने जीवन व्यतीत करावे. अर्थात, हा माणसाचा दुबळेपणा समजण्याचे कारण नाही. जे गरीब आहेत ते शुभाशीर्वादाचे जीवन जगू शकतात. जे दु:खी आहेत त्यांनी आपली परिस्थिती बदलूच नये, असे गौतम बुद्धाने कोठेही म्हटलेले नाही. प्रयत्नवादाला पोषक ठरेल अशी विचारसरणी बुद्धाने हयातभर रूजविली. त्यासाठी बुद्धाने अजितकेशकंबलीच्या उच्छेदवादास आपला विरोध दर्शविला. 'कशाही नंतर काहीही घडेल' हे उच्छेदवादाचे प्रतिपादन बुद्धाला मान्य नव्हते. सर्व विकारांच्यामागे नित्य असे आत्मतत्त्व शाबूत असते, या 'शाश्वतवादाला'ही बुद्धाने जोरदार विरोध केला. आपला मार्ग 'उच्छेदवाद' व 'शाश्वतवाद' या दोहोंच्या मधला आहे असे बुद्धाने सांगितले. मख्खलि गोशाल या आजीविकाचा 'नियतिवादही' बुद्धाला मंजूर नव्हता. मख्खलि गोशाल यांच्या मते, आपल्या कर्तृत्वाने आपण काहीच बदलू शकत नाही. कृती आपल्याकडून घडली म्हणजे भूतकाळात ती विलीन होते. बुद्धाने या मतास विरोध केला. बुद्धाचे सांगणे असे होते की, भूतकाळात गाडली गेली तरी आपली कृती अथवा कर्म (कम्म) हे कार्यकारी असतेच. म्हणून आपल्या कर्मामुळे आपले भविष्य आपण घडवू शकतो. परिवर्तन होतच असते, बदल होतच असतो, ही गोष्ट बाबासाहेबांना बुद्धाच्या शिकवणीतून पूर्णत: समजलेली आहे. अस्तित्वात असणे म्हणजेच परिवर्तन पावणे होय. हे तत्त्व सर्व जडवस्तूंना ज्याप्रमाणे लागू पडणारे आहे तसेच ते मानवी व्यक्तीलाही लागू पडणारे आहे. 'सर्वम्क्षणिकम्' अथवा 'सर्वम्नित्यम्' हा बौद्धांचा सिद्धान्त समजून घेतल्यास सर्व काही परिवर्तन पावत असते, बदलत असते ही गोष्ट समजण्यास अवघड जाणार नाही. बाबासाहेबांनी स्पष्टपणे नमूद केले आहे की, "In short a human being is always changing, always growing. He is not the same at two different moment of his life." (Buddha and His Dhamma-Part lll, 5p.240) बदल अथवा परिवर्तन हे वास्तविक सत्य आहे. नित्य टिकून राहणारे काहीही नसते; हे एकदा मान्य केले की, या जगात उत्क्रांती होत आली आहे, होत राहणार आहे, हे आणखी एक सत्य मान्य करावे लागते.

आपल्या अवतीभोवती विविधतेने नटलेले आणि वस्तूमात्रांनी भरलेले असे एक विश्व आहे. त्यामध्ये एक सुव्यवस्था आढळते, आकाशातील ग्रह, तारे आदींच्या स्थिती व गतीमध्येही सुव्यवस्था दिसते. उन्हाळ्यानंतर हिवाळा आणि हिवाळ्यानंतर पुन्हा उन्हाळा या ऋतुचक्रामध्ये नियमितता दिसते. अशा प्रकारे निसर्गात नियमबद्धता आढळते. बीजातून अंकुर, अंकुरातून रोपटे व रोपट्यातून पानाफुलांनी बहरलेला वृक्ष निर्माण होतो. फुलांपासून फळे व फळांपासून पुन्हा बीज प्राप्त होते. हे सृष्टीचक्र अव्याहतपणे चालत आले आहे. 'ऋतुनियम', 'बीजनियम' या संज्ञा बौद्ध साहित्यात उपयोगात आणल्या आहेत. सारांश, निसर्गात सुव्यवस्था आढळते. त्याला अनुसरून मानवी समाजात नैतिक व्यवस्था असते काय? असलीच तर ती कशी निर्माण होते? ती कशी टिकविली जाते? असे प्रश्न डॉ. आंबेडकर उपस्थित करतात. तात्त्विक व व्यावहारिकदृष्ट्या हे प्रश्न अत्यंत महत्त्वपूर्ण आहेत. ईश्वरवादी मंडळींना असले प्रश्न सहसा पडत नाहीत आणि पडले तरी त्यांची उत्तरे देण्यात त्यांना कसलीच अडचण येत नाही. त्यांच्या मते, ईश्वराने जग निर्माण केले आहे. तोच या विश्वाचा सर्वश्रेष्ठ नियंता असतो. त्यामुळे ईश्वरी कायद्यानुसार (Divine Dispensation) नैतिक व्यवस्था उत्पन्न होत असते. निसर्गनियम हेसुद्धा ईश्वरनिर्मित असतात. ईश्वराच्या इच्छेनुसार हे नियम आणि व्यवस्था कार्य करीत असतात. मनुष्याने फक्त ईश्वराच्या आज्ञांचे पालन करायचे असते. ईश्वरवाद्यांचे हे स्पष्टीकरण समाधानकारक नाही. ईश्वरामुळे नैतिक व्यवस्था उत्पन्न होते हे मान्य केले तर जगात एवढी वाईट व्यवस्था का आहे? माणसे अनीतिने का वागतात? भ्रष्टाचार व दुराचार का घडतो? एवढा अनाचार माजलेला असताना ईश्वरीय नियम कसले कार्य करीत असतात? ईश्वरच सर्वेसर्वा असतो तर जेव्हा नैतिक व्यवस्थेचे तीन तेरा वाजलेले असताना, एवढा भ्रष्टाचार माजलेला असताना ईश्वर कुठे गेलेला असतो? बुद्ध हा निरीश्वरवादी. त्याने जे उत्तर दिले ते वेगळे आहे. 'कम्मनियमा'मुळे या विश्वात नैतिक व्यवस्था चांगली असो अथवा वाईट, तिची जबाबदारी अंतिमत: माणसावर येऊन पडते, अन्य कोणावरही ती ढकलता येणार नाही. 'कम्म' म्हणजे मनुष्य जी कृती करतो ती. 'विपाक' म्हणजे त्या कृतीचा परिणाम होय. जर नैतिक व्यवस्था वाईट असेल तर त्याचे कारण हे की माणसाने

'अकुसल कम्म' (वाईट कर्म) केलेले असते. याउलट, जर नैतिक व्यवस्था चांगली असेल तर माणसाने 'कुसल कम्म' (चांगले कर्म) केलेले असते. याचा अर्थ असा की, मनुष्याने केलेल्या कृतीचा कोणता ना कोणता परिणाम होतच असतो. कुसल कम्माचे फायदे प्रत्येकाला मिळणारच आणि अकुसल कम्माच्या तोट्यापासून कोणाचीही सुटका होणार नाही. म्हणून डॉ. आंबेडकरांचे म्हणणे हेच आहे की, कुसल कम्म करीत रहा, ज्याजोगे संपूर्ण मानवजातीचा फायदाच होईल आणि अकुसल कम्म करू नका, कारण त्यायोगे मानवतेला दुःख पोहोचेल व त्यामुळे नैतिक व्यवस्थेला धक्का पोहोचेल. कम्माचे एकूण तीन प्रकार डॉ. आंबेडकरांनी वर्णन केले आहेत. ते पुढीलप्रमाणे आहेत- १) दिठ्ठदम्मा वेदनीय कम्म, म्हणजे अशी कृत्ये की ज्यांचे परिणाम तत्काळ घडून येतात. २) उपपज्जवेदनीय कम्म-म्हणजे अशी कृत्ये की ज्यांचे परिणाम दूरगामी असतात. ३) अपोखरीय वेदनीय कम्म-म्हणजे अशी कृत्ये की ज्यांचे परिणाम अनंत काळापर्यंत घडून येत असतात. ज्या कम्मांचा परिणामच होत नाही अशा कम्मांना 'अहोसी' कम्म या वर्गात टाकता येईल. मुख्य गोष्ट अशी आहे की, कम्मनियम हा अतिशय कठोर स्वरूपाचा नियम आहे. हे ध्यानात घेणे आवश्यक आहे. कम्मनियमाचे यथायोग्य पालन केल्यानेच नैतिक व्यवस्था निर्माण होत असते. माणसे येतात आणि जातात. तरीदेखील विश्वाची व्यवस्था व कम्मनियम तसेच राहतात. या कारणानेच बुद्धाच्या धम्मामध्ये नैतिकतेला सर्वश्रेष्ठ स्थान देण्यात आले आहे. कम्मनियम, नैतिकव्यवस्था यांचा अर्थ अगदी साधा व सोपा आहे. तथापि, तो अर्थ अनेकदा समजून घेतला जात नाही. काही वेळा चुकीचा अर्थ तरी लावला जातो किंवा विपरीत अर्थ तरी लावला जातो. कम्मनियमाने जी सर्वसाधारण व्यवस्था निर्माण होते, तिच्याशी त्याचा संबंध असतो. व्यक्तीचे दैव, नशीब, प्राक्तन अथवा दुर्दैव यांसारख्या निरर्थक संकल्पनांशी कम्मनियमाला कसलेच देणे-घेणे नसते.

येथपर्यंत धम्माचे सर्वसाधारण स्वरूप पाहिले. आता धम्म म्हणजे काय नाही, ते समजून घेणे जरूरीचे आहे. जिज्ञासूंनी व सर्वसामान्य वाचकांनीही हे सर्व मुळातूनच समजून घ्यावे, इतकी ती चर्चा महत्त्वपूर्ण आहे. मनुष्याच्या अस्तित्वावर घाला घालणाऱ्या, त्याच्या स्वातंत्र्यावर गदा आणणाऱ्या आणि त्याचे जगणे मुश्कील करून टाकणाऱ्या सर्व संकल्पनांवर बाबासाहेबांनी घणाघाती टीका या प्रकरणात केली आहे, कोणत्याही घटनेचा अतिभौतिक शक्तींशी संबंध जोडणे बाबासाहेबांना मान्य नाही. प्रत्येक मनुष्याने आपल्या बुद्धीचा वापर करून विवेकवादाच्या वाटेवरून आपला जीवनप्रवास केला पाहिजे, अशी त्यांची पक्की धारणा झाली आहे. बुद्धाने

अतिभौतिकवाद (Supernaturalism) पूर्णतः नाकारला. मनुष्याने सत्याचा शोध स्वतः घेतला पाहिजे. अंधश्रद्धांना आपल्या जीवनात अजिबात थारा देऊ नये. कम्मनियम व कारणकार्यसंबंध यांचा स्वीकार केल्यानेच खोट्या समजुती व निराधार श्रद्धा आपण दूर ठेवू शकू. एरवी ते शक्य होणार नाही, याबद्दल बाबासाहेबांची पूर्ण खात्री झाली आहे. बुद्धाचा धम्म हा विवेकावर आधारलेला आहे, हे स्पष्ट करताना बाबासाहेबांनी म्हटले आहे की, "It preaches rationalism and Buddhism is nothing if not rationalism (Buddha and His Dhamma - Part IV 1p. 250)."

बुद्धाने ईश्वर नाकारला. त्यामुळे बौद्धदर्शन हे नास्तिकदर्शन आहे. प्रजापती, ईश्वर, ब्रह्म अथवा महाब्रह्म अशी अनेक नावे ईश्वराला दिली आहेत. तथापि, हा ईश्वर कोणीही पाहिलेला नाही. ज्याला आपण पाहिले नाही, पाहू शकत नाही अशा ईश्वराने जग निर्माण केले आहे असे मानणे चुकीचे आहे. ते सिद्धही करता येत नाही. हे जग हळूहळू उत्क्रांत होत गेले आहे. त्यामुळे ते कोणीतरी निर्माण केले आहे, असे मानणे अवैज्ञानिक ठरते. असेही म्हणता येईल की, ईश्वरावर विश्वास ठेवण्याने कोणाचाही कसलाच फायदा होत नाही, झाला तर तोटाच होतो. बुद्धाने अष्टांगमार्ग सांगितला. त्यामध्ये 'सम्मादिठ्ठीला' प्रथम स्थान दिले आहे. सम्मादिठ्ठीच्या मार्गात 'ईश्वर' ही संकल्पना अडथळा ठरणारी आहे. म्हणूनच ईश्वरावर विश्वास ठेवणे ही सर्वांत धोकादायक गोष्ट आहे. ईश्वरावर विश्वास ठेवला की पूजा, प्रार्थना व उपासना येते. पूजा व प्रार्थना मान्य केली की, धर्मगुरू अथवा पुरोहितही मान्य करावा लागतो. हा धर्मगुरूच अनेक अंधश्रद्धा पसरवितो. सम्मादिठ्ठीच्या मार्गातील हे सर्व अडथळे होत. सारांश, ईश्वराने विश्व निर्माण केले आहे, असा विश्वास बाळगणे म्हणजे धम्म नव्हे. जी गोष्ट ईश्वराची तीच गोष्ट वेदांत तत्त्वज्ञानात वर्णन केलेल्या ब्रह्म व आत्मतत्त्वाची सांगता येईल. ब्रह्माचा अनुभव कोणीही घेतलेला नाही. त्यामुळे ब्रह्म म्हणजेच आत्मतत्त्व हे म्हणणेही पटत नाही. कारण आत्मतत्त्वाचा प्रत्यय कोणालाही येऊ शकत नाही. आत्मतत्त्व हे अज्ञात व अदृष्ट आहे. ब्राह्मणी धर्मामध्ये आत्म्याचे अस्तित्व गृहीत धरलेले असते. बुद्धाने आत्मतत्त्व नाकारले. बौद्ध तत्त्वज्ञान अनात्मवादी आहे. ईश्वरावरील विश्वास जितका निरूपयोगी तितकाच आत्म्यावरील विश्वास हादेखील निरूपयोगी व टाकाऊ आहे. बुद्धाची ही शिकवण डॉ. बाबासाहेब आंबेडकरांनी विविध युक्तिवादांच्या आधारे सिद्ध करून दाखविली आहे. या दोन्ही गोष्टींवरचा विश्वास हा अनेक अंधश्रद्धांचे उगमस्थान आहे, हे ध्यानात घेणे आवश्यक आहे. त्यातही आत्म्याच्या अस्तित्वावरचा विश्वास सर्वांत अधिक धोकादायक आहे. आत्म्याचे अस्तित्व मान्य केले की, पुरोहित अथवा धर्मगुरू मानावाच लागतो आणि

मग जन्मापासून मृत्यूपर्यंतच्या सर्व विधींमध्ये हा पुरोहित व्यक्तींच्या मानगुटीवर बसतो. आत्मा नाहीच हे स्पष्ट झाले. मग प्रश्न निर्माण होतो की, व्यक्ती कोणास म्हणावे? बुद्धाने या प्रश्नाचे उत्तर दिले आहे. कुणीही व्यक्ती स्वत:ला 'मी' असे संबोधिते. हा 'मी' म्हणजे चित्तचैत्यस्कंध होय. तो अनित्य असतो. या क्षणीचा चित्तचैत्यस्कंध नष्ट झाला म्हणजे त्याच्याशी अतिशय सदृश असा दुसरा प्रत्यय निर्माण होतो. हा दुसरा 'मी' नष्ट होतो आणि पुढच्या क्षणीचा 'मी' उत्पन्न होतो. 'मी' ची ही मालिका चालूच रहाते. तिला 'मी'चे संतान म्हटले जाते. डॉ. आंबेडकरांनी आत्मतत्त्व नाकारले असले तरी मन आणि जाणिवेचा स्वीकार केला आहे. पृथ्वी, आप, तेज आणि वायू या चार मूलतत्त्वांच्या संयोगातून जाणीव उत्पन्न होते. मनुष्याच्या जीवनात 'जाणीव' ही मुख्य गोष्ट मानली पाहिजे. या जाणिवेमुळेच व्यक्ती विविध कार्ये करीत असते.

धम्म म्हणजे यज्ञ नव्हते. बुद्धाने यज्ञयागादि विधींना विरोध केला. यज्ञ संस्कृतीवर आधारलेला वैदिक धर्म बुद्धाने नाकारला. यामध्ये दूध, तूप वगैरे गोष्टी अर्पण केल्या जातात. प्राण्यांचा बळीही दिला जातो. असा बळी दिल्याने स्वर्गप्राप्ती होते. खरे पाहता हे सर्व व्यर्थ होय. प्राण्यांचा बळी देणे ही क्रूरताच होय. असली क्रूरता ज्या धर्मात चालते तो धर्म हा सर्वांत वाईट धर्म म्हटला पाहिजे म्हणून बुद्धाने त्या काळात प्रचलित असलेला धर्म नाकारला व त्या जागी आपल्या धम्माची मांडणी केली.

अनेक माणसे काही व्यर्थ प्रश्न उपस्थित करत असतात. ते पुढीलप्रमाणे होत- १) जन्माला येण्यापूर्वी मी अस्तित्वात होतो का? २) मृत्युनंतर मी असतो काय? ३) जग शाश्वत आहे? ४) की जग अशाश्वत आहे? ५) जगाला अंत आहे? ६) की जग अनंत आहे? नमुन्यादाखल हे प्रश्न येथे मांडले. बुद्धाने असे एकूण दहा प्रश्न समोर ठेवले. त्या प्रश्नांविषयी बुद्धाने काहीही सांगण्याचे नाकारले. असल्या प्रश्नांना बौद्ध तत्त्वज्ञानात 'अव्याकृत' असे म्हणतात. अव्याकृत म्हणजे बुद्धाने ज्याचे व्याकरण केले नाही अथवा व्याख्यान केले नाही असे, बुद्धाने असे का केले असावे? कारण हे की, असल्या प्रश्नांची उत्तरे कळून काही फायदा नाही. दु:खाचा विनाश कसा होईल इकडेच लक्ष दिले पाहिजे. बुद्धाने म्हटले आहे की, 'अंगात बाण शिरल्याने आसन्नमरण असलेल्या एखाद्या माणसाच्या अंगातील बाण काढण्यास जर कोणी परोपकारी गृहस्थ आला तर तो बाण कशाचा बनलेला आहे, कोणी बनविलेला आहे. किती वेगाने तो बाण माझ्या शरीरात घुसला इत्यादी समजल्यावरच मी तो काढू देईन.' असे त्या बाण लागलेल्या माणसाने म्हणण्यात जेवढा शहाणपणा आहे तेवढाच शहाणपणा असले निरर्थक प्रश्न विचारण्यात आहे. बौद्ध तत्त्वज्ञानाची व

बुद्धाने प्रतिपादन केलेल्या धम्माची मूळची बैठक अत्यंत व्यावहारिक आणि नीतीप्रधान होती, हे यावरून स्पष्ट होईल.

निव्वळ काथ्याकूट करणे, स्वैर कल्पना करीत बसणे म्हणजे धम्म नव्हे. बुद्धाने आपल्या धम्मात अशा काल्पनिक गोष्टींना अजिबात थारा दिला नाही. उदा. विश्वनिर्मिती कशी झाली असावी? हा प्रश्नच निरर्थक आहे. हे जग हळूहळू उत्क्रांत झालेले आहे. हे एक वैज्ञानिक सत्य आहे. हे मान्य केल्यानंतर विश्वनिर्मिती कोणीतरी केली असली पाहिजे असे नुसते मनात येणे हेदेखील चुकीचे ठरते. आधुनिक विज्ञानाने गेली अनेक वर्षे विश्वनिर्मितीचे गूढ उकलण्यासाठी आपले प्रयत्न चालू ठेवले आहेत, तिकडे आपण लक्षच देत नाही. याचे कारण असे की, आम्हाला काहीही करून ईश्वराला विश्वनिर्मितीचे श्रेय द्यायचे असते.

आपल्या देशातील ब्राह्मणी व्यवस्थेने ज्ञानाला महत्त्व दिले. मात्र, सर्व समाजघटकांपर्यंत ते ज्ञान पोहचू दिले नाही. बुद्धाने शुष्क ज्ञानाऐवजी शिक्षण व प्रबोधनाची वाट आयुष्यभर चोखाळली. आपल्या आयुष्याची ४५ वर्षे बुद्धाने धम्म प्रवर्तनाचे व धम्मप्रचाराचे कार्य केले. हे कार्य करताना निव्वळ ज्ञानाला त्याने महत्त्व दिले नाही. त्या ज्ञानाचा उपयोग कसा करावा ह्या गोष्टीला त्याने अधिक महत्त्व दिले. ज्ञानी माणसाने शीलवान असले पाहिजे. शील नसेल तर नुसते ज्ञान अत्यंत धोकादायक ठरू शकते. आणखी असे की, ज्ञान साधनेत नुसते वाचन अथवा पठण उपयोगी पडणारे नसते. आपल्या अवतीभोवती सर्वत्र 'पारायणे' चाललेली असतात. तथापि, नुसते पारायण करणे अथवा पठण करणे म्हणजे धम्म नव्हे. जे अभ्यासले, वाचले आहे त्यांपैकी एखादे तत्त्व आचरणात आणणे महत्त्वाचे असते. त्यातच शहाणपण दडलेले असते. बाबासाहेबांनी म्हटले आहे की,

"A man may be able to repeat many books but if he cannot explain them what profit is there in this? But to explain one sentence of the law and to walk accordingly, this is the way to find supreme wisdom (Buddha and his Dhamma part IV, 7p. 275)"

धर्मग्रंथ अचूक व निर्दोष असतात असे मानणे म्हणजे धर्म नव्हे. वेद हे प्रमाण ग्रंथ आहेत. ते पवित्र असून ते अंतिम आहेत. त्यांच्याआधी कोणताही ग्रंथ नव्हता व त्यांच्यानंतरही कोणताच ग्रंथ तितका पवित्र व प्रमाण असणारा निर्माण झालेला नाही व होणारही नाही. वेदांमध्ये सर्व काही सांगितलेले आहे. अशी वैदिकांची धारणा झाली होती. बुद्धाने हे सर्व नाकारले. बौद्ध दर्शन हे अवैदिक दर्शन आहे. याचा अर्थ असा की, वेद अचूक व अंतिम आहेत ही गोष्ट बौद्धांना मान्य नाही.

कोणत्याही ग्रंथाची, मग तो पवित्र धर्मग्रंथ असला तरी चिकित्सा करता आली पाहिजे. चिकित्सा केल्यानंतर काही सत्य म्हणून हाती आले तर त्या सत्याचा जरूर स्वीकार करावा. तथापि, अनुभव न घेता, कसलीच चिकित्सा न करता, कोणत्या तरी ग्रंथात सांगितले आहे म्हणून अथवा कोण्यातरी अधिकारी व्यक्तीने सांगितले आहे म्हणून कोणतेही विधान सत्य म्हणून स्वीकारू नये, अशी स्पष्ट भूमिका बाबासाहेबांनी घेतली आहे. ही भूमिका आधुनिक काळातील विज्ञाननिष्ठ विवेकवादाशी सुसंगत अशीच आहे. हे ध्यानात घेणे जरूरीचे आहे. 'बाबा वाक्यम् प्रणाम्' ही भूमिका आज एकविसाव्या शतकातदेखील जाहीरपणे मांडणाऱ्या व्यक्ती आणि संघटना आपल्या आजूबाजूला सक्रिय झालेल्या दिसतील. धम्माचा स्वीकार केलेल्या व्यक्तींनी व जनसमुदायांनी त्यांच्या बाबतीत अतिशय सतर्क व सावध राहिले पाहिजे.

'धम्म' म्हणजे 'काय नाही' हे स्पष्ट करीत असतानाच 'धम्म' म्हणजे काय आहे? या गोष्टीचा उलगडा वाचकांना झाला असणार. ज्यास 'धर्म' म्हटले जाते तो म्हणजे 'धम्म' नव्हे, हा मुख्य मुद्दा ध्यानात घेणे आवश्यक आहे. धर्माहून धम्म पूर्णत: वेगळा आहे. धर्माला ईश्वराचे अधिष्ठान लागते. ईश्वरावर विश्वास असणे हे प्रत्येक संस्थात्मक धर्माचे मुख्य वैशिष्ट्य होय. एकदा ईश्वरावर विश्वास ठेवला की धर्मग्रंथ व त्याच्या शिकवणीवर विश्वास ठेवावा लागतो. धर्मग्रंथ आला की धर्मोपदेशक, पुरोहित हे मागोमाग येतात. त्याच्या जोडीने चर्च, मंदिर, मूर्ती, पूजाअर्चा, प्रार्थना, उपासना इ. सर्व गोष्टी आपोआप पुढे येतात. हे सर्व स्वीकार केल्याने मानवी कल्याणात कोणती भर पडते? मानवी जीवनातील कोणते प्रश्न मार्गी लागतात? खरे तर, हा संशोधनाचा विषय होऊ शकेल. पवित्र धर्मग्रंथात जे सांगितले ते एकदाच. तेच अंतिम असे मानण्याने मानवी स्वातंत्र्य लोप पावते. मानवी बुद्धी निरूपयोगी ठरते. यावर एक उत्तम उपाय बाबासाहेबांनी सांगितला आहे. ते म्हणतात, ...Consider whether the beliefs and views sought to be inculcated are salutary or insalutary, blameworthy or blameless, lead to wellbeing or illbeing. lt is only on these grounds that one can accept the teaching of anybody. (lbid-p.278)"

हा उपाय मूलगामी आहे. त्यामध्ये मानवी कल्याण हा निकष मध्यवर्ती ठेवला आहे. त्या निकषावर पवित्र धर्मग्रंथांची, कोणत्याही ग्रंथाची, साधु पुरूषांच्या वचनांची, अधिकारी व्यक्तीच्या शिकवणीची तपासणी करावी असे बाबासाहेब सुचवितात. दु:खाची गोष्ट ही आहे की आपण अशी कठोर तपासणी करीत नाही.

येथपर्यंत धम्माचे स्वरूप स्पष्ट होते. धम्म म्हणजे नीति आणि नीति म्हणजे धम्म. डॉ. बाबासाहेब आंबेडकर तिथेच थांबत नाहीत. त्यांना नुसता 'धम्म' पुरेसा वाटत नाही. त्यांना तो सद्धम्म हवा होता. संपूर्ण जग हे 'सद्धम्माचे राज्य' करावे अशी त्यांची धारणा होती. हे राज्य आदर्श असणार. त्या राज्यवस्थेत प्रज्ञेला सर्वत्र महत्त्व दिले जाईल. सर्वांसाठी शिक्षणव्यवस्था मुक्त असेल. मात्र, त्या शिक्षणाने पांडित्य मिरविणारी माणसे तयार होता कामा नयेत. पांडित्याला शीलाची जोड असली पाहिजे. याचे मूळ कारण असे की, बुद्धाने विद्येपेक्षा प्रज्ञेला अधिक महत्त्व दिले आहे. अर्थात नुसती प्रज्ञाही महत्त्वाची नाही. तिला शीलाची जोड असलीच पाहिजे. डॉ. आंबेडकरांचे म्हणणे असे आहे की, शीलाशिवाय प्रज्ञा ही अत्यंत धोकादायक ठरू शकते. सद्धम्मामध्ये प्रज्ञा व शील यांच्याबरोबरच 'करूणा' आवश्यक आहे. 'करूणा' म्हणजे प्रेम. सर्व मानवांबद्दलचे प्रेम, मग तो कोणत्याही धर्माचा असो. वयस्क, अनाथ, गरीब व असाहाय्य माणसांना सर्व तऱ्हेची मदत करून त्यांना दुःखमुक्त करण्यासाठी स्वतः क्रियाशील व्हावे आणि इतरांनाही त्या पद्धतीचे आवाहन करावे, हा करूणेचा गाभा होय. सद्धम्मामध्ये यानंतर मैत्रीला महत्त्वपूर्ण स्थान देण्यात आले आहे. करुणेच्या पलीकडे जाऊन सर्व सजीवांबद्दल मैत्री वृद्धिंगत करणे सद्धम्मांमध्ये अभिप्रेत आहे. त्यासाठी माणसामाणसांतील सर्व भेदाभेद, सर्व सामाजिक निर्बंध दूर करावे लागतील. सर्व प्रकारची उच्च-नीचता आणि विषमता दूर सारणे आवश्यक आहे. हे तेव्हाच शक्य होईल जेव्हा प्रत्येक माणसाच्या हृदयातून द्वेषाची हकालपट्टी होईल व त्याची जागा मैत्रीने घेतली जाईल. बुद्धाने चातुर्वर्ण्य व्यवस्था नाकारली. याचे मूळ कारण ही व्यवस्था विषमतेवर आधारलेली होती. माणसाला माणसापासून तोडणारी होती. गौतम बुद्ध हा समतेचा पुरस्कर्ता होता. त्याने वर्णन केलेला धम्म हादेखील समताधिष्ठित होता. 'सर्व माणसे समान आहेत' हे सत्य स्वीकारूनच धम्माच्या आधारावर मानव समाजाची पुनर्रचना करावी हेच डॉ. आंबेडकरांचे जीवनसर्वस्व होते. न्याय, समता, बंधुता इत्यादी मानवी मूल्यांना आपल्या राज्यघटनेत महत्त्वपूर्ण स्थान देण्यात आले आहे. त्यामागेही बाबासाहेबांची हीच दृष्टी होती.

डॉ. बाबासाहेब आंबेडकरांचा वारसा पुढे चालवायचा असेल तर आपली दृष्टी व्यापक व्हायला हवी. आपल्या मनात कोणत्याही पूर्वग्रहांना स्थान असू नये. संकुचित वृत्तीला थारा देऊ नये. कोणी संकुचितपणे वागत असेल तर त्यास धम्माची शिकवण देण्यास आपण तयार असले पाहिजे. सर्वांत महत्त्वाची गोष्ट म्हणजे डॉ. बाबासाहेब आंबेडकर हे स्वतः संपूर्ण मानव समाजाला आवाहन करीत आहेत, हे

आपण विसरता कामा नये. जगातील कितीतरी तरूण अभ्यासक, संशोधक डॉ. आंबेडकरांचे इंग्रजी ग्रंथ विकत घेऊन त्यांचे वाचन आणि मनन करीत आहेत. आपल्यापैकी प्रत्येकाने असे मनलावून वाचन केले तर डॉ. आंबेडकरांचे मूलगामी विचार आपणास निश्चित समजतील व त्यानुसार आपण आपल्या आचरणात बदल करू शकू असा मला विश्वास वाटतो. धम्म हा 'आचारधम्म' आहे हे आपण विसरता कामा नये.

■ ■ ■

४

डॉ. आंबेडकर यांचा सामाजिक मूल्यविषयक दृष्टिकोन

■

प्रा. सुहास पळशीकर

बाबासाहेबांनी आपल्या हयातभर कटुता पत्करून अस्पृश्यतेविरुद्ध लढा दिला. या लढ्याने फुलेंप्रणीत जातीलढ्याला गती मिळाली. नवे परिमाण मिळाले. डॉ. आंबेडकरांच्या जीवित कार्याचा वरवर विचार केला तर असे दिसते, की त्यांनी केवळ अस्पृश्यतेच्या प्रश्नालाच प्राधान्य दिले; पण या प्रश्नावर लढताना त्यांनी न्यायाच्या तत्त्वाचे भान सोडले नव्हते. त्यामुळेच या लढ्यामागची त्यांची वैचारिक भूमिका व्यापक प्रश्नांचे संदर्भ घेऊन येते. त्यांनी अस्पृश्यतेविरुद्ध आणि अस्पृश्यांचे लढे उभे केले. पण त्या पाठीमागे अस्पृश्यता हा प्रस्थापिताचा सर्वाधिक किडलेला, सर्वाधिक अन्यायपूर्ण घटक आहे, अशी भूमिका दिसते. अस्पृश्यताविरोधी लढ्याची व्याप्ती त्यांनी हिंदू तत्त्वज्ञानांविरुद्धच्या वैचारिक लढाईपर्यंत नेली. हिंदू समाजव्यवस्था, जातीप्रथा आणि तिचे समर्थन करणारी तत्त्वज्ञाने यांचा त्यांनी प्रतिवाद केला. प्रस्थापिताचा सर्वांत अन्यायपूर्ण घटक आणि एकूणच प्रस्थापित विचारव्यूह यांच्या उच्चाटनाची भूमिका बाबासाहेब घेतात. म्हणूनच हिंदू तत्त्वज्ञानाची परखड चिकित्सा त्यांच्या लिखाणात आढळते. प्रस्थापिताचे उच्चाटन करून त्या जागी श्रेयगर्भ समाज-व्यवस्था आणणे असा बाबासाहेबांच्या जीवितकार्याचा गाभा सांगता येईल. अशी श्रेयगर्भ समाजव्यवस्था आणि तिच्याशी सुसंगत मूल्य व्यवस्था यांचा वेध घेण्याचा प्रयत्न त्यांच्या लिखाणात, विचारात दिसतो.

उदारमतवाद आणि समाजवाद

उदारमतवादी विचारविश्वाचा बाबासाहेबांवर प्रभाव होता. विशेषत: राजकीय व्यवस्थेसंबंधीच्या त्यांच्या विचारात हा उदारमतवाद डोकावतो; बाबासाहेबांवर

उदारमतवादाचा प्रभाव होता हे म्हणणे अनेकांना अयोग्य वाटते. बाबासाहेबांनी नियोजित अर्थव्यवस्थेचा पुरस्कार केला होता. मग त्यांची गणना उदारमतवादी म्हणून कशी करायची? असा प्रश्न विचारला जातो. (नियोजित अर्थव्यवस्थेचा पुरस्कार करणारे डॉ. आबंडेकर निव्वळ लोकशाहीवादी कसे असू शकतील? म्हणून डॉ. आंबेडकरांना उदारमतवादी संबोधण्यात विचारवंतांची काही तरी गफलत होते अशी शंका मला येऊ लागली.' असा अभिप्राय प्रा. रावसाहेब कसबे यांनी १९९०च्या 'सुगावा'च्या दिवाळी अंकात नोंदवला आहे. पृ. ५) खुद्द डॉ. आंबेडकरांनीच I am not liberal असे म्हटल्याचाही दाखला दिला जातो. (कसबे, डॉ. आंबेडकर आणि मार्क्स, सुगावा पुणे, १९८५, पृ. ३७) या आक्षेपांपैकी दुसरा फसवा आहे. मी सुरुवातीला म्हटल्याप्रमाणे केवळ शब्दप्रामाण्यातूनच असा युक्तिवाद केला जाऊ शकतो. कारण 'I am not liberal' हा डॉ. आंबेडकरांचा अभिप्राय 'रानडे, गांधी अँड जीना' या व्याख्यानातील असून, त्याच्या आगेमागे मात्र त्यांनी रानडे यांच्या उदारमतवादाचा सारांश देऊन त्या विचाराशी सहमती दर्शवली आहे. रानड्यांचे राजकीय तत्त्वज्ञान सांगून डॉ. आंबेडकर म्हणतात, "Who could quarrel with Ranade on these three propositions and if there be one, on which?" या मुद्द्यांपैकी पहिल्या दोन मुद्द्यांबद्दल तर वाद होऊच शकत नाही, असे ते सांगतात. (ते मुद्दे व्यवहार्य आदर्श असावेत; घटनानिर्मिती आणि राजकारण या क्षेत्रात निव्वळ सिद्धान्तापेक्षा जनहीत आणि लोकांची मन:स्थिती यांना अधिक महत्त्व असते.) तिसरा मुद्दा होता तत्त्वांशी तडजोड न करता शक्याशक्यता पाहून वाटाघाटी करण्याचा. डॉ. आंबेडकर म्हणतात, की या मुद्द्यावर 'लिबरल' आणि 'काँग्रेसवाले' यांच्यात बखेडा झाला. आणि मग वरील विधान येते. I am not liberal. but I am sure the view Ranade held was the right one (Writings and speaches) (खंड १, पृ. २२९) हा संपूर्ण संदर्भ पाहिला तर असे दिसते की, 'मी लिबरल गटाचा नाही' असा डॉ. आंबेडकरांच्या बोलण्याचा रोख होता. तेव्हा या विधानावरून त्यांच्यावरच्या उदारमतवादी प्रभावाबद्दल काहीच सिद्ध होत नाही. पण 'रानडे, गांधी अँड जीना', या संपूर्ण व्याख्यानातून मात्र राजकारणाविषयीच्या उदारमतवादी दृष्टीबद्दलची त्यांची आस्था स्पष्ट होते. डॉ. आंबेडकरांना 'निव्वळ' उदारमतवादी मानता येईल का? ही कसब्यांची शंका मात्र बरोबर आहे. मी तर त्याही पुढे जाऊन असे म्हणेन की, डॉ. आंबेडकरांवर 'उदारमतवादी विचारवंत' असा शिक्का मारता येणार नाही. मात्र, त्यांच्या सर्व चिंतनात उदारमतवादी प्रेरणा आणि त्या प्रेरणांच्या पलीकडे जाण्याचा प्रयत्न असा ताण आढळतो. उदारमतवादाचा व्यक्तिवाद त्यांना अमान्य होता. The atomistic conception of individuals in Society so greatly popularised ..... in political nation is the greatest humbug. (Castes in India, Ws, खंड १, पृ. १५.) पण व्यक्तिस्वातंत्र्य आणि हक्कांच्याद्वारे वैयक्तिक आत्मोन्नतीचा विचार त्यांना मान्य होता. कायदा हे हक्कांच्या पूर्तीचे महत्त्वाचे साधन आहे. यावर त्यांचा विश्वास होता. एकूणच कायदा, न्यायशास्त्र, घटनात्मकता याचे त्यांना आकर्षण होते. व्यक्तीची प्रतिष्ठा आणि व्यक्तीचे स्वातंत्र्य यांच्यावर सामाजिक दडपशाहीचा घाला येऊ शकतो याची त्यांना जाणीव होती. सुव्यवस्था (Order) विवेक, बुद्धिवाद, प्रगतिशीलतेवरचा विश्वास टप्प्याटप्प्यांनी बदल होतात हा विश्वास ही सर्व त्यांच्या उदारमतवादी प्रेरणांची उदाहरणे होत. मात्र, उदारमतवादाच्या आर्थिक प्रणालीचे त्यांना अजिबात आकर्षण नव्हते. व्यक्तिवाद आणि समूहकल्याण यांच्यातील तणावांची डॉ. आंबेडकरांना स्पष्ट जाणीव होती. समकालीन समाजवादी विचार आणि चळवळीबद्दल ते जागरूक तर होतेच पण त्या विचारांचा प्रभावही डॉ. आंबेडकरांवर पडला होता. तथापि, उदारमतवाद आणि समाजवाद यांच्यातून एकाचीच निवड करणे त्यांना फारसे पसंत नसावे. त्याऐवजी उदारमतवादी राजकीय प्रेरणा आणि समाजवादाची परिवर्तनाची दृष्टी यांची सांगड घालण्याचा त्यांचा प्रयत्न होता. असा प्रयत्न त्यांच्या 'स्वतंत्र मजूर पक्षा'च्या कालखंडात आढळतो. 'स्टेट्स अँड मायनॉरिटीज्' मध्येही हा प्रयत्न आढळतो. हे दोन्ही प्रयत्न ज्याला 'लोकशाही समाजवादी' म्हणता येईल अशाप्रकारचे होते. म्हणजे राजकीय लोकशाहीला धक्का लागू न देता सामाजिक, आर्थिक परिवर्तनाची धोरणे राबविण्याच्या दृष्टीने या काळात त्यांनी मांडणी केलेली दिसते. आपल्या आयुष्याच्या अखेरीस लोकशाही मूल्ये आणि समाजवादी मूल्ये यांचा संयोग त्यांनी बुद्ध धम्माच्या चौकटीत घडवून आणला. मात्र, या सर्व प्रयत्नांमध्ये त्यांनी उदारमतवादी प्रेरणांचा पूर्णपणे त्याग केला असेही दिसत नाही. उदारमतवाद आणि समाजवाद यांच्यातील वैचारिक द्वंद्वाचे प्रतिबिंब त्यांच्या मांडणीत पडल्याचे जाणवत राहते. त्यामुळेच कम्युनिस्टांच्या 'क्रांतिवादा' बद्दल ते साशंक होते; (बहिष्कृत भारत, २७ सप्टें १९२९, 'अभ्यासाची साधने' खंड २, पृ. ३२४) आणि तरीही 'कम्युनिस्टांचे ध्येय आत्यंतिक असले तरी ते अयोग्य आहे, असे आम्ही म्हटले नव्हते.' (ब. भा. १५ नोव्हे. १९२९, उपरोक्त, पृ. ३३७) असाही खुलासा ते करताना दिसतात.

स्वातंत्र्य-समता-बंधुभाव

या वैचारिक द्वंद्वाचा परिपाक म्हणजे डॉ. आंबेडकरांच्या लिखाणात, विचारात उदारमतवादाचा शिक्का बसलेली तत्त्वे येतात; पण त्यांचा पुरस्कार केलेला असतो तो मात्र परिवर्तनवादी संदर्भात. डॉ. आंबेडकरांच्या विचारात सातत्याने ज्यांचा उल्लेख

येतो ती तत्त्वे म्हणजे स्वातंत्र्य, समता आणि बंधुभाव ही तत्त्वे होत. लोकशाही राज्यपद्धती, समाजवाद, राज्यसमाजवाद. हिंदू तत्त्वज्ञानाची चिकित्सा, धम्म या विविध संदर्भातील बाबासाहेबांच्या विचारात एक समान सूत्र दिसते. ते म्हणजे स्वातंत्र्य, समता, बंधुभाव या तत्त्वत्रयींचा पाठपुरावा त्यांच्या लेखनात आणि भाषणांतही या तत्त्वांचा पुनःपुन्हा उल्लेख येतो. महाडच्या परिषदेपुढे केलेल्या भाषणापासून (१९२७) तर 'बुद्ध अँड हिज् धम्म' (१९५७) पर्यंतच्या लेखनात; तसंच इतर अप्रकाशित लेखनातही स्वातंत्र्य, समता, बंधुभाव यांचे संदर्भ येतात; त्यांचा पुरस्कार केलेला दिसतो. म्हणजे या तत्त्वांचा पाठपुरावा त्यांनी जीवनाच्या कोणत्या तरी एकाच टप्प्यावर केला असे नाही तर हयातभर केला. तसेच हा पुरस्कार जीवनाच्या एखाद्याच क्षेत्रापुरता नाही. म्हणजे फक्त समाजकारणात ही तत्त्वे आणि आर्थिक किंवा धार्मिक बाबतीत दुसरी असे होत नाही. सामाजिक व्यवहारांच्या सर्व क्षेत्रासाठी या तत्त्वांचा पुरस्कार बाबासाहेब करतात. त्यांच्या दृष्टीने ही तत्त्वे सर्वस्पर्शी आहेत. स्वातंत्र्य, समता आणि बंधुभाव हे त्यांनी आदर्शच मानले. 'ॲनायइलेशन ऑफ कास्ट' मध्ये ते म्हणतात, "मला विचाराल तर माझा आदर्श समाज म्हणजे स्वातंत्र्य, समता आणि बंधुभावावर आधारित समाज असेल." (WS खंड १, पृ. ५७) ऑक्टोबर १९५४मध्ये आकाशवाणीवरून केलेल्या भाषणातही त्यांनी या तत्त्वांचा आपले 'सामाजिक तत्त्वज्ञान' म्हणून स्पष्टपणे उल्लेख केला आहे. 'Positively my social philosophy may be said to be enshrined in three words : liberty, equality and fraternity' (कौर; पृ. ४५९) 'भावनात्मक दृष्टीने माझे सामाजिक तत्त्वज्ञान तीन शब्दांत गुंफले जाईल; स्वातंत्र्य, समता आणि बंधुता.

'बुद्ध ऑर मार्क्स' या निबंधातही बाबासाहेबांनी या तत्त्वांचा उल्लेख केला असून, त्या तत्त्वांच्या आधारांवर मानवसमाज नवसमाजाचा पाया घालण्याचा प्रयत्न करीत आहे, असे म्हटले आहे. (WS खंड ३, पृ. ४६२) 'मुक्ती कोन पथे' या त्यांच्या प्रसिद्ध भाषणातही बाबासाहेबांनी 'सहानुभूती, समता, स्वातंत्र्य' ही तत्त्वे व्यक्तीच्या उन्नतीसाठी आवश्यक असल्याचे प्रतिपादन केले. (भगवान दास, खंड ४, पृ. २८ 'फिलॉसॉफी ऑफ हिंदुइझम' या निबंधातही हिंदुधर्माचे तत्त्वज्ञान 'न्याय' या तत्त्वाच्या कसोटीवर तपासले आहे. 'न्याय' म्हणजेच स्वातंत्र्य, समता, बंधुभाव असे स्पष्ट करून या तत्त्वांच्या आधारे धार्मिक तत्त्वज्ञानाचे मूल्यमापन केले पाहिजे अशी भूमिका घेतली आहे. (WS खंड ३, पृ. २५) याच भूमिकेतून 'ॲनायइलेशन ऑफ कास्ट' मध्येही त्यांनी हिंदूंना स्वातंत्र्य, समता आणि बंधुभावाशी सुसंगत अशा तत्त्वांचा आधार धर्मविचाराला मिळवून देण्याची सूचना केली आहे. (WS खंड १, पृ. ७७)

ही काही उदाहरणे झाली. डॉ. आंबेडकरांच्या ज्या लिखाणात या तत्त्वांचा प्रत्यक्ष उल्लेख नाही त्यातही मुख्य सूत्र सामाजिक समता, न्याय, मानवप्रेम आणि व्यक्तिस्वातंत्र्य हेच आहे. या दृष्टीने 'स्टेट्स अँड मायनॉरिटीज्' मधल्या तरतुदींमागची प्रेरणा पाहण्यासारखी आहे. अर्थव्यवस्थेला नियोजनाचे तत्त्व लागू करण्याचा आग्रह त्यात आहे. आपण आधी पाहिले त्याप्रमाणे राजकीय लोकशाहीला धक्का लागू न देता आर्थिक बद्दल घडवून आणण्याचा त्यात प्रयत्न आहे. समाजवादी कार्यक्रम आखणे आणि समाजवादी धोरण राबवणे राज्य संस्थेवर बंधनकारक असावे असा प्रस्ताव त्यात आहे. राजकीय लोकशाहीला खऱ्याखुऱ्या सामाजिक लोकशाहीचे रूप देणे हा या प्रस्तावाचा हेतू आहे. घटनात्मक अधिकारांचे महत्त्व जसे डॉ. आंबेडकर मानतात तसेच ते अधिकार प्रत्यक्षात व्यक्तींना मिळायला पाहिजेत असा आग्रहही धरतात. खासगी अर्थव्यवस्थेच्या चौकटीत घटनात्मक अधिकार घटनेतच राहतात; व्यक्ती ते वापरू शकत नाहीत या वस्तुस्थितीचे भान डॉ. आंबेडकरांना होते. (WS खंड १, पृ. ४०९) मृत्युसमयी त्यांच्या डोळ्यापुढे रिपब्लीकन पक्षाचा जो आराखडा होता त्यातही स्वातंत्र्य, समता, बंधुभाव यांचाच पाठपुरावा होता. त्यादृष्टीने समान न्याय, व्यक्तिस्वातंत्र्य, समान संधी आणि गरज व भीतीपासून मुक्त अशा समाजाची निर्मिती या मुद्द्यांचा रिपब्लीकन पक्षाच्या कार्यक्रमात समावेश होता. (खैरमोडे खंड ७, पृ. १८१)

या सर्व विवेचनाचा निष्कर्ष असा, की स्वातंत्र्य, समता, बंधुभाव या तत्त्वांचा उल्लेख डॉ. आंबेडकरांच्या विचारात अनेक ठिकाणी येतो एवढेच या त्रिसूत्रीचे महत्त्व नाही, तर त्यांच्या सर्व लिखाणातही या तीन तत्त्वांशी सुसंगत अशीच मांडणी आढळते. सर्व मानवी संबंध या तत्त्वांवर आधारित असावेत असा त्यांचा आग्रह होता. उदाहरणार्थ, 'बहिष्कृत भारत'. डॉ. आंबेडकर म्हणतात, 'समता हे सार्वजनिक नीतीचे एक मुख्य तत्त्व आहे. राजकीय, धार्मिक, सामाजिक व आर्थिक बाबतीत समतेचे तत्त्व लागू करणे म्हणजे समाजरचना नीतीच्या पायावर करणेच होय; (अभ्यासाची साधने, खंड २, पृ. २९८-९९) म्हणजेच डॉ. आंबेडकरांचे तत्त्वचिंतन; राजकीय विचार, धर्मचिकित्सा या तिन्हींमध्ये या तत्त्वांचा पाठपुरावा आढळतो; राजकारण, अर्थव्यवहार आणि धर्मकारण यांना या तत्त्वांचाच आधार असावा असा त्यांचा आग्रह होता.

स्वातंत्र्य

स्वातंत्र्य, समता, बंधुभावाचा आपला आग्रह भांडवलशाही विचाराच्या चौकटीतला नाही हे डॉ. आंबेडकरांनी अन्यत्रही स्पष्ट केले आहे. इतकेच काय पण

आपला या तंत्रासाठीचा आग्रह म्हणजे श्रमजीवी जनतेचा या तत्त्वांसाठीचा आग्रह आहे असेही ते सुचवतात. युद्धकाळात १९४२मध्ये आकाशवाणीवरून केलेल्या भाषणात ते म्हणात की, आज श्रमजीवी वर्ग स्वातंत्र्य- समता-बंधुभाव यांची अपेक्षा करीत आहे. श्रमजीवींची मागणी मात्र प्रचलित अर्थापेक्षा वेगळी आहे. 'Labour wants liberty, there is perhaps nothing new in this. What is new is labour's conception of liberty, Labour's conception of liberly is not merely the negative conception of absence of restraint. Nor is Labour's conception of Liberty confirmed to the mere recognition of the right of the people to vote liberty as conceived by labour includes the right to equal opportunity- (लोखंडे, पृ. २१०-११) लोखंडे यांनी या भाषणाची तारीख दिलेली नाही. कीरांनी याच भाषणाचा काही वृत्तांत दिला असून (पृ. ३५५-५६) तारीख १३ नोव्हेंबर १९४२ अशी दिली आहे. या वेळी बाबासाहेब व्हाइसरॉयच्या कार्यकारी मंडळात 'लेबर मेम्बर' होते; म्हणून श्रमजीवींचा युद्धाविषयीचा दृष्टिकोन असा त्यांच्या भाषणाचा विषय होता. या भाषणाला 'चले जाव' आणि काँग्रेसचा युद्धविरोध यांची पार्श्वभूमी होती.

मताधिकार, मूलभूत अधिकार यांचा केवळ घटनेत समावेश करणे पुरेसे नाही, त्या अधिकारांचा उपयोग करण्याची क्षमता आणि मुभा असली पाहिजे यावर बाबासाहेबांचा भर होता. स्वातंत्र्य म्हणजे जीवितवित्ताचे हक्क घटनेत नोंदवणे एवढेच नाही. अगदी व्यक्तीचा विचार केला तरी व्यक्ती विकासाच्या संधी प्रत्यक्ष उपलब्ध असणे म्हणजे स्वातंत्र्य. अशा स्वातंत्र्यात केवळ व्यक्तिवादी हक्कांना फारसे महत्त्व रहात नाही तर समाजातील भिन्न गटांना, विशेषत: शोषित जनसमूहांना स्वातंत्र्यभोगासाठीच सामर्थ्य प्राप्त करून देणे हाच स्वातंत्र्याचा अर्थ ठरतो; बाबासाहेबांना स्वातंत्र्याचा हा भावात्मक अर्थच अभिप्रेत होता. 'स्टेट्स अँड मायनॉरिटीज्'मध्ये या मुद्याची सविस्तर चर्चा येते. या पुस्तिकेत राज्यघटनेत मूलभूत हक्क कसे असावे या बद्दलचे प्रस्ताव दिलेले आहेत. मूलभूत हक्कांच्या पारंपरिक कल्पनेपेक्षा ते भिन्न आहेत. विशिष्ट प्रकारची धोरणे राबण्याचे बंधन राज्य संस्थेवर असावे असं त्यात सुचवलं असून, या धोरणांमधून सामान्य माणसाचं स्वातंत्र्य साकारेल अशी कल्पना मांडली आहे. नुसते नकारात्मक मूलभूत हक्क घटनेत देणे पुरेसे नाही हे सांगताना पोटापाण्याच्या विवंचनेत किती जणांना आपल्या मूलभूत हक्कांचा त्याग करावा लागतो? हा प्रश्न डॉ. आंबेडकर उभा करतात. "How, many have to relinguish their constitutional rights to gain their living?" (WS, खंड १, पृ. ४०९) ते पुढे म्हणतात की, मूलभूत हक्कांना काय किंमत आहे ते बेरोजगारांना विचारा : "Ask those who are unemployed whether what are called fundamental Rights are of any value to them." (उपरोक्त)

औपचारिक घटनात्मक लोकशाहीच्या पुरस्कर्त्यांना नकारात्मक मूलभूत हक्क पुरेसे वाटत असतात. या विचाराप्रमाणे घटनात्मक लोकशाही म्हणजे शासन संस्थेच्या अधिकारावर मर्यादा घालणारी यंत्रणा असते. शासन काही गोष्टी करणार नाही याची हमी देऊन व्यक्तीला आत्मोन्नतीची पूर्ण मोकळीक दिली म्हणजे स्वातंत्र्य दिले असे मानले जात. राज्यसंस्थेची सत्ता हाच फक्त स्वातंत्र्य विरुद्धचा धोका मानला जातो. तीच गोष्ट समतेची. 'एक व्यक्ती एकमत' या तत्त्वावर भर देऊन राजकीय समता आणली जाते. या पद्धतीमुळे कायदेमंडळ खरोखरच लोकांचे प्रतिनिधित्व करते अशी समजूत करून घेतली जाते. डॉ. आंबेडकर या सगळ्या डोलाऱ्याकडे चिकित्सक दृष्टीने पाहतात. मार्क्सनी (वर उल्लेखलेल्या लिखाणात) जसे भांडवलशाहीच्या वरवरच्या व्यवहारांच्या पलीकडे पाहिले तसे राजकीय लोकशाहीच्या प्रत्यक्ष व्यवहाराची मीमांसा डॉ. आंबेडकरांनी केली. घटनात्मक कायद्याच्या पुरस्कर्त्यांचा समाचार घेताना ते म्हणतात की, आर्थिक आणि सामाजिक क्षेत्रात म्हणजे खासगी बाबतीत राज्याने हस्तक्षेप केला नाही. म्हणजे स्वातंत्र्य अबाधित राहत असे मानले जाते; पण हे स्वातंत्र्य कोणासाठी असते? "To whom and for whom is this liberty? Obviously this liberty is liberty to the landords to increase rents for copitalists to increase hours of work .... in other words what is called liberty from the control of the state is another name for the dictatorship of the private employer.' (WS, खंड १, पृ. ४१०) राज्याच्या नियंत्रणापासूनच स्वातंत्र्य हे खासगी मालकाच्या हुकूमशाहीचे दुसरे नाव आहे. याच संदर्भात प्रौढ मताधिकार असला तरी सगळी कायदेमंडळे अधिक प्रबळांच्याच नियंत्रणाखाली असतात, असे ते नोंदवतात. (उपरोक्त)-'all legislatures and Govts. are controlled in the more powerful.'

या सगळ्या तपशिलावरून एक गोष्ट अगदी स्पष्ट होते. ती म्हणजे डॉ. आंबेडकर 'स्वातंत्र्य' ही कल्पना प्रस्थापित मर्यादित अर्थानी वापरत नव्हते; सामान्य जनांना स्वातंत्र्य मिळणे म्हणजे दडपण आणि शोषणापासून अभय मिळणे असा अर्थ त्यांना अभिप्रेत होता. या अर्थानी त्यांचा स्वातंत्र्याविषयक विचार हा समताविचाराशी संलग्न असाच आहे. स्वातंत्र्य आणि समता या परस्परविरोधी बाबी न राहता ते परस्परपूरक आणि एकमेकांना आशय आणि अर्थ प्राप्त करून देणारे विचार ठरतात. म्हणूनच स्वातंत्र्याचा अर्थ सांगता सांगता ते संधीच्या समानतेपर्यंत पोचतात आणि 'एक व्यक्ती एकमत' या सूत्राऐवजी 'एक व्यक्ती एक मूल्य' या सूत्रापर्यंत येतात,

अशा प्रकारे स्वातंत्र्य आणि समता यांच्यातले द्वैत संपतं आणि एका तत्त्वाचा पाठपुरावा म्हणजे दुसऱ्याचाही पाठपुरावा ठरतो.

समता

समतेच्या तत्त्वाचे उल्लेख डॉ. आंबेडकरांच्या विचारात अनेक ठिकाणी येतात; पण समतेची चर्चा त्यांनी फारशा विचाराने केलेली नाही. त्यांचा मुख्य रोख विषमतेविरुद्ध होता. हिंदू समाजातील जातीव्यवस्था हा त्यांना समता आणि स्वातंत्र्य यांच्या प्रस्थापनेतला मुख्य अडथळा वाटत होता. त्यामुळे जातींची निर्मिती कशी झाली, त्यांचे उच्चाटन कसे करता येईल या प्रश्नांची चर्चा त्यांनी सातत्याने केलेली दिसते. जातीव्यवस्थेमुळे हिंदू समाज विसकळीत झाला आहे आणि जातींच्या श्रेणीबद्ध रचनेमुळे विविध जातींनी एकत्र येऊन या व्यवस्थेचा मुकाबला करण अशक्य आहे, असं ते म्हणतात. प्रामुख्याने हिंदू समाजाचा विषमाधिष्ठित व्यवहार आणि त्याला मान्यता देणारी विषमतामूलक हिंदू तत्त्वज्ञान यांच्यावर प्रकाश टाकणारे लेखन बाबासाहेबांनी केले आहे. 'The Philosophy of Hinduism' आणि 'Revolution and Counter Revolution' यांचा या संदर्भात विशेषत्वाने उल्लेख करता येईल.

'ॲनायइलेशन ऑफ कास्ट'मध्ये डॉ. आंबेडकरांनी समतेची काहीशा विस्ताराने चर्चा केली आहे. या चर्चेला पार्श्वभूमी अर्थातच जातीव्यवस्था आणि हिंदू तत्त्वज्ञानाची आहे; पण त्याशिवाय एक उद्दिष्ट म्हणूनही त्यांनी समतेची चर्चा केली आहे. ॲनायइलेशन मधली ही चर्चा काहीशी संदिग्ध आहे. राजकारणात सर्वांना सारखे अधिकार असावेत, सर्वांना सारखे वागवावे असे सुचवून बाबासाहेबांनी समतेच्या तत्त्वातील काही अडचणीही नोंदवल्या आहेत. समतेचे तत्त्व हे वादग्रस्त तत्त्व आहे असे ते म्हणतात. पूर्ण समानता सर्व बाबतीत शक्य नाही हे त्यांनी स्पष्ट केले आहे. बाबासाहेबांचा हा मुद्दा समतेच्या अतिरेकी पुरस्काराच्या संदर्भात असावा. गुणवत्तेमध्ये फरक असेल तर त्याप्रमाणे निवड करतानाही फरक करावा लागेलच. मात्र, असा फरक करण्यापूर्वी शिक्षण, सामाजिक वातावरण, भोवतालची परिस्थिती यांच्या बाबतीत समानता आणणे योग्य ठरेल असे त्यांनी सुचविले आहे; व्यक्तीव्यक्तींमध्ये समानता प्रस्थापित केल्यानेच समाजाला व्यक्तीकडून अधिकाधिक योगदान मिळू शकेल, असा मुद्दाही त्यांनी मांडला आहे. समानतेच्या तत्त्वासाठी सारखेपणाचा फार आग्रह धरू नये असे त्यांना वाटत असावे. पण सारखेपणा नसताना समता कशी येणार हा मुद्दा राहतोच. त्यामुळेच 'The doctrine of equality is glasingly fallacious' असा एकदम बुचकळ्यात पाडणारा शेराही ते मारतात. (WS, खंड १, पृ. ५७-५८) 'ॲनायइलेशन' मधली ही चर्चा करताना सरसकट सारखेपणाचा धोका बहुधा त्यांच्या

डोळ्यापुढे असावा. एकूणच निव्वळ समतेपेक्षा समान दर्जा, समान संधी, न्याय्य वाटप यांचे महत्त्व बाबासाहेबांना जास्त वाटत होते. टोकाचा व्यक्तिवाद जसा ते नाकारतात तसाच समाजातील विविधता भरडून टाकणारा समूहवादही त्यांनी नाकारला. त्यामुळेच केवळ समतेच्या उद्घोषापेक्षा न्याय कल्पना त्यांना महत्त्वाची वाटते. Equality आणि Equity यात फरक करून ते न्यायात्मकतेचा पाठपुरावा करतात.

बंधुभाव

१) स्वातंत्र्य आणि समता यांच्यापेक्षाही डॉ. आंबेडकरांना बंधुभावाचे तत्त्व जास्त महत्त्वाचे वाटते. स्वातंत्र्य आणि समता या तत्त्वांवरील हल्ले थोपवण्याचे काम बंधुभावनाच करेल असा त्यांचा विश्वास होता. आपल्या सभोवतालच्या मानवमात्रांबद्दलचे प्रेम हीच स्वातंत्र्य समतेविरुद्धच्या हल्ल्याविरुद्धची खरी हमी आहे; बंधुभावामुळे समाजात संवाद, सहकार्य आणि सहजीवन यांना वाव मिळतो. समाज गतीक्षम बनतो. Social endosomosis हे बंधुभावाचे लक्षण त्यांनी 'ॲनायइलेशन'मध्ये सांगितले आहे. (WS खंड १, पृ. ५७) समाजातील विविध गटांमध्ये दुरावा असेल तर प्रत्येक गटाची ध्येये, वाटचाल ही वेगवेगळी राहतील पण बंधुभाव असेल, तर त्या समाजाच्या मुळाशी एकच उद्दिष्ट असेल. केवळ आपापल्या गटाभोवतींची कोंडाळी म्हणजे 'समाज' नाही. समकेंद्री समाजरचना हे Social endosomosisचे वैशिष्ट्य असते. प्रत्यक्ष दृश्य व्यवहारांमध्ये विविध समाजघटक उत्तरोत्तर अधिकाधिक एकात्म होण्याची प्रक्रिया म्हणजे Social endosomosis. त्या पाठीमागे अर्थातच भावनिक एकात्मता असली पाहिजे. कोणत्या तरी अमूर्त आवाहनातून होणारे ऐक्य किंवा त्या अमूर्तांशी स्वत:ला जोडल्याच्या खोट्या आभासातून होणारा ऐक्यभ्रम हा वायफळ आणि अल्पजीवी असतो. अशी ऐक्यभावना कृत्रिम असते. ती बहुधा दुसऱ्या कुठल्या तरी उद्दिष्टाने उभारलली गेलेली असते; बंधुभावामुळे सर्वच समाजगट आंतरिक ऊर्मीतून एकत्र ढकलले जातात. ही एकत्र ढकलेली जाण्याची प्रक्रिया endosomosis मध्ये अभिप्रेत आहे. परस्परांबद्दलचा आदर, आपलेपणा आणि प्रेम म्हणजे बंधुभाव या भावना निसर्गत: विकसित व्हायला हव्यात. व्यूहरचना म्हणून design नव्हे, तसेच हे प्रेम कशाकरता? तर सर्व जण हे आपल्यासारखेच मानव आहेत आणि त्यांचे आणि आपले आयुष्य माणूस म्हणून एकमेकांच्या आयुष्याशी जोडलेले आहे म्हणून. थोडक्यात, ही बंधुभावना निर्व्याज असेल; साधनभूत instrumental नसेल म्हणजे या समाज घटकाकडून काही तरी साधायचेच तर चला आपण त्यांना आपलेसे वाटेल असे वागू. अशा हिशेबातून बंधुभाव येत नाही. 'ॲनायइलेशन' मधला endosmos चा उल्लेख तसा अगदी तांत्रिक, पण 'बुद्ध ऑर मार्क्स'मध्ये मात्र त्यांनी बंधुभावासाठीच 'मैत्री' हा फार सुरेख शब्द

वापरला आहे. (WS खंड ३, पृ. ४४२) 'बुद्ध अँड हिज धम्म' या ग्रंथातही त्यांनी मैत्री आणि करुणा यांची चर्चा केली आहे. (पृ. २१०-२१३) जीवमात्रांबद्दल प्रेम आणि मानवमात्रांबद्दल सहभावना व बंधुभावाचा आशय आहे. या सहभावनेच्या प्रेरणेतून समाज एकरस व्हावा हे बाबासाहेबांचे स्वप्न होते. एकरस होण्याच्या प्रक्रियेत परोपकार नाही तर व्यक्तिप्रतिष्ठा आहे. समावेशच नाही तर समान दर्जा आहे आणि मुख्य म्हणजे एका घटकांनी दुसऱ्याला वापरणे हा प्रकार नाही. बाबासाहेबांच्या जन्मशताद्बी वर्षात त्यांच्या नावाने 'समरसतेचा संदेश' सांगितला जातो आहे. म्हणून बाबासाहेबांची सहजीवनाची कल्पना या समरसता विचाराहून भिन्न आहे हे स्पष्ट करणे मला आगत्याचे वाटते. नाही तर बंधुभावालाच समरसतेचा अर्थ मिळवून दिला जाऊ शकतो. आधी सुचवल्याप्रमाणे 'समरस' म्हणजे आपलेसे करणे. आपल्यात घेणे. यात अर्थातच आपल्या मर्जीने आपल्या सोयीने आपल्यात घेणे असा अर्थ आहे. हा विचार बाबासाहेबांच्या बंधुभावाच्या कल्पनेशी विसंगत आहे. सर्व समाज एक व्हायला पाहिजे हा विचार ठीक आहे; पण समरसतेच्या परिणामामुळे ह्या ऐक्य विचाराला भ्रम विचाराचे (ideology) रूप प्राप्त होते. याउलट, डॉ. आंबेडकरांच्या बंधुभावाच्या विचारांमागे न्याय्य हक्कांच्या पूर्ततेचा आग्रह आहे हे लक्षात ठेवायला हवे. थोडेसे तांत्रिक भाषेत मांडायचे झाले तर असे म्हणता येईल की, 'समरसते'चा विचार हा भ्रमविचारात्मक म्हणजे ideological आहे तर डॉ. आंबेडकरांचे बंधुभावाचे तत्त्व त्यांची सहजीवनावर आधारित समाजाची Communityची कल्पना स्पष्ट करतो. मी मुद्दामच 'कम्युनिटी' हा शब्दप्रयोग करतो आहे कारण कम्युनिटीच्या विचारातच ती साकारण्याचा आग्रह आणि त्यासाठीच्या हेतूपूर्ण कृतीची म्हणजेच praxisची मांडणी असते. स्वप्नादर्शात (utopia) केवळ आदर्शाचे स्वप्नरंजन असते. ते आदर्श प्रत्यक्षात आणण्यासाठी लागणाऱ्या कृतीचा निश्चय नसतो. म्हणून बंधुभावावर आधारित समाज हा डॉ. आंबेडकरांचा 'आदर्श' होता असे म्हणणे अपुरे ठरेल, असे मला वाटतं. त्यापेक्षा थोडा तांत्रिकतेचा किंवा सैद्धान्तिकतेचा दोष पत्करूनही सहजीवन किंवा कम्युनिटी हा शब्दप्रयोग या संदर्भात अधिक श्रेयस्कर वाटतो.

'आपली तत्त्वे किंवा आपले निष्कर्ष अनुयायांवर लादून आपल्या अनुयायांना पंगू बनवून कोणीही थोर पुरुष त्याचे कार्य करीत नाही. तो जे करतो ते म्हणजे अनुयायांना उद्युक्त करणे, जागृत करणे तसेच शिष्य आपल्या गुरूकडून मार्गदर्शन घेतो. आपल्या गुरूचे निष्कर्ष स्वीकारायला तो बांधलेला नसतो. अनुयायाने आपल्या गुरूची तत्त्वे किंवा त्याचे निष्कर्ष न स्वीकारण्यात कृतघ्नपणा नसतो.' रानडे, गांधी अँड जीना (WS खंड १, पृ. २४०)

स्वातंत्र्य, समता, बंधुभाव यांच्याविषयीची निव्वळ तत्त्वचर्चा करणे हा काही डॉ. आंबेडकरांचा हेतू नव्हता. भारतीय समाजाची उभारणी या तत्त्वांच्या आधारे करावी असे ते सांगत होते. म्हणजेच त्यांच्या या विचारांना कृतिशीलतेची जोड होती. आपल्या समाजात ही तत्त्वे आणणे जिकिरीचे आहे आणि त्यासाठी क्रांतिकारक व्यवहाराची गरज आहे, असा इशाराही त्यांनी १९२७च्या (डिसेंबर) महाड परिषदेत दिला होता. अस्पृश्यता निवारण किंवा अस्पृश्यांवरील अन्याय दूर करणे या कामाची व्याप्ती काय आहे हे डॉ. आंबेडकरांनी ओळखले होते. सुरुवातीला म्हटल्याप्रमाणे, 'अस्पृश्यांचे किंवा दलितांचे कैवारी' हे डॉ. आंबेडकरांचे वर्णन अपुरे का ठरते ते त्यांच्या अस्पृश्यता निवारणाबद्दलच्या विचारांनीच स्पष्ट होते. अस्पृश्यता निवारण्यासाठी जातीव्यवस्था मोडली पाहिजे आणि जातीव्यवस्थेच्या उच्चाटनासाठी चातुर्वर्णाची व्यवस्था नष्ट केली पाहिजे, असे प्रतिपादन ते करतात. 'कोणाचे मरण कशात आहे हे ओळखूनच त्यावर मारा करावयाचा असतो.' असे सांगून सामाजिक रोगाचे निदान कशात आहे याची पूर्ण जाणीव न झाल्यामुळे त्याच्या परिहारांचे प्रयत्न निष्फळ ठरतात असे त्यांनी स्पष्ट केले आहे. (अभ्यासाची साधने; खंड २, पृ. १८३)

आंबेडकर विचार आणि परिवर्तनावाद्यांपुढील आव्हाने

माझ्या आत्तापर्यंतच्या मांडणीचा सारांश असा सांगता येईल, की बाबासाहेबांच्या लेखन-भाषणामधील तत्कालीन राजकारणाचे आणि वाद-प्रतिवादाचे संदर्भ बाजूला केले तर १) त्यांच्या सर्व चिंतनामध्ये एक सातत्य असल्याचे लक्षात येते. शोषणरहित समाज, सहजीवन कसे निर्माण करता येईल याबद्दलचे हे चिंतन आहे. २) स्वातंत्र्य, समता, बंधुभाव ही या सहजीवनाची तात्त्विक बैठक असून डॉ. आंबेडकरांनी राजकारण, धर्म, अर्थव्यवस्था या सर्वच क्षेत्रांमध्ये ही तत्त्वे प्रमाण मानून विचार मांडले; स्वातंत्र्य, समता, बंधुभाव या तत्त्वांचा स्वीकार करताना डॉ. आंबेडकरांनी त्यांच्यात उदारमतवादापेक्षा अगदी वेगळा आशय समाविष्ट केला. ३) या तत्त्वांच्या आड येणाऱ्या जात आणि वर्ग या घटकांचा संघर्षपूर्ण मार्गांनी मुकाबला करण्याची गरज त्यांनी प्रतिपादन केली. त्यामुळे स्वातंत्र्य, समता, बंधुभाव या तत्त्वांचा पाठपुरावा करणे याचा अर्थ प्रस्थापित व्यवस्थेच्या परिवर्तनाचा पाठपुरावा करणे असा होतो. बाबासाहेबांना अभिप्रेत असणारे हे परिवर्तन मूल्य व्यवस्था आणि समाजव्यवस्था दोन्हींमध्ये आहे. ४) 'ब्राह्मणशाही आणि भांडवलशाही' यांचा मुकाबला करणे याचाच अर्थ जातीविहीन आणि वर्गविहीन समाजासाठी झगडणे. ५) डॉ. आंबेडकरांनी निर्देशित केलेले दोन्ही शत्रू आज सुसंघटित आणि प्रबळ आहेत. इतकेच नाही तर

त्यांचे साटेलोटेही आहे. या परस्परसंबंधांमुळे जातीसंस्थेला भौतिक पाठबळ नव्याने प्राप्त होत असलेले दिसते.

या पार्श्वभूमीवर डॉ. आंबेडकरांचे कार्य आणि त्यांच्या विचारांचे स्वरूप लक्षात घेता त्यांचे स्थान प्रस्थापितांविरोधी छावणीतच आहे, हे स्पष्ट व्हायला हरकत नसावी. प्रस्थपितांविरुद्धची लढाई आजही संपलेली नाही. स्वत: डॉ. आंबेडकरांनी प्रस्थापितांच्या ज्या अंगावर हल्ला चढवला ती बाजू जातीव्यवस्था हीसुद्धा अजून हलबल झालेली नाही. तिच्या मुळाशी असलेल्या धर्मावर बाबासाहेबांनी घणाघाती हल्ले चढविले; पण आज जातीचा आधार असणारा धर्मच राजकारणात मुसंडी मारतो आहे. धर्म चिकित्सा हा प्रकार जवळपास समाजातून हद्दपार होण्याच्या मार्गावर आहे. अशा वेळी बाबासाहेबांनी जागवलेली धर्म चिकित्सेची परंपरा आणि नैतिक पण ऐहिक धम्म विचारांची परंपरा परिवर्तनवादी चळवळींना प्रेरक आणि मार्गदर्शकही ठरू शकते.

जात आणि वर्ग यांच्याविरुद्धच्या लढाईत बाबासाहेबांना जाती लढा जास्त निकराचा आणि नजीकचा वाटत होता. इथल्या वर्गीय समाजात शोषित वर्गाचे ऐक्य जातीच्या विषमतेमुळे शक्य नाही आणि सर्व जातीही ब्राह्मण्याविरुद्ध एक होणे अवघड आहे, असे डॉ. आंबेडकरांचे मत होते. स्तरीकृत विषमता graded inequality हा विषमतेविरुद्धच्या एकजुटीतला प्रमुख अडथळा असल्याचे प्रतिपादन त्यांनी अनेक ठिकाणी केले आहे. या स्तरीकृत विषमतेमध्ये गेल्या अर्धशतकात वर्गरचनेनी कसा जम बसवला आहे, ते लक्षात घेऊन आपल्याला विषमतेविरुद्धची सैद्धान्तिक व्यावहारिक मांडणी करावी लागणार आहे. त्यामुळे बाबासाहेब जाती लढ्याला प्राधान्य देत. म्हणून आज आपण जात-वर्ग यांच्या परस्परपूरक संबंधांकडे दुर्लक्ष करून चालणार नाही. डॉ. आंबेडकरांनी आर्थिक शोषणाचा पुरस्कार तर कोठेही केलेला नाही. पण आर्थिक परिवर्तनाचा लढा जाती लढ्यानंतरच लढावा असाही त्यांच्या प्रतिपादनाचा सूर नाही. जर तुम्ही क्रमवारी ठरवणारच असाल तर आर्थिक लढ्याच्या यशाच्या दृष्टीने जाती लढ्याकडे प्रथम वळावे लागेल, असे ते सांगतात; तेव्हा त्यांच्या चिंतनाचे शोषणविरोधाचे सूत्र पकडून जात-वर्ग विरोधातील लढ्यांचा एक समयावच्छेदे विचार करण्यात काही गैर ठरणार नाही.

धर्मचिकित्सा आणि जात-वर्ग संबंध या दोन मुद्द्यांप्रमाणेच आणखी एका मुद्द्याच्या बाबतीतील आव्हान परिवर्तन विचारापुढे उभे आहे. ते म्हणजे संसदीय राजकारणाच्या संबंधीची भूमिका. संसदीय राजकारण टाळता तर येत नाही पण सर्व चळवळी आपल्या पोटात सामावण्याची त्याची ताकदही विसरता येत नाही; 'डॉ.

आंबेडकरांचा मार्ग कोणता' या विषयी त्यांच्या अनुयायांमध्ये नेहमीच वाद चालत आले आहेत. पण प्रत्यक्ष राजकीय व्यवहारात कोणाशी तडजोड करावी हाच वादविषय राहिलेला आहे. डॉ. आंबेडकरांनी निवडणूक, पक्षीय राजकारण, युत्या हे सर्व केले. पण तो त्यांच्या व्यवहाराचा गाभा मानून जागा आणि पदांच्या चक्रात चळवळ अडकवावी की संघर्षमय व्यवहार हा त्यांच्या व्यवहाराचा गाभा म्हणावा याबद्दल नव्याने चर्चा व्हायला हवी.

सारांश, रखडत-खुरडत चाललेल्या परिवर्तनवादी चळवळीपुढे सध्या पुढील प्रमुख आव्हाने आहेत.

१) धर्माच्या स्वरूपाची परखड चिकित्सा करणे, २) जातीव्यवस्था आणि भांडवलशाही यांच्याविरुद्धचे संघर्ष एकत्र आणणे, ३) राजकीय चळवळी संसदीय राजकारणाच्या चक्रव्यूहात गारद होऊ न देता पुढे नेणे आणि एकूणच परिवर्तन विचारांच्या मूल्य व्यवस्थेची नव्याने मांडणी करणे. या सर्व आव्हानांचा सामना करण्यासाठी जी वैचारिक उभारणी करावी लागेल तिच्यात डॉ. आंबेडकर विचार महत्त्वपूर्ण भूमिका बजावू शकेल, अशा परिस्थितीत डॉ. आंबेडकरांची जन्मशताब्दी साजरी करणे म्हणजे काय? तर डॉ. आंबेडकरी विचार हा भारतीय संदर्भातील परिवर्तनवादी विचारविश्वाचाच अविभाज्य घटक आहे, हे समजून घेणे होय. या अर्थाने जाती-वर्गरहित समाज हे ज्यांचे ध्येय आहे अशी सर्वांनाच 'डॉ. आंबेडकर विचार' हा सतत प्रेरणादायी ठरत राहील हे नि:संशय.

(त्रैमासिक 'विचारशलाका'च्या सौजन्याने)

■ ■ ■

५

डॉ. आंबेडकरांची स्वातंत्र्याची संकल्पना

■

प्रा. जयदेव डोळे

प्रवाहाविरूद्ध उभ्या राहणाऱ्या व्यक्तीविषयी प्रवाहातील लोक खूप गैरसमज पसरवत असतात. त्या व्यक्तीची भूमिका काय, तिने प्रवाहात उतरणे का नाकारले? यावर विचार न करता तिला अनुल्लेखाने, अपप्रचाराने अथवा अस्तित्वातून मारणे हे काम प्रवाहपतीत सदैव करीत आलेले आहेत. डॉ. बाबासाहेब आंबेडकर यांनी १८८५ पासून सुरू झालेल्या काँग्रेसच्या आणि १९२० पासून सुरू झालेल्या गांधीजींच्या प्रवाहात उतरणे सपशेल फेटाळले होते. तेवढेच नव्हे, तर काँग्रेस, काँग्रेसचे सारे नेते आणि बहुसंख्य भारतीय यांना ब्रिटिशांपासून जे स्वातंत्र्य हवे होते, त्यासाठी चाललेल्या चळवळीतही डॉ. आंबेडकर कधी सामील झाले नव्हते. स्वातंत्र्य त्यांना हवे होतेच. ते काही स्वातंत्र्याचे विरोधक नव्हते. परंतु, स्वातंत्र्याचा जो अर्थ काँग्रेसच्या नेतृत्वाखाली चळवळीला माहीत होता, तेवढाच स्वीकारायला डॉ. आंबेडकर तयार नव्हते. देश स्वतंत्र होईल पण देशाचे नागरिक ज्या जातिधर्म परंपरेने बद्ध आहेत, ती कशी मोडून पडेल याकडे डॉ. आंबेडकरांचे लक्ष होते. म्हणूनच त्यांनी राजकीय स्वातंत्र्य आणि सामाजिक स्वातंत्र्य असे दोन प्रकारात स्वातंत्र विभागले. राजकीय स्वातंत्र्य भले आपण मिळवू. मात्र, त्यासह सामाजिक स्वातंत्र्य लाभले तरच त्या स्वातंत्र्याची गोडी चाखता येईल असा भारतातील तेव्हाच्या सहा कोटी अस्पृश्यांच्या वतीने त्यांचा दावा होता. तो बरोबर होता. खरा होता. पण तेवढ्यावरून आंबेडकरांविषयी अनेक संशय, शंका, भ्रम उत्पन्न केले गेले.

स्वातंत्र्य आणि लोकशाही यांचे परस्परावलंबी अस्तित्व असते. किंबहुना, दोन्ही संकल्पना एकजीव व एकत्र असल्या तरच त्यांना अर्थ. स्वातंत्र्याच्या चळवळीत लोकशाहीचा पाया घालणारे नेते म्हणून आंबेडकरांकडे बघितले पाहिजे. ब्रिटिशांचे

विरोधक आणि ब्रिटिशांचे कैवारी अशा दुहेरी राजकारणात आंबेडकरांनी आपला तिसरा विचार मांडला आणि स्वातंत्र्याच्या राजकीय चर्चेत तो स्वीकारायलाही लावला. स्वातंत्र्य म्हणजे गुलामीतून मुक्ती हे जसे खरे आहे, तसे गुलामांच्या सामाजिक स्थितीपासूनही मुक्ती हे आपले म्हणणे आंबेडकरांनी एकट्याने लावून धरले. त्यामुळे एकाचवेळी त्यांचा स्वातंत्र्यलढा दुहेरी होता असे म्हणता येते. राजकीय स्वातंत्र्याचा त्यांचा लढा अप्रत्यक्ष होता तर सामाजिक स्वातंत्र्याचा प्रत्यक्ष होता. म्हणजे स्वातंत्र्यलढ्याचा पुढचा टप्पा ते ऐन स्वातंत्र्य चळवळीत लढवत होते. आंबेडकरांचा उदय होण्यापूर्वीच महाराष्ट्रात 'आधी राजकीय की आधी सामाजिक' हा वाद स्वातंत्र्यचळवळीच्या अग्रक्रमाच्या मुद्दासंदर्भाने उफाळला होता. टिळकांना त्यांच्याच सहकारी मित्राने म्हणजे आगरकरांनी आधी या मुद्द्याचा निकाल लावायला बजावले होते. त्यांचे न पटल्याने दोघे वेगळे तर झालेच पण विरोधकही झाले. ही विरोधी भूमिका आंबेडकरांच्या राजकीय सहभागापर्यंत ताणण्यात आली व आगरकरांचेच एक अनुयायी म्हणून आंबेडकरांना स्वातंत्र्यचळवळीच्या विरोधकात ढकलण्यात आले. आगरकर यांची त्यानुषंगाने काय बाजू होती ते पाहू- "जे लोक राजकीय प्रकरणात स्वतंत्र असतात ते सामाजिक व धार्मिक प्रकरणात स्वतंत्र असतातच असा नियम नाही. किंबहुना, राजकीय स्वातंत्र्य असूनही सामाजिक व धार्मिक गोष्टीत अत्यंत तीव्र दास्यपाशाने सर्व प्रकारे जखडलेले असे अनेक लोक असतात. काही अंशी नष्ट झालेले राजकीय स्वातंत्र्य फिरून संपादणे अवघड आहे. कारण ते हिरावणारा शत्रू परका असतो व त्याचा मोड केला म्हणजे ते फिरून प्राप्त होण्यासारखे असते. सामाजिक व धार्मिक गुलामगिरीची तशी गोष्ट नाही. अगोदर फार वर्षांच्या सवयीमुळे अशा प्रकारची गुलामगिरी, गुलामगिरी आहे असे पुष्कळांस वाटेनासे झालेले असते. मूर्खपणाच्या सामाजिक व धार्मिक आचारापासून राष्ट्रस्थितीवर होणारे दुष्परिणाम त्या राष्ट्रातील लोकांच्या लक्षात आले नाहीत म्हणून ते होत नाहीत असे म्हणणेही बरोबर होणार नाही. राजकीय दृष्टीने सध्या आम्ही मेल्यासारखेच आहो, पण ज्यांनी आम्हास राजकीय शून्यता आणिली आहे, त्यांच्याच सान्निध्यामुळे आमच्या धार्मिक व सामाजिक गाढ मूढतेस धक्के बसू लागले आहेत!" (आगरकर लेखसंग्रह, संपादक-ग. प्र. प्रधान, साहित्य अकादमी, नवी दिल्ली, १९८०, पृष्ठ १३४, १३५)

आगकरांनी इंग्रजांचे शिक्षण, प्रशासन, कायदे, विज्ञान, व्यापार यामुळे भारतीयांना हितकारक अशा अनेक घटना घडत असल्याचे सांगूनही राजकीय स्वातंत्र्याला विरोध केलेला नाही. त्यांनी फक्त अग्रक्रम कशाला द्यायला पाहिजे यावर जोर दिलेला

होता. आगरकर अल्पायुषी ठरले. ते किमान २० वर्षे अधिक जगले असते तर कदाचित त्यांनी इंग्रजांविरूद्ध सत्याग्रह करून देशाभिमान्यांच्या जातीला आणखी जेरीस आणले असते. कारण मग नुसते राजकीयच स्वातंत्र्य नसते तर सामाजिकही असते हे त्यांना पटवून घ्यावे लागले असते. आंबेडकरांसाठी बरेच काही सोपे झाले असते. लोकहितवादी, जोतीराव, आगरकरादी सुधारक किंवा 'ज्ञानप्रकाश' व 'इंदुप्रकाश' या पत्रांचे संचालक इंग्रजांचे कौतुक का करीत हे समजावून घेतले पाहिजे. इस्ट इंडिया कंपनीने भारतीय सामाजिक गुण-दोषांची नीट दखल घेतलेली होती. कंपनीचे कर्मचारी व अधिकारी जसे भ्रष्ट, लाचखोर आणि स्वार्थी होते, तसे संवेदनशील आणि अन्याय, अत्याचार उखडून टाकणारेही होते. कंपनीचा कारभार व पुढे इंग्लिश सरकारचा कारभार काही बाबतीत खरोखर चांगला होता. म्हणजे "पाश्चात्त्य विज्ञान, पाश्चात्त्य वैद्यकशास्त्र, यांचे शिक्षण रेल्वे गाड्या व तारायंत्रे या सर्वांनी ब्राह्मण व्यवस्थेला एक धोक्याचे शिक्षण उभे केले. या कावेबाज आघातांसोबतच इंग्रजांनी कायद्यांचा हस्तक्षेप सुरू केला. सती त्याचे पहिले पाऊल; त्यांनी हिंदू विधवांना पुनर्विवाह कायदेशीर करून दिला; जो धर्मांतरित असेल त्याला संपत्तीचा वारसाहक्क मिळवून दिला. तुरूंगातील कैद्यांना वेगवेगळे जेवण देण्याऐवजी भोजनालयात ते खावे लागे; कोणाला काही कळेना आता पुढे काय होईल. तसे पाहिल्यास सामाजिक बदलांना केलेला सनातन्यांचा प्रतिकार म्हणजे बंड" (द मेन हू रूल्ड इंडिया, फिलिप मेसन, पॅन बुक्स, लंडन, १९८५, पृष्ठ १७८-७९)

प्रत्येक देशात एक सत्ताधारी वर्ग, जात, धर्म वा पंथ असतो. भारतात इंग्रज आले तेव्हा मुसलमान व सवर्ण हिंदू राजे यांचे राज्य होते. आस्ते आस्ते इंग्रज राज्यकर्ते बनले. त्यांच्यातही स्कॉटिश, आयरिश, वेल्श, श्रीमंत, गरीब, खानदानी भणंग, कॅथॉलिक, प्रोटेस्टंट असे भेद होते. त्यामुळे कोणाच्या प्रेरणा कोणत्या हे स्पष्ट होत नसले तरी सगळेच सुधारकी होते वा उत्कृष्ट राज्यकर्ते होते, असे नाही. त्यांना देश ताब्यात ठेवायचा होता अन् त्यासाठी ते वाटेल ते करत होते, करू शकत होते. त्यांनीही भारतीयच कसे दोषी आहेत असे सांगायला सुरूवात केली. शिक्षण देण्याचा हेतू जातिविध्वंस असा त्यांनी ठेवला नसला तरी एकत्र शिक्षणपद्धतीमुळे आपोआप निरनिराळ्या जाती शिकू लागल्या. ब्राह्मणांचा शिक्षणावरचा, ज्ञानावरचा मक्ता हटला. कोणताही हुशार राज्यकर्ता प्रजेमधील भेदाभेद हेरतो. आपल्यामुळे हिंदू राज्यकर्त्यांची सत्ता ढिली होत असल्याचे इंग्रजी राज्यकर्ते पाहात होतेच. त्यांच्यापैकी कोण काय म्हणत याचा हा नमुना पाहू. "स्वराज्याची प्राप्ती धरू पाहणाऱ्या भारतीयांना भरकटवण्यासाठी काही गोरे आम्हाला सतत असे समजवायचे की,

भारतातून जातीभेद, भाषाभेद, धर्मभेद, लोकांचे अज्ञान, सामाजिक कुप्रथा, नैतिक बळाचा अभाव वगैरे दोष जोवर नाहीसे होणार नाहीत तोवर भारतवासी कधीही स्वराज्यप्राप्तीला लायक होणार नाहीत. हे अत्यंत घोर दोष नाहीसे व्हायच्या आधीच भारत इंग्रजांच्या पाशातून मुक्त झालाच, तरीही ते त्या स्वातंत्र्याचे रक्षण करू शकणार नाहीत. पण हेच सारे दोष अमेरिकन, इटालियन, लायबेरियन आदी अनेक समाजांच्या स्वातंत्र्याच्या आड आले नव्हते, या ज्वलंत सत्याकडे आम्ही पाहूनही न पाहिल्यासारखे करतो. भारताचेच उदाहरण घ्या; छत्रपती शिवाजीच्या वेळी महाराष्ट्र देशात हे सारे दोष पूर्णपणे विद्यमान होते. तथापि, महाराष्ट्रात स्वातंत्र्याची प्रतिष्ठापना होऊ शकते. दुःख याचे आहे की, हेही लोक विसरतात.'' (देश की बात, सखाराम गणेश देऊसकर, नॅशनल बुक्स ट्रस्ट, नवी दिल्ली, २०११ पृष्ठ २४७)

१९०४ ते १९०८ या वर्षात मूळ बंगालीत प्रसिद्ध झालेल्या मराठी लेखकाच्या या पुस्तकात इंग्रजांनी भारतीय शेती, सिंचन, कारागिरी, व्यवसाय आदींचे कसे शोषण केले याचे फार मर्मभेदक वर्णन आहे. नेमकी सामाजिक समस्यांत इंग्रजांनी घेतलेली दखल त्यावेळच्या स्वातंत्र्यसैनिकांना आवडत नव्हती. देशातील सर्वच भागातील व संस्थांनातील स्वातंत्र्य चळवळीत असा अनुभव येत होता. जणू राजकीय स्वातंत्र्यावेळी आमच्या धर्म-जातीविषयक चालीरिती विचारात घेण्याचे काही कारण नाही, असे त्यांना वाटे. राजकीय स्वातंत्र्य मिळाल्यावर सारे प्रश्न सुटतील असा त्यांचा विश्वास होता. तोच नेमका आंबेडकर यांना डाचत होता. कारण स्वतंत्र भारत निर्माण झाल्यावर त्यावर सवर्णांचेच राज्य येणार असे दिसत होते आणि सामाजिक चालीरितींच्या बाबतीत पुराणमतवादी नेते अस्पृश्यांना कोणतेही अधिकार देण्याच्या स्थितीत दिसत नव्हते. त्यामुळे डॉ. आंबेडकर आमच्या अधिकारांचे काय? अशी मांडणी करून अवघी स्वातंत्र्य चळवळ ताळ्यावर आणू पाहत होते. टिळकपंथ सामाजिक सुधारणांसाठी प्रबोधन व शिक्षण यांचा आग्रही होता तर आंबेडकर कायदे, हक्क, अधिकार आणि त्यासाठी राज्यघटनेचे अस्तित्व मागत होते. याचा अर्थ संसदीय लोकशाही हाच त्यांच्या अस्तित्वाच्या झगडण्याचा पाया होता. मताधिकारच नव्हे, तर स्वतंत्र प्रतिनिधित्व त्यांनी अस्पृश्यांसाठी तेव्हा मागितले होते. पण गांधीजी मनापासून या पद्धतीच्या बाजूचे नव्हते. त्यांनी असे म्हटले होते की, ''जिला तुम्ही पार्लमेंटची माता समजता ती वांझ आणि वेश्या आहे. मी तिला वांझ म्हणतो कारण त्या पार्लमेंटने आपणहून एकही चांगले काम केलेले नाही. आणि ती वेश्या आहे. कारण जे मंत्रीमंडळ तिला ठेवेल ती त्याच्याकडे राहायला जाते. आज तिचा मालक

एस्क्विथ आहे तर उद्या बॉलफर असेल आणि परवा आणखी कोणी तिसरा.''
(हिंद स्वराज्य, गांधीजी, नवजीवन ट्रस्ट, अहमदाबाद, १९९६, पृष्ठ १५)

गांधीजींचे हे पुस्तक १९०९ चे. आंबेडकरांना गांधीजींचा संसदीय लोकशाहीवरचा राग लक्षात आला असणार. त्यामुळे त्यांनी भारतीय राजकारणात पाय रोवताना आपली भूमिका मांडली ती संभाव्य लोकशाहीमधील अस्पृश्यांच्या वाट्याबद्दल. याचा अर्थ स्वातंत्र्य मिळणार याबद्दल त्यांच्या मनात कोठेही शंका दिसत नाही. 'मूकनायक' सुरू करून आंबेडकर आपली भूमिका सादर करतात. दुसऱ्याच अंकात स्वराज्य, कॉंग्रेस, अस्पृश्यता, इंग्रज यांचे परस्पर संबंध आंबेडकर आपल्या दृष्टीने व्यवस्थित उलगडताना आढळतात. 'मूकनायका'च्या दुसऱ्या अंकाच्या अग्रलेखाचे म्हणजे प्रथम पृष्ठावरील लेखाचे शीर्षकच मुळी 'स्वराज्याची सर सुराज्याला नाही' असे आहे. वयाच्या ३१ व्या वर्षी मालक-संपादक झालेल्या, विविध पदव्या घेऊन प्रगल्भ झालेल्या आणि अस्पृश्यांच्या संघर्षाला सज्ज झालेल्या आंबेडकरांची प्रखर बुद्धीमत्ता येथेच अनुभवास येते. त्यांनी लिहिले आहे, ''(राष्ट्रीय सभेला) आता सुराज्य नको, कारण 'स्वराज्याची सर सुराज्याला नाही' या नवीन तत्त्वाने तिच्यावर पगडा बसविला आहे. निव्वळ तत्त्वाला हरकत नाही पण व्यावहारिक दृष्ट्या-आणि तत्त्वापेक्षा व्यवहारच श्रेष्ठ आहे, स्वराज्य कोणाचे व ते कशासाठी हे कळल्याखेरीज या तत्त्वाची 'री' आम्ही तरी ओढू शकत नाही. मग कोण ओढील तो ओढो बिचारा!'' (मूकनायक, १४ फेब्रुवारी १९२०, पृष्ठ ३५१)

स्वराज्य कोणाचे व ते कशासाठी एवढा बोचरा प्रश्न तोवर कोणीही विचारला नव्हता. किंबहुना, अस्पृश्यांपैकी कोणी तो विचारील याची अपेक्षाही नव्हती. या प्रश्नाची जोवर उकल होत नाही तोवर स्वातंत्र्य चळवळीला आपला पाठिंबा सशर्त असेल अशी आंबेडकरांची भूमिका होती. कॉंग्रेस व इंग्रज यांचे नातेही त्यांना ठाऊक होते. ''इंग्रजी राज्य जरी परकीय लोकांचे राज्य आहे तरी काही सरकारी अधिकारी वजा जाता त्यांनी प्रजापक्षाच्या या सभेस वारंवार सहानुभूती दाखविली. इतकेच नव्हे तर खुद्द हिंदुस्थानचे माजी गव्हर्नर जनरल लॉर्ड डफरीन यांनी तिच्या उभारणीस हातभार लावला व आपली सहानुभूती केवळ शब्दात न ठेवता तिच्या मागण्यास अनुसरून आपल्या राज्यव्यवस्थेत सुधारणा करण्यास मागे घेतले नाही, हे त्यास भूषणावह आहे. हा प्रजापक्ष उभारल्यापासून ब्रिटिश सरकारने शिक्षणाच्या बाबतीत उदारबुद्धीचे धोरण स्वीकारले आहे.'' (कित्ता, पृष्ठ ३५०)

तेव्हा अभ्यासकांनी हे लक्षात ठेवले पाहिजे की, कॉंग्रेस जन्माला घालणारे इंग्रज, स्वातंत्र्याला खतपाणी घालणारेही इंग्रजच आणि आंबेडकरांना त्यांच्या

गुणवत्तेनुसार आणि ते उभ्या करीत असलेल्या प्रश्नांबद्दल पाठिंबा देणारेही इंग्रजच. हा विरोधाभास अथवा विसंगती किंवा संधीसाधूपणा नव्हता. तिन्ही-चारी घटकांना आपल्या विचारांनुसार व्यवहार करण्याचा तो काळ उपलब्ध झाला तो यामागे होता. १९१४ साली टिळक सहा वर्षांच्या तुरूंगवासातून बाहेर येताच त्यांचे धर्मनिष्ठ राजकारण कमी होऊन ते 'होमरूल'चे अधिक झाले. रशियात क्रांती झाली. पहिले महायुद्ध सुरू होऊन संपले. गांधीजी भारतात आले आणि "१९१९-१९२० सालात हिंदुस्थानातील राजकीय वातावरण गरम होऊ लगले. रौलेट आंदोलन, जालियनवाला बाग व खिलाफत या प्रश्नांनी उग्र रूप धारण केले. ते सर्व प्रश्न राष्ट्रीय ऐक्य व असहकार याचा मुख्य आधार बनले. विधिमंडळातील कार्यात भाग घेणे व प्रांतातील सत्तेत अल्पांशाने सहभागी होणे हे प्रश्नच आता उरले नाहीत. टिळक-जिन्हा-विठ्ठलभाई पटेल-मोतीलाल हे जबाबदार राज्याची मागणी पुढे रेटत असतानाच निवडणुका लढवाव्यात व द्विदल राज्यपद्धतीची नवीन राज्यघटना राबवावी असे त्यांचे मत होते." (स्वातंत्र्य चळवळीची विचारधारा, मधू लिमये, श्रीविद्या प्रकाशन, पुणे, १९८५, पृष्ठ ६५)

स्वातंत्र्य चळवळीतील दिग्गज नेत्यांसमोर उभे राहून आपल्या समाजाचा सत्ता व लोकशाही यामधील वाटा अधिकाराने मागण्याचे काम डॉ. आंबेडकर करीत होते. १९२०च्या दशकातील या धामधुमीत ते पत्रकारिता, अध्ययन, अध्यापन, संघटन, वकिली असे विविध कार्य करीत राहिले. महाडचा सत्याग्रह, पर्वतीचा सत्याग्रह, नाशिकचा काळाराम मंदिर सत्याग्रह करून एकदम नेता बनलेले डॉ. आंबेडकर १९२७मध्येच मुंबई विधिमंडळाचे सदस्य झाले. सायमन आयोगाला दिलेल्या निवेदनानंतर ते आणखी ठळक व्यक्ती बनले. ते त्या वेळी म्हणाले होते, "माझी पहिली मागणी अशी आहे की, आम्हाला एक स्वतंत्र अल्पसंख्याक जात म्हणून मान्यता मिळाली पाहिजे. आम्हाला हिंदू समाजापासून वेगळे समजण्यात यावे. ब्रिटिश हिंदुस्थानात जेवढे अल्पसंख्याक समुदाय आहेत त्यात दलित अल्पसंख्याकांना सर्वांत जास्त संरक्षण देण्याची आवश्यकता आहे. याचे सरळ कारण असे की, आम्ही शिक्षणाच्या बाबतीत मागासलेले आहोत, आर्थिक बाबतीत दरिद्री आहोत व सामाजिक दृष्टीने गुलाम आहोत. तसेच राजकीय क्षेत्रातही आम्हाला ज्या प्रकारच्या अडचणी सहन कराव्या लागतात तशा इतर कुठल्याही समुदायाला सहन कराव्या लागत नाहीत. जोपर्यंत प्रौढ मतदानाचा अधिकार मान्य करण्यात आलेला नाही, तोपर्यंत आम्हाला स्वतंत्र मतदारसंघ मिळावेत अशी आमची मागणी आहे. डॉ. आंबेडकरांची मुख्य मागणी प्रौढ मताधिकाराची होती. ही मागणी पूर्णपणे लोकशाहीची

मुख्य मागणी होती. यामागे अलगाववादी किंवा फुटीरपणाची कोणतीही भावना नव्हती. डॉ. आंबेडकर दलितांचे हितेच्छू होते, त्यांच्या आर्थिक व सामाजिक हिताची त्यांना पूर्ण जाणीव होती. परंतु, देशभक्तीची भावनादेखील त्यांच्यात तीव्र स्वरूपात वास करीत होती.'' (कित्ता पृष्ठ १६४-६५)

स्वातंत्र्याचा अनुभव सत्तेत मिळणाऱ्या, निर्णय प्रक्रियेत असणाऱ्या सहभागात आणि शिक्षण व ज्ञान यातून येणाऱ्या सामर्थ्यात असतो. आंबेडकर तेच बजावतात की, स्वातंत्र्य मिळेल किंवा मिळाल्यात जमा आहे. मात्र, पुढचे काय ते आताच सांगा. म्हणून ते भारतातील हिंदू धर्म परंपरांनी उत्पन्न केलेल्या विषमतेवर भक्कम तोडगा शोधत होते आणि त्याबाबत कायदेशीर आधार मागत होते. मने पलटतील, प्रबोधन होईल, हळूहळू परिस्थिती सुधारेल या भाकडकथांवर त्यांचा विश्वास नव्हता. मने पालटल्याचा पुरावा म्हणजे कायदे व अधिकार. स्वतंत्र भारतात लोकशाहीचा कारभार करणार असाल तर लोकशाहीच्या साऱ्या अपेक्षा पुऱ्या करा असा डॉ. आंबेडकरांचा आग्रह होता. समतेसाठी स्वातंत्र्य हवे, समतेवाचून स्वातंत्र्य निरूपयोगीच असते असे आंबेडकर सांगू पाहत होते. ''ज्या समाजात व्यक्तीला स्वातंत्र्य उपभोगावयाचे आहे त्या समाजामध्ये विषमतेचे वातावरण शक्य तितके कमी असेल तरच स्वातंत्र्याचा यथार्थ उपभोग शक्य असतो. समाजामध्ये मूठभर माणसांना खास सवलती, खास अधिकार, या स्थितीत सर्वसामान्य नागरिकाला 'स्वातंत्र्य' हे एक थट्टेचा विषय ठरते. त्याचप्रमाणे कुठल्या का दृष्टीने होईना, मग ती दृष्टी धर्मविषयक असो, जातिविषयक असो, जन्मविषयक असो; बहुसंख्याक हे जर अल्पसंख्याकांवर जुलूम करीत असतील, तर नागरिकांचे स्वातंत्र्य संशयास्पद असते व त्याच्या स्वातंत्र्याला चीड आणणारी मर्यादा बसते. स्वातंत्र्य नांदावयाचे तर समाजामध्ये समभावाचे वातावरण असले पाहिजे... म्हणून स्वातंत्र्य रक्षणासाठीच काही मौलिक अधिकार व्यक्तीला दिले जातात व त्याबाबत राज्य ग्वाही देते.'' (आधुनिक राज्य व स्वातंत्र्य, न. वि. गाडगीळ, पॉप्युलर प्रकाशन, मुंबई १९६२, पृष्ठ ६)

बाबासाहेबांचा झगडा इतरांच्या स्वातंत्र्याच्या लढ्यापेक्षा फार वेगळाही होता कारण बाबासाहेब राज्यसंस्थेसह धर्मसंस्थेशी झुंजत होते. बाकीच्यांचा स्वातंत्र्य लढा निखळ राजकीय ठरतो तर बाबासाहेबांचा राज्य अधिक धर्म असा दुहेरी ठरतो. म्हणूनच तो फार धोक्याचा आणि त्यांना एकाकी पाडणारा होता. काँग्रेसमध्ये एक गट जातीचा प्रश्न वा वर्णव्यवस्था इतक्यात हातात घेऊ नये या मताचा होता. नेहरूंसारखा पुरोगामी, निधर्मी नेताही हा प्रश्न स्वातंत्र्याची चळवळ भरकटवणारा आहे असे माने. फक्त गांधीजींना अस्पृश्यतेची दाहकता समजली व त्यांनी काँग्रेसमध्ये त्या अनुषंगाने

काही करू पाहिले. स्वातंत्र्य चळवळीच्या आत गांधीजींनी अस्पृश्यता निर्मूलनाचीही चळवळ केली. ती अर्थातच आंबेडकरांना रूचली नव्हती. ती गांधीजींची दांभिकता होय असे ते म्हणत. गांधीजींशी त्यांनी इतके वैर घेतले की १९४५ साली त्यांनी 'व्हॉट कॉंग्रेस अँड गांधी हॅव डन टु द अनटचेबल्स' असा एक ग्रंथच लिहिला. अस्पृश्यांना राजकीय सुरक्षितता कोणती व कशी मिळायला हवी आणि ती का, हे त्यांनी ४८९ पृष्ठांत समजावून सांगितले आहे. त्यात त्यांनी परदेशी नागरिकांसाठी स्वातंत्र्य लढा समजावून सांगितलेला आहे. त्यातील काही भाग असा.

''स्वातंत्र्याचा लढा लढणारी संघटना म्हणून जे परदेशी कॉंग्रेसचा कैवार घेतात त्यांना एखाद्या देशाचे स्वातंत्र्य आणि त्या देशातील लोकांचे स्वातंत्र्य यामध्ये फरक करता येत नाही. तसे त्याला करता न आल्याने तो परदेशी विषय समजावून तर घेऊ शकतच नाही, उलट त्याची दिशाभूल होते अन् फसगत तर होतेच. समाज, राष्ट्र आणि देश असे शब्द जसे आकारहीन तसे संदिग्धही आहेत. राष्ट्र हा एक शब्द असला तरी त्यात अनेक वर्ग असतात असे मानणे व्यर्थ आहे. तत्त्वत: एक घटक म्हणून एक राष्ट्र असा विचार करणे शक्य आहे. पण समाजशास्त्रदृष्ट्या तो विविध वर्गांचा समुदाय असे मानणे शक्य नाही. स्वातंत्र्य म्हणजे त्या राष्ट्राचे स्वातंत्र्य म्हणजे त्यातील विविध वर्गाचे स्वातंत्र्य असे छातीठोकपणे सांगायचे असेल तर जो गुलाम वर्ग आहे त्यांचेही स्वातंत्र्य गृहीत धरले पाहिजे. म्हणून हा मूर्खपणाच की कॉंग्रेस भारताच्या स्वातंत्र्यासाठी भांडतो म्हणजे तो भारतीय लोकांच्या आणि त्यातील खालच्यातील खालच्या लोकांसाठी भांडतो, असे मानणे. कॉंग्रेस स्वातंत्र्यासाठी झगडतो हा प्रश्न तो कोणाच्या स्वातंत्र्यासाठी भांडतो यापुढे किरकोळ वाटतो. हा सवाल अत्यंत टोकदार व आवश्यक असून, कॉंग्रेसला पाठिंबा देणाऱ्या प्रत्येक स्वातंत्र्यप्रेमीने सत्य जाणून घेतल्याशिवाय तो सोडून देऊ नये. पण जो परदेशी नागरिक कॉंग्रेसची बाजू घेतो तो असा प्रश्न का उठवत नाही? एवढ्या महत्त्वाच्या प्रश्नाविषयी परदेशी माणूस बेफिकीर कसा? माझ्या मते या बेफिकिरीमागे स्वराज्य आणि लोकशाही याबाबत पश्चिमेकडे ज्या चुकीच्या कल्पना आहेत त्या आणि त्यामुळे भारतीय राजकारणाकडे पाहण्याची परदेशी लोकांची दृष्टी आहे. 'प्रत्येक देशात एक राज्यकर्ता वर्ग असून, तो काही ऐतिहासिक कारणांनी उत्पन्न झालेला असतो' हे कधीही न बदलणारे वास्तव ते नजरेआड करतात, हा वर्ग सत्ता गाजवतोच आणि त्याला प्रौढ मतदान आणि संवैधानिक नीतिमत्ता यांची सत्ता व अधिकार यांच्या जागा पटकावण्यासाठी गरज पडत नाही. यांनाच गुलाम वर्ग आपले स्वाभाविक नेते मानतो आणि त्यांच्या विजयासाठी सेवा करतो. भारतात मुख्यत्वेकरून ब्राह्मण हा राज्यकर्ता

वर्ग आहे. त्याला आक्षेप संभवतच नाही. आधी लोकांच्या भावना तशा आहेत आणि दुसरे, त्यांची प्रशासनावरील पकड. याखेरीज अन्य कोणत्या कसोट्याच नाहीत. सर्वांत महत्त्वाचे हा राज्यकर्ता वर्ग आपण राज्यकर्त्यांपैकी आहोत याचा कधी विसर पडू देत नाही आणि तेच राज्य करू शकतात यावर त्यांचा ठाम विश्वास असतो. अशा राज्यकर्त्या वर्गासमोर गुलाम वर्गाचे भवितव्य कसे असू शकेल?'' (पृष्ठ २०१, २, ४, ५, ११)

एकंदर स्वातंत्र्यापूर्वीची परिस्थिती स्वातंत्र्य प्राप्तीनंतरही राहू नये याची काळजी बाबासाहेबांना होती. कायम पुढचे पाहण्याची दृष्टी लाभलेले आंबेडकर भारतीय स्वातंत्र्य लढ्याच्या काळात आपल्या मागसवर्गीय स्त्री-पुरुषांसाठी ठामपणे बाजू मांडत राहिले आणि त्यांच्या हिताची काळजी वाहत राहिले. त्यामुळे काँग्रेस व काँग्रेसी नेत्यांनी आपल्या सत्ताकाळात आंबेडकरांना जवळपास बेदखल केले. केवळ गांधीजींच्या आग्रहामुळे आंबेडकरांकडे संविधान निर्मितीचे काम आले आणि त्यांनी त्याचे सोने केले. अन्यथा, काँग्रेसच्या यशाच्या झंझावातात आंबेडकरांना नक्कीच उडवून लावले गेले असते. हे असे करणेही सवर्ण जातींच्या उद्दामपणाचेच लक्षण ठरले असते. तसे स्वातंत्र्य लढ्याचे आणखी सामाजिक, मानसिक मूल्यमापन झालेले नाही. इंग्रज आणि इंग्रजांकडूनच खूप गोष्टी शिकलेले त्यावेळचे आंबेडकरांसकट स्वातंत्र्य लढ्याचे नेते ही कशा प्रकारची लढाई होती याचा उलगडा अजून व्हायचाच आहे. डॉ. राम मनोहर लोहिया जर्मनीत शिकून आले आणि त्यांना कित्येक वेगळ्या गोष्टी या संग्रामात दिसल्या. त्यांपैकी एक त्यांनी अशी मांडून ठेवली. ते म्हणतात, ''भारताचा स्वातंत्र्यलढा आरंभापासूनच आणि ठामपणे जातीप्रथेच्या विनाशासाठी मागास जातींना विशेष सवलती देण्याचा असता तर हिंदू, शूद्र व हरिजन; मुसलमान, अंसार आणि मोमीन यांच्याशी एकरूप होऊन जाते किंवा किमान एका संयुक्त देशाची स्वातंत्र्यता प्राप्त करायला राजकीयदृष्ट्या एक झाले असते.'' (भारत विभाजन के गुनहगार, डॉ. राम मनोहर लोहिया, लोकभारती प्रकाशन, अलाहाबाद, १९९५ अनुवाद : ओंकार शरद, पृष्ठ ९४)

याच लोहियांनी आंबेडकरांशी निवडणुकीत आघाडी करण्याचा प्रयत्न केला आणि आंबेडकरांचा यथोचित सन्मान स्वतंत्र भारतात करण्याचा खटाटोप केला. पण आंबेडकर- समाजवादी आघाडी होऊ शकली नाही. झाली असती तर स्वातंत्र्य आणि स्वातंत्र्याची चळवळ यांना एक सुंदर अर्थ प्राप्त झाला असता.

■ ■ ■

६

डॉ. बाबासाहेब आंबेडकरांची लोकशाही संकल्पना

■

श्री. बी. व्ही. जोंधळे

डॉ. बाबासाहेब आंबेडकरांवर ब्रिटिशांच्या उदारमतवादाचा जसा प्रभाव होता तसेच इंग्लंड व अमेरिकेत शिक्षण घेतल्यामुळे त्यांच्यावर पाश्चात्त्य जीवनपद्धतीचाही संस्कार झाला होता. 'भारताच्या राष्ट्रीय नफ्याचा वाटा : एक ऐतिहासिक पृथक्करणात्मक परिशीलन' हा बाबासाहेबांनी लिहिलेला प्रबंध कोलंबिया विद्यापीठाने स्वीकारल्यानंतर तेथील लोकांनी बाबासाहेबांचा सत्कार केला. मात्र, बाबासाहेब जेव्हा भारतात परतले तेव्हा बडोदे संस्थानात नोकरी करीत असताना त्यांना अस्पृश्यतेचा मन पिळवटून टाकणारा जीवघेणा दाहक अनुभव आला. त्यांना तिथे रहायला घर मिळाले नाही. शिपाई दुरून त्यांच्या टेबलावर फायली टाकत असे. कामाच्या ठिकाणी त्यांना प्यायला पाणीही मिळत नसे. या पार्श्वभूमीवर पाश्चात्त्य देशात मिळणारी माणुसकीची उदार वागणूक व भारतात मिळणारी माणुसकीशून्य वागणूक पाहून आपल्या समाजाची अस्पृश्यतेच्या जाचातून मुक्तता करून त्यांना माणुसकीचे हक्क जर मिळवून द्यायचे असतील, तर लोकशाही मार्गानेच गेले पाहिजे, असे बाबासाहेबांनी ठरविले. पण असे जरी असले तरी सेलिमन सारख्या शिक्षकाच्या प्रभावातून त्यांच्या मनात मार्क्सवादाचे सुप्त आकर्षणही निर्माण झाले होते. मात्र, रशियातील एककल्ली सर्वंकष साम्यवादी राजवटीशी व त्यांच्या हिंसक आंदोलन तंत्राशी ते सहमत नव्हते. परिणामी, हिंसेखेरीज मूलभूत बदल घडवून आणणाऱ्या उदारमतवादी लोकशाहीचाच तिच्या सर्व दोषांसह त्यांनी अंगीकार केला.

बाबासाहेबांनी लोकशाहीचा जरी पुरस्कार केलेला असला तरी लोकशाहीच्या मर्यादाही त्यांनी दाखविल्या. १९३८ साली लोकशाही हा सर्वोत्तम शासन प्रकार असल्याचे आपण मानत नाही असे नमूद करून त्यांनी म्हटले, काही काळ तरी

प्रभावी हुकूमशहाच्या हाती भारताची राजकीय सूत्रे असली पाहिजेत. १९४३ साली दिल्ली येथे कामगार चळवळीतील कार्यकर्त्यांसमोर बोलताना ते म्हणाले, ''संसदीय लोकशाही हा सर्वोत्तम शासन प्रकार नसून, जनतेला त्यात स्वातंत्र्य, संपत्ती व सुखाची खात्री बाळगता येत नाही. मात्र, स्वातंत्र्यप्राप्तीनंतर संविधान तयार करीत असताना त्यांनी संसदीय लोकशाहीचे समर्थनच केले. रक्तपात न घडवता सामाजिक व आर्थिक क्षेत्रांत मूलभूत स्वरूपाचे बदल घडवून आणण्याचा मूलमंत्र फक्त संसदीय लोकशाहीतच अवगत असल्यामुळे तीच मानवी जीवनाच्या प्रवाही स्वरूपाशी सुसंगत ठरते, अशा शब्दांत त्यांनी लोकशाहीचा गौरव केला. त्यांनी म्हटले, ''आपण लोकशाहीवरील आपल्या विश्वासाबाबत ठाम तर रहायलाच हवे, पण आपण असाही निर्धार केला पाहिजे की, आम्ही जे काही करू त्यातून लोकशाहीच्या शत्रूंना स्वातंत्र्य, समता आणि बंधुता या तत्त्वांचे उच्चाटन करण्याच्या कामी आमची मुळीच मदत होता कामा नये. जर लोकशाही टिकली तर तिची फळे आम्हाला कधी ना कधी चाखायला मिळणारच; पण लोकशाही संपली तर मात्र ते आपले मरणच ठरेल.'' स्त्री-पुरुष, गरीब-श्रीमंत, बलिष्ठ-दुर्बल, शिक्षित-अशिक्षित अशा प्रत्येक व्यक्तीला समान स्वातंत्र्य मिळून सामाजिक न्यायाची व्यवस्था आणणे ही अपेक्षा लोकशाहीतच पूर्ण होऊ शकते, अशी बाबासाहेबांची धारणा होती. व्यक्तीच्या स्वातंत्र्याचा संकोच करणाऱ्या सर्वंकष राज्यपद्धतीला त्यांचा विरोध होता. अधिकारांचा लाभ समाजातील अधिकाधिक लोकांना होणे, अल्पसंख्याकांच्या हक्कांना संरक्षण देण्याचे सौजन्य बहुसंख्याकांजवळ असणे ही प्रगल्भ लोकशाहीची लक्षणे होत, असे बाबासाहेब मानत. लोकशाहीत विविध राजकीय पक्षांत खुली स्पर्धा असते. कार्यकारी सत्ता विधीमंडळास जबाबदार असते. चर्चेतून मतभेदांचा निपटारा केला जातो. वृत्तपत्रांचे स्वातंत्र्य सुरक्षित राहते, निवडणुकीद्वारे शांतपणे सत्तांतर व्हावे नि होते म्हणून त्यांनी लोकशाहीचे समर्थन केले.

बाबासाहेबांनी लोकशाहीबरोबरच धर्मनिरपेक्ष राज्य व्यवस्थेचाही पुरस्कार केला. धर्मस्वातंत्र्य, धर्मनिरपेक्ष नागरिकत्व, धार्मिक बाबतीत राज्याचा अहस्तक्षेप, धर्म-राज्य फारकत, सरकारी पैशाने चालणाऱ्या शैक्षणिक संस्थेत धार्मिक शिक्षण देण्यास नकार, धर्म राज्यपुरस्कृत नसावा. धार्मिक विचारांच्या सक्तीस विरोध अशी त्यांनी धर्मनिरपेक्षतेची व्याख्या केली. बाबासाहेबांचा धम्म स्वीकारही त्यांच्या लोकशाही मूल्यांशी सुसंगतच ठरला.

बाबासाहेबांनी लोकशाहीच्या यशस्वीतेसाठी समाजामध्ये विषमता व ज्याला सर्व विशेषाधिकार आहेत व जो केवळ ओझ्याचा बैल आहे असे वर्ग असता कामा

नयेत. असे निक्षून सांगताना असा इशारा दिला की, समाजाच्या अशा अवस्थेत रक्तरंजित क्रांतीची बीजे दडलेली असतात. वर्गावर्गात रुजलेली फाटाफूट हाच लोकशाहीच्या यशातील सर्वांत मोठा अडथळा आहे, असे नमूद करताना त्यांनी असेही सांगून ठेवले की, सामाजिक विषमता हे लोकशाहीच्या नाशाला कारणीभूत होणाऱ्या कारणांपैकी एक आहे.

बाबासाहेबांनी लोकशाहीची अशीही एक व्याख्या केली की, ज्यांची देशावर सत्ता आहे त्यांच्याविरोधी नकाराधिकार वापरणे म्हणजे लोकशाही. त्यांच्या मते, स्वयंसत्ताक राज्यव्यवस्थेत नकाराधिकार नसतो. राजेशाहीत राजा अनुवंशिक किंवा दैवी अधिकार म्हणून राज्य करतो. तो लोकांना उत्तरदायी असत नाही. परंतु लोकशाहीतील सत्ताधारी लोकांना जबाबदार असतात. प्रत्येक पाच वर्षांनी लोकांत जाऊन आपण लोकांच्या हिताची काळजी घेण्यास पात्र आहोत काय असे त्यांना विचारावे लागते. पाच वर्षांच्या काळात लोकशाहीच्या यशस्वीतेसाठी शासनाला आव्हान देणाऱ्या लोकप्रतिनिधींची संसदेत म्हणूनच आवश्यकता असते असे नमूद करून बाबासाहेब म्हणतात, "लोकशाही म्हणजे अखंड राज्य करण्याचा अधिकार नव्हे. राज्य करण्याचा अधिकार लोकांच्या मान्यतेला बांधील असतो. संसदेत विधीमंडळात वा संसदीय संस्थांतून सत्ताधाऱ्यांना आव्हान देता येते. यामुळेच 'विरोधी पक्ष' ही संकल्पना अतिशय महत्त्वपूर्ण ठरते, असे प्रतिपादन त्यांनी यशस्वी लोकशाहीच्या संदर्भात करून ठेवले हे विशेष. विरोधी पक्षाचे महत्त्व सांगताना त्यांनी एक आदर्श उदाहरण देताना म्हटले, "इंग्लंडमध्ये विरोधी पक्षनेत्याला पक्षाला मान्यताच नाही तर विरोधी पक्ष चालविण्यासाठी तिथे विरोधी पक्षनेत्याला सरकारकडून पगार देण्यात येतो. त्याला सचिव-लेखनिक देण्यात येतो तसेच त्याला 'हाऊस ऑफ कॉमन्स'मध्ये छोटी खोलीही देण्यात येते. कॅनडात विरोधी पक्षनेत्याला पंतप्रधानांसारखा पगार दिला जातो. भारतातही असा आदर्श विरोधी पक्ष असावा अशी त्यांची विरोधी पक्षाची संकल्पना होती."

कायदा आणि प्रशासनाच्या संदर्भात सर्वांना समान वागणूक मिळावी, प्रशासनात समानता हवी, सत्ताधारी पक्षाने आपल्या पक्षाच्या सदस्यांसाठी प्रशासनाचा दुरूपयोग करू नये, शासनाने सापत्नभावाने वागू नये, सत्तेवर आल्यावर आधीच्या पक्षाने नेमलेले अधिकारी-कर्मचारी काढून त्यांच्याजागी त्या नवीन पक्षाला सत्तेवर येण्यासाठी ज्यांनी मदत केली अशा लोकांची नेमणूक करू नये अशा लोकशाही संवर्धनाच्या कसोट्या लावून प्रशासकीय सेवा ही स्थायी असते, शासनाचे काम प्रशासनात ढवळाढवळ करणे हे नसून, धोरण ठरविणे आहे ही बाब विशेषत्वाने बाबासाहेबांनी अधोरेखित करून ठेवली.

लोकशाहीच्या नावाखाली बहुमतवाल्यांनी अल्पमतवाल्यांची मुस्कटदाबी करता कामा नये, विरोधकांचे अभिव्यक्ती स्वातंत्र्य हिरावून घेऊ नये, विरोधकांना विरोध करण्याचा, प्रस्ताव मांडण्याचा अधिकार असावा, पण विरोधकांनी सातत्याने निंदाव्यंजक प्रस्ताव स्थगन प्रस्ताव आणून संसदीय कामकाज रोखू नये. मात्र, त्याचवेळी सत्ताधारी पक्षाने नेहमीच अल्पमतवाल्यांचे स्थगन प्रस्तावही नाकारू नयेत. कारण अशाने अल्पमतवाल्यांमध्ये बेसनदशीर क्रांतीची वृत्ती बळावू शकते, असे लोकशाहीस वावडे असणारे पथ्यही त्यांनी नमूद केले.

लोकशाहीला लोकनिष्ठेची गरज असते. लोकनिष्ठा म्हणजे सर्व अन्यायाच्या विरोधात उभी रहाणारी कर्तव्यनिष्ठा. या संदर्भात एक उदाहरण देताना बाबासाहेबांनी म्हटले होते, ''दक्षिण आफ्रिकेत जेव्हा भारतीय जनतेवर अन्याय होत होते तेव्हा तेथील रेव्हरंड स्कॉट या गोऱ्या माणसाने भारतीयांवरील अन्याय दूर करण्याची पराकाष्ठा केली. तसेच गोऱ्या वंशाची मुले भारतीयांच्या बाजूने लढली. गोऱ्यांची ही लोकनिष्ठा आहे. पण भारतातील प्रत्येक खेड्यात दक्षिण आफ्रिका असूनही भारतात मात्र सवर्ण जातीतील माणूस वर्गीकृत समाजाची बाजू घेऊन क्वचितच लढताना दिसतो. कारण आपणाकडे लोकनिष्ठेचा अभाव आहे.''

भारतीय समाजात एकत्व नाही. परस्परांविषयी आस्था नाही. सहकार्य नाही. उद्दिष्टांबाबात एकमत नाही. जाती व्यवस्थेने हा समाज छिन्नविच्छिन्न केला आहे. अस्पृश्यता हा या समाजाला जडलेला एक रोग आहे. राजकारणाताही जातीप्रथेचा अवलंब केला जातो. भारतीय माणूस जातीच्या उमेदवारालाच मतदान करतो. ज्या मतदारसंघात जी जात बहुसंख्य आहे त्याच जातीच्या व्यक्तीला उमेदवारी दिली जाते. उद्योग-धंद्यातही उद्योगाची मालकी ज्याच्याकडे आहे त्या उद्योगपतीच्या जातीच्या लोकांनाच उच्चपदी नेमले जाते. व्यापारावरसुद्धा जातींचे प्रभुत्व असते. जातींचा दर्जा समान नसतो. जातीव्यवस्था विषमता जोपासते. उच्चजातींनी सर्वाधिकारी असावे आणि खालच्या जातींनी रूढी, परंपरेचे बळी ठरावे अशा श्रेणीबद्ध समाज रचनेत विविध जातींना विकासाची समान संधी नसते. समाजाचे हे विभाजन सामाजिक अभिसरणाला प्रतिबंध करते तसेच लोकशाहीची मुळेही नष्ट करते. व्यक्तीचे व्यवसाय स्वातंत्र्य नाकारणे म्हणजे माणसाच्या क्षमतायुक्त कृतिशीलतेला मर्यादा घालणे होय. स्तरीकरण हे व्यक्ती विकासाला मारक ठरते. न्याय आणि एकजिनसी समाज निर्माण करण्यात जातीव्यवस्थेचा मोठा घातक अडथळा आहे, असे बाबासाहेबांचे तर्कशुद्ध मत आहे.

बाबासाहेबांची लोकशाहीनिष्ठा इतकी जाज्वल्य की, लोकशाहीत त्यांनी हिंसक

आंदोलनाचे मार्ग वर्ज्य ठरविताना सविनय कायदेभंग, असहकार, सत्याग्रह हे गांधीप्रणीत लढातंत्रही अग्राह्य ठरविले. या मार्गांना ते अराजकतेचे व्याकरण (Grammar of Anarchey) असे म्हणत.

बाबासाहेबांची राजकीय स्वातंत्र्यविषयक भूमिका त्यांच्या लोकशाही संकल्पनेशी सुसंगतच होती. बाबासाहेबांचा स्वराज्यास मुळीच विरोध नव्हता. त्यांचा आग्रह इतकाच होता की, स्वराज्यात इतरांप्रमाणेच आम्हालाही समान अधिकार मिळाले पाहिजेत. कोणत्याही देशाचे दुसऱ्या देशावर राज्य असणे जसे गैर आहे तसेच कोणत्याही वर्गाचे दुसऱ्या वर्गावर राज्य असणेही चूक आहे. ते म्हणतात, या देशात ज्यांच्या स्पर्शाने विटाळ होतो असे ६ कोटी अस्पृश्य आहेत. उपजीविकेचे साधन नसल्यामुळे गुन्हेगारीचा धंदा करणारे २५ लाख लोक आहेत. ज्या देशात कोट्यवधी लोक अस्पृश्य नि गुन्हेगार मानले जातात त्यांचे स्वराज्यात स्थान काय? असा रोखठोक सवाल बाबासाहेब करीत होते.

बाबासाहेबांचा लोकशाही राज्यव्यवस्थेत सरंजाम वर्गाच्या हाती सत्ता देण्यासही विरोध होता. ते म्हणतात, "या देशात अस्पृश्यतेचे दुःख भोगणाऱ्यांचे दुःख इतके भयानक आहे की जगात असे दुःख कुठेच नाही. अस्पृश्यांबरोबरच या देशात मोठी लोकसंख्या आदिवासी व वन्य जमातींची आहे. त्यांना सुधारणेच्या मुख्य प्रवाहात आणण्याचा प्रयत्न सरंजामदारांनी कधीच केला नाही. अशा लोकांच्या हाती सत्ता देणे म्हणजे फाशी देणाऱ्याच्या हाती सुरी देण्यासारखेच आहे." सत्ता ही सर्व समाजात समान वाटली जावी या मताचे बाबासाहेब होते. त्यांना स्वातंत्र्य हवे होते ते दलितांच्या हक्कांसाठी. देशात आम्हाला पोटभर अन्न मिळाले पाहिजे, संपत्ती मिळाली पाहिजे, माणुसकी लाभली पाहिजे. अशा लोकशाही राज्यालाच 'स्वराज्य' म्हणतात, अशी त्यांची राजकीय स्वातंत्र्यविषयक भूमिका होती.

भारताने मिळविलेले स्वातंत्र्य आणि स्वीकारलेली लोकशाही टिकवायची तर राजकीय लोकशाहीचे सामाजिक लोकशाहीत रूपांतर व्हायला हवे असे वारंवार सांगताना बाबासाहेब यांचे मते, सामाजिक लोकशाही म्हणजे स्वातंत्र्य, समता आणि बंधुता. समतेपासून स्वातंत्र्य वेगळे करता येत नाही. समता आणि स्वातंत्र्य बंधुभावापासून वेगळे करता येत नाही. समतेशिवाय स्वातंत्र्य म्हणजे मूठभर लोकांचे बहुतांश लोकांवर प्रभुत्व निर्माण करणे होय. स्वातंत्र्याशिवाय समता ही वैयक्तिक कर्तृत्वाला मारक ठरते. बंधुत्वाशिवाय समता आणि स्वातंत्र्य अस्तित्वात येणार नाही. या लोकशाही मूल्यांचा त्यांनी आग्रहपूर्वक स्वीकार केला.

अहिंसा, विचार स्वातंत्र्य हा लोकशाहीचा गाभा असून, संघटित धर्मांधता हा

लोकशाहीसमोरील मोठा धोका आहे, हे जाणूनच बाबासाहेबांनी भारतीय संविधानाद्वारे लोकांना स्वातंत्र्य, समता, बंधुता आणि सामाजिक न्याय बहाल करणारी उच्चतम लोकशाही मूल्ये संविधानाच्या उद्देशिकेत समाविष्ट केली. भारत हे बहुवांशिक, बहुधर्मीय, बहुसांस्कृतिक, बहुभाषिक राष्ट्र आहे. भारताची विविधता हे देशाचे वैशिष्ट्य आहे आणि देश टिकवायचा तर या विविधतेचे संरक्षण धर्मनिरपेक्ष लोकशाहीच करू शकते, अशी बाबासाहेबांची धारणा होती. 'एक व्यक्ती, एक मत, एक मूल्य' हा सिद्धान्त लोकशाहीचा आत्मा आहे. मात्र, आर्थिक विषमता असेल तर हा लोकशाही सिद्धान्त अमलात येणार नाही असे बजावताना त्यांनी म्हटले होते की, ''आपल्या देशात जात, धर्म, भाषा, संप्रदाय, अंधविश्वासाची हजारो वर्षांची परंपरा आहे. यामुळे येथे अमलात येणाऱ्या लोकशाहीचे स्वरूप संसदीय लोकशाहीचे जरी असले तरी जोपर्यंत व्यक्ती व समाजाच्या परस्परसंबंधात येणारे असंख्य अडथळे नष्ट होणार नाहीत तोपर्यंत येथील लोकशाही ही बेगडी व दिखाऊच असेल. लोकशाही हा केवळ एक शासनप्रकार नसून, तो जीवनमार्ग ठरावा आणि नैतिकता व सदसद्विवेक हा लोकशाहीचा मूळ पाया असावा असा आग्रह म्हणूनच ते धरत होते, हे विशेष!

बाबासाहेबांना लोकशाही उद्ध्वस्त करणाऱ्या पुनरुज्जीवनवादी शक्तींचे उदात्तीकरण मान्य नव्हते. धर्म, रूढी, परंपरांची तर्कशुद्ध चिकित्सा करणाऱ्या बुद्धिवाद्यांची मुस्कटदाबी व त्यांच्या हत्या त्यांना अभिप्रेत नव्हत्या. राष्ट्रीय नेत्यांची हत्या करणाऱ्या मारेकऱ्यांचे उदात्तीकरणही त्यांना मान्य नव्हते. डाव्या विरोधी पक्षांना शत्रूस्थानी ठरवून चातुर्वर्ण्य ईश्वरनिर्मितच आहे या हिंदुत्ववादी 'विचारधनास' त्यांचा सक्त विरोध होता. अल्पसंख्याकांच्या राष्ट्रभक्तीवर शंका घेणे त्यांना मान्य नव्हते. हिंदुत्व म्हणजेच राष्ट्रीयत्व या धर्मांध संकल्पनेच्या ते विरोधात होते. संसदीय संस्थांतील आरडाओरडा-गोंधळ त्यांना कबूल नव्हता. लोकांच्या प्रश्नांवर साधकबाधक चर्चा होऊन कायदेमंडळात कायदे संमत व्हावेत या मतांचे बाबासाहेब होते.

बाबासाहेबांनी केलेले लोकशाहीविषयक चिंतन समजून घेण्यात भारतीय समाज आज कमी पडत आहे. पुनरुज्जीवनवादी शक्ती लोकशाहीचाच घास घेतात की काय अशी भीती निर्माण झाली आहे. धर्मांध नि फॅसिस्ट शक्ती प्रबळ होत आहेत. आपापली जात, धर्म, पंथ कायम ठेवून आपण राष्ट्रीयच आहोत असा भ्रम भारतीय जनता बाळगून आहे. हे सारे भारतीय लोकशाहीसमोरील धोकेच आहेत. बाबासाहेबांचा एक इशारा सर्वांनीच लक्षात ठेवणे गरजेचे आहे. तो असा की, घटनासभेत बोलताना बाबासाहेब म्हणाले होते, ''राजकीय लोकशाहीने आपण संतुष्ट रहाता कामा नये. राजकीय लोकशाहीचे सामाजिक व आर्थिक लोकशाहीत रूपांतर केले पाहिजे.

राजकीय लोकशाही ही सामाजिक लोकशाहीवर अधिष्ठित नसेल, तर ती टिकूच शकणार नाही. कारण सामाजिक लोकशाही ही स्वातंत्र्य, समता आणि बंधुत्वावर आधारित असते. सामाजिक समता नसेल तर स्वातंत्र्याचा अर्थ 'मूठभर लोकांचे राज्य' असा होईल. समता ही स्वातंत्र्यशून्य असेल तर ती व्यक्तीच्या जीवनातील स्वयंप्रेरणा नष्ट करील. बंधुभाव नसेल तर स्वातंत्र्य आणि समता यांची वाढ होणार नाही. २६ जानेवारी १९५० रोजी आपल्याला राजकीय समता लाभली; पण सामाजिक व आर्थिक जीवनात असमानता राहील. ही विसंगती जर नष्ट करण्याचा प्रयत्न झाला नाही, तर विषमतेची आच लागलेले लोक राजकीय लोकशाहीचा मनोरा उद्ध्वस्त केल्याशिवाय राहणार नाहीत. त्यांनी असेही जतावून ठेवले की, ज्या थोर लोकांनी राष्ट्राची सेवा केली त्यांच्याविषयी कृतज्ञता बाळगण्यात काही गैर नाही; परंतु कृतज्ञतेला मर्यादा असावी. आपल्या स्वातंत्र्याचा बळी देऊन कुठलेही राष्ट्र कृतज्ञ राहू शकत नाही. राजकारणात भक्ती अथवा विभूतीपूजा हा लोकशाहीचा नव्हे तर अधोगतीचा आणि हुकूमशाहीचा मार्ग आहे. डॉ. बाबासाहेब आंबेडकरांचे लोकशाही-विषयक हे मूलभूत चिंतन भारतीय जनतेला आज म्हणावे तसे पेलवत नाही ही खरी काळजी करण्यासारखी बाब आहे. दुसरे काय?

■ ■ ■

७

डॉ. बाबासाहेब आंबेडकर यांची सामाजिक लोकशाहीची संकल्पना

■

श्री. मोतीराम कटारे

डॉ. बाबासाहेब आंबेडकर यांची सामाजिक लोकशाहीची (Social Democracy) संकल्पना समजून घेण्यासाठी लोकशाही म्हणजे काय, इथपासून सुरूवात करून भारताने लोकशाहीची कोणती संकल्पना स्वीकारली, बाबासाहेब सामाजिक लोकशाहीच्या स्वीकाराची अपेक्षा का करतात, सामाजिक लोकशाही म्हणजे काय, ती कशी अस्तित्वात येते? अशा विविध प्रश्नांचा ऊहापोह करण्याचा प्रयत्न इथे केला आहे.

लोकशाहीची व्याख्या

जगभरात अनेक विचारवंतांनी आणि समाजशास्त्रज्ञांनी लोकशाहीच्या व्याख्या केलेल्या आहेत. अशा अनेक व्याख्यांपैकी अब्राहम लिंकनची व्याख्या नेहमीच विचारात घेतली जाते. त्यांच्या मते, "लोकांचे सरकार, लोकांनी नियुक्त केलेले सरकार आणि लोकांकरिता राबणारे सरकार (A Government of the peole by the people and for the people)" बाबासाहेबांचे या व्याख्येने किंवा अस्तित्वात असणाऱ्या अन्य व्याख्यांनी समाधान होत नाही. त्यामुळे त्यांनी लोकशाहीची स्वत:ची व्याख्या केली आहे. आजवरच्या सर्व व्याख्यांत ती वेगळी आणि उठून दिसणारी आहे. ते लिहितात, "लोकांच्या आर्थिक आणि सामाजिक जीवनात क्रांतिकारी बदल रक्तविरहित मार्गांनी घडवून आणणारी शासनपद्धती म्हणजे लोकशाही होय."[१] लोकांच्या सामाजिक आणि आर्थिक जीवनात क्रांतिकारक बदल आणि तोही रक्तविरहित मार्गाने घडवून आणणे म्हणजे 'लोकशाही' असेल, तर भारतात लोकशाही

राबवणाऱ्या शासकांनी लोकांच्या सामाजिक आणि आर्थिक जीवनात क्रांतिकारक बदल घडवून आणले आहेत काय? त्यासाठी राजकीय पक्ष संवैधानिक मार्गाचा वा रक्तविरहित मार्गाचा अवलंब करतात काय? समाजातील प्रचंड आर्थिक आणि सामाजिक विषमता पाहता या प्रश्नांची उत्तरे नकारात्मकच आहेत. त्यामुळे राजकीय पक्षांनी नाहीच; पण लोकांनीही लोकशाही नेमकी समजून घेतली आहे, असे दिसून येत नाही.

२६ जानेवारी १९५० रोजी भारत हा लोकशाही राष्ट्र म्हणून उदयास आला. लोकशाहीला आकार देण्यात बाबासाहेब आघाडीवर होते. लोकशाहीच्या या नव्या पर्वाआधी ती भारतात अस्तित्वात नव्हती का? बुद्धाच्या संघात ती अस्तित्वात होती असे इतिहासाच्या आधारे सिद्ध करता येते. बाबासाहेबांनी घटना समितीच्याही तसे निदर्शनास आणले आहे. काहीही असले तरी लोकशाहीच्या विरोधकांनी ती संपवून टाकली. तिचा नव्याने स्वीकार केला गेला. जगातील सर्वांत मोठे लोकशाही राष्ट्र म्हणून भारताचा गौरव होतो. कोणत्याही भारतीयाला अभिमान वाटावा अशी ही घटना असली तरी ती नव्याने अस्तित्वात आल्यावरही भारतात तिचे विरोधक होते आणि लोकशाहीविरोधी जनमानस घडवण्यात ते अग्रेसर होते. आज तर त्यांनी सत्तेवर ताबा मिळवला आहे. उलट, बाबासाहेब आपल्या चळवळीच्या प्रारंभापासून समता, स्वातंत्र्य, बंधुता आणि न्यायाचा पुरस्कार करीत होते. याचा अर्थ ते सुरूवातीपासूनच लोकशाहीवादी असल्याचे दिसते. १८ जानेवारी १९४३ रोजी पुण्याच्या गोखले मेमोरियल हॉलमध्ये महादेव गोविंद रानडे यांच्या १०१ व्या जयंतीनिमिमित्त बाबासाहेबांचे भाषण झाले. ते लिखित स्वरूपात असून, ते 'रानडे, गांधी आणि जीना' या नावाने प्रसिद्ध आहे. त्यात त्यांनी सामाजिक लोकशाहीचा उच्चार केला आहे. सामाजिक लोकशाहीशिवाय लोकशाहीची कल्पना करणे हास्यास्पद असल्याचे मत नोंदवत लोकशाही हा केवळ शासनाचा प्रकार नसून, ती समाज-जीवनाची एक पद्धती असल्याचे स्पष्ट करतात. राजकारणवाद्यांना ही कधीच उमगली नसल्याची खंतही ते व्यक्त करतात. बाबासाहेब ज्या वेळी हा उच्चार करतात तेव्हा भारताने लोकशाही स्वीकारलेली नसली तरी ते जागतिक अनुभवाच्या आधारे विधान करताना दिसतात. सामाजिक लोकशाहीचा पुनरूच्चार घटना समितीमधील शेवटच्या भाषणात दिसून येतो. भारताने स्वीकारलेली लोकशाही ही राजकीय लोकशाही आहे हे बाबासाहेबांनीच शेवटच्या भाषणात स्पष्ट केले आहे. ते म्हणतात, "आम्ही केवळ राजकीय लोकशाहीनेच संतुष्ट होऊ नये. आमच्या राजकीय लोकशाहीला आम्ही सामाजिक लोकशाहीत रूपांतरित केले पाहिजे."[२] इथे प्रश्न निर्माण होतो की, सामाजिक लोकशाही म्हणजे काय?

सामाजिक लोकशाही म्हणजे काय?

सामाजिक लोकशाही समजून घेण्यासाठी बाबासाहेबांनी तिची व्याख्याही करून ठेवली आहे. त्यात ते लिहितात, 'राजकीय लोकशाहीच्या मुळाशी सामाजिक लोकशाहीचा आधार नसेल, तर ती अधिक काळ टिकू शकणार नाही. सामाजिक लोकशाही म्हणजे काय? तो एक जीवनमार्ग आहे. जो स्वातंत्र्य, समता आणि बंधुता यांना जीवनतत्त्वे म्हणून मान्यता देतो. स्वातंत्र्य, समता आणि बंधुता या तत्त्वांचा एका त्रयीची स्वतंत्र अंगे म्हणून विचार करता येणार नाही. ते त्रयींचा संघ निर्माण करतात. ते या अर्थाने की, त्यांपैकी एकाची दुसऱ्यापासून फारकत करणे म्हणजे लोकशाहीच्या मूळ उद्देशालाच पराभूत करणे होय.'[३] समता, स्वातंत्र्य आणि बंधुता जिथे एकत्र नांदतात तिथे सामाजिक लोकशाही असते, असे बाबासाहेबांचे मत होते. या सिद्धान्ताचा सुटासुटा विचार करू नये अशी तंबीही त्यांनी दिलेली होती. जर तसे केले गेले तर लोकशाहीचे मूळ प्रयोजनच नष्ट होऊन जाईल अशी भीती त्यांना वाटते. तरीही अनेक विचारवंत अभ्यासाच्या सोयीसाठी या संकल्पनांचा सुटासुटा विचार करीत असतात. त्यामुळे ते सामाजिक लोकशाहीपर्यंत नेमकेपणाने पोहचत नाहीत. सामाजिक लोकशाहीचा विचार करताना 'हिंदू धर्माचे तत्त्वज्ञान' मधील खालील अवतरणाची मदत घेतल्याशिवाय त्या संकल्पनेला मूर्त रूप येत नाही. बाबासाहेब लिहितात, 'न्यायाने नेहमीच समतेच्या कल्पनांना 'भरपाई'च्या अनुरूप असलेल्या कल्पनांना जागृत केलेले आहे. समन्याय समता दर्शवितो. नियम आणि विनियम, हक्क आणि न्यायता या गोष्टींचा समतेशी संबंध पोचतो. जर सर्व माणसे समान असतील, तर एकाच प्रकारचे मूलभूत हक्क आणि समान स्वातंत्र्य यांचा हक्क देते. थोडक्यात, न्याय हे केवळ स्वातंत्र्य, समता व सहभाव यांचे दुसरे नाव आहे.'[४]

सामाजिक लोकशाही विचारात घ्यायची तर समता (Equality), स्वातंत्र्य (Liberty), बंधुता (Faternity) आणि न्याय (Justice) या संकल्पनांचा विचार करावा लागतो हेच या विधानातून स्पष्ट होते. भारतीय राज्यघटनेने या सर्व संकल्पना स्वीकारलेल्या असतील तर बाबासाहेब मग राजकीय लोकशाहीचे सामाजिक लोकशाहीत रूपांतर केले पाहिजे असे का म्हणतात? त्याचे उत्तर असे की, आपण राजकीय (Political) लोकशाही स्वीकारलेली आहे. राजकीय लोकशाहीत लोकांच्या सामाजिक आणि आर्थिक जीवनात क्रांतिकारी बदल घडवता येत नाही. राजकीय लोकशाहीत राजकीय समतेचा विचार स्वीकारलेला असतो. मात्र, सामाजिक आणि आर्थिक जीवनात तो स्वीकारणे शासनाला आणि जनतेला बंधनकारक नसते. राजकीय स्वातंत्र्य स्वीकारले पण सामाजिक आणि आर्थिक स्वातंत्र्याच्या बाबतीतही

हाच नियम लागू करता येतो. असे अनेक प्रश्न आपल्यासमोर निर्माण होतात ते प्रश्न सोडवण्यासाठी आवश्यक संकल्पनांच्या अंतरंगात शिरावे लागेल.

समता म्हणजे काय?

बाबासाहेबांनी जगातील विविध देशांतील लोकशाही राष्ट्रांच्या लोकशाहीचा अभ्यास करून लोकशाहीच्या अपयशाचे कारण सामाजिक विषमता, वर्गावर्गात असलेली असमतेची दरी असा निष्कर्ष काढला आहे. लोकशाहीच्या अपयशाचे कारण जर विषमता असेल, तर विषमता नष्ट करून समता स्थापन करणे हे लोकशाही यशस्वी करण्यासाठी आवश्यक ठरते. लोकशाही टिकवण्याची ती पूर्व अट आहे. बाबासाहेबांनी त्याचा वारंवार उच्चार केला आहे. घटना समितीलाही ही अट सुनावली आहे.

राजकीय सोयीसाठी विषमता या संकल्पनेचा राजकीय नेते मोठ्या कल्पकतेने वापर करीत असतात. इंदिरा गांधींनी दिलेला 'गरिबी हटाव'चा नारा हा आर्थिक विषमता निर्मूलनाशी संबंधित होता. या नाऱ्याच्या जोरावर त्यांनी प्रचंड बहुमताने सत्ता हस्तगत केली. दोन वर्षांपूर्वी पंतप्रधान नरेंद्र मोदींनी 'अच्छे दिन'चे स्वप्न दाखवले. त्यांच्या स्वप्नांचा अर्थ काँग्रेस सरकार आजवर जे करू शकले नाही ते आम्ही करून दाखवणार असा घेता येतो. त्यांच्या घोषणेचा संबंध अपरिहार्यपणे आर्थिक जीवनाशीच जोडला गेलेला आहे. त्या एका घोषणेवर लोकांनी सरकार बदलवले. विरोधक अल्पमतात गेले. लोकशाहीत विरोधी पक्षाचे अस्तित्व नसेल, तर सत्तेचे हुकूमशाहीत रूपांतर होते. ही हुकूमशाही प्रस्थापित करण्याला जनताच जबाबदार असते.

मुद्दा असा की, माजी आणि आजी पंतप्रधानांच्या या दोनही घोषणांत गुणात्मक फरक आहे काय? लोकांच्या हिताचा विचार करता 'नाही' असेच उत्तर येते. त्याचे कारण असे की, गरिबी हटली नाही वा तशी स्थितीही निर्माण केली नाही. उलट, गरिबी कायम कशी राहील अशी धोरणे राबवली गेली. 'अच्छे दिन' ही कुठेच दिसत नाहीत. आम्हाला वेळ द्या असे बोलले जात आहे. तसे प्रयत्न तरी आहेत काय? तर तेही दिसत नाहीत. कोणतीही घटनात्मक व्यवस्था निर्माण करण्यासाठी शासन बांधील असले पाहिजे. समजा ते बांधील असले आणि करण्याची इच्छाशक्ती नसली तर काहीच घडू शकत नसल्याचे आपण सारे अनुभवत आहोत. इथे प्रश्न निर्माण होतो तो सर्वसामान्य माणसाच्या न्यायवंचिततेचा. तो न्यायवंचित राहू नये अशी बाबासाहेबांची धारणा होती. त्याला खऱ्या अर्थाने न्याय द्यायचा असेल, तर या संकल्पनांची नेमकी मांडणी आवश्यक आहे. सामाजिक लोकशाही जर प्रत्यक्षात आणायची असेल तर तिला पूर्णत्व देणाऱ्या संकल्पना समजून घ्याव्या लागतात.

मग समता म्हणजे काय आणि ती कशी स्थापन करायची, असे प्रश्न साहजिकच उभे राहतात. बाबासाहेबांच्या मते, 'अधिकारप्राप्ती ही कोणाच्याही जन्मावर अगर दौलतीवर अगर कशावरही अवलंबून न ठेविता, जी ज्याच्या त्याच्या गुणावर अवलंबून ठेवणे असा जर समतेच्या तत्त्वाचा अर्थ आहे तर तो गुणहीन आहे. गलिच्छ आहे व दुर्वर्तनी आहे अशा माणसाला जो स्वच्छ आहे, सद्वर्तनी आहे अशा माणसाने समानतेने वागवावे अशी मागणी कशी करता येईल? असा उलट प्रश्न करण्यात येतो. गुणाने समान असलेल्या माणसाला समानतेने वागविण्यात यावे ही समतेची व्याख्या अधिकार देताना लागू करणे रास्त आहे. पण व्यक्तीतील अंगभूत गुणांचा विकास होऊन ते अधिकारास लायक होण्यापूर्वी सर्वांना मग ते कितीही असमान असोत, सारखे वागवणे हाच न्याय आहे. समाजशास्त्राच्या मते, ज्याच्या अंगी जो गुण आहे त्याचा पूर्ण विकास होण्यास सामाजिक व्यवस्था ही अत्यंत मोठी कारणीभूत अशी गोष्ट आहे.'[५]

सारखे वागवणे ही गोष्ट परिस्थितीजन्य असते, तेव्हा सर्व क्षेत्रातील समान संधीसाठी आहे त्या परिस्थितीत बदल करण्यासाठी समता निर्माण होण्यासाठी पूरक सामाजिक व्यवस्था निर्माण करावी लागते. नुसती सामाजिक व्यवस्था निर्माण करून भागत नाही, तर ती कायमस्वरूपी टिकवावी लागते. समता म्हणजे अधिकार असेल तर ते अधिकार प्रत्येकाला मिळायला हवेत. ते हिरावून घेणे अन्याय असतो. तो होऊ नये म्हणून व्यवस्थेची गरज असते. बर्नार्ड विल्यम्स यानेही आपल्या लेखात परिस्थिती निर्माण करण्यावर भर दिला आहे. त्याच्या 'द आयडिया ऑफ इक्वालिटी' या लेखाची सुरूवातच अशी आहे. राजकीय चर्चेत समतेच्या संकल्पनेचा दोन प्रकारे वापर करण्यात येतो. वस्तुस्थितीचे वर्णन करण्यासाठी किंवा जिला आपण वस्तुस्थिती मानतो तिचे वर्णन करण्यासाठी म्हणून ही संकल्पना वापरतो. उदाहरणार्थ, 'सर्व माणसे समान असतात किंवा राजकीय उद्दिष्टे मांडण्यासाठी तिचा आपण उपयोग करतो'. उदाहरणार्थ, 'सर्व माणसे समान असली पाहिजेत, पण आज तशी नाहीत.' हे दोन्ही उपयोग एकत्रितपणे करता येणे शक्य आहे आणि तसे ते अनेकदा करण्यात येतातही. मग आपल्या उद्दिष्टाचे वर्णन असे करता येईल; वस्तुत: सर्व माणसे समान असतात, पण तसे त्यांना आज वागवण्यात येत नाही. त्याऐवजी जिच्यात सर्व माणसांना ती समान आहेत अशा रीतीने वागवण्यात येते, अशी परिस्थिती आपल्याला निर्माण करायची असते.'[६]

इथे असाही आक्षेप घेतला जाईल की, समता ही कल्पित गोष्ट आहे. बाबासाहेबांना ते माहीत होते. ते लिहितात, 'समता ही कल्पित गोष्ट असली तरी ती नियामक तत्त्व

म्हणून स्वीकारलीच पाहिजे. माणसाची शक्ती–१) शारीरिक वंश, २) सामाजिक वारसा अथवा आई–वडिलांनी घेतलेली काळजी, शिक्षण, शास्त्रीय ज्ञानाचा संचय, रानटी माणसांपेक्षा त्याला अधिक कार्यक्षम बनविणारी प्रत्येक गोष्ट या स्वरूपातील नैसर्गिक देणगी आणि अखेरीस, ३) त्याचे स्वतःचे प्रयत्न यावर अवलंबून असते. या तिन्ही बाबतींत माणसे असमान आहेत. परंतु प्रश्न असा आहे की, असमान असल्यामुळे आपण त्यांना असमान वागणूक देणार आहोत काय? या प्रश्नाचे समतेच्या विरोधकांनी उत्तर दिलेच पाहिजे.'[७]

समता हा अधिकार असल्याने कोणताही अधिकार हा जन्म वा दौलतीवर अवलंबून असता कामा नये, असे त्यांचे मत आहे. अधिकार हे भीक मागून मिळत नसतात, तर त्यासाठी संघर्ष करावा लागतो. म्हणूनच त्यांनी आपल्या अनुयायांना 'शिका, संघटित व्हा आणि संघर्ष करा' असा सल्ला दिला. समाजशास्त्राचा हवाला देऊन ते माणसाच्या अंगच्या गुणांचा विकास करण्याची संधी देणारी सामाजिक व्यवस्था असावी लागते. भारतात ती नाही हे माहीत असल्यामुळे ती कशी निर्माण करता येईल, हा खरा प्रश्न त्यांच्यापुढे होता. ती व्यवस्था आपण निर्माण करू शकलो का, या प्रश्नाचे उत्तर रोहित वेमूलाची आत्महत्या देते. सामाजिक व्यवस्थेत परिवर्तन घडवून आणण्याची जबाबदारी ही तत्कालीन समाजसुधारक आणि राज्यकर्ते अशा दोघांचीही असते. समाजसुधारक विचार देतात, त्यासाठी चळवळी करतात आणि राज्यकर्ते त्या विचारांना मूर्त रूप देतात. आज भलतेच घडते आहे. समाजसुधारकांचे मुडदे पाडले जात आहेत. समाजसुधारकांचे मुडदे पाडणाऱ्या देशात समाजसुधारणेची चळवळ दीर्घकाळ चालू शकत नाही आणि ती विकसितही होणार नाही, हे माहीत होते म्हणून त्यांनी ही जबाबदारी शासनपद्धतीवर सोपवली आहे. समतेच्या बाबतीत शासन धर्मग्रंथांना प्रमाण मानत मिठाची गुळणी धरून बसते तेव्हा न्यायव्यवस्थेला तोंड उघडावे लागते. हल्ली हे वारंवार घडू लागले आहे. शासन आपली जबाबदारी चोखपणे पार पाडत नसल्याने हे घडते आहे. जेव्हा प्रजेच्या उन्नतीसंदर्भात शासनाची नेमकी जबाबदारी काय असते याचे भान शासन ठेवत नाही, तेव्हा ते झोपलेल्या वा झोपेचे सोंग घेतलेल्या सरकारला जागे करतात आणि जबाबदारीची जाणीव देतात. ते लिहितात, 'सुधारलेल्या राष्ट्रांतील राज्यपद्धतीचा कल जितका शासनाकडे असतो तितकाच संस्कृतीकडेही असतो. आहे त्यापेक्षा प्रजेची उन्नती अधिक कशी होईल याचे मार्ग आखणे, तिची साधने सर्वांना सारखी उपलब्ध करून देणे, उन्नतीस अनुकूल अशी परिस्थिती उपलब्ध करणे हा राज्य करण्याचा दुसरा हेतू शासनाइतका किंबहुना अधिक महत्त्वाचा होऊन बसला आहे.'[८]

'जातिप्रथेचे विध्वंसन' या भाषणातही त्याचा उच्चार केला आहे. ते लिहितात, 'एखाद्या राज्यकर्त्याचा संबंध प्रचंड संख्येने असलेल्या जनतेशी येतो. बारीकसारीक भेद काढण्यास व प्रत्येकाला समन्यायाने म्हणजे गरजेनुसार किंवा क्षमतेनुसार वागवण्यास वेळही नसतो किंवा त्याचे ज्ञानही नसते. माणसांना दिलेली समन्याय वागणूक ही कितीही इष्ट अथवा वाजवी असो, मानवतचे श्रेणीकरण व वर्गीकरण करण्यास ती समर्थ असणार नाही. त्यामुळे राज्यकर्त्याने काहीसा स्थूल वा तयार नियम अनुसरलाच पाहिजे आणि तो स्थूल व तयार नियम म्हणजे– सर्व लोक सारखे आहेत म्हणून नव्हे, तर वर्गीकरण व श्रेणीकरण करण्यास अशक्य असल्यामुळे सर्व लोकांना सारखीच वागणूक देणे हा होय. समतेचे तत्त्व हे स्पष्टपणे भ्रममूलक आहे. (परंतु सर्व गोष्टी जमेस धरता एखाद्या राज्यकर्त्यास राजकारणात पुढे येतोच असा एकमेव मार्ग आहे.) येण्यासाठी तोच एकमेव मार्ग आहे. ती कठोर व्यावहारिक व्यवस्था आहे व तिच्यासाठी व्यावहारिक कसोटीची गरज आहे.'[१] बाबासाहेब समन्यायात समतेचे तत्त्व शोधत असल्याचा सिद्धान्त इथे पुढे येतो. माणसाने माणसाकडे मानवी दृष्टीने पहायला हवे असाच बाबासाहेबांचा समतेविषयी दृष्टिकोन आहे.

समता प्रस्थापनेतील अडथळे : जाती

'जात' हा समता प्रस्थापनेतील सर्वांत मोठा अडथळा आहे, असे त्यांचे मत होते. जाती या माणसामाणसात मत्सर, द्वेष निर्माण करतात. त्याला विकासाच्या संधी नाकारतात. त्यामुळे जाती नष्ट करण्याची योजना त्यांनी 'जातिप्रथेचे निर्मूलन' (Anihilation of Cast) या ग्रंथात मांडली. हा ग्रंथ म्हणजे त्यांचे न झालेले भाषण. हे भाषण क्रांतिकारी ठरले. आयोजकांना न पचण्यासारखे असल्याने त्यांनी ते रद्द केले. त्यामुळे ते भाषण सुरूवातीपासूनच समजून घ्यावे लागते.

'जातिप्रथेचे विध्वंसन' या भाषणाकडे वळण्यापूर्वी डॉ. बाबासाहेब आंबेडकर यांनी केलेल्या चळवळींचा पूर्वेतिहास समजून घेणे आवश्यक आहे. जर आम्ही हिंदू असू, तर हिंदू म्हणून तुम्हाला असणारे हक्क वा अधिकार आम्हालाही असलेच पाहिजेत यासाठी त्यांनी लढे उभारले. महाड सत्याग्रहाच्या निमित्ताने ओंजळभर पाणी पिणे वा काळाराम मंदिरात प्रवेश करणे या कृती प्रतीकात्मक होत. आपले अधिकार मिळवण्यासाठी लढणे म्हणजे पायरी सोडून वागणे हे हिंदूंचे मत होत होते. या सत्याग्रहाच्या निमित्ताने हिंदू समाज हा अपरिवर्तनीय आहे हे लक्षात आलेल्या बाबासाहेबांनी १३ ऑक्टोबर १९३५ रोजी हिंदू धर्म सोडण्याची घोषणा येवला मुक्कामी केली. या घोषणेने साऱ्या देशाचे लक्ष त्यांनी आपल्याकडे वेधून घेतले होते. याचा अर्थ, या आधी देशवासीयांचे त्यांच्याकडे लक्ष नव्हते असा होत नाही.

महाड सत्याग्रहात गांधी प्रतिमा ठेवणाऱ्या बाबासाहेबांच्या लक्षात आले की, गांधीजींची आपल्या बांधवांबाबतची भूमिका ही आईची नसून, दायीची आहे. तेव्हा त्यांनी म. गांधींना विरोध सुरू केला. गांधींची ही भूमिका कायम राहिली. बाबासाहेबांचा गांधींना विरोध वैचारिक स्वरूपाचा होता. त्यांना विरोध म्हणजे देशद्रोह अशी धारणा व्यक्तिपूजक अनुयायांची होती. त्यामुळे त्यांनी व्यक्तिपूजेवरही हल्ला चढवला आणि ज्याची पूजा केली जाते ती व्यक्ती पूजेस लायक आहे काय, हे तपासण्याचा अनुयायांना सल्ला दिला. तो गांधी आणि जीनाभक्तांसाठी होता तेवढाच स्वत:च्या भक्तांसाठीही होता.

लेखन, भाषणे आणि चळवळी यातून त्यांनी संपूर्ण भारताचे लक्ष वेधून घेतले होतेच. त्यांचा युक्तिवाद इतका बिनतोड असायचा, की तो विरोधकांनाही खोडता येत नसे. त्यांच्या लेखनाच्या आणि भाषणाच्या अनोख्या शैलीने ते विरोधकांतही लोकप्रिय होते. जातिव्यवस्थेचे देशभरात जे अभ्यासक होते, त्यात त्यांचे चिंतन हे मूलभूत असे होते. वाघिणीचे दूध पिऊन जे सुधारक पुढे आले वा आर्य समाजाचा वारसा जपू पाहणारी जी अनेक मंडळे उभी राहिली त्यात लाहोरचे 'जात-पात-तोडक मंडळ' हे एक! त्याच्या नावातूनच त्यांची ध्येय-धोरणे काय असतील याचा प्रत्यय येतो. हे मंडळ दरवर्षी एका महनीय व्यक्तीला आपल्या मंडळात बोलावून त्यांचे विचार सभासदांना ऐकवीत असत. १९३५ साली या मंडळाने डॉ. बाबासाहेब आंबेडकर यांना निमंत्रित करायचे ठरवले. मंडळाने त्यांना बोलावण्यासाठी १९३५ सालच का निवडले याचे उल्लेख सापडत नसले तरी १३ ऑक्टोबर १९३५ साली डॉ. बाबासाहेब आंबेडकर यांनी येवले मुक्कामी धर्मांतराची घोषणा केली आणि १२ डिसेंबर १९३५ला मंडळाचे निमंत्रण आले. याची संगती लावायची तर 'हिंदू'मधला अस्पृश्यांचा मोठा गट बाबासाहेबांबरोबर हिंदूधर्मातून बाहेर गेला तर हिंदूधर्म कमकुवत होणार' असे मानणारा होता. अशा व्यक्तीचे मन वळवण्यासाठीचा हा पर्याय म्हणावा तर धर्मांतरासंदर्भात भाषणात काही बोलू नये, असे बाबासाहेबांना आधीच सांगण्यात आले होते.

जातीपद्धती कशी तोडता येईल या संदर्भातली मूलभूत मांडणी मंडळाला अपेक्षित होतीच; पण जातीसंदर्भात जिज्ञासूंकडून विचारल्या जाणाऱ्या प्रश्नांना मंडळाचे सभासद समाधानकारक उत्तरे देऊ शकत नसत अशा सर्व प्रश्नांची एक यादी तयार करून मंडळाने त्यांना पाठवली होती. बाबासाहेब अशा प्रसंगी द्यावयाचे भाषण हे लिखित स्वरूपाचे करीत असत. डॉ. बाबासाहेब आंबेडकरांच्या भाषणाच्या प्रती मंडळाने मागवून घेतल्या. त्यातील मजकूर वाचून मंडळाच्या लोकांनी नाराजी व्यक्त

करून भाषण कसे असावे याचे मार्गदर्शन करणारे पत्र बाबासाहेबांना लिहिले होते. विचार स्वातंत्र्याचे ते कडवे पुरस्कर्ते असल्याने भाषणातील एक शब्दही बदलणार नसल्याचे त्यांनी मंडळास कळविले होते. त्यावर मंडळाने परिषद पुढे ढकलण्याची धमकी दिली होती. बाबासाहेबांना त्याचे वाईट वाटले नाही. बाबासाहेब ऐकत नाहीत म्हटल्यावर मंडळाने परिषद रद्द करून आपला शब्द खरा केला होता.

संतराम आणि बाबासाहेब यांच्यात जी चर्चा झाली होती त्या चर्चेत ज्यावर जात आधारलेली आहे त्या धार्मिक कल्पनांचा नाश केल्याशिवाय जात नष्ट होणार नाही, अशी भूमिका बाबासाहेबांनी मांडली होती व संतराम यांना ती भूमिका आवडली होती. जात ज्या धार्मिक कल्पनांवर आधारित आहे त्या धार्मिक कल्पनांची चिकित्सा म्हणजे त्या धर्मकल्पना ज्या धर्मग्रंथातून घेतल्या त्याची चिकित्सा ओघानेच येणार हे मंडळाच्या सभासदांनी समजून घेतले नाही. मुळात दृष्टिकोनातल्या फरकामुळे बाबासाहेब हे निमंत्रण स्वीकारण्यास तयार नव्हते. संतराम यांनी फारच आग्रह धरल्याने त्यांनी हे निमंत्रण स्वीकारले होते. सवर्ण हिंदूंकडून त्यांना परिषदेचा अध्यक्ष म्हणून बोलावण्याची आयुष्यातील पहिलीच वेळ होती. त्याचा शेवट 'शोकांतिकेत' झाला असे स्वत: बाबासाहेबांनीच नोंदवून ठेवले आहे. ज्याला धर्म वा शास्त्राने उपदेश करण्याचा कोणताही अधिकार दिलेला नाही अशा माणसाकडून कोणताही धर्मविषयक विचार ऐकणे म्हणजे धर्मशास्त्राविरूद्ध द्रोह होता. तो ज्यांना मान्य नव्हता; त्यांनी भाषणाला विरोध केला. परिणामी, अधिवेशन रद्द करण्याची घोषणा करावी लागली होती. हे भाषण लिहून काढले होते. त्याची पहिली आवृत्ती जून १९३६ साली प्रसिद्ध झाल्याचे संशोधक वसंत मून यांनी या भाषणाच्या मराठी अनुवादकीय भूमिकेत नोंदवून ठेवले आहे.

जाती तोडण्यामागचा हा उदात्त विचार आजवर ना म. गांधींना समजला ना भारतीय समाजाला नीट समजला. त्यामुळे आपण राष्ट्र घडवू शकलो नाही. म्हणूनच 'जातिप्रथेचे विध्वंसन' या ग्रंथातील ठळक आणि महत्त्वाचे मुद्दे समजून घेणे उचित राहील. ते खालील प्रमाणे आहेत.

- जातीव्यवस्थेला शास्त्रीय आधार नाही.
- हिंदू समाजातल्या उच्च समजल्या जाणाऱ्या विकृत मनोवृत्तीच्या लोकांकडून स्वार्थाकरिता 'फॅशन' म्हणून जातीची निर्मिती करण्यात आली व त्यांनी आपल्या सामाजिक वर्चस्वाच्या बळावर जाती रूढ केल्या.
- संपूर्ण समाजाबद्दल आपुलकीची भावना हिंदू समाजात नाही व त्याला जबाबदार जात आहे.

- जातीयतेने सामाजिकतेची जाणीव मरून गेली आहे.
- 'जात' ही सर्व सुधारणा दडपण्याचे व नष्ट करण्याचे फार मोठे अस्त्र आहे, असे सनातनी वृत्तीच्या लोकांना वाटते. आदर्श समाज कोणता तर स्वातंत्र्य, समता व भ्रातृभाव (विश्वबंधुत्व) या त्रयींवर आधारलेला समाज. आदर्श समाज-रचनेत विभिन्न समाज गटाच्या सुख-दुःखात जाणीवपूर्वक सहभागी होतो. जातीत विभागलेल्या हिंदू समाजात हे चित्र दिसत नाही.
- पोटजाती नष्ट करणे हे जातीव्यवस्थेतील पहिले पाऊल आहे.
- बंधुता निर्माण करण्यास रक्तमिश्रण हेच एकमेव औषध आहे आणि रक्तासंबंधीची भावना पराकोटीस पोहचल्यावाचून जातींनी निर्मिलेली फुटीरतेची भावना नष्ट होणार नाही.
- लोकांची शास्त्रप्रामाण्यावरील श्रद्धा सर्वप्रथम नष्ट करणे.
- धर्मग्रंथांनी ब्राह्मणांना गुरू म्हणून घोषित केले असल्याने सर्व ब्राह्मणेतरांना ते वंद्य व पूज्य आहेत.
- श्रुती आणि स्मृती या जातीव्यवस्थेच्या समर्थक असल्याने त्यांचा विद्ध्वंस करायला हवा.
- धर्म हा तात्त्विक बाबच असायला हवा. तो नियम प्रधान होतो त्या क्षणी त्याचे धार्मिक रूप नष्ट होते. हिंदू धर्म हा नियमप्रधान आहे.

  तत्त्वनिष्ठ धर्माचे स्वरूपही त्यांनी विशद केले आहे. त्याचे स्वरूपही समजून घेणे हा चळवळींसाठी कृती कार्यक्रम आहे.
- समग्र हिंदूंकरिता एकच धर्मग्रंथ असायला हवा. तो सर्वमान्य व सर्वसमावेशक असावा. शास्त्रे, पुराणे, वेद आणि धर्मग्रंथ कायद्याने बंद करायला हवेत. त्यातील तत्त्वे पाळणाऱ्या व्यक्ती शिक्षेस पात्र ठरविण्यात याव्यात.
- जुनी पुरोहित संस्था बंद करून नवी निर्माण करण्यात यावी. नवी पुरोहित संस्था आनुवंशिक असू नये. पुरोहित बनण्याचा प्रत्येकाला अधिकार असायला हवा. त्यासाठी सरकारने परीक्षा घ्यायला हवी. सनद असणारा पुरोहितच पौरोहित्य करण्यास लायक असू शकतो. सनद नसणाराकडून विधी केला गेला तर तो विधी अवैध राहील व असा विधी करणारा शिक्षेस पात्र राहील. तो नीती, आचार, विचारांचे पालन करणारा असावा. जर त्याने पालन करण्यात कुचराई केली तर त्याच्याविरूद्ध कारवाई केली जावी.

- नीती व धर्म हे कोणाच्या आवडी-निवडीवर अवलंबून नसते. वैयक्तिक तुम्हाला एखादी योजना आवडत नसेल पण ती समग्र राष्ट्र अमलात आणत असेल, तर ते राष्ट्र प्रबल धार्मिक नीतिमूल्यांनी पारखायला हवे.
- उपकारक तेवढाच समाजव्यवस्थेतील वारसा जतन केला जावा.
- भूतकाळाची पूजा व त्यापासून प्रेरणा घेण्याचे बंद करावे.
- माणसाच्या कृतीचे मूल्यमापन करण्याची काही मापे असतील, तर ती बदलण्याची तयारी ठेवायला हवी.

इथे असाही प्रश्न उपस्थित केला जाईल की, जातीला इतके महत्त्व का देण्यात आले? त्यावर एवढी पाने का खर्ची घातली? जाती आता कुठे शिल्लक राहिल्या आहेत? घटनेने तर जात नष्टच केली आहे. ज्यांना जातीव्यवस्थेचे दाहक वास्तव दिसत नाही तेच असे प्रश्न उपस्थित करतात आणि त्यांनाच हे प्रश्न रास्त वाटू शकतात. मात्र, जात खरोखरच माणसाच्या मनातून नष्ट झाली आहे काय, याचा विचार गांभीर्याने जो करील तो या वरवरच्या युक्तिवादाला न भुलता तिच्या अंतरंगात शिरेल, समाजवास्तवाचे डोळस निरीक्षण करील तेव्हा त्याला जातीव्यवस्थेचे भेसूर रूप दिसून येईल. लोकांच्या मनात ती किती खोल रुतलेली आहे याचा पडताळा घेतल्यावर कुणीही विचारी माणूस जात नष्ट झाली नाही व होणार नाही या मताला येईल. कारण हिंदूंची तशी इच्छा नाही. बाबासाहेबांनी जातीप्रथेच्या विध्वंसनावर भाषण तयार करताना वास्तवाचे भान सोडलेले दिसत नाही. त्यांच्या मते, 'हिंदूंमधील जाती मोडून काढणे हे सर्वथा अशक्य आहे असे मला का वाटते, काही झाले तरी शास्त्राज्ञेचा भंग करण्यासाठी मने तयार करण्यात काही शतके जातील. परंतु हे कृत्य करण्यात कितीही वेळ जावो. तुम्ही हे विसरता कामा नये की, तुम्हाला जर या पद्धतीमध्ये (शास्त्राज्ञेचा) भंग घडवून आणण्याची इच्छा असेल तर तुम्हाला जे वेद व जी शास्त्रे तर्कबुद्धी अजिबात नाकारतात त्या वेदांना व शास्त्रांना सुरूंग लावला पाहिजे. तुम्ही श्रुती व स्मृती यांचा धर्म नष्ट केला पाहिजे.'[१०]

धर्मशास्त्राची गुलामी

शास्त्राज्ञेचा भंग करण्यास हिंदू कधीही तयार होणार नाहीत याची त्यांना कल्पना होती. एकविसाव्या शतकातही त्यामुळे जातीची पाळेमुळे घट्ट रुजलेली आहेत असे आपल्या लक्षात येते. शासनाने त्यासाठी कायदे केले पण कायदे पाळण्याची मानसिकता भारतीयांनी घडवली नाही. ती ज्याची त्यानेच घडवायला हवी हे बरोबर असले तरी शासनव्यवस्थाही त्यासाठी जबाबदार आहे. उपलब्ध कायदे योग्य रीतीने आणि

प्रामाणिकपणे राबवले जात नाहीत. प्रशासनावर अनेकदा राज्यकर्त्यांचा दबाव असतो. हा दबाव प्रशासनाला आपले काम करू देत नाही. राज्यकर्ते वा प्रशासनात असणारी माणसे ही अखेरीस प्रस्थापित व्यवस्थेचे गुलाम असतात. त्या व्यवस्थेविरूद्ध बंडाचे धाडस त्यांना होत नाही. ज्याअर्थी शास्त्राज्ञेचा भंग करायला हिंदू तयार नाही, त्याअर्थी तो धर्मशास्त्राचा मानसिक गुलाम आहे या मताला त्यांना यावे लागले.

एखाद्याला आपण गुलाम म्हणत असू, तर त्याला गुलाम ठरवण्याचे निकष असले पाहिजेत. त्या गुलामगिरीचे स्वरूप नेमके कसे असते असे प्रश्न निर्माण होतात. बाबासाहेबांच्या मते 'ज्यांना गुलामगिरी केवळ कायद्याच्या बाह्य रूपावरूनच माहीत आहे पण तिच्या आतील अर्थाने नाही त्यांना ही गुलामगिरी बाह्यदर्शनी मुळीच दिसणार नाही. गुलामगिरीच्या आतील अर्थाच्या संदर्भाने प्लेटोने गुलामाची व्याख्या केली आहे. ती अशी की, 'जी स्वतःच्या वर्तणुकीवर नियंत्रण ठेवणाऱ्या प्रयोजनांना दुसऱ्यापासून स्वीकारते ती व्यक्ती म्हणजे गुलाम.' 'या अर्थाने गुलाम हा साध्य नसतो. तो केवळ इतरांनी इच्छा केलेल्या साध्यांना पूर्ण करण्याचे साधन असतो.'[११]

प्लेटोने केलेली गुलामीची ही व्याख्या भारतीयांसाठी तंतोतंत लागू पडते. स्वतःच्या वर्तणुकीवर नियंत्रण ठेवण्यासाठीची प्रयोजने त्यांनी ब्राह्मणांकडून उसनवार घेतली आणि ती कायमची आपलीच मानली. स्वतः ब्राह्मणही ती इतक्या गांभीर्याने पाळत नाही तेवढा ब्राह्मणेतर पाळतो आणि त्यासाठी प्रसंगी स्वतःच्या प्राणाची बाजी लावतो. ब्राह्मणांचे साध्य साधण्यासाठीचे तो साधन आहे, हे त्याच्या लक्षात येत नाही. बाबासाहेबांचे वचन आहे की–गुलामाला गुलामीची जाणीव करून द्या, तो बंड करून उठेल. सुधारकांनी प्रयत्न करूनही हिंदू समाजातील बहुजनांना गुलामीची जाणीव झाली नाही. ज्यांना झाली त्यांना त्याविरूद्ध बंड करण्याचे धाडस झाले नाही. बाबासाहेबांचे 'रिडल्स इन हिंदुइझम' या ग्रंथाच्या प्रस्तावनेत ग्रंथाचा उद्देश स्पष्ट केला आहे. ते लिहितात, 'ब्राह्मणी धर्मशास्त्राने विचारार्थ मांडलेल्या श्रद्धा आणि समजुती यांचे खरे स्वरूप प्रकट करणे हा या पुस्तकाचा उद्देश आहे. ब्राह्मणांनी आपल्याला आतापर्यंत कोणत्या कर्दमात पिचत ठेवले आहे, याचे ज्ञान सर्वसामान्य व बहुजनांना करून देणे आणि त्यांना तर्कशुद्ध विचार करण्यास प्रवृत्त करणे हा आणखी एक हेतू आहे.'[१२] त्यांचा हेतू मात्र बहुजनांनी समजून घेतला नाही. गेल्या शतकात हा ग्रंथ प्रसिद्ध होताच त्यावर उठलेले वादळ हे पुस्तक न वाचताच उठले होते. त्यात गुलाम आघाडीवर होता हे नव्याने सांगायला नको. गुलामगिरी ही त्याच्या इतकी हाडीमासी खिळली आहे. बाह्य स्वरूपाची गुलामगिरी दिसते. हाडीमासी खिळलेली गुलामगिरी दिसत नाही. बाबासाहेब तिला 'मानसिक गुलामी' संबोधतात.

मानसिक गुलामीतून मुक्त होण्यासाठी मनाची स्वतंत्रता आवश्यक असते. मनाचे स्वातंत्र्य ही संकल्पना भारतीयांना कधीच कळली नाही. मनाच्या स्वतंत्रतेसंबंधात त्यांचा अभिप्राय बोलका आहे.

गुलामीचे मूळ

बाबासाहेब लिहितात, 'मानसिक स्वातंत्र्य हेच खरे स्वातंत्र्य आहे. ज्याचे मन स्वतंत्र नाही तो कैदी नसला तरी तो तुरूंगात आहे. ज्याचे मन स्वतंत्र नाही तो जिवंत असून मेला आहे. मनाचे स्वातंत्र्य ही जिवंतपणाची साक्ष आहे. परंतु मानसिक स्वातंत्र्य वसत आहे, त्याचा लोप झाला नाही, याचा पुरावा काय? मानसिक स्वातंत्र्य कोणाला आहे असे म्हणता येईल? जो आपली बुद्धी जागृत ठेवून आपले हक्क काय' आपले अधिकार काय व आपले कर्तव्य काय याची जाणीव करून घेतो, त्याला मी स्वतंत्र म्हणतो.'[१३]

भारतीय माणूस हा आजही स्वतंत्र नाही. गहाण टाकलेले स्वातंत्र्य मिळवायला हवे असे त्याच्या मनातही येत नाही. मग ही स्वतंत्रता कशी येणार? जगात जिथे जिथे क्रांती वा परिवर्तने झाली तिथल्या लोकांनी सर्वांत आधी मनी वसलेल्या जुन्या विचारांची घाण काढून टाकून नवविचार अंगीकारला. म्हणजे स्वत:त विचारक्रांती घडवून आणली. विचारात क्रांती घडवून आणल्याशिवाय आचारात क्रांती होऊ शकत नाही हे बाबासाहेबांना माहीत होते. आज तर विचारक्रांतीच्या विरोधी सारे वातावरण असून, मानसिक गुलामगिरी पक्क्या करण्याच्या फॅक्टऱ्या उघडल्या गेल्या आहेत. त्यामुळे ती नाहीशी होण्याचे मार्ग खुंटले असले तरी आशावाद सोडता कामा नये. आशावाद प्रत्यक्षात आणायचा तर प्रबोधनाचे मार्ग चोखाळावे लागतील. अभिव्यक्ती स्वातंत्र्यावर कितीही घाले घातले गेले तरी त्यासाठी प्रबोधनाची लढाई लढावीच लागेल.

आदर्श समाज

तुम्हाला जात नको असेल तर तुमचा आदर्श समाज कोणता, असा प्रश्न बाबासाहेबांनी 'जातिप्रथेचे उच्चाटन' उपस्थित करीत त्याचे उत्तरही दिलेले आहे. स्वातंत्र्य, समता, बंधुतेवर आधारलेला समाज माझा आदर्श समाज असेल, असे त्यांचे स्पष्ट प्रतिपादन आहे. तो का नसावा, असा प्रतिप्रश्न करीत बंधुतेला कोणता आक्षेप घेतला जाऊ शकतो, असा त्यांचा उलटा सवाल आहे. त्यावर एखादा आक्षेप येऊ शकेल असे मला वाटत नाही असे ते ठणकावून सांगतात. आदर्श समाजाचा निकष काय असू शकतो? त्यांच्या मते, आदर्श समाज हा गतिमान असला पाहिजे.

पुढे गतिमानता म्हणजे काय हे ते स्पष्ट करतात. त्यांच्या मते, 'एके ठिकाणी घडणारा बदल दुसऱ्या ठिकाणी नेण्यासाठी त्यात पुष्कळ मार्ग असावेत. आदर्श समाजात जाणीवपूर्वक आदानप्रदान केलेले व सहभाग घेतले गेलेले अनेक हितसंबंध असावेत. इतर संघटनप्रकारांशी संबंध ठेवण्यासाठी अनेक आणि तेही मुक्त दुवे असावेत. दुसऱ्या शब्दांत तेथे सामाजिक अभिसरण असलेच पाहिजे. ते केवळ लोकशाहीचे दुसरे नाव आहे.'[१४]

मानसिक गुलाम हिंदू परिवर्तनीय नाही, त्याच्यात गतिमानता नाही, सामाजिक अभिसरणही अशक्य आहे, हे जातीला मूठमाती देणार नाहीत हे लक्षात आलेल्या बाबासाहेबांनी जातीमुक्त धर्माचा शोध घेतला. १९३५ साली सुरू झालेला हा शोध बुद्धाजवळ येऊन थांबतो. जातीप्रथेच्या उच्चाटनासाठी त्यांनी तत्त्वप्रधान धर्म निवडला. आपण एकेकाळी सारेच बौद्ध होतो हा सिद्धान्त मांडला आणि १४ ऑक्टोबर १९५६ रोजी आपल्या मूळ धर्मात प्रवेश केला. 'नियमबद्ध असतो तो धर्म, तर तत्त्वप्रधान असतो तो धम्म' असे आधुनिक नामाभिधान त्याला दिले. 'भगवान बुद्ध आणि त्यांचा धम्म' हा बुद्धविचारांचा नवा अन्वयार्थ लावणारा ग्रंथ दिला. लोकशाहीला पूरक असणारा हा धम्म होता. 'धम्म म्हणजे नीती आणि नीती म्हणजे धम्म' अशी धम्माची व्याख्या केली आहे. धम्मात सामाजिक लोकशाहीच्या सर्वच मूल्यांचा समावेश असल्याने त्यांना भारत बौद्धमय करायचा होता. भारत बौद्धमय करायचा म्हणजे काय, असा प्रश्न इथे उपस्थित होतो. बौद्धांची संख्यात्मक वाढ असा अर्थ त्यांना अभिप्रेत नव्हता. बाबासाहेबांनी तो कसा करणार हे स्पष्ट केले नसले तरी त्यांच्या विचारांच्या आधारे असे म्हणता येते की, समाजरचना नीतीच्या पायावर उभी करणे. समाजरचना म्हणजे माणसामधील संबंध असे बाबासाहेबांचे प्रतिपादन आहे. त्यामुळे दोन माणसे एकत्र आली, की नीतीला सुरूवात होते हे त्यांनी 'भगवान बुद्ध आणि त्यांचा धम्म'मध्ये नोंदवून ठेवले आहे.

समाजरचनेची जी नीतितत्त्वे आहेत त्यांपैकी एक म्हणजे समता. समता प्रस्थापित होण्यातील अडथळ्यांपैकी जातीचा विचार केला. जात नष्ट करण्यासाठी मनोवृत्तीतील बदल गरजेचा असल्याच्या निष्कर्षाप्रत आलो. हा बदल घडवण्यासाठी विचारक्रांती आवश्यक असल्याचे आपण पाहिले. हिंदूंत विचारक्रांती होत नाही म्हणून आचारक्रांती नाही, मनोवृत्तीत बदल नाही या सर्व बाबी पाहिल्यानंतर मार्क्स धर्माला 'अफूची गोळी' का म्हणत होता, हे लक्षात येते. माणूस नेहमीच त्याच्या नशेतच राहतो. बाबासाहेब मार्क्सपेक्षा थोडी वेगळी भाषा वापरतात. मात्र, त्याचा आशय सारखाच आहे. त्यांच्या मते, 'मादक पदार्थ सेविल्याने सेवन करणाराचे नुकसान होते त्याचप्रमाणे

ब्राह्मणवर्गावर जडलेली ब्राह्मणेतरांची व बहिष्कृतांची श्रद्धा विनाशक आहे.'[१५] हजारो पिढ्या तो विनाश करीत असूनही माणसे त्याला चिकटून आहेत. प्रबोधन युगात किती सुधारक होऊन गेले? त्यांनी वेळोवेळी विचार दिला, तो विचारही नशेत बुडवून टाकला अणि त्याचा चोथा केला. तात्पुरत्या स्वरूपात तो स्वीकारायचा आणि काही कालावधीतच फेकून द्यायचा. हिंदूंनी आपली मनोवृत्ती काही बदलली नाही. बदलत नाही म्हणून बाबासाहेबांनी मनोवृत्तीत बदल घडवून आणण्याच्या दृष्टीने प्रयत्न थांबवले नाहीत.

समता प्रस्थापनेवर उपाय

समता प्रत्यक्षात कशी आणायची, हा खरा आपल्यासमोर महत्त्वाचा प्रश्न आहे? याचा विचार इथवरच्या चर्चेत केलेला नाही. समता प्रस्थापित करण्याचा विचार बाबासाहेबांनी बुद्धाच्या धम्मात शोधला आहे. 'बुद्ध की कार्ल मार्क्स' या ग्रंथात त्यांनी दुःखाची चर्चा करीत माणसाचे दुःख व दैन्य काही अंशी त्याच्या स्वतःच्या गैरवर्तणुकीचा परिणाम असतो. दुःखाचे हे कारण दूर करण्यासाठी त्याने पंचशील आचरणात आणण्याचा उपदेश केला. बुद्धाचे पंचशील सर्वज्ञात असल्याने त्याची चर्चा करण्याची गरज नाही. पुढे त्यांचे प्रतिपादन असे की, जगातील दैन्य व दुःख यांचा काही भाग बुद्धाच्या मते-माणसाच्या माणसाबाबत असलेल्या असमानतेतून उद्भवलेला असतो. ही असमानता कशी दूर करता येईल, असा प्रश्न उपस्थित करीत माणसाची माणसाबाबत असलेली असमानता दूर करण्यासाठी बुद्धाचा 'आर्य अष्टांगिक मार्ग' प्रतिपादन करतात. पृथ्वीवर न्यायाचे साम्राज्य स्थापित करून जगाच्या पाठीवरून दुःखाला व दैन्याला हद्दपार करणे हे आर्य अष्टांगिक मार्गाचे ध्येय असल्याचा त्यांचा अभिप्राय मौलिक आहे.

बुद्ध की कार्ल मार्क्स या ग्रंथात बाबासाहेबांनी दुःखाचे दोन प्रकार केले आहेत. पहिले आहे ते वैयक्तिक दुःख आणि दुसरे सामाजिक दुःख. वैयक्तिक दुःखाचे निवारण हे पंचशीलेच्या पालनातून दूर करता येते. ज्याला सामाजिक दुःख आपण संबोधले आहे ते माणसामाणसांतील संबंधातून उद्भवलेले दुःख आहे. माणसाचा माणसाशी संबंध आल्यानंतर निर्माण होणाऱ्या दुःखाला सामाजिक संबोधले गेले आहे. ते माणसामाणसांतील असमानतेतून उद्भवलेले आहे. असमानता दूर करून समता प्रस्थापनेची त्यांनी केलेली ही मांडणी अत्यंत त्रोटक स्वरूपाची असल्याने त्याचे विश्लेषण करणे गरजेचे आहे. बाबासाहेबांनी ज्या क्रमाने मांडणी केली आहे त्याच क्रमाने ती मांडणी करू. 'भगवान बुद्ध आणि त्यांचा धम्म' या ग्रंथाचा आधार घेतल्याशिवाय ती करता येणार नाही.

बाबासाहेबांनी असमानता नष्ट करण्याचा विचार मांडला. या असमानतेचे बर्नार्ड विल्यम्स यांनी दोन प्रकारात वर्गीकरण केले आहे तसे असमानतेच्या दोन प्रकारात स्थूल भेदही केला आहे. त्यांच्या मते, 'गरजांमधील असमानता आणि पात्रतांमधील असमानता'[१६] हे भेद आहेत. या भेदांना मिटवण्याचा उपाय अष्टांग मार्गात असल्याचे त्यांचे मत आहे.

सम्यक दृष्टी

बाबासाहेबांनी सम्यक दृष्टीचा अर्थ विशद करताना 'अंधश्रद्धांपासून मुक्ती' असे प्रतिपादन केले आहे. अंधश्रद्धा म्हणजे काय हे तपासण्यासाठी श्रद्धा म्हणजे काय हे समजून घ्यावे लागते. अनेक विचारवंतांनी श्रद्धेच्या व्याख्या केल्या आहेत. त्यांच्या आधारे श्रद्धेचे शास्त्रशुद्ध रूप नेमकेपणाने मांडता येईल.

'श्रद्धा याचा अर्थ, श्रद्धा म्हणजे भावनेचे विचारांमध्ये विकसित झालेले सत्याधिष्ठित कृतिशील मूल्यात्मक रूप'[१७] असे नरेंद्र दाभोळकर यांनी स्पष्ट केलेले होते. भारतीय समाजविज्ञान कोशकारांनी नरेंद्र दाभोळकरांपेक्षा वेगळे मत मांडले आहे. त्यांच्या मते, श्रद्धा म्हणजे दृढ विश्वास, पक्का अविचल विश्वास'[१८] भारतीय तत्त्वज्ञान महाकोशकारांनी यापेक्षा वेगळे मत मांडले आहे. ते लिहितात, 'श्रद्धा म्हणजे ज्याबद्दल वैचारिक प्रमाण (किंवा बौद्धिक प्रमाण) आणि आवश्यकता निश्चित स्वरूपात समजलेली नाही किंवा अद्यापि माहीत झालेली नाही, अशा एखाद्या विधानाला अथवा विधानसमूहाला मुक्तकंठाने बौद्धिक संमती देणे. ही संमती प्रत्यक्ष कृती स्वरूपात (विश्वासयुक्त कृती) किंवा (विश्वासामुळे निर्माण झालेल्या) गतानुगतिक स्वरूपात असते. ही (श्रद्धा) बुद्धिपुरस्सर असूनसुद्धा स्वेच्छेच्या दडपणामुळे निर्माण झालेली असते.'[१९]

या व्याख्यांच्या आधारे श्रद्धा म्हणजे नेमके काय, हे स्पष्ट करायचे झाल्यास ते खालीलप्रमाणे करता येईल.

१) श्रद्धेत विश्वास महत्त्वाचा असतो. तो पक्का असावा लागतो. त्या पक्क्या विश्वासातून एखादी कृती करणे.

२) वैचारिक वा बौद्धिक प्रमाण आणि आवश्यकता निश्चित स्वरूपात न समजणे

३) श्रद्धा गतानुगतिक असते.

४) श्रद्धा बुद्धिपुरस्सर असली तरी स्वेच्छेच्या दडपणातून निर्माण होणे.

श्रद्धा जेव्हा बौद्धिक वा वैचारिक प्रमाण झुगारते तेव्हा ती अंधश्रद्धेत रूपांतरित

होत असते. श्रद्धा ही मनाशी निगडित आहे. ही अंधश्रद्धा आजच नाही तर बुद्धकाळापासून बोकाळली असल्याने त्याला ते 'अंधार कोठडी' संबोधतात आणि माणूस हा तिच्यातील कैदी असल्याचे निदर्शनास आणतात. हा अंधार इतका गडद आहे की, क्वचितच त्याला प्रकाश दिसतो. हा प्रकाश दिसण्याचे साधन म्हणजे मन. हे मनच त्याला प्रकाश दाखवू शकते; पण त्याला प्रकाश पाहण्याची इच्छाशक्ती असायला हवी. योग्य इच्छाशक्तीतून योग्य हेतू निर्माण होतात तेव्हा इच्छाशक्तीला गती देता येते. ही इच्छाशक्तीच त्याला बंधमुक्त करील असा बुद्धांचा विश्वास आहे. थोडक्यात सांगायचे तर, मन जी गोष्ट निर्माण करते, ती ते नष्टही करू शकते. त्यासाठी गरज आहे मनाला योग्य दिशेने वळवण्याची. सम्यक दृष्टीचा अंतिम उद्देश 'अविद्येचा नाश' हाच असतो. क्रांतिकारी जोतिबा फुले यांनीही 'शेतकऱ्यांचा आसूड' मध्ये नोंदवले आहे की, 'विद्येविना मति गेली, मतिविना नीति गेली; नीतिविना गति गेली. गतिविना वित्त गेले, वित्ताविना शूद्र खचले, इतके अनर्थ एका अविद्येने केले.'[२०] इथे प्रश्न निर्माण होतो की, अविद्या म्हणजे काय? बुद्धाचे त्यावर उत्तर असे, 'मनुष्याला दुःखाचे अस्तित्व आणि दुःखनिरोधाचा उपाय ही उदात्त सत्ये न समजणे म्हणजेच अविद्या होय.' स्वतंत्र मन आणि स्वतंत्र विचार सम्यक दृष्टीसाठी आवश्यक आहे.'[२१] भारतीयात त्याचाच अभाव आहे. त्यामुळे ती निर्माण करणे ही प्राधान्याची गरज आहे.

सम्यक दृष्टीचा समता प्रस्थापनेशी संबंध कसा जोडायचा? अंधश्रद्धा या शोषणाचे प्रतीक आहेत. ज्यांनी त्या निर्माण केल्या त्यांच्या उदरनिर्वाहाचे साधन म्हणजे अंधश्रद्धा. हे करायचे ब्राह्मणाला दान, ते करायचे ब्राह्मणाला दान, पीडा आहे सांगण्यासाठी दान आणि ती नष्ट करायचे तर त्यासाठी वेगळे दान देण्याची शास्त्राज्ञा तयार करून ठेवली गेली. या ब्राह्मण्यग्रस्त मनोवृत्तीत अडकलेला माणूस आर्थिकदृष्ट्या कसा नागवला जातो, हे समजून घ्यायचे असेल तर म. फुले यांचे समग्र वाङ्मय वाचावे. अंधश्रद्धांच्या पूर्तीसाठी प्रसंगी तो कर्ज काढतो आणि आवश्यक कर्मे करतो. 'उगाचच मागे पीडा नको' ही त्याची धारणा असते. त्यासाठी कर्जबाजारी होतो आणि आपल्या प्रगतीला खिळ घालतो. सगळे सोपस्कार करूनही पीडा हटत नाही तेव्हा का असा प्रश्न पडत नाही. प्रश्न पडला तरी तो स्वतःच्या नशिबाला दोष देतो आणि 'येरे माझ्या मागल्या' सुरू ठेवतो. त्यामुळे शोषण करणारी अंधश्रद्धा ही आर्थिक असमानता निर्माण करण्याचे कारण ठरते.

सम्यक संकल्प

"प्रत्येक माणसाला काही ध्येये, आकांक्षा आणि महत्त्वाकांक्षा असतात. अशी

ध्येये, आकांक्षा आणि महत्त्वाकांक्षा ही उदात्त आणि प्रशंसनीय असावी. ती क्षुद्र आणि अयोग्य नसावी. हा 'सम्यक संकल्प'चा आशय आहे.''[२२] जे असमान लोक आहेत त्यांनी इतरांच्या बरोबरीला येण्यासाठीचे ध्येय, आकांक्षा आणि महत्त्वाकांक्षा बाळगण्याचे ठरवले पाहिजे आणि प्रसंग पडल्यास आपल्या हक्क आणि अधिकारासाठी लढण्याची तयारी ठेवायला हवी.

सम्यक वाचा

सम्यक वाचेची शिकवण खालीलप्रमाणे आहे–

१) माणसाने जे सत्य असेल तेच बोलावे.
२) असत्य बोलू नये.
३) माणसाने दुसऱ्याविषयी वाईट बोलू नये.
४) माणसाने दुसऱ्याची निंदानालस्ती करण्यापासून परावृत्त व्हावे.
५) माणसाने आपल्या लोकांविषयी रागाची किंवा शिवीगाळीची भाषा करू नये.
६) माणसाने सर्वांशी आपुलकीने व सौजन्याने बोलावे.
७) माणसाने अर्थहीन व मूर्खपणाची बडबड करू नये. त्याचे बोलणे समंजस व मुद्देसूद असावे.

''मी सांगितलेल्या सम्यक वाचेचे पालन करणे हे कोणाच्या भीतीमुळे वा पक्षपाताने होता कामा नये. सम्यक वाचेमुळे काय तोटा होईल, आपल्या कृतिविषयी वरिष्ठाला काय वाटेल याचा सम्यक वाचेशी यत्किंचितही संबंध असता कामा नये.''

''वरिष्ठांची आज्ञा किंवा वैयक्तिक फायदा सम्यक वाचेचे प्रमाण नाही.''[२३]

असत्य बोलणे, दुसऱ्याची निंदा, शिवीगाळ अशा गोष्टी वैर निर्माण करतात. वैराने वैर वाढत जाते. त्यातून प्रसंगी माणसाला मृत्यूला सामोरे जावे लागल्याच्या घटना घडल्या. यातील वैयक्तिक फायदा हे अत्यंत महत्त्वाचे तत्त्व आहे. आज प्रत्येक जण त्यासाठी धडपडतो आहे. त्यासाठी तो इतरांना खोटी प्रलोभने देतो आणि स्वत:ची मालमत्ता वाढवत असल्याची अनेक उदाहरणे आजूबाजूला घडताना आपण पाहतो. फसवला गेलेला माणूस फसवणाराविरूद्ध संविधानिक आणि असंविधानिक मार्गाचा अवलंब करतो. शासकीय कार्यालयांमधून वा अन्य संस्थांमधून वरिष्ठांच्या आज्ञेला किती महत्त्व असते हे सर्वज्ञात आहे. चुकीच्या आदेशालाही 'होय' म्हणावे लागते आणि त्यातून उद्‌भवणाऱ्या पेचप्रसंगात आज्ञा देणारा सहिसलामत राहतो; पण आज्ञेचे पालन करणाऱ्याला विविध शुक्लकाष्ठांना सामोरे जावे लागते. त्यामुळे सम्यक वाचेचे पालन करणे गरजचे असते.

सम्यक व्यायाम

सम्यक व्यायाम म्हणजे अविद्या नष्ट करण्याचा प्राथमिक प्रयत्न होय. अविद्या नष्ट करणे म्हणजे या दु:खदायक कारागृहातून बाहेर जाण्याच्या दारापर्यंत पोहोचून पुढील मार्ग मोकळा करणे होय.

सम्यक व्यायामाचे चार हेतू असतात.

- अष्टांग मार्गाशी विरोधी अशा चित्तवृत्तींना प्रतिरोध करणे हा पहिला हेतू होय.
- अशा प्रकारच्या ज्या चित्तवृत्ती अगोदरच उत्पन्न झाल्या असतील, तर त्या दाबून टाकणे हा दुसरा हेतू होय.
- अष्टांग मार्गाला आवश्यक अशा चित्तवृत्ती उत्पन्न करण्यास माणसाला साहाय्य करणे हा तिसरा हेतू होय.
- अशा प्रकारच्या चित्तवृत्ती अगोदरच अस्तित्वात आल्या असतील, तर त्यांची वाढ आणि विकास करणे हा चौथा हेतू होय.

सम्यक दृष्टीच्या विवेचनात अविद्येसंदर्भात चर्चा केलेली असल्याने इथे त्याची चर्चा करण्याची गरज वाटत नाही. मात्र, अष्टांग मार्गाला पूरक चित्तवृत्तींची वाढ आणि विकास माणसाने करायला हवा.

सम्यक आजीविका

बाबासाहेबांनी 'बुद्ध की कार्ल मार्क्स' या निबंधामध्ये सम्यक आजीविकेला सम्यक आजीव असे म्हटले असले तरी 'बुद्ध आणि त्यांचा धम्म' मध्ये ते सम्यक आजीविका असाच शब्दप्रयोग करतात. सम्यक आजीविका म्हणजे प्राणिमात्राला दुखापत किंवा इजा न करणारी आजीविका; बुद्धांच्या मते-'प्रत्येक व्यक्तीला आपला चरितार्थ चालवायचा असतो; परंतु चरितार्थाचे अनेक मार्ग आहेत. काही वाईट आहेत. ज्यांच्यामुळे इतरांची हानी होते किंवा त्यांच्यावर अन्याय होतो. **दुसऱ्यांची हानी किंवा त्यांच्यावर अन्याय न करता जगण्यापुरते मिळवण्याचे जे मार्ग ते चांगले होत** याला सम्यक आजीविका म्हणतात.''[२४]

माणूस जसजसा विकसित होत गेला तसतशा त्याच्या तृष्णा एवढ्या वाढल्या की, तो जगण्यापुरते न मिळवता अधिकाधिक कसे मिळेल हे पहात असतो. त्यासाठी तो चांगले मार्ग न वापरता वाईट मार्ग वापरतो. आजच्या भाषेत त्याला 'भ्रष्टाचार' हे संबोधन आहे. माणसाच्या गरजा कमी असतील तर साहजिकच त्याला चरितार्थासाठी कमी रकमेची गरज भासेल. सम्यक आजीविकेतील 'जगण्यापुरते' याचा अर्थ नीट

समजून घेतला पाहिजे. प्रस्तुत लेखकाच्या मते-एखाद्याला गरजेपेक्षा उत्पन्न अधिक असेल तर त्याने गरजेपुरते ठेवून बाकीचे गरजवंतास वाटून टाकणे. बुद्धाच्या धम्मात दानाला अत्यंत महत्त्व आहे. दान देण्याची प्रवृत्ती माणसात उपजतच आहे. तिला योग्य वळण लावण्याची गरज असते. बुद्धाने ते लावले होते. माणूस जसजसा प्रगत होत गेला तसतशी त्याची माणसाला दान करण्याची प्रवृत्ती कमी होत गेली आहे. ज्याच्याकडे अधिक आहे तो अधिकाचा वापर तृष्णा भागवण्यासाठी करताना दिसतो आहे. गरज आहे तिथे दान न देता तो चुकीच्या ठिकाणी म्हणजे देवालयांना दान देऊन तो आध्यात्मिक सुखाचे समाधान घेत असला तरी समता निर्माणात तो अडथळा आहे हे लक्षात घेतले जात नाही.

सम्यक कर्मान्त

''सम्यक कर्मान्त' हे योग्य वर्तनाची शिकवण देतं. दुसऱ्यांच्या भावना आणि त्यांचे हक्क यांचा मान राखून प्रत्येक कृती करावी अशी याची शिकवण आहे.''

'सम्यक कर्मान्तचे प्रमाण कोणते? जीवनाच्या मूलभूत नियमांशी सुसंगत असे वर्तन हे त्याचे प्रमाण होय.'

'एखाद्याचे वर्तन ज्या वेळी या नियमांशी सुसंगत असते त्या वेळी ते सम्यक कर्मांशी सुसंगत आहे असे समजावे.'[२५]

समता, स्वातंत्र्य, बंधुता आणि न्याय हे जीवनाचे मूलभूत नियम आहेत. माणसाने माणसाबरोबर माणसासारखे कसे वागायचे हे या नियमात अंतर्भूत आहे. त्यामुळे जीवनाच्या या मूलभूत नियमात प्रत्येकाचे हक्क दडलेले असतात. ते हक्क त्याला उपभोगू देणे इतरांचे कर्तव्य असते. त्या हक्कांवर जर गदा आणली गेली तर व्यक्तीच्या भावना दुखावल्या जातात. त्यामुळे दुसऱ्यांचे हक्क आणि भावना लक्षात घेऊन वर्तन करणे गरजेचे असते. भारतीय ते करतात काय? या प्रश्नाचे उत्तर नकारात्मकच आहे. जर दुसऱ्यांच्या हक्क आणि भावना यांचा मान राखून प्रत्येकाने वर्तन केले तर समता प्रस्थापित होण्यास वेळ लागणार नाही.

सम्यक स्मृती

सम्यक स्मृतीला जागरूकपणा व विचारीपणा यांची आवश्यकता असते. 'मनाची सतत जागृति' हा त्याचा अर्थ होय. दुष्ट वासनांवर मनाचा पहारा ठेवणे हे सम्यक स्मृतीचे दुसरे नाव आहे.

वैयक्तिक दुःखाला कारणीभूत होणाऱ्या दुष्ट वासना, सम्यक आजीविकेला प्रतिरोध करणाऱ्या वासना, जीवनाच्या मूलभूत नियमांच्या विरोधी वासना निर्माण

होणे आणि त्याला प्रतिबंध न करता त्यात वाहवत जाणे म्हणजे असमानतेला निमंत्रण असते. त्यासाठी विचारीपणाची गरज असते. व्यक्तीकडे विचारीपणा असेल तर आपण जे करतो आहोत वा करणार आहोत याची नेमकेपणाने चिकित्सा करील आणि जर ते हिताचे असेल तरच ती कृती करण्यासाठी धजावेल. दुष्ट वासना तर व्यक्तीच्या हिताच्या असूच शकत नाहीत. दुष्ट वासनांचे शमन हे आर्थिकतेशी संबंधित असते. त्यावर होणारा व्यय हा अपव्यय असतो. त्यामुळे व्यक्तीलाच नाही तर कुटुंबाला दुःखाला सामोरे जावे लागते. आर्थिक असमानता निर्माण होण्यास तेही एक कारण आहे. त्यासाठी माणसात जागरूकपणा आणि विचारीपणा असणे गरजेचे असते.

सम्यक समाधी

सम्यक समाधी मनाला चांगल्या गोष्टीचा विचार करण्याची सवय लावते. सम्यक समाधी चांगल्या कृती करण्यास आवश्यक अशीच प्रेरणा मनामध्ये निर्माण करीत असते.

अष्टांग मार्ग मन घडवण्याची प्रक्रिया करतो. जर मनाला योग्य वळण लावले नाही तर अपेक्षित असणाऱ्या गोष्टी घडत नाहीत. म्हणूनच बाबासाहेबांनी निवडलेला मार्ग योग्य आहे, असे म्हणावे लागते. समाजाला नीतीच्या मार्गावर आणण्याचा तो पर्याय आहे. या नीतीचे आचरण ही कठीण समस्या असली तरी ती स्वीकारल्याशिवाय भारतीयांना पर्याय नाही. अन्यथा असमानता कधीच दूर होणार नाही.

स्वातंत्र्य

नुसत्या राजकीय स्वातंत्र्याने जनतेचे कल्याण होईल हा भ्रम आहे, असे बाबासाहेबांना वाटत होते. स्वातंत्र्य ही समतेसारखीच राजकीय संकल्पना आहे ही गोष्ट जगभरचे विद्वान मान्य करतात. राजकीय स्वातंत्र्याने कल्याण होणार नाही हा राजकीय स्वातंत्र्यासाठी लढणारांना टोला होता. बाबासाहेब सामाजिक आणि आर्थिक स्वातंत्र्याचे पुरस्कर्ते आहेत हे आपण पाहिले आहे. मनाची स्वतंत्रता किती महत्त्वाची आहे याचाही विचार केला. मानसिक स्वतंत्रता नसेल तर माणूस राजकीय स्वातंत्र्य उपभोगू शकत नाही हे बाबासाहेब ओळखून होते. म्हणून स्वातंत्र्य हे खरेखुरे स्वातंत्र्य होण्यासाठी स्वातंत्र्य विशिष्ट सामाजिक शर्तींसह यायला हवे अशी त्यांची धारणा होती. त्यासाठी ज्या शर्ती आहेत त्यांना ते सामाजिक शर्ती संबोधतात.

पहिली गोष्ट म्हणजे, त्यात सामाजिक समता असावी. 'सामाजिक कार्यवाहीचे संतुलन विशेषाधिकारामुळे तो विशेष अधिकार धारण करणाऱ्यांच्या बाजूने झुकते.

नागरिकांचे सामाजिक हक्क जितके समान असतील तितके ते त्यांच्या स्वातंत्र्याचा वापर करू शकतात. जर स्वातंत्र्याचा त्याच्या अपेक्षित हेतूसाठी वापर करायचा असेल तर त्यात समता असावी.'

दुसरी गोष्ट म्हणजे, त्यात आर्थिक सुरक्षितता असली पाहिजे. ''माणूस निवडेल तो कोणताही व्यवसाय करण्यास तो मुक्त असला पाहिजे. तथापि, जर त्याची सेवेतील सुरक्षितता हिरावून घेण्यात आली तर तो मानसिक व तो शारीरिक व मानसिक दास्याचे भक्ष्य बनतो, ही गोष्ट अगदी स्वातंत्र्याच्या गाभ्याशीच न जुळणारी आहे. उद्या काय होईल याची कायमची भीती, तिच्यामुळे कायम चकवणारा सुखाचा व सौंदर्याचा अनिश्चित मागोवा या गोष्टी हेच दर्शवितात की, **आर्थिक सुरक्षिततेशिवाय स्वातंत्र्याला काही अर्थ नाही.** माणसे उत्तम तऱ्हेने मुक्त असतील व तरीही स्वातंत्र्याची प्रयोजने ओळखण्यात असमर्थ राहतील.'

तिसरी गोष्ट म्हणजे, सर्वांना ज्ञान उपलब्ध करण्यात आले पाहिजे. गुंतागुंतीच्या जगात माणूस स्वत:ला धोक्यात घालून जगत असतो. तेव्हा त्याचे स्वातंत्र्य न गमावता त्याला त्याचा मार्ग शोधता आला पाहिजे.

'या शर्तीखाली, मनाला त्याचे स्वातंत्र्य वापरावयाचे शिक्षण मिळाल्याशिवाय खऱ्या अर्थाने कोणतेच स्वातंत्र्य असू शकत नाही. (या वस्तुस्थितीमुळे) माणसाचा शिक्षणाचा हक्क मूलभूत हक्क बनतो. माणसाचे ज्ञान हिरावून घेऊन तुम्ही त्याला त्याच्याहून भाग्यवान असलेल्यांचा अटळपणे गुलाम कराल. ज्ञान हिरावून घेणे म्हणजे महान प्रयोजनार्थ स्वातंत्र्य वापरण्याच्या अधिकाराला नकार देणे आहे. अज्ञानी माणूस मुक्त असेल; परंतु त्याला सुखाची शाश्वती मिळेल अशा प्रकारे तो त्याचे स्वातंत्र्य वापरू शकत नाही.'[२६]

बाबासाहेबांनी स्वातंत्र्य हे समतावलंबी असायला हवे असे बजावले आहे. याचा अर्थ-ज्या स्वातंत्र्यात समता असत नाही ते स्वातंत्र्य स्वातंत्र्य आहे असे म्हणता येत नाही. स्वातंत्र्य प्रत्यक्षात येण्यासाठी समता प्रस्थापित होणे गरजेचे असते.

आर्थिक सुरक्षितता ही बाबासाहेबांनी सांगितलेली दुसरी शर्तही तेवढीच महत्त्वाची आहे. जर त्याची सेवेतील वा त्याने निवडलेल्या उद्योगातील आर्थिक सुरक्षितता हिरावून घेण्यात आली तर मानसिक व तो शारीरिक व मानसिक दास्याचे भक्ष्य बनतो. विशेषत: हे सेवेच्या बाबतीत तंतोतंत लागू होते. आंबेडकरी प्रेरणेतून सेवेत आलेला माणूस आज चळवळीपासून का दुरावला आणि तो बुद्धाची वाट न चोखाळता पूर्व मानसिकतेत अडकून पडण्यामागची कारणे आर्थिक सुरक्षिततेत आहेत.

सर्वांसाठी शिक्षण कसे महत्त्वाचे आहे हे बाबासाहेब लक्षात आणून देतात. आज शिक्षणात विषमता धुमाकूळ घालते आहे. शासनाने उभे केलेले शिक्षणाचे ठेकेदार हे फक्त पैशाला महत्त्व देत आहेत. माणूस कितीही गुणवान असला तरी पैसा असल्याशिवाय त्याला शिक्षण घेता येत नाही. शिक्षणाचा हक्क डावलला जात आहे. शिक्षणाचे हे व्यापारीकरण पुन्हा एकदा आडवाटेने मनुप्रणीत व्यवस्था आणणारा आहे याचा हा पुरावा आहे. एखाद्याला शिक्षण नाकारणे वा अप्रत्यक्षपणे शिक्षण घेण्यास परावृत्त करणे म्हणजे त्याचे शिक्षणाचे स्वातंत्र्य हिरावून घेणे, हे कितीही खरे असले तरी मनाला त्याचे स्वातंत्र्य वापरण्याचे शिक्षण इथे दिले जाते काय? त्याचे उत्तरही नकारात्मकच आहे. ते नाही तर कोणतेच स्वातंत्र्य असू शकत नाही. त्यामुळे बाबासाहेब शिक्षणाला मूलभूत हक्क बहाल करतात. माणसाचे ज्ञान हिरावून घेणे म्हणजे त्याला गुलाम करणे. आज मानसिक स्वातंत्र्य हरवून बसलेले लोक गुलाम आहेत हे पुनरुक्तीचा दोष पत्करून नव्याने सांगावे लागते. ज्ञान हिरावून घेणे म्हणजे स्वातंत्र्य वारण्याच्या अधिकाराला नकार देणे. पण शिक्षण घेतलेला माणूसही त्याच्या स्वातंत्र्याचा वापर करीत नाही वा त्याला तसे शिक्षणही दिले जात नाही. स्वातंत्र्य असूनही त्याचा वापर न करणारा माणूस स्वत:च आपला स्वातंत्र्याचा हक्क गमावून बसला आहे. त्यासाठी मुळातूनच शिक्षणातून मानसिक गुलामीचे धडे देण्याऐवजी मूलभूत नियमांचे शिक्षण देणे गरजेचे आहे. ते जोवर दिले जाणार नाही तोवर व्यक्तिविकास अशक्य आहे.

इथे साहजिकच प्रश्न निर्माण होतो की, स्वातंत्र्याचा उपयोग काय? बाबासाहेबांचे त्यावर उत्तर असे होते की, “त्या स्वातंत्र्याचा उपयोग त्याने सत्यशोधन करण्यात केला पाहिजे आणि सत्य म्हणजे तरी काय बरे? सत्य हेच आहे की, मनुष्याच्या पंचज्ञानेंद्रियांना व पंचकर्मेंद्रियांना ते सत्य पटले पाहिजे. म्हणजे ते सत्य पाहता आले पाहिजे, ऐकता आले पाहिजे, त्याचा वास घेता आले पाहिजे. त्याचा स्वाद घेता आला पाहिजे व त्याच्या अस्तित्वाबद्दल आपल्याला साक्ष पटविता आली पाहिजे.”[२७]

भारतीय आपल्या स्वातंत्र्याचा उपयोग सत्यशोधनासाठी करतात काय, या प्रश्नाचे उत्तरही नकारात्मक आहे असे दिसून येते. मानसिक गुलामगिरीतून बाहेर पडल्याशिवाय ते शक्य नसल्याचे आपण पाहिले आहे.

अन्वयार्थ

बाबासाहेबांनी स्वातंत्र्यावर जे विचार मांडले त्याचा अन्वयार्थ लावायचा झाला तर सर इसाया बर्लिन यांच्या भाषेत स्वातंत्र्याचे दोन प्रकार करावे लागतात. ऑक्सफर्ड विद्यापीठातील भाषणात हे दोन प्रकार मांडले होते. त्यांपैकी एक म्हणजे ‘अभावात्मक

स्वातंत्र्य' तर दुसरे म्हणजे 'भावात्मक स्वातंत्र्य.' अभावात्मक स्वातंत्र्याचा हा प्रश्न पुढील प्रश्नांच्या उत्तरांशी संबंधित आहे. ''कर्त्याला म्हणजे व्यक्तीला किंवा व्यक्तीच्या एखाद्या गटाला जे करायचे असते किंवा व्हायचे असते ते करायला किंवा व्हायला, इतरांकडून हस्तक्षेप न घडता, त्याला मोकळीक असावी असे क्षेत्र कोणते?'' तर भावरूप स्वातंत्र्याचे उत्तरही एका प्रश्नाशी निगडित आहे तो प्रश्न असा-''व्यक्तीला ज्या नियंत्रणामुळे किंवा हस्तक्षेपामुळे अमुक एक न करता अमुक एक करायला किंवा अमुक एक न होता अमुक एक व्हायला भाग पडते. त्या नियंत्रणाचा उगम कशात किंवा कुणात असतो? हे दोन प्रश्न भिन्न आहेत, त्यांची उत्तरे काही बाबतीत समान मुद्यांना स्पर्श करणारी असली तरी हे प्रश्न भिन्न आहेत हे स्पष्ट आहे.''[२८] भारताच्या संदर्भात या प्रश्नांची उत्तरे धर्मशास्त्रात दडलेली आहेत आणि म्हणूनच बाबासाहेब धर्मशास्त्रज्ञांचा भंग करण्याकडे लक्ष वेधतात.

संपूर्ण स्वातंत्र्य की मर्यादित स्वातंत्र्य

व्यक्तीच्या विकासासाठी स्वातंत्र्य आवश्यक असले तरी समाज घटक म्हणून स्वातंत्र्य किती असावे यालाही मर्यादा असावी लागते. राजकीय लोकशाहीत त्या आहेतच पण सामाजिक लोकशाहीतही त्या असणे गरजेचे असते. बाबासाहेबांच्या मते 'व्यक्तीच्या स्वातंत्र्याला केव्हा निर्बंध घालावा व केव्हा घालू नये याचा निर्णय करताना स्वातंत्र्य आणि स्वच्छंद असा भेद केला पाहिजे. परंतु, स्वातंत्र्य कायम ठेवून त्याचे स्वच्छंदात पर्यावसन न होऊ देणे हे इतके नाजूक काम आहे की, बऱ्याच प्रसंगी स्वातंत्र्याचा उच्छृंखलपणा मोडण्यासाठी स्वातंत्र्यावरच गदा येते. स्वातंत्र्य नष्ट झाले असता शांतता राहते पण व्यक्तिविकास होत नाही.[२९] मूकनायक. स्वातंत्र्याचे स्वच्छंदात पर्यवसन न होऊ देणे ही राज्यकर्त्यांची जबाबदारी असते म्हणून राज्यकर्त्याकडे आपले बोट दाखवून गप्प बसता येत नाही. जनतेचीही ती जबाबदारी असते की, आहे त्या स्वातंत्र्यात आपला विकास घडवणे. नेमके स्वातंत्र्य कोणते आणि स्वच्छंद कोणता हे ठरवणे नाजूक असल्याचा बाबासाहेबांचा अभिप्राय होता. स्वातंत्र्य नष्ट झाले असता शांतता राहते पण व्यक्तिविकास होत नाही. म्हणून राज्यकर्त्यांनी स्वातंत्र्यावर गदा येणार नाही याची दक्षता घेतली पाहिजे हे सांगायलाही ते कमी करीत नव्हते. इथे एक गोष्ट स्पष्ट होते की बाबासाहेब स्वातंत्र्याचे भोक्ते असले तरी संपूर्ण स्वातंत्र्याच्या विरोधात होते.

बंधुत्व

सामाजिक लोकशाही प्रस्थापनेतील पुढील महत्त्वाचे तत्त्व म्हणजे बंधुत्व.

त्यांच्या मते, ‘समाजात दोन शक्ती महत्त्वाच्या असतात. व्यक्तिवाद व बंधुत्व.’ प्रत्येक व्यक्ती सदैव विचार करीत आहे, “मी आणि माझा शेजारी आम्ही सर्व बांधव आहोत काय. आम्ही दूरचे नातेवाईक तरी आहोत काय, मी त्यांचा रक्षक तरी आहे काय, मग मी त्यांचे भले का करावे” आणि स्वत:च्या विशिष्ट हितसंबंधांच्या दबावाखाली तो स्वत:च स्वत:चे साध्य असल्याप्रमाणे कृती करीत आहे व त्याद्वारे असामाजिक व समाजविरोधीही आहे अशा स्वत्वाचा विकास करीत आहे. बंधुत्व ही त्या विरोधी स्वरूपाची शक्ती आहे. बंधुत्व हे साहचर्यभावाचे दुसरे नाव आहे. व्यक्तीला दुसऱ्याच्या भल्यात स्वत:ला अभिन्न मानायला लावणाऱ्या भावनेत ते समाविष्ट आहे. “दुसऱ्याचे हित, त्याच्यासाठी आपल्या अस्तित्वाच्या कोणत्याही शारीरिक अवस्थांप्रमाणे स्वभावत: व आवश्यक म्हणून काळजी घ्यावयाची एक गोष्ट बनते.” या बंधुत्वाच्या भावनेमुळे व्यक्तीला, बाकीचे तिचे सर्व सहचारी-प्राणी सुखाची साधने प्राप्त करण्यासाठी झगडणारे तिचे प्रतिस्पर्धी आहेत व तिला ती साधने प्राप्त करून घेण्यात यश मिळविण्यासाठी त्यांना पराजित झाल्याचे पाहण्याची तिची इच्छा धरली पाहिजे. असा विचार येत नाही. “व्यक्तिवादामुळे अराजक निर्माण होईल. बंधुत्व केवळ त्याला प्रतिबंध करते व माणसांमधील नीति-व्यवस्था चालू ठेवण्यास मदत करते. यात कसलीही शंका असू शकत नाही.”[३०]

बाबासाहेबांची बंधुत्वासंबंधीची ही मांडणी इतकी महत्त्वपूर्ण आणि स्वयंस्पष्ट आहे की त्यावर वेगळ्या भाष्याची गरज वाटत नाही. इथे प्रश्न असा आहे की भारतीयांत बंधुत्वाची भावना आहे काय? या प्रश्नाचे उत्तर एखादा अडाणी माणूसही ‘नाही’ असे देईल. ते नसल्याने माणसाची कृती असामाजिक व समाजविरोधी बनते. दुसऱ्याचे भले आपले वाटत नाही. व्यक्तिवाद अराजक निर्माण करते. त्याला प्रतिबंध हा बंधुत्वाने घालता येतो. माणसामाणसांमधील नीती चालू ठेवण्यास ते मदत करते. बंधुत्वाचे हे तत्त्व किती महत्त्वाचे आहे याचा प्रत्यय इथे येतो. इथे खरा महत्त्वाचा प्रश्न आहे की, ‘ही साहचर्य दाखवणारी बंधुत्वाची भावना कशी उदयास येते?’

बाबासाहेबांनी हिंदू धर्माच्या तत्त्वज्ञानामध्ये हिंदू धर्मात बंधुत्व आहे का, याची तपासणी करताना जे. एस. मिल यांच्या बंधुत्व कसे निर्माण होते, या उताऱ्याचा आधार घेतला आहे. जे. एस. मिल म्हणतात की, “ही एक नैसर्गिक भावना आहे. सामाजिक स्थिती ही एकाचवेळी इतकी नैसर्गिक, इतकी आवश्यक व माणसाला इतकी सवयीची असते की, काही नेहमीप्रमाणे नसलेल्या परिस्थितीचा अपवाद केल्यास व स्वेच्छेने अंग काढून घेण्याचा प्रयत्न केला नसल्यास तो आपण समाजाचे एक सदस्य आहोत याहून अन्य कल्पना कधीच करीत नाही आणि जसजशी मानवता

रानटी स्वातंत्र्याच्या स्थितीतून आणखी मुक्त करण्यात येते तसतसे हे साहचर्य अधिक घनिष्ठ होत जाते. त्यामुळे समाजस्थितीसाठी अत्यावश्यक असलेली कोणतीही परिस्थिती मानवप्राणी ज्यात जन्माला आला त्या वस्तूंच्या स्थितीविषयीच्या प्रत्येक व्यक्तीच्या संकल्पनेचा व मानवप्राण्याच्या नियतीचा अधिकाधिक एक अविभाज्य भाग बनते. अंत: मानवांमधील समाज हा 'मालक व गुलाम' हा संबंध सोडून, सर्वांच्या हितसंबंधांचा संबंध सोडून, सर्वांच्या हितसबंधांचा विचार व्हावा याहून अन्य कोणत्याही पायावर उघडपणे असंभाव्य आहे. सर्वांचे हितसंबंध समान मानावेत, केवळ याच भावनेतून बरोबरीच्या लोकांमध्ये समाज अस्तित्वात असू शकतो आणि निरंकुश बादशहा जर सोडला तर प्रत्येक व्यक्तीला संस्कृतीच्या सर्व टप्प्यांमध्ये तुल्यव्यक्ती असल्यामुळे प्रत्येकाला कोणाबरोबर तरी या अटीवर जगणे भाग पडते, अन्यथा प्रत्येक काळात राष्ट्रांमध्ये जी काही प्रगती करण्यात येते, त्या प्रगतीमध्ये इतर अटींवर कायमचे जगणे अशक्य होऊन जाईल. अशा रीतीने हे समजण्यास असमर्थ असलेले लोक शक्य असतानाही दुसऱ्या लोकांच्या हितसंबंधाविषयी पूर्ण बेफिकिरीची स्थिती वाढवत असतात.''[३१]

बंधुत्व ही नैसर्गिक भावना असेल तर ती निर्माण होण्यास भारतीय भूमी सुपीक नाही हे इथे स्पष्ट आहे. जाती-पोटजातींनी पछाडलेला हा समाज जोवर त्याला मूठमाती देणार नाही आणि धर्मसत्ता झुगारणार नाही तोवर 'बंधुत्व' ही अशक्यप्राय गोष्ट आहे. बाबासाहेबांनी ही बाब घटना परिषदेच्या समारोपीय भाषणातून निदर्शनास आणली होती. त्यांच्या मते, 'आणखी एक बाब आहे जिचा आमच्या समाजात अभाव आहे ती म्हणजे बंधुत्वाच्या सिद्धान्ताचे अभिस्वीकारण ही होय. बंधुत्वाचा काय अभिप्राय आहे? बंधुत्वाचा अभिप्राय संपूर्ण भारतवासीयांप्रती बंधुभावाची भावना हा आहे. जर सर्व भारतवासी समान असतील तर हा तो सिद्धान्त आहे जो आमच्या सामाजिक जीवनाला एकात्मता आणि दृढता प्रदान करणारा आहे.'[३२] समाज जीवनात एकात्मता आणि दृढता प्रस्थापित करण्याचे काम बंधुत्व करीत असेल तर समाजात ते वाढीला लावण्याचे काम करणे ही प्रत्येकाचीच जबाबदारी आहे. जर एखादी विघातक शक्ती ही व्यक्ती असो वा संघटना वा पक्ष ते तोडण्याचे काम करीत असतील त्याला पायबंद घालणे हे सरकारचे कर्तव्य असते. त्यात जर कसूर करण्यात आली तर सामाजिक एकात्मता आणि दृढता कधीच अस्तित्वात येणार नाही. सरकारने जर अशा शक्तींवर कारवाई केली नाही तर समाज विभाजित होण्यास वेळ लागत नाही. या विभाजनाची नैतिक जबाबदारी सरकारवर येऊन पडते.

राष्ट्रनिर्मितीतला अडसर : जाती

बाबासाहेब बंधुत्वाचा आग्रह धरतात त्याला आणखी एक कारण आहे आणि ते म्हणजे भारताला राष्ट्र बनवणे. आज आपण राष्ट्र आहोत यावर त्यांचा विश्वास नाही. घटना समितीला त्यांनी स्पष्टपणे सांगितले होते की, ''मी या मताचा आहे की, आपण एक राष्ट्र आहोत यावर विश्वास ठेवणे म्हणजे जे अस्तित्वात नाही ते अस्तित्वात आहे असा समज बाळगण्यासारखे होईल. हजारो जातींमध्ये विभागलेल्या लोकांचे राष्ट्र कसे बनू शकेल? सामाजिक आणि मानसिकदृष्ट्या अजूनही आम्ही एक राष्ट्र नाही याची आम्हाला जेवढ्या लवकर जाणीव होईल तेवढे ते आमच्या हिताचे ठरेल. जाती या राष्ट्रविरोधी आहेत. पहिली गोष्ट, त्या समाजजीवनात विभागणी करतात. त्या राष्ट्रविरोधी आहेत कारण त्या जाती-जातींमध्ये मत्सर व तिरस्काराची भावना निर्माण करतात. आम्हाला वास्तवात जर राष्ट्र व्हायचे असेल तर या सर्व अडथळ्यांवर मात केलीच पाहिजे. राष्ट्रनिर्मिती नंतरच बंधुत्व वास्तवात पाहावयास मिळेल. बंधुत्वाशिवाय असलेली समता आणि स्वातंत्र्य म्हणजे रंगाच्या वरवरच्या थरांसारखा केवळ बाह्य देखावा असेल.''[३३]

आज राष्ट्रवादाचा मोठा 'उदो उदो' होताना दिसतो आहे. तो करणाऱ्यांनी बाबासाहेबांचा हा विचार समजून घेणे आवश्यक आहे. ज्यांना हा देश राष्ट्र म्हणून निर्माण करायचा आहे त्यांनी जाती संपवायलाच हव्यात. जाती कायम ठेवून कोणताही राष्ट्रवाद येत नाही आणि येणार नाही. राष्ट्रवाद हा राज्यघटनेशी संलग्नच असायला हवा. द्विराष्ट्रवादाचा उद्घोष करणारे बंधुत्वाला मूठमाती देतात आणि समाजात द्वेषाची पेरणी करतात. हा द्वेष वा वैर पाकिस्तानच्या निर्मितीनंतर संपायला हवे होते. ज्यांचे या देशावर प्रेम होते त्यांनी पाकिस्तानात जायचे टाळले हे स्पष्ट आहे. तरीही आज भारतीय मुस्लिमांच्या राष्ट्रवादावर शंका घेतल्या जात आहे. आम्ही म्हणतो तसे वागत नसाल तर पाकिस्तानात जाण्याच्या धमक्या दिल्या जात आहेत. पाकिस्तानात न गेलेल्या मुस्लिमांनी यापेक्षा देशप्रेमाचे कोणते वेगळे प्रमाणपत्र द्यायला हवे? राजकारण्यांनी स्वातंत्र्योत्तर काळात आपल्या सोयीसाठी हा सिद्धान्त जोपासला. अल्पसंख्याक त्यामुळे भयभीत आहेत. प्रचंड दहशतीखाली ते वावरत आहेत. हे सर्व संपायला हवे. त्यासाठी राज्यकर्त्यांनी ठाम भूमिका घेणे गरजेचे आहे. राज्यघटनेच्या सरनाम्यातील बंधुत्वाच्या कल्पनेला सुरुंग लावणे हा घटनाद्रोह तर आहेच पण राष्ट्रनिर्माणातही अडथळा आहे म्हणून तो राष्ट्रद्रोहही आहे. अशा राष्ट्रद्रोह्यांवर त्वरित खटले भरले गेले पाहिजेत.

न्याय

बाबासाहेबांनी न्याय हे केवळ स्वातंत्र्य, समता व सहभाव यांचे दुसरे नाव आहे अशी व्याख्या केली आहे. इथे प्रश्न असा निर्माण होतो की, भारतीयांत समता, स्वातंत्र्य आणि बंधुता नसेल तर न्यायाची अपेक्षा कशी करणार? या तीन संकल्पना एकत्र नांदतात तिथेच न्याय असतो. 'न्याय' ह्या संकल्पनेशी माणसाच्या नैतिक भावना तीव्रपणे निगडित असतात. न्यायाविषयीची भावना ही माणसांत सहजप्रवृत्ती असायला हवी. आपल्यासमोर प्रश्न आहे की, न्यायाचे काही निकष असू शकतात काय? त्याचे उत्तर जॉन स्टुअर्ट मिल यांनी दिले आहे. ते थोडक्यात मांडायचे तर असे म्हणता येते की,

१) एखाद्या व्यक्तीचे वैयक्तिक स्वातंत्र्य, तिची मालमत्ता किंवा कायद्याप्रमाणे जे आहे ते तिच्याकडून हिरावून नेणे अन्याय असतो असे सामान्यपणे मानले जाते.

आपल्याकडे तर माणसाचीच नाही तर घरादाराचीही राखरांगोळी केली जाते. तो कायद्याचा भंग असतो. त्याला अन्याय नाही असे कुणी म्हणू शकतो काय?

२) अन्यायाचा दुसरा प्रकार म्हणजे जे लाभण्याचा एखाद्या व्यक्तीला नैतिक हक्क असतो ते तिच्यापासून हिरावून घेणे किंवा तिला न देणे.

३) जी इष्ट किंवा अनिष्ट गोष्ट लाभण्याची व्यक्तीची पात्रता असते ती तिला लाभणे न्याय्य असते.

४) कुणाच्याही विश्वासाचा भंग करणे अन्यायाचे असते.

५) पक्षपात करणे न्यायाशी विसंगत असते. याचा अर्थ व्यक्तीने नि:ष्पक्षपाती असले पाहिजे.

'नि:ष्पक्षपातीपणाच्या कल्पनेशी संलग्न असणारी दुसरी संकल्पना म्हणजे समतेची संकल्पना होय. न्यायाच्या आपल्या संकल्पनेत आणि ह्या संकल्पनेला धरून होणाऱ्या व्यवहारात अनेकदा समतेची संकल्पना घटक म्हणून समाविष्ट असते आणि अनेकांच्या दृष्टीने समता हे न्यायाच्या कल्पनेचे सारच होय.''[३४] असे मिल यांचे प्रतिपादन आहे. बाबासाहेबांच्याही विचारात ते अनुस्यूत असल्याचे आपण आधीच पाहिले आहे. जगभरातल्या समाजसुधारकांनी अन्यायग्रस्त वा न्यायवंचितांना न्याय मिळवून देण्यासाठीच नाही तर न्यायाच्या तत्त्वाची स्थापना करण्यासाठी आंदोलने केली. तुरूंगवास भोगला. न्यायासाठी नुसता कायदा करून भागत नाही. तो कायदा अंमलात

येतो की नाही, हे पहावे लागते. जर न्याय नाकारला जात असेल तर पुन्हा संघर्ष करावा लागतो. न्यायाचा संघर्ष हा विशिष्ट व्यक्तीपुरता मर्यादित नसतो तर तो समस्त न्यायवंचितांचा असतो. त्यासाठी संघटन हवे असते. सरकारने भांडवलदारांच्या हितासाठी संघर्षाच्या वाटाच बंद करून टाकल्या आहेत. विशेषत: १९९० नंतरच्या जागतिकीकरणाच्या काळात सगळ्या संघर्षशील चळवळी मृतप्राय झाल्या आहेत. त्यांना पुन्हा ऊर्जा देणे ही काळाची गरज आहे.

न्याय विरोधकांची भूमिका

समता, स्वातंत्र्य, बंधुता आणि न्याय हे हक्क वा अधिकार असल्याचे बाबासाहेबांचे प्रतिपादन आपण पाहिले. या संकल्पना प्रत्यक्षात येऊ नये यासाठी मानसिक गुलामांचा प्रयत्न असतो. हे गुलाम राज्यकर्त्यात असतात तसे प्रशासनातही आहेत. ते या तत्त्वांची पायमल्ली कशी करता येईल हेच पाहत आहेत. विचारवंतातही ते असतात. बुद्धिभेद करून न्यायाची संकल्पना मोडीत काढण्याचे काम ते करतात. राजकीय पक्षही आपल्या सोयीने या तत्त्वांवरून वाद करीत असतात. असे वाद निर्माण का केले जातात, त्याचे पर्यवसन कशात होते, त्यावर सरकारची भूमिका काय असावी हे बाबासाहेबांनी सांगून ठेवले होते. त्यांच्या मते, ''सार्वजनिक हक्कासंबंधी वाद व दांडगाई केली असता आपणास पाहिजे तसे हक्क मिळतील अशी जी अडाणी लोकांची समजूत असते, ती समजूत दंग्याचे मूळ कारण असते व दंगे मोडण्याचे योग्य उपाय म्हटले म्हणजे हक्कासंबंधी नि:ष्पक्षपातीपणाने न्याय करणे व केलेला न्याय कोणाची भीड मुर्वत न धरिता जरूर पडल्यास कडक रीतीने अमलात आणणे हेच होत. न्याय देण्याच्या कामी समता व नि:ष्पक्षपातीपणा व अंमलबजावणीच्या कामी निग्रह व कडकपणा सरकारच्या अंगी अवश्य पाहिजे.''[३५] स्वातंत्र्योत्तर काळात हे सातत्याने चालू आहे. त्यासाठी बाबासाहेब नेमकेपणाने मार्गदर्शन करून सरकारला न्यायाच्या बाजूने उभे राहण्याचे आवाहन करतात.

सामाजिक लोकशाही प्रस्थापनेची गरज

सामाजिक लोकशाहीची प्रस्थापना केली नाही तर काय होईल. या संदर्भात बाबासाहेबांचा इशारा असा होता की, ''राजकीय जीवनात आम्ही समतेचा व्यवहार करणार आहोत आणि सामाजिक जीवनात आम्ही असमतेचा व्यवहार करणार आहोत. राजनीतित आम्ही 'एक व्यक्ती, एक मत' आणि 'एक मत, एक मूल्य' हा सिद्धान्त स्वीकारणार आहोत आणि आपल्या सामाजिक आणि आर्थिक जीवनात आपल्या सामाजिक आणि आर्थिक व्यवस्थेचा परिणाम म्हणून 'एक व्यक्ती, एक

मूल्य' या सिद्धान्ताचे खंडन करणार आहोत. हीच अवस्था दीर्घकाळ राहिली आणि या सिद्धान्ताचे आम्ही असेच खंडन करीत राहिलो तर आम्ही आपली राजकीय लोकशाही संकटात लोटणार आहोत. आम्ही हा विरोधाभास त्वरित समाप्त केला पाहिजे अन्यथा जे असमानतेने पीडित लोक आहेत ते ही राजकीय संरचना, जिची निर्मिती आम्ही एवढ्या परिश्रमाने केली आहे ती उद्ध्वस्त केल्याशिवाय राहणार नाहीत.''[३६]

समारोप

सामाजिक लोकशाहीची सांगोपांग चर्चा बाबासाहेबांच्याच भाषेत करणे गरजेचे असल्याने बाबासाहेबांचे याबाबत अधिकाधिक संदर्भ दिले आहेत. कुणाला ती संदर्भाची जंत्री वाटू शकेल. पण ती दिल्याशिवाय विषयाला पूर्णत्व आले नसते. न्याय हे समतेचे दुसरे रूप असते. आयुष्यभर ज्या चळवळींनी जाती नष्ट करण्याच्या कार्यक्रमाला अस्पृश्य मानले त्याच चळवळी आता जातीअंत परिषदा घेत आहेत. जातीअंताचा उच्चार करणारे हे त्याबाबत गोंधळलेले दिसतात. जातीअंत म्हणजे नेमके काय? जातीअंत झाला तर जातिव्यवस्थेचा अंत होईल काय? आणि व्यवस्थेचा अंत झाला तर ती व्यवस्था ज्या धर्मशास्त्रांनी निर्माण केली तर त्यांचा अंत होईल काय? जातीअंत परिषदा घेणारे मुळावर घाव घालायला तयार नाहीत. 'शालेय दाखल्यावरून जात काढा' अशा थातूरमातूर मागण्या केल्या जात आहेत. बाबासाहेबांनी दिलेला वैचारिक वारसा नेमकेपणाने न समजण्याचा तो परिणाम आहे. अशा वैचारिक गोंधळाच्या वातावरणात समता प्रस्थापनेतील सर्वांत मोठा अडथळा दूर होणे आज तरी अशक्य आहे. भारतीयांनी सर्वार्थाने समता प्रस्थापित केली नाही तर असमानतेने पीडित लोक आपण स्वीकारलेल्या राजकीय लोकशाहीची संरचना उद्ध्वस्त करतील. आज ही असमानता मोठ्या प्रमाणावर वाढली आहे. शोषणकर्त्या भांडवलदारांचे प्रचंड लाड सुरू आहेत. समता प्रस्थापित होण्याची कोणतीच शक्यता दिसत नाही. अशा परिस्थितीत लोकांनी राजकीय लोकशाही उद्ध्वस्त केली तर त्याचा दोष तिला देता येणार नाही. म्हणून भारतीयांनी राजकीय लोकशाही उद्ध्वस्त होण्याची वाट न पाहता सामाजिक लोकशाहीचा स्वीकार केला पाहिजे. हुकूमशाहीचे समर्थक तर लोकशाहीला सुरुंग लावण्यासाठी टपूनच बसले आहे. त्यांना तशी संधी उपलब्ध करून देणारे सर्वांत मोठे देशद्रोही ठरतील.

संदर्भग्रंथ

१) संपादक : प्रदीप गायकवाड, प्रबुद्ध भारतातले दादासाहेब : प्रकाशक, दादासाहेब रूपवते फाउंडेशन, प्र. आ. २३ जुलै २००१, पृ. २०२

२) संविधान सभा डिबेट्स अनु. प्रा. देविदास घोडेस्वार, प्रकाशक : राईट थिंकर्स पब्लिकेशन अँड डॉक्यूमेंटेशन प्रा. लि., प्र. आ. २०१३, पृ. ७८४

३) डॉ. बाबासाहेब आंबेडकर लेखन आणि भाषण, खंड १८, भाग ३, म. शा., प्र. आ. १५ ऑक्टोबर २००२, पृ. १७२

४) डॉ. बाबासाहेब आंबेडकर, हिंदू धर्माचे तत्त्वज्ञान, अनु. गौतम शिंदे, मनोविकास प्रकाशन, प्र. आ. १४ ऑक्टोबर, १९८८, पृ. २३

५) डॉ. बाबासाहेब आंबेडकर यांचे बहिष्कृत भारत आणि मूकनायक, म. शा., प्र. आ. नोव्हेंबर १९९०, पृ. १८५ (५)

६) मे. पुं. रेगे, स्वातंत्र्य, समता आणि न्याय, मौज प्रकाशन गृह, प्र. आ. जुलै २००५, पृ. ९१

७) डॉ. बाबासाहेब आंबेडकर, जातिप्रथेचे विध्वंसन, अनु. गौतम शिंदे, सुगावा प्रकाशन, द्वि. आ. ऑक्टोबर २००५, पृ. ४४

८) डॉ. बाबासाहेब आंबेडकर यांचे बहिष्कृत भारत आणि मूकनायक, म. शा., प्र. आ. नोव्हेंबर १९९०, पृ. ३४९

९) डॉ. बाबासाहेब आंबेडकर, जातिप्रथेचे विध्वंसन, अनु. गौतम शिंदे, सुगावा प्रकाशन, द्वि. आ. ऑक्टोबर २००५, पृ. ४५

१०) उक्त, पृ. ६६

११) डॉ. बाबासाहेब आंबेडकर, हिंदू धर्माचे तत्त्वज्ञान, अनु. गौतम शिंदे, मनोविकास प्रकाशन, प्र. आ. १४ ऑक्टोबर, १९८८, पृ. ३८

१२) डॉ. बाबासाहेब आंबेडकर, रिडल्स इन हिंदुइझम, प्रकाशक : प्रदीप रोडगे, नागपूर, प्र. आ. २०१२, प्रस्तावना

१३) डॉ. बाबासाहेब आंबेडकर, लेखन आणि भाषणे खंड १८, भाग-१, म.शा., प्र.आ. १५ ऑक्टोबर २००२, पृ. ५०६

१४) डॉ. बाबासाहेब आंबेडकर, जातिप्रथेचे विध्वंसन, अनु. गौतम शिंदे, सुगावा प्रकाशन, द्वि. आ. ऑक्टोबर २००५, पृ. ४३

१५) डॉ. बाबासाहेब आंबेडकर यांचे बहिष्कृत भारत आणि मूकनायक, म. शा., प्र. आ. नोव्हेंबर १९९०, पृ. ३६५

१६) मे. पुं. रेगे, स्वातंत्र्य, समता आणि न्याय, मौज प्रकाशन गृह., प्र.आ. जुलै २००५, पृ. १०४

१७) नरेंद्र दाभोळकर, श्रद्धा-अंधश्रद्धा, राजहंस प्रकाशन, पुणे, प्र.आ. ९ ऑगस्ट १९९६, पृ. क्र. २३

१८) संपादक स.मा. गर्गे, भारतीय समाजविज्ञान कोश, खंड ४, प्र.आ. १९९०, पृ. ३९९

१९) संपादक प्रा. देविदास वाडेकर, भारतीय तत्त्वज्ञान महाकोश, प्रा., आ. १९७४ पृ.

२०) महात्मा फुले समग्र वाङ्मय, संपादक धनंजय कीर, स. गं. मालसे, म. शा., द्वितीय आवृत्ती, १९८०, पृ. १८९

२१) डॉ. बाबासाहेब आंबेडकर, भगवान बुद्ध आणि त्यांचा धम्म, सिद्धार्थ प्रकाशन, मुंबई, संपादक घन:श्याम तळवटकर आणि इतर, प्र. आ. १९७०, पृ. १०४

२२) उक्त, पृ. १०४

२३) उक्त, पृ. १०४

२४) उक्त, पृ. १०५

२५) उक्त, पृ. १०४

२६) डॉ. बाबासाहेब आंबेडकर, हिंदू धर्माचे तत्त्वज्ञान, अनु. गौतम शिंदे, मनोविकास प्रकाशन, प्र. आ. १४ ऑक्टोबर १९८८, पृ. ३६

२७) डॉ. बाबासाहेब आंबेडकर लेखन आणि भाषणे खंड १८, भाग-३, म. शा., प्र. आ. १५ ऑक्टोबर २००२, पृ. ६२

२८) मे. पुं. रेगे, स्वातंत्र्य, समता आणि न्याय, मौज प्रकाशन गृह., प्र. आ. जुलै २००५, पृ. ९१

२९) डॉ. बाबासाहेब आंबेडकर यांचे बहिष्कृत भारत आणि मूकनायक, म. शा., प्र. आ. नोव्हेंबर १९९०, पृ. ३५० (२)

३०) डॉ. बाबासाहेब आंबेडकर, हिंदू धर्माचे तत्त्वज्ञान, अनुवाद गौतम शिंदे, मनोविकास प्रकाशन, प्र. आ. १४ ऑक्टोबर १९८८, पृ. ३६/३७

३१) उक्त, पृ. ४२

३२) संविधान सभा डिबेट्स, अनुवाद प्रा. देविदास घोडेस्वार, प्रकाशक : राईट थिंकर्स पब्लिकेशन अँड डॉक्यूमेंटेशन प्रा. लि., प्र. आ. २०१३, पृ. ७८५

३३) डॉ. बाबासाहेब आंबेडकर लेखन आणि भाषणे खंड १८, भाग ३, म. शा., प्र. आ. १५ ऑक्टोबर २००२, पृ. १७४

३४) मे. पुं. रेगे, स्वातंत्र्य, समता आणि न्याय, मौज प्रकाशन गृह., प्र. आ. जुलै २००५, पृ. ७

३५) डॉ. बाबासाहेब आंबेडकर यांचे बहिष्कृत भारत आणि मूकनायक, म. शा., प्र. आ., नोव्हेंबर १९९०, पृ. २६ (६)

३६) संविधान सभा डिबेट्स अनु. प्रा. देविदास घोडेस्वार, प्रकाशक : राईट थिंकर्स पब्लिकेशन अँड डॉक्यूमेंटेशन प्रा. लि., प्र. आ. २०१३, पृ. उक्त, पृ. ७८४-८५

■ ■ ■

८

राजकारण, धर्म आणि डॉ. बाबासाहेब आंबेडकर

■

प्रा. राजीव आरके

आज डॉ. बाबासाहेब आंबेडकरांच्या सबंध राजकीय जीवनाचा विचार करताना या ठिकाणी अमेरिकन विचारवंत जॉर्ज पॉम्पिडॉन याने सुप्रसिद्ध वर्तमानपत्र 'ऑब्झर्व्हर' मध्ये केलेल्या विधानाची आवर्जून आठवण होते. ते विधान होते, "A statesman is a politician who places himself at the service of nation. A politician is a statesman who places the nation at his service." अर्थात, 'राजनीतिविशारद हे असे राजकारणी असतात, जे स्वतःला राष्ट्रसेवेशी वाहतात, तर राजकारणी हे असे राजनीतिविशारद असतात, जे राष्ट्राला स्वतःच्या सेवेसाठी वेठीस धरतात.' भारतामध्ये अशी दोन्ही प्रकारची राजकीय व्यक्तिमत्त्वे कायम अस्तित्व ठेवून आलेली आढळतात. डॉ. बाबासाहेब आंबेडकर हे पहिल्या श्रेणीतले होते, तर आजचे जवळपास ९०% राजकारणी दुसऱ्या श्रेणीतले आहेत. डॉ. बाबासाहेब आंबेडकरांनी या देशात जे राजकारण व धर्मकारण केले, ते भारत राष्ट्राच्या उत्थानासाठीचे होते. भारतीय समाजात शतकानुशतके सर्वंकष शोषण होत आलेल्या व त्यास माणूसपण नाकारलेल्या दलित-अस्पृश्य समाजाच्या उत्थानाचे राजकारण-धर्मकारण त्यांनी करून एक प्रकारे राष्ट्रभक्तीचा नवा पायंडा आपल्या राजकीय व आध्यात्मिक जीवनातून पुढच्या पिढीला घालून दिला.

डॉ. बाबासाहेब राजकारणासंदर्भात फार सजग व कडवे होते. भारतीय राजकारणाकडे बघण्याचा त्यांचा एक खास स्वतंत्र दृष्टिकोन होता. ''व्यक्तिमात्राच्या स्वातंत्र्याचे मापन करण्याचे मूलभूत माप म्हणजे राजकारण होय'' अशी त्यांची भूमिका होती. राजसत्ता हीच सर्व सत्तांची गुरुकिल्ली आहे, असा त्यांचा ठाम विश्वास होता. आपल्या अस्पृश्य समाजाच्या संदर्भात तर राजकारणाची अपरिहार्यता त्यांनी

जाणीवपूर्वक अधोरेखित केली होती. तसे करताना "Politics sould be life blood of scheduled caste" अर्थात 'राजकारण हे अनुसूचित जातीचे जीवद्रव्य (रक्त) झाले पाहिजे' अशा स्पष्ट शब्दांत अनुसूचित जाती आणि राजकारणाचे संबंध यावर भाष्य केले होते. बाबासाहेबांचा एकूणच राजकीय प्रवास आपण पाहिला असता तो अत्यंत तत्त्वनिष्ठ, कडवा पण प्रसंगी सुसंवादी, विकासप्रवण, प्रामाणिक आणि नैतिकतेने आणि सचोटीने भरलेला होता.

बाबासाहेबांचे राजकारण हे सर्वप्रथम स्वतंत्र मजूर पक्ष, नंतर शेड्युल्ड कास्ट फेडरेशन आणि त्यानंतर भारतीय रिपब्लिकन पक्ष असे फुलत गेल्याचे आढळते. दरम्यान, बाबासाहेबांनी स्व-समाजाचे हित जपण्यासाठी पक्ष बदलले नाहीत, तर स्वतंत्र पक्ष स्थापन करून आपल्या राजकीय लढ्याला उत्तरोत्तर सर्वसमावेशक करण्यासाठी प्रयत्न चालविले. त्यासाठी अनेक सम्यक लढे उभारले. स्वतंत्र मजूर पक्षाची मर्यादा लक्षात आल्यानंतर त्यांनी शेड्युल्ड कास्ट फेडरेशनची स्थापना केली. पुढे शेकाफे च्या मर्यादा लक्षात आल्यानंतर भारतीय रिपब्लिकन पक्षाची स्थापना करण्यासाठी प्रयत्न सुरू केले. कारण बाबासाहेबांना भारताच्या भावी राजकारणाची पूर्ण कल्पना आलेली होती. भारतीय राज्यघटनेतल्या संसदीय लोकशाही राजकारणाचे कर्तेधर्ते स्वत:च असल्याकारणाने भारतातल्या भावी राजकारणाची नांदी बाबासाहेबांना फार आधीच लागली होती. परंतु या राजकारणात आपल्या अस्पृश्य व तमाम दलितांना कसे सहभागी होता येईल, याबद्दलची कोणतीच आचारसंहिता वा राजकीय शिक्षणाची व्यवस्था अस्तित्वात नव्हती. त्यामुळे दलित-अस्पृश्यांच्या राजकीय शिक्षण-प्रशिक्षणाबद्दलची व्यवस्था करण्याचे मोठे आव्हान बाबासाहेबांसमोर होते. करिता वेळोवेळी अस्पृश्यांचे लढे उभारून, त्यांचे स्वत: पुढारी होऊन राजकारण कसे करावे? लढे कसे उभारावे याबद्दलचा पायंडा घालून देण्याचा त्यांनी प्रयत्न केला. कारण "तुकड्यासाठी दुसऱ्याच्या तोंडाकडे पाहण्याची वेळ समाजावर येऊ नये. पोटापाण्याचा प्रश्न सुटावा, सन्मानाने रहावयास मिळावे, यासाठी राजकीय सत्तेची जरुरी असते आणि ती मिळविण्यासाठी आम्ही झगडत आहोत." याची जाणीव आपल्या अस्पृश्य बांधवांना करून दिली.

इतकेच नव्हे तर, "या देशातून एक वेळ इंग्रज लोक जाऊ शकतील (जे अखेरीस गेले), परंतु सर्व गरीब जनतेला नागवून तिचे रक्त शोषण करणारा जळवांसारखा जो धनिक भांडवलवाला वर्ग आहे, तो या देशातून जाणार नाही. तो काँग्रेसमध्ये सामील झाला. म्हणून त्याची रक्तशोषक वृत्ती नाहीशी होणार नाही, त्याची भरमसाट व्याज घेण्याची आसुरी वासना नष्ट होणार नाही", त्याचबरोबर

''आज सेठ-सावकारांचे सर्व वाली आहेत, गरिबांचे वाली कोणी नाही. गरिबांचे वाली गरीबच आहेत आणि गरिबांना आपली स्थिती सुधारून घ्यावयाची असेल, तर त्यांनी कायदे करण्याची जी राजकीय सत्ता असते ती हस्तगत केली पाहिजे, आणि म्हणून दलित अस्पृश्यांनी राजकारणापासून दूर न पळता राजकारण केले पाहिजे,'' असे बाबासाहेब सांगतात.

बाबासाहेब दलित-अस्पृश्यांनी राजकारण करावे असे जे आवर्जून सांगतात, त्याचे कारण बाबासाहेबांना अस्पृश्यांच्या राजकीय सुप्त सामर्थ्यांची जाणीव होती हे, ''अस्पृश्य समाज हा इतर कोणत्याही समाजापेक्षा अधिक राजकारण-ज्ञानी समाज आहे. याबद्दल मला बिलकूल शंका नाही'', या आश्वस्त करणाऱ्या विधानातून स्पष्ट होते. बाबासाहेबांनी लोकशाही राजकारणात पक्ष-संघटनेचे महत्त्व जाणले होते. म्हणून त्यांनी आपल्या अनुयायांना शिस्त आणि संघटना हेच आपल्या पक्षाचे ध्येय असले पाहिजे, असे मार्गदर्शन केले होते. अस्पृश्यांत संघटनेची गरज अधोरेखित करताना बाबासाहेब म्हणतात, ''इतके दिवस एक गोष्ट आम्हाला पोषक होती. ती ही की, इंग्रज मनुष्य जातीविषयक भावना व स्पृश्यास्पृश्यांचा प्रश्न, विचार पाहत नव्हता. यापुढे तुम्हाला गांजणाऱ्या लोकांच्या हातात सत्ता गेली आहे. आता आपल्या लोकांची दाद घेणार तरी कोण? हे स्वराज्य नसून इतर लोकांचे आमच्यावर राज्य होणार आहे. म्हणून संघटना करणे हे तुमचे कर्तव्य आहे. संघटना न केल्यास तुमची दैना शतपट होईल,'' पक्षाच्या संघटनांबरोबरच आपल्या पक्षाची रचना कशी असावी? आपला पक्ष सबळ कसा होईल? याचा विचार करताना बाबासाहेब सांगतात, ''आपला पक्ष सबळ होण्यासाठी आपणामध्ये कोणत्या प्रकारच्या उणिवा आहेत या गोष्टीकडे प्रथम लक्ष द्यावे लागते. राजकीय स्वरूपाच्या पक्षात नुसत्या श्रीमंतांच्या व आपल्या आवडत्या माणसांचा समावेश करून भागत नसते. निरनिराळ्या विषयांवर अध्ययन केलेले आणि निरनिराळ्या विषयांवर तज्ज्ञ म्हणून ज्यांना संबोधिता येईल अशाच माणसांना आपल्या पक्षाच्या जबाबदारीच्या जागावर नेमून कार्याची दिशा आखावी लागते,'' कारण ''भावनामय, प्रभावी भाषेने अज्ञ जनतेची दिशाभूल करून संख्येने मोठ्या असलेल्या पक्षापेक्षा शिस्त, संघटना व उज्ज्वल ध्येयाची जाणीव असलेला अल्पसंख्याक लोकांचा लहानसा पक्ष शेवटी राजकीय क्षेत्रात खरा प्रभावी ठरून यशस्वी होतो,'' असे बाबासाहेब सांगतात. परंतु त्याच वेळी ''शिस्तीच्या व संघटनेच्या अभावी आणि वाहत्या गंगेत हात धुऊन घेण्याच्या वृत्तीमुळे पक्षाचे सारे बळ लयास जात असते,'' असेही बजावतात. बाबासाहेब पक्षाच्या वयापेक्षा पक्षाच्या तत्त्वांना अधिक महत्त्व देताना दिसतात. ते म्हणतात, ''एखादा पक्ष किती वयाचा

आहे, हा प्रश्न महत्त्वाचा नाही, तर त्याची तत्त्वे काय आहेत, तो काय साध्य करू इच्छितो आणि त्याची सुप्त शक्ती काय आहे या बाबीच महत्त्वाच्या आहेत.''

लोकशाहीमध्ये आणि विशेषत: पक्षीय लोकशाहीमध्ये पक्षाच्या जाहीरनाम्याला महत्त्वाचे स्थान असते, असे बाबासाहेबांचे मार्गदर्शन होते. परंतु ते म्हणतात तसे, ''जाहीरनामा हा केवळ आश्वासनांची जंत्री असू नये. देशाला ज्या समस्यांशी तोंड द्यावे लागते, त्यांचा जाहीरनाम्यात विचार असला पाहिजे. आणि त्या समस्या कशा सोडवाव्या तेही असले पाहिजे.'' बाबासाहेब पुढाऱ्यांची फार साधी व्याख्या करतात. ते म्हणतात, ''जो काम करतो तोच खरा पुढारी,'' लोकांना माहीत असतो खरा पुढारी कोण. पुढारीच शिस्त आणि संघटनेच्या माध्यमातून पक्षाला नैतिक बळ प्राप्त करून देत असतो. बाबासाहेब सांगतात, "कोणत्याही पक्षाला आपले नैतिक बळाने कार्य करावयाचे असेल, तर त्याने शिस्त व संघटना या दोन गोष्टींकडे प्रथम लक्ष दिले पाहिजे. आपल्या अंगीकारलेल्या कार्यात प्रथम अपयश मिळाले तरी हरकत नाही. परंतु आपण आपल्या ध्येयापासून कधीही अलिप्त होता कामा नये. मनुष्याच्या अंगी जितके नैतिक बळ अधिक असेल, तितका त्याचा आत्मविश्वास वाढत जाऊन पराजयातूनही त्याला शेवटी सन्मानानेच यश मिळविता येते.''

बाबासाहेब जहाल, कडवे राजकारणी असले, तरी सुसंवादी स्वभावाचे होते. कारण प्रखर लोकशाहीवादी असल्या कारणाने लोकशाहीत सुसंवादाला किती महत्त्व आहे हे बाबासाहेब जाणून होते. मानवी मनाशी संवाद साधणे, हाच माणसे समजून घेण्याचा राजमार्ग आहे हे त्यांनी हेरले होते. म्हणून त्यांनी आपल्या पक्षीय भूमिकांबाबत अगदीच अलिप्तवादी धोरण अवलंबिले नव्हते. त्यासंदर्भात मार्गदर्शन करताना ते सांगतात, "आपल्याला कधी दुसऱ्या पक्षाशी संगनमतही करावे लागेल. जो पक्ष आपले कल्याण करील, तोच आपल्याला जास्त जवळचा. ज्यांचा कार्यक्रम जास्तीत जास्त आमच्या कार्यक्रमाशी जुळेल, त्या पक्षाशी आम्हाला संगनमत करायला काही हरकत नाही. मग ती काँग्रेस असो, समाजवादी असो अगर बहुजन समाजवादी असो," कारण, आपली ध्येयप्राप्ती होण्यासाठी हे आवश्यक आहे. बाबासाहेबांना राजकारणात पक्ष चालवताना होणाऱ्या भांडणांची, धुसफुशीची चांगलीच जाणीव होती. प्रसंगी आपले राजकीय धोरण कसे असावे याबद्दल बाबासाहेब सांगतात, "राजकारणात भांडणे होतात. ती विसरून जाण्याची सवय ठेवली पाहिजे. या भांडणाचे झाड मनात वाढते, हा स्वभाव बरा नाही. माझे हृदय निर्मळ आहे. माझेसुद्धा इतरांशी मतभेद असतात. परंतु ते मी लवकर विसरतो. माणसाचे मन फुलासारखे स्वच्छ असावे लागते. मारवाड्याच्या मिशीप्रमाणे

आमचे धोरण ठेवायला पाहिजे. आपले ध्येय साधण्याकरिता काही वेळा मिशी वर तर काही वेळा मिशी खाली अशी मारवाड्याची स्थिती असते. त्याप्रमाणे आपले धोरण ठरविले पाहिजे.''

पक्षीय लोकशाहीमध्ये सरकारवर टीका करणे हे प्रत्येक राजकीय पक्षाचे महत्त्वाचे कार्य असते. टीके अभावी राज्यसत्ता निरंकुश होऊ शकते. पण "काही लोक म्हणतात आपण सरकारवर टीका करू नये, त्यांचेशी सहकार्य करावे. आमचे हक्क पदरात पाडणे हेच आमचे पहिले कार्य आहे. हे हक्क जर पदरात पडत नसतील, तर आम्ही टीका करणारच. सरकारवर टीकाच नसेल तर शे.का.फे. ची आवश्यकता तरी काय आहे? सरकार काय, देव आला तरी आम्ही त्याच्यावर टीका करूच,'' अशी निर्वाणीची भूमिका बाबासाहेब घेतात. बाबासाहेबांचा सांघिकतेवर मोठा विश्वास होता. यशस्वी संघर्षासाठी संघटित असणे ही पहिली अट बाबासाहेब मानत. संघटनेचे बळ ते अनुभवून होते. म्हणून संघाच्या एकसंधतेवर त्यांचा कटाक्ष होता, ''संघ फोडून तुटकपणाने दोघाचौघांनी दुसऱ्या संघात सामील होणे म्हणजे आत्मनाश होय,'' अशा स्पष्ट शब्दांत बाबासाहेब बजावतात. आम्ही आपली झोपडी मोडून समझोता करावयाचा हे बाबासाहेबांना मुळीच पसंत नव्हते. म्हणून ''आपली झोपडी शाबूत राखा,'' असा इशाराही ते देतात. तेवढ्यावरच न थांबता ते सांगतात, ''राजकारणी माणसाला आपली एक प्रकारची विवक्षित स्वरूपाची मनोभूमिका बनवावी लागते व आपल्या विचारांना त्याला एक प्रकारचे विवक्षित स्वरूपाचे वळण लावावे लागते. राजकारणी पुरुषाला प्रचारकार्य करणे अत्यंत आवश्यक असते.''

आपण निवडून देत असलेल्या प्रतिनिधीच्या योग्यतेबाबत बाबासाहेब फार जागरुक होते. ते म्हणतात, ''जर आपण आपले खरे प्रतिनिधी विधानसभा आणि संसदेत निवडले गेले नाहीत, तर आपण स्वातंत्र्याचा उपभोग घेऊ शकणार नाही. आपल्या लोकांकरिता स्वातंत्र्य हे एक नाटक ठरेल.'' त्याचप्रमाणे लोक ''जर कायदेमंडळात निःस्वार्थी लोक पाठविणार नाहीत, तर त्याची फसगत झाल्याशिवाय राहणार नाही. म्हणून आपल्याला कायदेमंडळात आपल्या हिताचे कायदे करून घेणारे लोक पाठविता आले पाहिजेत व त्याकरिता नेहमी संघटित राहिले पाहिजे,'' अशीही सूचना करतात. बाबासाहेबांची उद्धृते या ठिकाणी देण्याचे कारण एकच की, आज बाबासाहेबांचे प्रत्येक विधान हे अद्यापही समकालीन मूल्य जपून आहे. आजचे तथाकथित 'आंबेडकरी राजकारण' हे कितपत 'आंबेडकरी' आहे याचा अंतर्मुख होऊन सर्वच दलित व विशेषतः आंबेडकरी समाजाने विचार करण्याची गरज आहे. बाबासाहेबांनी सर्वसमावेशक राजकारणाची अपरिहार्यता ओळखून रिपब्लिकन

पार्टी ऑफ इंडिया (आरपीआय) या राजकीय पक्षाच्या बांधणीची संहिता त्यांच्या अनुयायांसाठी तयार करून ठेवली होती. आजच्या आंबेडकरी म्हणवणाऱ्यांनी तिला प्रत्यक्षात उतरवून आंबेडकरी वैचारिक वारशाला कितपत जनाधार प्राप्त करून दिला? हा महत्त्वाचा प्रश्न याप्रसंगी आजच्या तथाकथित आंबेडकरी नेतृत्वाला व समाजाला विचारावासा वाटतो. कारण सामाजिक परिवर्तनाच्या लढ्यांसाठी जे संघर्ष करायचे असतात, त्यांच्या पाठीशी सामूहिक कृतीचे तत्त्वज्ञान असणे गरजेचे असते. बाबासाहेबांनी त्यांच्या प्रत्यक्ष सहभागात्मक राजकारणातून ते तत्त्वज्ञान विकसित केले होते. परंतु त्यांच्या वारसदारांनी त्या सामूहिक कृतीच्या तत्त्वज्ञानाचा कितपत अंगीकार राजकीय संघर्षादरम्यान करून त्याला वर्धिष्णू करण्याचे प्रयत्न केले? प्रस्तुत लेखातील उपर्युक्त उद्धृतांतून बाबासाहेबांची बदलत्या राजकीय परिस्थितीचा वेध घेऊन त्यानुसार आपली वैचारिक भूमिका निर्धारित करण्यासाठी लागणारी संवेदनशीलता, कल्पकता व प्रतिभा जी बाबासाहेबांनी स्वयंप्रयत्नाने विकसित करून प्रत्यक्ष संघर्षातून तिचा अंगीकार करून तिची व्यूहात्मक परिणामकारकता सिद्ध केली, ती किती प्रगल्भ आहे. बाबासाहेबांनी स्वानुभवातून घालून दिलेल्या या राजकीय व्यूहात्मक बांधणीचा अंगीकार त्यांच्या वारसदारांनी केला का? संपूर्ण दलित समाजाच्या दारिद्र्याचा व सामाजिक, आर्थिक, विषमतेचा प्रश्न सांविधानिक सवलतींच्या कुबड्यांनी कधीच सुटू शकणारा नाही, तर आर्थिक संघर्षातून सामाजिक पुनर्रचना घडवूनच तो सोडवला जाऊ शकतो हे बाबासाहेबांच्या राजकीय वारसदारांनी समजून घेतले का? राजकीय सत्तेचा व्यापक अर्थ आणि अर्थव्यवस्थेत खोल रुतलेली तिची मुळे यांकडे आंबेडकरी अनुयायांनी लक्ष दिले का?

"प्रत्येक पक्षाने आपल्या ध्येयसिद्धीकडे सतत लढत राहिले पाहिजे. प्रत्येक पक्षात बुद्धिवादी लोक असलेच पाहिजेत. ज्ञान ही अत्यंत आवश्यक अशी गोष्ट आहे," असे बाबासाहेब सुचवतात. परंतु याकडे आंबेडकरोत्तर आंबेडकरी अनुयायांनी आणि विशेषत: आंबेडकरी राजकारण्यांनी लक्ष दिले का? या सर्व प्रश्नांची उत्तरे नकारात्मकच द्यावी लागतात. वास्तवित पाहता सामान्यातिसामान्य दलित जनतेचे प्रश्न अजून सुटलेले नाहीत. किंबहुना जागतिकीकरणात ते जास्तच गुंतागुंतीचे होऊन बसले आहेत. सामाजिक पुनर्रचनेची गरज अद्यापही कायम आहे. ती जोपर्यंत होत नाही किंवा केली जात नाही तोपर्यंत हे प्रश्न सोडविणे शक्य नाही. सामाजिक न्यायासाठी आवश्यक म्हणून ज्या सोयी-सवलतींचा लाभ अनुसूचित-जमातीपैकी ज्या अनु.जाती-जमाती आर्थिक व सांस्कृतिकदृष्ट्या वरचढ, जागृत व संघटित होत्या, त्यांनाच विशेष करून मिळाला. सवलतीमुळे दलित-अस्पृश्यांना बाहेरच्या

सवर्ण स्पधर्कांपासून संरक्षण मिळाले खरे; परंतु दलितांमधील अंतर्गत स्पर्धा अधिक तीव्र झाली. जागतिकीकरणाने या स्पर्धेला बहुआयामी बनवत दलितांमधील अंतर्गत ताण-तणावांना खतपाणीच घातले आहे. गावोगावच्या दलित-अस्पृश्य स्त्री-पुरुषांवरील अन्याय, अत्याचार, संवैधानिक संरक्षण असूनही, वाढत चालले आहेत. त्याला विरोध करताना आजचे आंबेडकरी राजकारण फारसे प्रभावी ठरताना दिसत नाही. आंबेडकरी राजकारणाकडे एक चळवळ म्हणून पाहत असताना एक बाब लक्षात घेतली पाहिजे. ती म्हणजे, कोणत्याही चळवळीला परिवर्तनवादी उसळत्या रक्ताच्या तरुणांची गरज असते. परंतु दलितांमधील बहुसंख्य पदवीधर एक तर (आज) सरकारी नोकरीच्या पाशात अडकतात आणि राजकारणापासून दूर राहतात. परिणामी, पक्षाला निरक्षर दलित तरुणांवर अवलंबून राहावे लागते. काही दलित तरुण राखीव जागांवर निवडून येण्यासाठी सत्तारूढ पक्षांची कास धरतात आणि त्यांचे लिंपित होऊन बसतात. उन्नतीची इतर क्षेत्रे त्यांच्या हातून उपेक्षिली जातात.

कोणत्याही चळवळीला सामाजिक-आर्थिक प्रश्नांचे विश्लेषण करण्यासाठी लागणारा सखोल व्यासंगी बुद्धिमंत जोडता येणे गरजेचे असते. केवळ निदर्शने करण्यातून प्रश्न सुटत नसतात. परंतु दलित-अस्पृश्यांतील कर्तबगार बुद्धिमंताचा वर्ग वैयक्तिक उत्कर्षाच्या मागे लागल्यामुळे त्यांच्या सामाजिक व राजकीय संघटना दुबळ्या राहिल्या आहेत. राखीव जागांवर दलितांचे खरेखुरे, स्वाभिमानी व सरकारविरुद्ध खंबीर भूमिका घेणारे प्रतिनिधी निवडून येण्याऐवजी स्वार्थी, संधिसाधू व बोटचेपे प्रतिनिधीच निवडून येत राहिले. बाबासाहेबांनी भारतीय राजकारणात आंबेडकरी राजकारणाला मानाचे स्थान प्राप्त करून दिले. परंतु त्यांच्या नावाने राजकारण करणाऱ्या त्यांच्याच राजकारणी व बुद्धिमंतांनी आंबेडकरी राजकारण नि:सत्त्व करून टाकले. बाबासाहेबांचा राजकीय वारसा असलेल्या रिपब्लिकन पार्टी ऑफ इंडिया (आरपीआय) च्या संहितेला नेणिवेत ढकलून दिले. बाबासाहेबांचे राजकीय तत्त्वज्ञान प्रत्यक्षात उतरवून त्याबरहुकूम लढे उभारून सामाजिक न्यायासाठी संघर्ष करण्याऐवजी आंबेडकरोत्तर आंबेडकरी राजकारण व्यक्तिवाद, पोटजातिवाद, गटबाजी, वैचारिक दिवाळखोरी, संघटनात्मक विसकळीतपणा, राजकीय व्यूह व डावपेचांसाठी लागणाऱ्या कल्पकतेचा अभाव, अप्रामाणिकपणा, संधिसाधुत्व, समाजापासूनची फारकत, तडजोडीचे राजकारण, कचखाऊ नेतृत्वाचा प्रभाव, अशा दलदलीत फसत जाऊन नि:सत्त्व राजकारणाच्या पातळीवर येऊन ठेपले आहे. भारतीय राजकीय इतिहासाच्या एका टप्प्यावर आंबेडकरी राजकारणाने भारताच्या राष्ट्रीय राजकारणात झंझावात निर्माण करून आपली दखल घ्यावयास भाग पाडले होते व तेही डॉ. बाबासाहेब

आंबेडकर नावाच्या या एकाच व्यक्तीमुळे. परंतु आज आंबेडकरी राजकारणाची दखल घेण्याची गरजच आजच्या एकूण भारतीय राजकारणाला वाटत नाही. घ्यावी वाटली, तरी ती सन्मानजनक असते का? की एखादा चेहरा नसलेला समाज जो केवळ एकगठ्ठा मत देणारा आहे या स्वरूपाची असते? असे का व्हावे? आंबेडकरी राजकारणाचा इतका नैतिक अध:पात का व्हावा? ते इतके निष्प्रभ का व्हावे? हे विचार करण्यासारखे प्रश्न आहेत. आंबेडकरी राजकारणासारख्या ऊर्जस्वल राजकारणाची बाबासाहेबांच्या निर्वाणानंतर इतकी पडझड वा वाताहत होत जावी याची कारणमीमांसा करताना त्यांच्याच अनुयायांनी त्यांच्या प्रत्येक मार्गदर्शनपर सूचनांची अक्षम्यपणे केलेली हेळसांड समजून घ्यावी लागते.

बाबासाहेबांचा राजकारणाकडे बघण्याचा दृष्टिकोन अत्यंत उदात्त होता. सुरुवातीला वर सांगितल्याप्रमाणे या विषम देशातल्या पददलितांच्या उत्थानाची गुरुकिल्ली म्हणून बाबासाहेब राजकारणाकडे बघत असत. परंतु यशस्वी वा सम्यक राजकारणासाठी बाबासाहेबांना धर्मही महत्त्वाचा वाटत होता. म्हणूनच "राजकारण आणि धर्म ही माझ्या रथाची दोन चाके आहेत," अशा प्रकारचे विधान बाबासाहेब करताना दिसतात. जोपर्यंत बाबासाहेब हयात होते, तोपर्यंत आंबेडकरी राजकारण खऱ्या अर्थाने आंबेडकरी होते. परंतु बाबासाहेबांच्या महापरिनिर्वाणानंतर आणि विशेषत: दादासाहेब गायकवाडानंतर ते आजतागायत आंबेडकरी राजकारणाचा जो ऱ्हास झाला त्या ऱ्हासाची कारणे जशी वर्तमान परिस्थितीत आहेत, तशीच बाबासाहेबांच्या 'तथाकथित आंबेडकरी' समाजाच्या अंगभूत दोषांमध्येही आहेत. बाबासाहेब सांगतात, "प्रथमत: अस्पृश्य समाजात मोडणाऱ्या महार, मांग, चांभार, भंगी वगैरे ज्या जाती आहेत त्यात एकी नाही हे आपणा सर्वांचे दुर्दैव आहे. ही एकी नसण्याचे खरे कारण म्हणजे हिंदू समाजातील जातिभेद हेच आहे. या जातिभेदाला महार, मांग, चांभार किंवा भंगी हे जबाबदार नाहीत. जातिभेद ही वरून आलेली गटारगंगा आहे. आणि त्यामुळे जातिभेदाची कटु फळे व त्याचा दुष्परिणाम आपल्याला सोसावा लागत आहे आणि खेदाची गोष्ट ही की, हे हिंदू लोक आपल्यातले जातिभेद तर दूर करीत नाहीतच उलट अस्पृश्यांतील अज्ञानाचा फायदा घेऊन त्यांचा जातिभेद दृढ करावयास झटतात... या जातिभेदाची मूळ जबाबदारी जरी हिंदू धर्मावर असली, तरी आपण आपली जबाबदारी विसरणे आत्मघातकी ठरेल. आपल्यातील जातिभेद नाहीसे करणे व आपल्यात भेद नीतीचा फैलाव न होऊ देणे हे आपले आद्य कर्तव्य आहे. आणि आपण हे साधल्याशिवाय आपला भाग्योदय कधीच होणार नाही.... प्रत्येक जात जर आपली शेखी मिरविण्याकरिता आपल्या जातीसच चिकटून राहील आणि

महार महारच राहतील व मांग मांगच राहील, तर आपल्यावर होणाऱ्या अन्यायाचा प्रतिकार आपण करू शकणार नाही."

एवढ्यावरच न थांबता बाबासाहेब सांगतात, "आपल्या राजकारणात एकाचे वर्चस्व दुसऱ्यास नको आहे. यामुळे आपले लोक अजूनतरी राजकारणात पक्के मुरले नाहीत. राजकारण म्हणजे काय याची त्यांस पक्की जाणीव नाही. आपल्या समाजात आपापसात फार मतभेद असतात. ते मतभेद ताबडतोब नष्ट होत नाहीत. त्या मतभेदाची झाडे पोटात वाढू लागतात. त्यांचे मतभेद त्यांच्या मुलांच्याही पोटात वाढतात. अशा रीतीने मतभेद हे वाढत जातात. हा गुणधर्म आपल्या लोकांत जास्त प्रमाणात आहे. काँग्रेससारख्या पक्षातसुद्धा हे मतभेद आहेत. त्याचबरोबर त्यांच्याजवळ काही सद्गुणही आहेत. असे अनुभवाने म्हणावे लागते. त्यांचा एक गुण फार महत्त्वाचा आहे आणि तो म्हणजे बहुमताने ठरलेले ते सर्व मान्य करतात. मग त्या गोष्टीचे विरोधकसुद्धा खोट्याचे समर्थन करू लागतात. ही कृती राजकारणात फार आवश्यक आहे. माझ्या मताप्रमाणे जर कारभार चालला. तरच मी संस्थेत राहीन, अशी प्रवृत्ती फारच वाईट. हम करे सो कायदा नको," बाबासाहेबांचे हे स्वसमाजदोष दिग्दर्शन कटाक्षपूर्वक आणि बाबासाहेबांच्या प्रगल्भतेची जाणीव करून देणारे आहे.

समतेचे तत्त्व आणि तदनुषंगिक जीवन-व्यवहार आपल्या अस्पृश्य समाजात वाढीस लागावेत म्हणून बाबासाहेबांनी नाशिक जिल्ह्यातील येवला येथे सन १९३५ मध्ये घेतलेला धर्मांतराचा निर्णय हा केवळ एकांगी व हिंदूंवर सूड उगविण्यासाठी घेतलेला निर्णय नव्हता. तर तमाम भारतीयांना व विशेषत: अस्पृश्य-दलित-पददलितांना बुद्धिवाद, विवेकवाद, मानवतावाद, लोकशाही, स्वातंत्र्य, समता, बंधुता या नवसांस्कृतिक पर्यावरणाची उपलब्धता प्रदान करणारा होता. बाबासाहेब राजकारणाइतकेच धर्माला महत्त्व द्यायचे. किंबहुना राजकारणाप्रमाणेच धर्म हा बाबासाहेबांच्या दीर्घकालीन चिंतनाचा भाग राहिला होता. सन १९३५ ते १९५६ अशी जवळपास २१ वर्षे बाबासाहेबांचे धर्मचिंतन चालू होते. १४ ऑक्टोबर १९५६ मध्ये नागपूर येथे बाबासाहेबांनी बौद्ध धम्माची घेतलेली दीक्षा हे त्या दीर्घचिंतनाला लागलेले फळ होते. बाबासाहेबांना इतके सगळे देशी-विदेशी धर्म उपलब्ध असताना, तसेच बऱ्याच धर्मांच्या म्होरक्यांकडून 'आमचाच धर्म स्वीकारा' अशी आमिषयुक्त आवाहने करण्यात आलेली असताना बाबासाहेबांनी बौद्ध धम्माचीच निवड स्वदीक्षा आणि आपल्या समाजदीक्षेसंदर्भात का केली? त्यांनी हिंदू धर्माचा त्याग का केला? या दोन्ही प्रश्नांची उत्तरे परस्परपूरक अशीच आहेत.

'धर्म ही अफूची गोळी आहे' हे पूर्वसरी कार्ल मार्क्सचे मत बाबासाहेबांना मान्य

नव्हते. 'समाजाच्या धारणेसाठी घातलेली बंधने म्हणजे धर्म' ही धर्माची व्याख्या बाबासाहेबांनाही मान्य होती. धर्माची खरी गरज ही श्रीमंतांपेक्षा गरिबाला अधिक असते. कारण गरीब आशेवर जगत असतो. त्याचे अठराविश्वे दारिद्र्य एक ना एक दिवस कुणीतरी घालवेल आणि त्याच्या उत्थानाचा मार्ग मोकळा करेल याच आशेवर तो जगतो. त्यामुळे त्या गरिबात जगण्याची ऊर्मी निर्माण करण्यासाठी बाबासाहेबांना धर्म महत्त्वाचा वाटत होता. परंतु बाबासाहेबांना धर्माची रुढ व्याख्या जरी मान्य असली व ते सश्रद्ध असले, तरी 'धर्म' संकल्पनेच्या विरोधी होते. कारण प्रस्थापित 'धर्म' संकल्पना ही माणूसकेंद्री संकल्पना नाही. तिच्यात माणसाचे प्रतिबिंब पडण्याऐवजी अलौकिक बाबींचेच प्रतिबिंब अधिक प्रमाणात पडते, असे त्यांचे मत होते. ती विषमता, शोषण, जातिव्यवस्था आणि असहिष्णुतेच्या अर्कात बुडालेली संकल्पना आहे असेही ते मानीत. इतकेच नव्हे, तर प्रस्थापित 'धर्म' संकल्पनेने अनुयायांमध्ये धर्मप्रेमाची नशा इतकी निर्माण केली की, दुसरा धर्म विरोधी विचारांचा मानून त्याच्यासह त्याच्या अनुयायांना संपविणे हेसद्धा धर्मकार्यच मानले जात होते हेही त्यांच्या नजरेतून सुटले नाही. 'धर्म' संकल्पनेत नीती अनुस्युत असली, तरी व्यक्तिगतताही असतेच. तसेच धर्मतत्त्वांचा प्राय: प्रत्यक्ष वर्तनाशी संबंध असल्याचे आढळत नाही. तर देवांची नि:श्वसिते, पवित्र धर्मग्रंथ, आप्त, प्रेषित, ईश्वर आणि शब्दप्रामाण्य यांनाच 'धर्म' संकल्पनेत महत्त्वाचे स्थान आहे. वास्तविक पाहता, खरा धर्म हा कधीही ग्रंथात वा ग्रंथांतर्गत सूत्रांत नसतो, तर तो तत्त्वाचे सुयोग्य आचरण करण्याच्या वर्तनात असतो हे बाबासाहेबांनी हेरले होते. म्हणूनच त्यांनी 'धर्म' ही संकल्पना स्वीकारण्याऐवजी बुद्धाची 'धम्म' ही संकल्पना स्वीकारली. अर्थात, 'धम्म मार्ग' हा केवळ एकाच भारतीय बुद्धिमंताने दिलेला मार्ग आहे आणि तो बुद्धिमंत म्हणजे गौतम बुद्ध.

बाबासाहेबांना इतर कोणाहीपेक्षा, अगदी प्रस्थापित हिंदू धर्म व त्याच्या तत्त्ववेत्त्यांपेक्षाही बुद्ध महत्त्वाचा वाटला. कारण बुद्ध हा मानवी मनाचा अभ्यास करणारा आद्य अभ्यासक आहे. बुद्ध हा मानवी भावनांचा आदर करणारा विचारवंत आहे. तो मध्यममार्गी आहे. माणूस, बुद्धिवाद आणि विवेकवादाला आपल्या आचरणात केंद्रस्थानी ठेवणारा आहे. तो त्याच्या धम्मात स्वत:साठी कोणतेही स्थान ठेवत नाही. तसे करणारा तो एकमेव भारतीयच नव्हे, तर जागतिक द्रष्टा आहे. त्याची 'धम्म' संकल्पना हिंदू धर्मसंकल्पनेसारखी नाही. म्हणूनच धर्म म्हणजे धम्म नव्हे! धर्मामध्ये नीती अनुस्यूत असली, तरी धम्म नीतीहून मोठा आणि सर्वसमावेशक आहे. 'निब्बाण' म्हणजे आत्म्याचा मोक्ष नव्हे, तर मानवी जीवनात नेहमी उफाळत असणाऱ्या

विकारांच्या ज्वाळालोळांवर निग्रहपूर्वक मात करणे होय. धम्म नीतीहून अधिक सर्वस्पर्शी आहे. कारण चारित्र्य म्हणजे शील ह्यांना तर तो सामावून घेतोच, पण प्रज्ञेला आणि समाधीलाही तो आपल्यात समाविष्टीत करतो. बाबासाहेबांनी संशोधित केलेल्या 'धम्म' संकल्पनेत वैचारिक स्वातंत्र्याचे भान आहे जे 'धर्म' संकल्पनेत नाही. 'मी सांगतो म्हणून एखाद्या गोष्टीचा स्वीकार करू नका. तर तुमच्या बुद्धीच्या कसोटीवर त्याला तावून-सुलाखूनच त्याचा स्वीकार करा', असे जे बुद्ध म्हणतो, ते या वैचारिक स्वातंत्र्यातूनच. धर्म विश्वास आणि श्रद्धांच्या आडून अंधश्रद्धांना, पुराण पोथीनिष्ठतेला व तद्‌जन्य कडवटपणाला उद्दीपित करतो. 'धम्म' मात्र विवेकवादाचा पुरस्कार करतो. धम्म प्रामाण्यवादी आहे. धम्म समूहानुगामी आहे. म्हणून तो केव्हाही एका व्यक्तीपुरता नसतो. तो समाजहितकारी असल्याने सामाजिक असतो.

बाबासाहेबांचा धम्म समतेचा पुरस्कार करणारा व समाजाला एकजिनसीपणा प्रदान करणारा आहे. तो जात, धर्म, श्रेष्ठ-कनिष्ठ, पाप-पुण्य यांच्या पलीकडे जाऊन माणूस शोधणारा आहे. विज्ञानाने उभे केलेले प्रश्न व त्यांची उत्तरे देण्यासाठी एक तर्कशुद्ध विचारसरणी प्रदान करणारा आहे. धम्म हे एक नैतिकशास्त्र असून, त्यात पंचशील, अष्टांगिक मार्ग आणि निर्वाण या मूलभूत उदात्त संकल्पना आहेत, तो स्त्री-पुरुषांकडे एकत्वाने पाहणारा आहे. तो लोकबोलींना महत्त्व देणारा आहे. कार्यकारणभावाशी संबंध जोडणारा आहे. म्हणूनच तर तो बाबासाहेबांनी स्वत:साठी आणि आपल्या कोट्यवधी अस्पृश्य अनुयायांसाठी निवडला, नुसता निवडलाच नाही, तर १४ ऑक्टोबर १९५६ रोजी त्याची स्वत: दीक्षा घेऊन आपल्या कोट्यवधी अनुयांनानाही तो दिला. कारण "धर्माच्या बाबतीत आपण चुकीच्या मार्गाने गेलो आहोत. एवढेच नव्हे, तर आजकालच्या काळात धर्माच्या नावावर पैसा गोळा करून तो अनिष्ट बाबींवर खर्च केला जातो. आज जगात दारिद्र्य आणि दु:ख असताना, अशा रीतीने धर्माच्या नावावर पैसा जमवून तो ब्राह्मण्यवादी उत्सवावर खर्च करणे हा एक भयंकर गुन्हा आहे." याची स्पष्ट जाणीव बाबासाहेबांना होती. तात्पर्य, प्रस्थापित धर्माच्या शोषक स्वभावामुळे नैतिकदृष्ट्या अनेक न्यूनगंडांनी ग्रस्त झालेल्या आपल्या कोट्यवधी समाजबांधवांना सर्वंकष मुक्तीचा अनुभव प्रदान करण्यासाठी, त्यांचे नैतिक अध:पतन रोखण्यासाठी, माणूसपणाची जाणीव होण्यासाठी, स्वविकासासाठीच बाबासाहेबांनी हिंदू धर्म त्यागून बौद्ध धर्मात धर्मांतर केले. एक पर्यायी संस्कृती दिली जी एक प्रकारे नवसंस्कृतीच आहे.

बाबासाहेबांनी त्यांच्या अनुयायांना बौद्ध धम्मच का दिला याचे कारण अस्पृश्यांचे नैतिक अध:पतन रोखून नैतिकता उंचावणे असे केवळ सामाजिकच नव्हते, तर

राजकीयही होते. बाबासाहेबांवर बुद्धाच्या 'बहुजन हिताय' अर्थात लोककल्याणकारी भूमिकेचा जबरदस्त प्रभाव होता. बाबासाहेब राजकारण आणि धम्म यांना त्यांच्या चळवळीरूपी रथाची दोन चाके का मानीत असत? हे समजून घेतले पाहिजे. बाबासाहेबांनी प्रचंड व्यासंगातून जे राजकीय डावपेच व प्रकांड ज्ञान प्राप्त केले होते, त्याच्याच सामर्थ्यावर या देशाला राज्यघटना दिली. तत्कालीन सत्ताधारी पक्षाला नको असलेले पण बाबासाहेबांना हवे असलेले सर्वच या राज्यघटनेत आलेले नाही. बाबासाहेबांना भारताची अर्थव्यवस्था घटनान्वित करावयाची होती, पण ती सत्ताधारी पक्ष व भांडवलदारांना नको होती, म्हणून घटनेचा भाग झाली नाही. बाबासाहेबांना औरसपुत्राला जे वारसाहक्क असतात, ते अनौरसपुत्रालाही असावेत असे वाटायचे; पण तेही राज्यघटनेत त्यांना टाकता आलेले नाहीत. अर्थात, यातून बाबासाहेबांच्या मनातल्या समता व न्याय तत्त्वांचे उदात्त आणि उच्चतम रूप प्रतिबिंबित झालेले दिसून येत असले, तरी बाबासाहेबांना आपल्या या भूमिका मागे घ्याव्या लागल्या हे वास्तव आहे. तरीसुद्धा कायद्याने जे जे करता येणे शक्य होते, ते ते सर्व बाबासाहेबांनी राज्यघटनेत आणले. आता प्रश्न उरतो-जे कायद्याने केले-ते पालन करण्याचा. कारण कायदे केल्यानंतर त्यांची अंमलबजावणी प्रभावीपणे करण्यासाठी लागणारे मन अर्थात मानसिकता निर्माण करण्याचे काम कायदे करू शकत नाहीत. जोपर्यंत कायद्याच्यामागे नैतिक बळ आपण उभे करीत नाही, तोपर्यंत कायदा निरर्थकच ठरतो. हुंडा देणे-घेणे कायद्याने गुन्हा ठरलेला असला, तरी जोपर्यंत हुंडा देणे-घेणे अनैतिक आहे असे मनात निर्माण होत नाही, तोपर्यंत हुंडाबंदीचा कायदा निरर्थक ठरतो. म्हणून कायदा अर्थपूर्ण ठरायचा असेल, तर त्यामागे नैतिक बळ उभे करायला हवे. हे सामर्थ्य तत्त्वज्ञानात व विचारसरणीत असते. म्हणून बाबासाहेबांनी बौद्ध तत्त्वज्ञान (जे बुद्धाचे आहे) व विचारसरणीचा अंगीकार करून तो आपल्या जातबांधवांना दिला व सबंध भारत बौद्धविचारसरणीमय करण्याचा संकल्प केला.

बाबासाहेबांच्या एकंदरच राजकारणावर बौद्ध विचारसरणीचा फार प्रभाव होता. नव्हें! बाबासाहेबांनी तो प्रभाव जाणीवपूर्णक स्वीकारून त्याबरहकूम आपले राजकारणही केले. ते करीत असताना बाबासाहेबांनी जी नीतिमत्ता पातळी, तिला भारतीय राजकारणात जोड नाही. राजकीय नीतिमत्ता कशी पाळतात याचे मूर्तिमंत उदाहरण म्हणून बाबासाहेबांचा निर्देश विशेषत: करता येतो. म्हणूनच तर बाबासाहेब हे विसाव्या शतकातले जगातले सर्वांत प्रभावी व्यक्तिमत्त्व ठरले. बौद्ध विचारसरणीवरच बाबासाहेबांनी आपल्या राजकारणाची उभारणी केली.

पण बाबासाहेबांनी आपल्या अनुयायांना जे राजकारण आणि धर्मकारण दिले,

त्यांचे आपण काय केले? आपण ते स्वीकारले का? स्वीकारले तर त्या स्वीकाराचा दर्जा काय? यांचा एकत्रितपणे विचार करणे या ठिकाणी संयुक्तिक ठरेल. आपण आता आंबेडकरी राजकारणाच्या नव्वदीत (१९२७-२०१५) आहोत, तर धर्मकारणाच्या साठीत (१९५६-२०१६) प्रवेश करणार आहोत. पैकी आंबेडकरी राजकारणाचा विचार दोन टप्प्यांत करता येईल. पहिला टप्पा आंबेडकरी राजकारणपर्वाचा (१९२७-१९५६), तर दुसरा आंबेडकरोत्तर राजकारणपर्वाचा (१९५६-२०१६). बाबासाहेबांनी सार्वजनिक राजकारणात सन १९२७ पासून प्रवेश केला. त्यांच्या महानिर्वाणापर्यंतची २९ वर्षे बाबासाहेबांनी राजकारण केले. तर आंबडकरोत्तर राजकारणाला जवळजवळ ५० वर्षे अवधी होत आला आहे. परंतु दोन्ही कालखंडांचा तुलनात्मक अभ्यास करता आंबेडकरी पर्वच प्रभावी व सम्यक राजकारणाच्या दृष्टीने यशस्वी झाले, असे म्हणता येईल. प्रतिकूल परिस्थितीतही आंबेडकरी राजकारणाची उपलब्धी ही आंबेडकरोत्तर राजकारणापेक्षा कितीतरी पटीने जास्त व प्रभावशाली, गौरवशाली, सन्मानाची होती असेच म्हणावे लागते. तर अनुकूल परिस्थिती असूनही आंबेडकरोत्तर राजकारणाची उपलब्धी ही काही अपवाद वगळले, तर अत्यंत फुटकळ, नैतिकदृष्ट्या अल्प, संघटनदृष्ट्या विसकळीत, अपमानजनक, आत्मसम्माननन्यून, परस्परद्वेष- असूयामूलक आणि विघटित स्वरूपाचीच राहिली, असे खेदाने म्हणावे लागते. असे का व्हावे? बाबासाहेबांनी आपल्या अस्पृश्य अनुयायांना भारतातल्या भावी राजकारणाची कल्पना दिलेली नव्हती का? तशी राजकीय प्रशिक्षणाची व्यवस्था आपल्या लढ्यांतून, संघर्षमय राजकारणातून करून दिली नव्हती का? विपुल सभा घेऊन व जागतिक दर्जाच्या लेखनातून ग्रांथिक ठेवा निर्माण करून दिला नाही का? भारताच्या भावी राजकारणाला पूरक ठरणाऱ्या राजकीय पक्षाचे स्वरूप निर्धारण आपल्या अनुयायांसाठी करून ठेवले नाही का? या सर्व प्रश्नांचे उत्तर हो! असेच द्यावे लागते. कारण बाबासाहेबांनी भारताच्या भावी राजकारणाचे प्रशिक्षण देऊ शकणाऱ्या अनेक राजकीय सूत्रांचा वारसा आपल्या अनुयायांसाठी मागे सोडला; पण त्यांचे अनुयायीच नतद्रष्ट निघाले. बाबासाहेबांचे तात्त्विक राजकारण त्यांच्या पचनी नाही पडले. बाबासाहेबांनी राजकारण करताना कोणकोणत्या समस्या येऊ शकतात, कोणकोणत्या व कसकशा संधी प्राप्त होऊ शकतात, राजकारणात काय करावे व काय करू नये, पक्ष कसा असावा, त्याचे स्वरूप व संघटन कसे असावे, पक्षाचे जाहीरनामे कसे असावेत, पक्षाचा पुढारी कसा असावा, कार्यकर्ते कसे असावेत व त्यांनी काय काय करावे, विरोध कसा करावा, कसे उमेदवार उभे करावेत, कसे उमेदवार निवडून द्यावेत, घटनात्मक नीतिमत्ता कशी

पाळावी, आपले स्वतंत्र अस्तित्व कसे अबाधित ठेवावे, पक्षीय संगनमत कोणत्या आधारावर करावेत, संघर्ष कोणत्या प्रश्नावर करावे, सुसंवाद कसे साधावेत अशा अनेक सूक्ष्म राजकीय बाबींचे मार्गदर्शन होऊ शकेल अशा सर्व गोष्टींचा उज्ज्वल वारसा ते त्यांच्या अनुयायांच्यासाठी मागे सोडून गेले. पण बाबासाहेबांचा हा राजकीय वैचारिक वारसा जपण्यात त्यांचे अनुयायी यशस्वी झालेत का? या प्रश्नाचे उत्तर 'नाहीच' असे आहे. ते बाबासाहेबांच्या वैचारिक वारशाचे जतन व विकास करण्यात सपशेल अपयशी झालेत.

जी गत आंबेडकरी राजकारणाची झाली, तीच गत आंबेडकरी धर्मकारणाचीही झाली. या देशात बुद्धिप्रामाण्यवाद हा एक ध्येय म्हणून स्वीकारावा यासाठी अनेक प्रयत्न झाले. या प्रयत्नाने काही व्यक्ती बुद्धिप्रामाण्यवादी झाल्याही. परंतु सर्व समाजानेच बुद्धिप्रामाण्यवादाचा ध्येय म्हणून स्वीकार केल्याचे अद्यापही आढळले नाही. बाबासाहेबांच्या धम्मदीक्षेने मात्र हा बदल घडवून आणला. बाबासाहेबांच्या अस्पृश्य अनुयायांनी हिंदू देव-देवतांच्या मूर्ती घराबाहेर केल्या. हिंदू कर्मकांड, व्रत-वैकल्यांचाही त्याग केला. त्याचे जे परिणाम झाले, ते भोगले. अत्यंत उत्साहीपणे हे परिवर्तन घडून आले. मात्र, कालांतराने ही परिवर्तनाची प्रक्रिया थंडावली. समाज मग तो कोणताही असो, त्या समाजाला कर्मकांड हवेच असतात, असे इतिहास सांगतो. जर दलित वा अन्य विचारवंतांनी, बुद्धिमंतांनी या कर्मकांडांना योग्य पर्याय दिले असते, तर अस्पृश्यांतल्या या हिंदुत्वाचा लोप होऊन एका नवसंस्कृतीला अधिक बळकटी मिळाली असती. परंतु तसे न झाल्यामुळे धर्मांतर आणि नामांतरातला फरकच कळला नाही. जवळपास ८५% लोकांना बौद्ध धम्म स्वीकार हा धर्मांतराऐवजी नामांतराचाच प्रकार वाटला. परिणामत: या नवदीक्षित अस्पृश्य-दलितांनी बाबासाहेबांनी दिलेल्या धम्माचा अर्थ एक कर्मकांड असाच घेतला. आणि त्यातून बौद्ध आचरणपद्धतीच्या नावाखाली कर्मकांडाचे नवनवे पर्याय जन्माला आले. गुलालाऐवजी नीळ किंवा चमकी, उदबत्तीऐवजी मेणबत्ती, देवळाऐवजी विहार आणि विठोबाच्या मूर्तीऐवजी बुद्धमूर्ती हे नवे पर्याय उपलब्ध झाले. साधूऐवजी भिक्खू, दक्षिणेऐवजी दान आणि भजनाऐवजी त्रिसरण, पंचशील आणि अष्टमंगलगाथा हेही पर्याय समोर आले व कार्यरत झाले. त्यात पोथीनिष्ठता येऊन धम्माची आचरणशीलतामात्र शून्यवत गेली.

आपल्या लोकशाही व्यवस्थेत लोकांना धारण करण्यासाठी वा त्यांना एकत्र आणण्यासाठी काहीतरी चमत्कारिक बाब हवी असते. त्यासाठी धर्मसंस्थेसारखी दुसरी संस्था नाही. बाबासाहेबांच्या धम्म संकल्पनेकडे धर्म म्हणूनच पाहणे सुरू

झाल्यामुळे काही गल्लती घडून आल्या. आपले भिक्खू सर्वधर्मसमभावाच्या व्यासपीठावर आढळू लागलेले दिसतात. यात कुणाला धम्माचा विपर्यास झाल्यासारखे वाटत नाही. कारण आज काही सन्माननीय अपवाद वगळता अन्य धर्माच्या साधू-संतांना जे मानसन्मानाचे स्थान आहे, तेच आम्हालाही मिळावे, अशी अपेक्षा असणारा भिक्खूंचा वर्ग निर्माण झाला आहे. धम्म हा सामाजिक पातळीवरचा असूनही त्याचा संकोच आपण धर्माच्या व्यक्तिगत पातळीवर करून टाकला. धर्मत्याग हे अत्यंत गंभीर पाऊल असूनही बाबासाहेबांनी ते उचलले ते कशासाठी, कोणासाठी? या प्रश्नाचे उत्तर आज शोधण्याची गरज आहे. कारण आपण बाबासाहेबांच्या राजकीय तत्त्वज्ञानाचाच नव्हे, तर धम्मविषयक तत्त्वज्ञानाचाही पराभव करून टाकून आपल्याच अवनतीला कारणीभूत होत चाललो आहेत. बाबासाहेबांच्या 'राजकारण आणि धर्म ही माझ्या रथाची दोन चाकं आहेत', या विधानाचा गर्भितार्थ आणि मथितार्थ समजून घेण्यात अपयशी ठरलो आहोत. आज डॉ.आंबेडकरांची शतकोत्तर रौप्य महोत्सवी आणि धम्मचक्र प्रवर्तनाच्या हीरक महोत्सवी वर्षात या दोन चाकांची सांधेजोड करून आपल्या वर्तमान राजकारणाला आणि धर्मकारणाला मूळ आंबेडकरी चेहरा देऊन त्याची पुनर्रचना करता येईल का? आपण ज्या 'नवबौद्ध' नावाने ओळखले जातो, तो समूह समताधिष्ठित समाजरचना निर्माण करण्यासाठी प्रतिज्ञाबद्ध असलेला समूह आहे, त्याची जाणीव निर्माण करता येईल का? कारण बाबासाहेबांच्या चळवळीची, राजकारणाची आज जी वाताहत झाली व होत आहे, तिच्या मुळाशी आपण बाबासाहेबांच्या धम्म मार्गापासून दूर जाणे हे तर कारण नसेल?

■ ■ ■

९

डॉ. बाबासाहेब आंबेडकरांचा प्रजासत्ताक राष्ट्रवाद

■

प्रा. डॉ. सिद्धोधन

प्रास्ताविक

राष्ट्रवाद हा आधुनिक काळातील प्रबळ व सक्षम असा मार्ग मानला जातो. एवढेच नव्हे, तर राष्ट्रवाद ही सर्वमान्य व लोकप्रिय ठरलेली जागतिक विचारप्रणाली आहे. ही केवळ भावनिक व आध्यात्मिक स्वरूपाची विचारप्रणाली नाही, तर आदर्श व लोकशाही राज्यांच्या सार्वभौमत्वाचा भक्कम आधारही आहे. सिद्धार्थ गौतमबुद्ध यांनीच सर्वप्रथम राष्ट्रवादाची, आदर्श राष्ट्रांची व लोकशाहीची संकल्पना जगाला दिली. चार अरियसत्य, आष्टांगिक मार्ग, दहा पारमिता हे त्याचे आधारभूत घटक आहेत. राज्यात राहणारे लोक राष्ट्राप्रती योग्यकृती करण्याचा संकल्प करतात व संकेत देतात, स्वहितापेक्षा राष्ट्रहित प्रमाण मानतात, जे लोक राष्ट्रीय विचार भावनेतून राष्ट्राप्रती कृतज्ञता व्यक्त करतात व राष्ट्राच्या उन्नतीसाठी योग्य नेतृत्व स्वीकारून व विचारधारा मान्य करून आम्ही एका मानवतावादी राष्ट्राचे घटक असल्याचा दावा करतात. त्यातून खऱ्या अर्थाने राष्ट्रवादाची भावना उत्पन्न होते.

भारतीय प्रजासत्ताक राष्ट्रवाद

प्रजासत्ताक राष्ट्रवाद हा जगातील आद्यराष्ट्रवाद असून तो भारतीय आहे. याचा विकास चक्रवर्ती सम्राट अशोकानंतर डॉ. बाबासाहेब आंबेडकर यांनीच भारतात केला. जगभरात अस्तित्वात आलेला राष्ट्रवाद आणि लोकशाही राष्ट्र भारतीय बौद्धांचीच देन आहे, हे ब्रिटिश भारतात आल्यानंतर ज्ञात होऊ लागले. कारण ते भारतीय विचारधारेतूनच संस्कारित झालेले होते. हे कळल्यानंतर भारतीय वैदिकांनी

त्यांच्याविरुद्ध बंड पुकारले. तोपर्यंत ब्राह्मणांनी ब्रिटिश भारताला मदतच केली. त्यांच्या असंतोषाचे मूळ कारण ब्रिटिशांनी भारतीयांवरची शिक्षणबंदी, अर्थबंदी आणि शस्त्रबंदी उठवल्याचे होते. ब्रिटिशांनी तसे केले नसते, तर कदाचित ब्रिटिश भारतातून जाऊ शकले नसते अन् इथे लोकशाही पुनर्स्थापित झाली नसती. कारण ब्रिटिश भारतात येण्याला वैदिक ब्राह्मणच कारणीभूत आहेत, हे अनेक उदाहरणांवरून लक्षात येईल.

ब्रिटिशांचा 'युनियन जॅक' शनिवार वाड्यावर (लाल महालावर) फडकवणारा (बाळोजीपंत नातू कोण? ब्रिटिशांच्या सैन्यात पहिल्यांदा भरती झालेला मंगल पांडे कोण? ब्रिटिशांनी सुरू केलेल्या इंग्रजी शाळांचे पहिले प्रमुख व संचालक कोण? ब्रिटिशांच्या सर्वप्रथम जहागिऱ्या मिळवणारे देशपांडे, कुलकर्णी, पांडे, जहागीरदार, देशमुख, सर देशमुख कोण? ईस्ट इंडिया कंपनीसाठी शेतकऱ्यांचा कर वसूल करणारे व द्विभाषिक कोण? एकदा राष्ट्रीय भावनेतून नि:स्पृहपणे शोधले पाहिजे. तेव्हाच राष्ट्रभक्तीमागील व राष्ट्रवादाच्या चळवळीमागील खरी भूमिका कळू शकेल. या इतिहासाची जोपर्यंत नीटपणे मांडणी होणार नाही तोपर्यंत देशाला विकासाच्या वाटेने जाता येणार नाही.

जगभरातली राष्ट्रवादाची संकल्पना राजकीय आणि सांस्कृतिक स्वरूपाचीच असताना, वैदिक व्यवस्थेचे समर्थक मात्र बावचळून गेल्यासारखे आध्यात्मिक राष्ट्रवादाची खोडसाळ भूमिका मांडत होते. हा त्यांचा राष्ट्रवाद धार्मिक स्वरूपाचा होता. भारतीय बौद्धांच्या विचारांमुळे, जगभर धर्म आणि पोपच्याविरुद्ध राजकीय क्रांती होऊन धर्माचे वर्चस्व नष्ट करणे प्राप्त होते आणि भारतात मात्र वैदिक धर्म टिकवून ठेवण्याच्या शाब्दिक खेळात रंगला होता. भारतातून नाहीसा झालेला बौद्ध विचार ब्रिटिशांबरोबर पुन्हा भारतात आला होता.

शैक्षणिक, आर्थिक आणि शाळाबंदी करून वैदिकांनी आजवर भारतीयांना बंदी बनविले होते. धार्मिक दहशतवादाच्या बळावर त्यांचे वर्चस्व टिकून होते आणि हाच धर्म जर नष्ट झाला तर जगातील धर्मविरोध केल्यामुळे भारतातही उद्या धर्मविरोधी क्रांती होईल आणि आपले अस्तित्वच नष्ट होईल या भीतीपोटी वैदिकांनी अंधश्रद्धा, निरक्षर भारतीयांना वेठीस धरून धर्माची भावनिक आंदोलने गतिमान करण्यास प्राधान्य दिले. 'राजकीय क्रांतीला विरोध नि आध्यात्मिक राष्ट्रवादाला उत्तेजन' ही भूमिका जाणीवपूर्वक मांडली जात होती. शिकागोच्या धर्मपरिषदेत हिंदूधर्म सहिष्णू, समतेवर आधारलेला, बंधुत्वाने ओतप्रोत भरलेला आहे, असे सांगण्याचा प्रयत्न स्वामी विवेकानंद करत होते. पण 'कोंबडा झाकून ठेवल्याने पहाट होणे थांबत नाही.'

हेच शेवटी सत्य आहे. म्हणून आज निरसे दूध आणि दूध मिसळलेले पांढरे पाणी यातील फरक भारतीयांना कळत आहे. प्रजासत्ताक युग निर्माण होऊनही धर्माचा अट्टाहास आज कशासाठी? हे कळायलादेखील फारसा वेळ लागत नाही. आजही 'प्रजासत्ताक, राष्ट्रवाद, धर्म' असा संघर्ष पेटवून राजकीय वाटाघाटी चालू आहेत. या परिस्थितीत खऱ्या भारतीयांनी, राष्ट्रप्रेमींनी प्रजासत्ताक व्यवस्था कुणाच्या हिताची आहे आणि धर्मव्यवस्था कुणाच्या संरक्षणासाठी वाढवली जात आहे हे एकदा तपासून पाहिले पाहिजे.

१९ व्या शतकाच्या सुरुवातीला मोहन करमचंद गांधी राष्ट्रवादाबद्दल आपली भूमिका स्पष्ट करताना म्हणतात. "भारतीय राष्ट्रवाद पाश्चात्त्य राष्ट्रवादापेक्षा वेगळी वाट चोखाळणारा असावा." परंतु, गांधींचा आणि भारतीय राष्ट्रवादाचा तसा अर्थाअथी संबंध नव्हता. ते अनिवासी भारतीय होते. शिवाय ते ब्रिटिशांच्या रिक्रुटमेन्ट बोर्डावर कारकून म्हणून कार्यरत होते. बाळ गंगाधर टिळकांनंतर ब्रिटिशांनी गांधीची नियुक्ती काँग्रेस कमिटीच्या अध्यक्षपदी केली. त्यामुळे गांधी ब्रिटिश साम्राज्यशाहीचे राजदूत म्हणून आजन्म कार्यरत राहिले. गांधीजीनी हे कबूल केले आहे की, राष्ट्रवादाची संकल्पना भारतीय आहे. पण ते सुवर्ण भारताबद्दल कुठेच बोलत नाहीत. सर्वच राजकीय विचारवंत प्राचीन भारताबद्दल बोलतात, पण बुद्ध, सम्राट अशोक १९ भारतीय विद्यापीठ, सुवर्ण भारत याबद्दल स्पष्टपणे बोलत नाहीत. डॉ. बाबासाहेब मात्र याविषयी लिहितात, बोलतात त्या प्राचीन मूल्यांची पुनर्बांधणी, व पुनर्निर्मितीच्या प्रक्रियेला गतिमान करतात. गांधीजी लिहितात, 'काही पाश्चात्त्य विचारवंत व स्वकिय सुशिक्षित म्हणतात त्याप्रमाणे राष्ट्रवाद ही भावना भारतात इंग्रज राज्यकर्त्यांनी निर्माण केली नाही, तर ती हजारो वर्षांपासून या देशात अस्तित्वात आहे. चारी टोकांवर चार तीर्थक्षेत्रे उभी करून चारीधाम यात्रा करण्यावर भर देणाऱ्या पूर्वजांना राष्ट्रवादाचा साक्षात्कार झाला होता. गांधींजींच्या या भूमिकेत तथ्य आहे. फक्त गांधी बौद्धमूल्यांचा उल्लेख करण्याचे औदार्य दाखवत नाव्हते. 'चारीधाम यात्रा' हा शब्द (हिन्दू) वैदिकांचा नव्हे तर तो मूळ बौद्धांचा आहे. 'चरिथ भिक्खवे चारिकम' हा बुद्धांचा प्रदेश आहे. उलट वैदिक (हिंदू) धर्मात पर्यटनावर बंदी होती. सिंधूबंदी, शस्त्रबंदी, शिक्षणबंदी, अर्थबंदी इत्यादी आठ निर्बंधांचा मनुस्मृतीतही उल्लेख आहे. उलट, 'चारीधाम यात्रा' या शब्दाचा मूळ अर्थ 'चार अरित्र सत्यावर आधारलेला धम्म' असा धम्म असाच होतो. चारीधाम हे मूळ पाली रूप आहे. देशभरात बौद्धांची चारी दिशांना चार पवित्र धम्मस्थळे आजही अस्तित्वात आहेत (काशी-हरिद्वार, वाराणसी, बौद्धगया, तिरूपती बालाजी, पंढरपूरचा विठ्ठल इत्यादी.) बौद्धांच्या याच पवित्र धार्मिक स्थळांना 'धाम'

म्हटले जात होते. वैदिकांनी त्याचे काही प्रमाणात विकृतीकरण करून स्वत:च्या चरितार्थासाठी वापरणे सुरू केले हे ऐतिहासिक सत्य आहे.

डॉ. बाबासाहेब आंबेडकरांचे राष्ट्रविषयक कार्य

१९ व्या शतकातील राष्ट्रवादाच्या उदयामुळे व प्रबोधनाच्या चळवळीमुळे एकसंध राष्ट्रीयत्वाची भावना उदयास आली, असे काही प्रमाणात मान्य करता येते. इ. स. १९४७ ला राजकीय वाटाघाटी होईपर्यंत भारत एकसंध नव्हता. भारतात छोटी-मोठी मिळून सहाशेच्या वर संस्थाने होती. भारतात स्थिरावलेल्या वैदिकांनी आपले पाय मजबूतपणे रोवण्यासाठी भारतातील लोकांवर शैक्षणिक, आर्थिक व शस्त्रबंदी लादून त्यांना सर्व-वंचित बनवले होते. ब्रिटिशांसोबत वाटाघाटी करून स्वत:चे अर्थकारण, धर्मकारण मजबूत करून ब्रिटिशांनी इंडियातही आपले पाय रोवले होते. मात्र, डॉ. बाबासाहेब आंबेडकरांनी प्रथमच १९१६मध्ये कोलंबिया विद्यापीठात 'Cast in India their Mechanism, Genesis and Development' हा प्रबंध वाचून ब्रिटिश साम्राज्यशाहीविरुद्ध पहिले जागतिक बंड केले आणि राष्ट्रवादाचे पहिले रणशिंग फुंकले होते. राष्ट्रमुक्तीचा हा पहिला 'हुंकार' होता. पुढे हाच हुंकार प्रजासत्ताक राष्ट्रवादात परावर्तित झाला होता. सुवर्ण भारत उद्ध्वस्त झाल्यानंतर एकसंध ही भारतीय संकल्पना प्रजासत्ताक भारत अस्तित्वात येईपर्यंत भारतात रुजूच दिली गेली नाही. भेदनीतीचा, धार्मिक दहशतवादाचा व विषमतेचा वापर करून सत्ता ही धर्मकेंद्रित करण्यात आली. त्यामुळे समान भाषा, समान धर्म राहिला नाही. वैदिकांमुळे वंश, भाषा यात विविधता आली होती. ऐक्याची भावना नष्ट, धार्मिकता, अंधश्रद्धा, अज्ञान बोकाळले होते. बौद्धराष्ट्रावर व प्राचीन असलेल्या १९ जागतिक विद्यापीठांवर आक्रमणे सुरू झाली होती. बौद्धांची ऐतिहासिक स्थळे, शैक्षणिक स्थळे, विहारे उद्ध्वस्त होऊन भिक्खूंच्या कतली सुरू झाल्या होता. हा संपूर्ण इतिहास डॉ. बाबासाहेब आंबेडकरांच्या समोर होता. म्हणून त्यांनी ब्रिटिश इंडियात स्वत:चे अस्तित्व निर्माण केले होते. भारतीयांच्या राष्ट्रीयत्वाची स्वाभिमानी चळवळ उभारली होती; परंतु याकडे हे जाणीवपूर्वक दुर्लक्ष करण्यात आले. मात्र, हे वास्तव कुणालाही नाकारता येणार नाही की, डॉ. बाबासाहेब आंबेडकरांनीच सर्वप्रथम ब्रिटिशांच्या आर्थिक शोषणाविरुद्ध जागतिक पातळीवरून पहिले बंड केले होते. त्यांनी ब्रिटिश साम्राज्यशाहीवर सर्वप्रथम जागतिक पातळीवरून दबाव आणल्यामुळे पहिल्यांदाच ब्रिटिशांनी भारताच्या सत्ताहस्तांतरणाची प्रक्रिया, भाषा सुरू केली होती. अनुसूचित जाती, जमाती इतर मागासवर्गीय व अल्पसंख्याक यांच्या याद्या बनवणे सुरू केले होते. या वेळी ब्रिटिशप्रणीत काँग्रेसचे सर्व पुढारी याविरूद्ध उभे

राहिले. काँग्रेसमधील वैदिक ब्राह्मण आंबेडकरांचा वाढता प्रभाव लक्षात घेऊन केशव हेडगेवार हे काँग्रेसमधून बाहेर पडले व त्यांनी स्वतंत्र राष्ट्रीय स्वयंसेवक संघाची स्थापना करून ब्राह्मणांचे राष्ट्रहित धोक्यात येणार नाही यासाठी हिंदू राष्ट्राची मागणी केली होती. काँग्रेस पक्ष वैदिक ब्राह्मणांचे रक्षण करू शकणार नाही याची त्यांना खात्री पटली होती. नेतृत्वात टिळक होते, तोपर्यंत ब्राह्मणांना काँग्रेस मान्य होती. परंतु डॉ. बाबासाहेब आंबेडकरांनी आंतरराष्ट्रीय दबावामुळे ब्रिटिशांनी काँग्रेसच्या नेतृत्वात बदल केला होता व अनिवासी असलेल्या गांधींना त्यांनी काँग्रेसचे राष्ट्रीय नेतृत्व बहाल केले होते. पुढील काळात होणाऱ्या राजकीय वाटाघाटींमध्ये ब्रिटिश या देशातील SC, ST, OBC, Minoच्या लोकांना सत्तेत सहभागी करतील व भारतावरील वैदिकांचे वर्चस्व कायमचे नष्ट होईल या भीतीपोटी 'हिंदू राष्ट्र' ही फसवी संकल्पना RSS या संघटनेने रुजवली. ब्रिटिशांनी भारताचे उत्खनन सुरू केले होते. भारताची अतिप्राचीन कृषी संस्कृती शोधून काढली होती. वेरूळ-अजिठ्यांच्या लेण्या शोधून काढल्या. त्यामुळे वैदिक ब्राह्मण अस्वस्थ झाले होते. कारण आता सत्ताविकेंद्री करणाऱ्या प्रक्रियेला ब्रिटिश बळी पडत आहेत हे लक्षात आल्यामुळे ब्रिटिशांच्या भूमिकेला विरोध सुरू केला होता. डॉ. बाबासाहेब आंबेडकर व बॅ. जीना यांनी SC, ST, OBC, Mino एकसंध भूमिकेतून भारताच्या राजकीय वाटाघाटीत सत्तेच्या समान वाटपाची स्पष्ट भूमिका घेतली होती; परंतु मुस्लीम भारतात राहिले तर ब्राह्मणांना सुरक्षितता मिळणार नाही. सत्तेतील वाटपामुळे बॅ. जीना प्रधानमंत्री बनतील असा अपप्रचार करून वैदिकांनी मुस्लीमद्वेष पसरविण्याचे काम सुरू केले. त्याचा परिणाम म्हणून 'मुस्लीम लीग'ची स्थापना झाली व ती भारतीय मुस्लिमांच्या राजकीय हक्कासाठी लढू लागली. त्यातूनच पाकिस्तानच्या निर्मितीची प्रक्रिया गतिमान होत गेली.

डॉ. बाबासाहेब आंबेडकर मात्र SC, ST, OBC, Minoच्या लोकांना या वाटाघाटीत कसलेच स्थान नसल्यामुळे ते अस्वस्थ होते. त्यासाठी ते ब्रिटिशांवर जागतिक दबाव निर्माण करून आपले हक्क पदरात पाडून घेण्यासाठी धडपडत होते. आणि त्यात ते यशस्वीदेखील झाले. काँग्रेसचे स्थानिक पुढारी बाबासाहेबांना जातीय समीकरणातून दूर ठेवण्याचा प्रयत्न करत होते, तर हिंदुत्ववादी सावरकर 'पतित पावन मंदिरा'ची संकल्पना मांडून आपली मर्यादा अधिक मजबूत करत होते. याचवेळी ब्रिटिशांनी बाबासाहेबांच्या आंतरराष्ट्रीय दबावापोटी भारतात साऊथब्युरो कमिशन पाठवली होती. त्यासमोर साक्ष देताना डॉ. बाबासाहेब आंबेडकरांनी काही महत्त्वपूर्ण मुद्दे उपस्थित केले. ते खालीलप्रमाणे आहेत -

१) ‘एक व्यक्ती एक मत, एकमत एक मूल्य’ याचा पुरस्कार करण्यात यावा.

२) मुस्लिमांचे नेतृत्व जसे ब्राह्मण करू शकत नाहीत, त्याचप्रमाणे ते अस्पृश्यांचेही करू शकत नाहीत.

३) स्वतंत्र मतदारसंघाची स्थापना करून कायदेमंडळात सर्व भारतीयांना पुरेसे प्रतिनिधित्व देण्यात यावे.

४) मराठा मतदारांबाबत असलेल्या जाचक अटी सैल करण्यात याव्यात.

५) ब्राह्मणांचे वर्चस्व वाढेल अशी कोणतीच व्यवस्था निर्माण करण्यात येऊ नये.

६) या देशात ब्राह्मण, ब्राह्मणेतर सवर्ण आणि अस्पृश्य असे तीन वर्ग आहेत.

डॉ. बाबासाहेब आंबेडकरांच्या या भूमिकेवरून लक्षात येते की, त्यांच्यातील राष्ट्रीय जाणीव किती प्रगल्भ व व्यापक स्वरूपाची होती. ते राष्ट्रातील सर्वांना समान पातळीवर आणू पाहत होते. प्रजासत्ताक राष्ट्रवादाचा उदय फक्त त्यांच्याच बौद्धिक क्षमतेतून आणि विवेकातून साकार झाला आहे.

भारताच्या संवैधानिक विकासासाठी कृती आणि विचारांची जोड त्यांनी दिली. १९२७ला हिल्टन व यंग कमिशनसमोर साक्ष देताना 'The problem of rupee' या ग्रंथावर आधारित नोट सादर केल्यामुळेच पुढे १९३४ पासून रिझर्व्ह बँक ऑफ इंडिया अस्तित्वात आली. हे त्यांचे राष्ट्रीयकार्य झाकून ठेवण्याचा प्रयत्न का झाला असावा. असा प्रश्न उपस्थित होतो. एवढेच नव्हे. तर सायमन कमिशनसमोर साक्ष देतानाही त्यांच्या राष्ट्रीयत्वाची खात्री पटते.

१) राज्यघटनेत मंत्र्यांची न्यायालयीन चौकशी करण्याचे कलम समाविष्ट करण्यात यावे, शिवाय गैरकृत्य करणाऱ्या मंत्र्यांवर खटले भरण्याची परवानगी देण्यात यावी.

२) कायदेमंडळातील १४० जागांपैकी ३३ जागा मुस्लिमांना, १५ अस्पृश्यांना देण्यात याव्यात.

३) प्रांताच्या स्वायत्ततेत अस्पृश्यांचा समावेश करण्यात यावा.

४) लोकसेवा आयोगाची स्थापना करून भारतीय कर्मचाऱ्यांची निवड करण्यात यावी.

यावरून हेच स्पष्ट होते की, डॉ. बाबासाहेब आंबेडकर केवळ ब्रिटिशांच्या आंदोलनाला स्वातंत्र्याचे आंदोलन समजत नव्हते, तर सुवर्ण भारताच्या पुनर्स्थापनेसाठी झटत होते. वैदिकांनी नष्ट केलेला ‘सुवर्णभारत’ पुन्हा ब्राह्मणांच्या हाती गेला तर

भारतीयांना अनेक वर्षं सत्तासंघर्षात वेळ घालवावा लागेल याची जाणीव त्यांना होती.

सुवर्णभारत उद्‌ध्वस्त झाल्यापासून ते २८ नोव्हेंबर १९४९ला भारतीय संविधानाचे निर्माण होईपर्यंत वैदिकांनी 'आम्ही सारे भारतीय लोक आहोत' ही ओळखच निर्माण होऊ दिली नव्हती. सर्व भारतीयांचे जनजीवन पंचक्रोशी पुरतेच मर्यादित करण्यात आले होते. कुणाचाही कुणाशी संपर्क येऊ दिला जात नव्हता. वैदिक धर्मव्यवस्थेमुळे, निर्बंधामुळे व मनुस्मृतीच्या काटेकोर कायद्यामुळे भारतीय माणूस एकमेकाला ओळखत नव्हता. दळवळणाची साधने उपलब्ध असूनही तो एकमेकापर्यंत पोहोचत नव्हता. 'चारीधम्मा'ची यात्रा करणारा समाज एकसंध आहे ही ऐक्याची राष्ट्रीय जाणीव २०व्या शतकाच्या पूर्वाधात डॉ. बाबासाहेब आंबेडकरांच्या प्रयत्नामुळे पुनर्स्थापित झाली.

आपण सर्व प्राचीन सांस्कृतिक, धार्मिक, राजकीय, भाषिक व वंशीयदृष्ट्या एकच आहोत याची जाणीव ७ व्या शतकापासूनच पुनर्जीवित होऊ लागली होती. कारण वैदिकांविरुद्ध सामाजिक, धार्मिक, सांस्कृतिक, वाङ्‌मयीन उठाव सुरू होते. नाथ (नाग) संप्रदायाला प्रेरणास्थानी ठेवून विविध पंथांची निर्मिती होत होती. मात्र १९ व्या शतकाच्या प्रारंभी त्या उठावांना अधिक ऊर्जा मिळाली. 'वैदिक विरुद्ध भारतीय' हा मूळ संघर्ष होता. तो खरा स्वातंत्र्याचा लढा होता हे डॉ. बाबासाहेब आंबेडकरांनीच फक्त ओळखले होते. भारतीय उपखंडातील लोक याच सांस्कृतिक, धार्मिक अनुबंधाने बांधलेले होते तोच धागा पकडून या अनुबंधाला राष्ट्रीय जाणिवेत नि प्रजासत्ताक राष्ट्रवादात परावर्तित करण्याचा राष्ट्रीय कार्यक्रम डॉ. बाबासाहेब आंबेडकरांनी हाती घेतला होता. याचाच परिणाम म्हणून 'ईस्ट इंडिया कंपनी'सोबत शतकभर सुखाने संसार करणारे वैदिक ब्राह्मण खडबडून जागे झाले व त्यांनी हिंदूराष्ट्राला आणण्याचा प्रयत्न सुरू ठेवला; परंतु डॉ. बाबासाहेब आंबेडकरांनी वैदिकांचे हे सर्व मनसुबे हाणून पाडले. डॉ. बाबासाहेबांच्या रिपब्लिकन आंदोलनाला १४ ऑगस्ट १९४७च्या मध्यरात्री राजकीय वाटाघाटीत स्थान मिळाले नसले, तरीही 'भारतीय संविधान' लिहिताना सुवर्ण भारताला पुनर्स्थापित करण्याचा पहिला मान व सर्व भारतीयांचे हक्क सुरक्षित ठेवण्याचा सन्मान पटकावता आला, हे वास्तव नाकारता येणार नाही.

डॉ. बाबासाहेबांच्या या भूमिकेवर अनेक आरोप झाले. कारण त्यांना वैदिकांनी जातीय द्वेषांच्या पिंजऱ्यात उभे करून संभ्रम पसरविले होते. त्याचे कारण असे होते की, बाबासाहेबांची भूमिका त्यांना माहीत होती. त्यांच्या दूरदृष्टीची जाणीव त्यांना

होती. बाबासाहेब लढताहेत, हा लढा केवळ एका सामाजिक गटाचा नव्हता तर तो समग्र भारतीयांचा होता. 'स्वातंत्र्य आंदोलना'चा खरा अर्थ बाबासाहेबांनाच नीट कळलेला होता. म्हणून जाणीवपूर्वक राष्ट्रद्रोहाचे आरोप त्यांच्यावर केले होते. यावर स्वत: बाबासाहेबांनी काय म्हटले आहे हे पाहता येईल, ''मी राष्ट्रद्रोही मुसलमान धर्मीयांना अन् ब्रिटिशांचा हस्तक असा माझा गेली २० वर्षे हिंदूनी बदलौकिक सतत केलेला आहे. आता मला ते घटनाकार म्हणून ओळखतात, मजकडे पाहण्याची त्यांची पूर्वीची दृष्टी कशी चुकीची होती, हे आता स्पष्ट झालेले आहे.'' (संदर्भ खैरमोडे चां. भ., डॉ. भी. रा. आंबेडकर चरित्र. पृ. ३१५)

३१ जुलै १९५६ रोजी नानकचंद रतु या खासगी सचिवाकडे डॉ. बाबासाहेब आंबेडकर खंत व्यक्त करताना म्हणाले होते, ''हा देश आणि येथील लोक ह्यांची मला आणखी काही काळ सेवा करण्याची संधी हवी होती. ज्या देशातील लोक एवढे जातीग्रस्त, आणि पूर्वग्रह पीडित आहेत तेथे जन्माला येणे पातक आहे. विद्यमान चौकटीत या देशाच्या कारभारात आपला रस टिकवून ठेवणे अत्यंत अवघड होऊन बसले आहे. कारण प्रधानमंत्र्यांच्या मताशी न जुळणारे दुसरे कोणतेच मत ऐकूनही घेण्याची तेथील लोकांची तयारी नाही, किती गाळात चाललाय हा देश'' (रतु नानकचंद, डॉ. बा. आं., अनुभव आणि आठवणी पृ. क्र. २२९) राष्ट्राबद्दल एवढे चिंतीत झालेले दुसरे राष्ट्रीय व्यक्तिमत्त्व त्याकाळी पहायला मिळाले नाही. अहोरात्र राष्ट्राबद्दलचे चिंतन करणारे बाबासाहेब केवळ जातीच्या आधारावर नाकारले जाणे हा राष्ट्रद्रोह आहे.

डॉ. बाबासाहेब आंबेडकरांनी संविधानाच्या अनुच्छेद ५१ क. मध्ये नागरिकांची मूलभूत कर्तव्ये दिलेली आहेत. त्यातून त्यांच्या प्रजासत्ताक राष्ट्रवादाची कल्पना येऊ शकते.

१) संविधानातील आदर्श व संस्था, राष्ट्रध्वज व राष्ट्रगीत यांचा आदर करणे.

२) भारताची सार्वभौम एकता व एकात्मता उन्नत राखणे व त्यांचे संरक्षण करणे.

३) आवाहन केले जाईल तेव्हा देशाचे संरक्षण करणे व राष्ट्रीयसेवा बजावणे.

४) धार्मिक-भाषिक-प्रादेशिक किंवा वर्गीय भेदांच्या पलीकडे जाऊन अ. भा. जनतेमध्ये एकता व भातृभाव वाढीस लावणे, स्त्रियांच्या प्रतिष्ठेला उणेपणा आणणाऱ्या प्रथा सोडून देणे.

५) अरण्ये, सरोवरे, नद्या, वन्य जीवसृष्टी यासुद्धा नैसर्गिक पर्यावरणाचे रक्षण करून त्यात सुधारणा करणे आणि प्राण्यांबाबत दयाबुद्धी बाळगणे.

६) विज्ञाननिष्ठ दृष्टिकोन, मानवतावाद आणि शोधकबुद्धी व सुधारणावाद यांचा विकास करणे.

७) सार्वजनिक संपत्तीचे रक्षण करणे व हिंसाचाराचा निग्रहपूर्वक त्याग करणे (संदर्भ भारताचे संविधान, समता प्रकाशन, नागपूर पृ. क्र. १४३) मानव, प्राणी, राष्ट्रीय संपत्ती, देशातील स्त्रिया, सर्ववंचित, आदिवासी, भटके, शत्रु, मित्र या सर्वांबद्दलच बाबासाहेब अत्यंत राष्ट्रीय भावनेने लिहितात, बोलतात, वर्तन करतात. कुठेही दुजाभाव करत नाहीत. राष्ट्रोन्नती हेच त्यांचे अंतिम लक्ष्य होते. उद्दिष्ट होते. अनुच्छेद १५ नुसार धर्म, वंश, जात, लिंग किंवा जन्मस्थान या कारणांवरून भेदभाव करण्यास मनाई आहे. अनुच्छेद १९(१) नुसार भारतातील सर्व नागरिकांस भाषण व अभिव्यक्ती यांच्या स्वातंत्र्याचा शांततेने व विनाशस्त्र एकत्र जगण्याचा, मुक्तपणे संचार करण्याचा व स्थायिक होण्याचा अधिकार निर्देशित केलेला आहे.

डॉ. बाबासाहेब आंबेडकरांनी मांडलेल्या प्रजासत्ताक राष्ट्रवादाची शेकडो उदाहरणे सर्वत्र सापडतात. त्यासाठी वेगळे प्रयत्न करण्याची आवश्यकता नाही. फक्त आपली मानसिकता आणि दृष्टी निकोप, सकस व विशाल करण्याची आवश्यकता आहे. भारतीय संविधानाचे प्रास्ताविक जरी वाचले तरी आपल्या हे लक्षात येते की, भारतीय संविधान सर्व भारतीयांच्या विकासाचे स्रोत आहे. भारतीयांना अभिप्रेत असणारा विज्ञानवादी, बुद्धिप्रामाण्यवादी, लोकशाहीवादी, लोककल्याणकारी भारत हाच डॉ. बाबासाहेबांच्या प्रजासत्ताक राष्ट्रवादाचा आविष्कार आहे.

■ ■ ■

सर्वदर्शी
डॉ. बाबासाहेब आंबेडकर

।। विभाग–ब ।।
डॉ. बाबासाहेब आंबेडकर यांचे विचारविश्व

१०

डॉ. बाबासाहेब आंबेडकरांच्या विचारांचा शैक्षणिक संदर्भ

■

डॉ. पंडित विद्यासागर

प्रगल्भ मनोधारणा

डॉ. बाबासाहेब आंबेडकर यांच्या एकशे पंचविसाव्या जयंतीवर्षाच्या निमित्ताने त्यांच्या जीवन आणि कार्याला उजाळा देण्याची एक दुर्मीळ संधी प्राप्त झाली आहे. शुन्यातून सुरूवात करून आपले जीवन किती उंचावता येते याचे बाबासाहेबांचे जीवन हे उदात्त महापर्व आहे. जीवनात कितीही नैराश्य आले तरी बाबासाहेबांच्या जीवन आणि कार्याकडे केवळ कटाक्ष टाकला तरी नैराश्य दूर करण्याचे सामर्थ्य त्यात आहे. हे कधी घडते? याचा विचार केल्यास थक्क करणारा प्रवास समोर येतो. एखाद्या व्यक्तीची मनोधारणा वैचारिक, भावनिक, तात्त्विक, नैतिक, न्यायिक, तार्किक, भौतिक, सामाजिक आणि वैज्ञानिक अशा पैलूंना तितक्याच ताकदीने ज्या वेळी पेलते, त्याचवेळी हे शक्य होते. त्याही पुढे जाऊन या पैलूंच्या सूक्ष्म घटकांचा विचारही जेव्हा तितक्याच स्पष्टपणे केला जातो त्या वेळी जीवन आणि कार्याची झळाळी अधिकच वाढते. उदाहरणार्थ, सामाजिक प्रश्नाचा विचार करताना शिक्षण, संस्कृती, राष्ट्रहित आणि लोकहिताचाही त्यात समावेश होतो. समाजात समता प्रस्थापित करायची असेल तर सामाजिक प्रतिष्ठा, आर्थिक उन्नती, राजकीय आकांक्षा आणि धार्मिक भावना यांचाही विचार व्हायला हवा. यामध्ये स्वउत्थान आणि सामाजिक उत्थान यांचा परस्पर संबंध आणि महत्त्व या बाबतही स्पष्टता हवी. स्वातंत्र्याचा विचार करताना वंचित घटकांचे त्यातील स्थान आणि त्यांना मिळणाऱ्या संधींबाबत योग्य ती उपाययोजना हवी, यालाही महत्त्व आहे. हे करत असताना, चांगुलपण दाखवताना अडचण होणार नाही आणि सहनशीलता म्हणजे 'गुलामगिरीला

मान्यता' असा अर्थ घेतला जाणार नाही, यासाठी दक्ष रहायला हवे. हे सर्व व्हायचे असेल तर समाज हा समता, स्वातंत्र्य, बंधुभाव आणि सामाजिक न्याय या तत्त्वांचा पुरस्कार करणारा हवा. लिंगभेद, दैव, प्राक्तन हे आपल्या विचारांचा भाग असता कामा नये. पूर्वसंचित आणि कर्मसिद्धान्त केवळ कल्पनाच आहेत हे आपण जाणले पाहिजे. शिलाचरण, मूल्ये आणि मूल्यविचार आपण विसरून चालणार नाही. याकरिता सर्वांना समान कायदा आणि या कायद्यांची अंमलबजावणी करणारे संविधान हवे.

बाबासाहेबांचे जीनन आणि कार्याचा परिचय करून घेताना त्यांच्या विचारांचे जे प्रतिबिंब आपल्या मनात पडते त्याचे हे सूक्ष्म प्रातिनिधिक स्वरूप आहे. आज गरज आहे ती या विचारांचा मागोवा घेऊन त्यांचा एकविसाव्या शतकातील पुढील वाटचालीसाठी संदर्भ, उपयुक्तता आणि मार्गदर्शक तत्त्व शोधण्याची. डॉ. बाबासाहेब आंबेडकरांनी अनेक विषयांवर चिंतन करून आणि त्यांचे विश्लेषण करून त्यावर उपायही सूचवले. त्यात त्यांची विषयांची जाण उत्कटतेने प्रकट होतेच परंतु त्याचबरोबर त्यांचा द्रष्टेपणाही प्रकट होतो. त्यांचे विचार हे काळाच्या पुढे जाणारे आणि शाश्वत मूल्यांचा आग्रह धरणारे आहेत. त्यामुळेच त्यांची उपयुक्तता कमी झालेली नाही. त्यांच्या विचारांचा आकर्षित करणारा एक पैलू शिक्षणाशी संबंधित आहे.

शैक्षणिक आदर्श

प्रगाढ बुद्धिची देणगी लाभलेल्या डॉ. बाबासाहेब आंबेडकरांनी शिक्षणाशी संबंधित घटकांबाबत आदर्श घालून दिले. त्यात अध्ययन, अध्यापन, व्यवस्थापन, व्यासंग, जीवन विषयक दृष्टिकोन, मूल्ये, कर्तव्ये आणि धारणा यांचा समावेश आहे. अध्ययन कसे करावे? याचा ते स्वत:च एक आदर्श उदाहरण होते. शिकण्याची आवड असेल तर प्रतिकूल परिस्थिती तुम्हाला अडवू शकत नाही हे त्यांनी दाखवून दिले. त्यांना वाचनाची आवड होती. त्यांनी ती शेवटपर्यंत जोपासली. त्यांचे वाचन चौफेर होते.

सामाजिक, आर्थिक, धार्मिक, सांस्कृतिक, शैक्षणिक, वैज्ञानिक विषयांवरील उत्तमोत्तम ग्रंथांचे त्यांनी वाचन केले. 'कायदा' हा त्यांच्या अभ्यासाचाच विषय होता. त्यांनी संशोधन केल्यामुळे त्यांची मांडणी ही शास्त्रशुद्ध, वैज्ञानिक पद्धतीवर आधारित आणि वैज्ञानिक दृष्टिकोनाचा पुरस्कार करणारी आहे. त्यांनी विषयाची केलेली मांडणी अतिशय काटेकोर आणि तर्कशुद्ध आहे. त्याची दोन उदाहरणे देता येतील. पहिले उदाहरण, त्यांनी जाती निर्मूलनाविषयी लिहिलेल्या निबंधात आढळते. जाती व्यवस्था कशी अतार्किक आहे, हे पटवून देताना जाती व्यवस्थेच्या समर्थनार्थ दिल्या

जाणाऱ्या धार्मिक, आर्थिक, सामाजिक, सांस्कृतिक आणि वैज्ञानिक आधारांचा फोलपणा त्यांनी दाखवून दिला आहे. त्याही पुढे जाऊन रोटी व्यवहार हा जातनिर्मूलन करू शकणार नाही, हे दाखवून दिले. मात्र, विविध जाती आणि धर्मातील परस्पर विवाहांमुळे जाती नष्ट होतील हे सांगताना आंतरजातीय विवाह (Intercast Marriage) अशी संज्ञा न वापरता आंतर विवाह (Inter Marriage) ही संज्ञा वापरली आहे. आपण आजही आंतरजातीय विवाहाचा पुरस्कार करतो. त्यातील 'जातीय' या शब्दाकडे आपले दुर्लक्ष होते. दुसरे उदाहरण, हे त्यांनी डीप्रेसड क्लास सोसायटी पुढे केलेल्या भाषणाचे देता येईल. भारतातील दबलेल्या आणि वंचित घटकांची बाजू मांडताना त्यांनी जात, वर्ण अथवा धर्माचा निर्देश केलेला नाही. कारण समाज हा नित्य बदलणारा असल्यामुळे दबलेले आणि वंचित घटक काळानुरूप बदलू शकतात.

सिद्धार्थ महाविद्यालयात १९४७ साली दिलेल्या व्याख्यानात प्रोफेसरांनी अध्ययन, अध्यापन आणि संशोधनाच्या कामी स्वत:ला वाहून घ्यावे, असे प्रतिपादन केले आहे. सध्या आपले शिक्षण संक्रमण अवस्थेतून जात आहे. उच्च शिक्षणही त्याला अपवाद नाही. घोकंपट्टी (रोट लर्निंग) पद्धती सोडून संकल्पनात्मक शिक्षण पद्धतीचा अवलंब करणे आता आवश्यक आहे. सध्याच्या शिक्षण पद्धतीत वेळेशी कसरत करावी लागते. विद्यार्थ्यांच्या मनावर परीक्षेचा ताण असतो. शिक्षक माहिती पुरविण्याचे काम करतात. विद्यार्थी या माहितीच्या आधारावर उत्तीर्ण होतात. हे टाळायचे असेल तर कृतिशील शिक्षण आणि विद्यार्थ्यांचा सहभाग अपेक्षित आहे. विद्यार्थ्यांचा शिकण्यामधील सहभाग वाढला तर शिक्षकांची भूमिका बदलणार आहे. शिक्षकाचे काम हे माहिती पुरविण्याऐवजी तो विषय विद्यार्थ्यांना सखोलपणे समजण्यासाठी मदत करणे हे असणार आहे. त्यासाठी शिक्षकांना त्या विषयाचे अद्ययावत आणि परिपूर्ण ज्ञान आवश्यक आहे. त्यासाठी शिक्षकांचा संशोधनामध्ये सहभाग असायला हवा. मागील शतकातही बाबासाहेबांना हेच अपेक्षित होते.

नावीन्याचा शोध

ह्या प्राध्यापकांनी काय करावे? हे सांगतानाच त्यांनी एक अभिनव कल्पना सूचवली होती. तंत्रज्ञानाच्या विकासामुळे त्याच प्रकारची कल्पना आता चर्चेत आहे. अनेक महाविद्यालयातून एकच विषय अनेक प्राध्यापक शिकवतात. त्या वेळी मुंबईत फक्त सहा महाविद्यालये होती. अशा शिकविण्यामुळे प्राध्यापकांची संख्या वाढते. शिवाय सर्वच प्राध्यापकांचा दर्जा समान असेलच, असे नाही. यासाठी प्रत्येक महाविद्यालयाला एक विषय ठरवून दिला तर सर्व महाविद्यालयातील विद्यार्थी तो विषय एकाच महाविद्यालयात शिकतील. विषय आणि महाविद्यालय ठरविताना

प्राध्यापकांचा दर्जा आणि व्यासंग विचारात घेतला जाईल. त्यामुळे विद्यार्थ्यांना तज्ज्ञ प्राध्यापकांचे मार्गदर्शन मिळेल आणि होणारा खर्च वाचेल. त्यानंतरच्या काळात महाविद्यालयांच्या संख्येत झालेली वाढ आणि एकूणच एकत्र न येण्याची मानसिकता यामुळे हा विषय मागे पडला असावा. आताचे युग इंटरनेटचे आहे. इलेक्ट्रॉनिक मीडिया अधिकाधिक सक्षम होत आहे. यातूनच विद्यार्थ्यांच्या महाविद्यालयाच्या संलग्नतेतही बदल होऊ पहात आहे. कोठे आणि कोणत्या व्याख्यानाला उपस्थित रहायचे याची मुभा विद्यार्थ्यांना असणार आहे. त्याही पुढे जाऊन जगातल्या उत्तमोत्तम प्राध्यापकांची व्याख्यानेही विद्यार्थ्यांना उपलब्ध होऊ शकतात.

विद्यार्थी आणि शैक्षणिक नियोजन

डॉ. बाबासाहेब आंबेडकर यांनी शिक्षणाविषयी सखोल चिंतन केले होते. त्याचे प्रतिबिंब त्यांनी केलेल्या काही मोजक्याच भाषणांमधून आपल्यासमोर येते. शिक्षणाचे जे घटक आहेत त्यामध्ये 'शिक्षक' हा महत्त्वाचा घटक आहे. या घटकाने ज्ञानदानाचे कार्य कसे करावे याविषयी त्यांच्या विचारांचे अवलोकन आपण केले पाहिजे. शिक्षणाचा दुसरा महत्त्वाचा घटक 'विद्यार्थी' हा आहे. डॉ. बाबासाहेब आंबेडकरांनी 'शिका', 'संघटित व्हा' आणि 'संघर्ष करा' ही त्रिसूत्री सर्वांसमोर ठेवली. त्यातील 'शिका' हा महत्त्वाचा घटक आहे. याचे भान अनेकवेळा विद्यार्थ्यांना रहात नाही. त्यामुळे शिक्षणाकडे दुर्लक्ष करून 'संघटित व्हा' आणि 'संघर्ष करा' याकडे अधिक लक्ष पुरविले जाते. म्हणजेच विद्यार्थ्यांनी झटून अभ्यास केला पाहिजे. गुणवत्तापूर्ण शिक्षण घेतले तरच पुढे नोकरी आणि व्यवसायामध्ये महत्त्वाच्या जागेवर कामाची संधी मिळेल. ही गोष्ट विद्यार्थ्यांनी आवर्जून लक्षात घ्यावी असे महत्त्वपूर्ण विवेचन त्यांनी केलेले दिसते. 'सर्वांसाठी शिक्षण' हे डॉ. बाबासाहेब आंबेडकरांचे ध्येय होते. हे शिक्षण घेत असताना विद्यार्थ्यांनी 'ज्ञानार्जन' हे एकच ध्येय डोळ्यांसमोर ठेवावे असे प्रतिपादन त्यांनी केले. या कालावधीत प्रयत्नांची पराकाष्ठा करून ज्ञान संपादन करावे. ज्ञानाने विद्यार्थी सक्षम झाला तर तो पुढे समाजसेवेत चांगले योगदान करू शकेल.

उच्च शिक्षणाचा विचार करताना डॉ. बाबासाहेब आंबेडकरांनी सर्व सामाजिक दुखण्यांवर 'उच्च शिक्षण' हेच औषध आहे असे प्रतिपादन केले. पीपल्स एज्युकेशन सोसायटी, मुंबई ही संस्था सन १९४५ साली स्थापन करण्यात आली. त्या संस्थेचे डॉ. बाबासाहेब आंबेडकर हे अध्यक्ष होते. मुख्यत्वेकरून मागासलेल्या वर्गांसाठी उच्च शिक्षणाचा प्रसार करणे हे या संस्थेचे मुख्य उद्दिष्ट होते. या संस्थेने सन १९४६ साली सिद्धार्थ महाविद्यालयाची स्थापना केली. या महाविद्यालयाची भरभराट झाल्यानंतर त्यांनी औरंगाबाद येथे मिलिंद महाविद्यालयाची मुहूर्तमेढ रोवली.

मागासलेल्या वर्गातील विद्यार्थ्यांची उच्च शिक्षणाची सोय व्हावी हे उद्दिष्ट असले तरी या महाविद्यालयामध्ये सर्व जातींच्या आणि धर्मांच्या मुला-मुलींच्या शिक्षणाची सोय होती हे विशेष. यावरून शिक्षणाच्या बाबतीत डॉ. बाबासाहेब आंबेडकर हे सर्व समाजाच्या बाबतीत विचार करत होते हे दिसून येते. हे महाविद्यालय सुरू करताना संस्थेने एस. सी. फंडातून बारा लाख रूपये कर्ज घेतले होते. हे कर्ज महाविद्यालयास फेडायचे आहे याचीही त्यांना जाणीव होती. अत्यंत प्रतिकूल परिस्थितीत महाविद्यालय सुरू करून, शिक्षणाची गुणवत्ता राखण्यासाठी त्यांनी विशेष पगार देऊन, प्राचार्य आणि प्राध्यापक यांची नेमणूक केली.

शिक्षणाची सद्य:स्थिती

या पार्श्वभूमीवर सध्याच्या काळात शिक्षण क्षेत्रात ज्या घडामोडी घडत आहेत त्या सर्वच परिस्थितीमध्ये विपरीत आहेत असे म्हणावे लागते. स्वातंत्र्योत्तर काळामध्ये शिक्षणाच्या संधीमध्ये निश्चितपणे वाढ झाली आहे. दुर्लक्षित आणि वंचित घटकांना शिक्षणामध्ये सहभागी होता यावे यासाठी अनेक उपाययोजना कार्यान्वित करण्यात आल्या आहेत. मात्र, अलीकडच्या काळात शिक्षणाच्या झालेल्या खासगीकरणामुळे शिक्षणाचा एकूण ढाचाच बदलला आहे. शिक्षणाची मूळ संकल्पना ही समाज उत्थानाची असल्यामुळे त्यात फायद्याचा विचार असता कामा नये, ही मूळ धारणा होती. मात्र, या मूळ धारणेला छेद जाताना दिसत आहे. पूर्वी शिक्षण संस्था चालविणे म्हणजे त्याग आणि सेवा ही वृत्ती होती. मात्र, पुढे त्याचे व्यवसायात रूपांतर झाले. आता त्याकडे व्यापार म्हणून पाहिले जात आहे. दिवसेंदिवस खासगी महाविद्यालये, विना अनुदानित महाविद्यालये, अभिमत विद्यापीठे, खासगी विद्यापीठे यांची संख्या वाढत आहे. या संस्थांमधून आकारली जाणारी फी त्यातून मिळणारे उत्पन्न आणि खर्च यांचा ताळमेळ होताना दिसत नाही. सुरूवातीच्या काळात संस्थांनी केलेले खर्च परत मिळावेत यासाठी आकारली जाणारी फी वर्षानुवर्षे तशीच राहत होती. त्याचा परिणाम अनेक पटींनी उत्पन्न वाढण्यात होत होता. हे जास्तीचे मिळणारे उत्पन्न अर्थातच या शिक्षण संस्थांसाठी न वापरले जाता, त्याचा उपयोग इतर कारणांसाठी होताना दिसतो. यामुळे आकारल्या जाणाऱ्या शुल्काचा बोजा विद्यार्थ्यांवर कायम राहतो. एवढेच नव्हे तर त्यात वाढ होते. त्यामुळे वैद्यकीय तसेच अभियांत्रिकी सारख्या व्यावसायिक शिक्षणाचा खर्च आता मध्यमवर्गीयांना पेलता येणे शक्य नाही. आर्थिकदृष्ट्या दुर्बल घटकांसाठी शाळा, महाविद्यालये आणि विद्यापीठांमध्ये काही जागा ठेवून हा प्रश्न सुटणार नाही. जे विद्यार्थी शिक्षण शुल्क भरू शकत नाहीत त्यांना शाळा, महाविद्यालये आणि विद्यापीठांमध्ये दुय्यम स्थान मिळण्याची शक्यता आहे.

या पार्श्वभूमीवर आकारल्या जाणाऱ्या फी चे नियोजन हे खर्चास जोडून केल्यास, आकारली जाणारी फी ही माफक असेल. त्यामुळे सर्वसामान्यांना ती परवडू शकेल. या बाबत मोहम्मद युनूस यांनी पुरस्कृत केलेल्या सामाजिक व्यापार (सोशल बिझनेस) या संकल्पनेचा आधार घेता येईल. नफा न मिळविता किंवा तो माफक प्रमाणात मिळवून व्यापार करता येऊ शकतो, हे त्यांनी यशस्वी रीत्या दाखवून दिले आहे. शिक्षण हे सामाजिक व्यापाराचे (सोशल बिझिनेसचे) स्वरूप असून, त्यावर आधारित निर्णय केल्यास सामाजिक न्यायाचा पुरस्कार करण्यास त्यामुळे मदत होणार आहे.

सामाजिक व्यापाराची संकल्पना

'सामाजिक व्यापार' ही संकल्पना त्यांच्या मूलभूत तत्त्वावर आधारित आहे. ती तत्त्वे पुढीलप्रमाणे :

१) सामाजिक व्यापाराची मूळ उद्दिष्टे ही अधिकाधिक नफा मिळविण्यासाठी नसून, समाजाला भेडसावणाऱ्या गरिबी, शिक्षण, आरोग्य, तंत्रज्ञानाचा उपयोग, पर्यावरण यांसारख्या प्रश्नांची सोडवणूक करण्याकरिता आहे.

२) आर्थिक आणि वित्तीय स्वायत्तता यांचा त्यामध्ये समावेश आहे.

३) त्या दृष्टीने भागीदाराला केवळ त्यांचा मूळ सहभाग असलेली रक्कम परत मिळणार आहे. त्यावर सम भाग रक्कम किंवा व्याज मिळणार नाही.

४) मिळणारा नफा हा कंपनीचा विस्तार आणि विकासासाठी वापरण्यात येईल.

५) हा व्यापार लिंगभेद न करणारा आणि पर्यावरणाविषयी सजग असेल.

६) यातून कर्मचाऱ्यांना बोनस, मूळ वेतन आदी चांगल्या सुविधा मिळतील.

७) हे सर्व आनंदासाठी करावयाचे आहे.

डॉ. बाबासाहेब आंबेडकर ज्या वेळी शिक्षणाचा सामाजिक न्यायासाठी पुरस्कार करतात त्या वेळी ते या तत्त्वांच्या आधारे करीत होते हे दिसून येते. दिनांक १ सप्टेंबर, १९५१ रोजी औरंगाबाद येथे डॉ. राजेंद्र प्रसाद यांच्या हस्ते मिलिंद महाविद्यालयाची कोनशिला बसवताना केलेल्या भाषणामध्ये त्यांनी सामाजिक व्यापाराची अनेक तत्त्वे उद्धृत केली आहेत. त्यांच्या मते, वंचित समाजाची उन्नती करण्याचा प्रश्न आर्थिक असल्याचे मानण्यात येते परंतु ही मोठी चूक आहे. हिंदुस्थानातील वंचित समाजाची उन्नती करण्यासाठी 'उच्च शिक्षण' हाच त्यावरील उपाय आहे. किंबहुना, आमच्या सर्व सामाजिक दुखण्यांवर माझ्या मते हेच औषध आहे. याचा अर्थ, शिक्षणाचा उपयोग समाज उन्नतीसाठी करण्याचा त्यांचा मानस दिसून येतो. ही संस्था सुरू

करण्यात डॉ. बाबासाहेब आंबेडकरांना अनेक अडचणींना तोंड द्यावे लागले. उत्पन्नाची साधने नसताना विद्यार्थ्यांना गुणवत्तापूर्ण शिक्षण मिळावे हा त्यांचा आग्रह दिसून येतो. या सर्व व्यवहारांमध्ये चांगला फायदा मिळावा अशी अपेक्षा नाही. विशेष म्हणजे हैदराबाद संस्थानातल्या औरंगाबाद या अत्यंत मागासलेल्या भागामध्ये स्वबळावर महाविद्यालय सुरू करणे ही मोठी धारिष्ट्याची गोष्ट होती. शिवाय, विद्यार्थ्यांकडून वसूल केले जाणारे शिक्षणमूल्य मुंबई आणि नाशिक या भागातील शिक्षण मूल्यांपेक्षा खूपच कमी होते. असे असतानाही प्राचार्य, व्याख्याता यांना ठरावीक वेतन देण्याचा आग्रह त्यांनी धरला. या महाविद्यालयात समाजाच्या सर्व स्तरातील विद्यार्थी आणि विद्यार्थिनी शिक्षण घेत आहेत. यावरून लिंगभेदाचा प्रश्न त्यांनी योग्य प्रकारे हाताळलेला दिसतो. ते म्हणत असत, शिक्षण प्रसाराच्या कार्यासाठी काहीतरी करावे हे माझे लहानपणापासूनचे स्वप्न आहे. माझे स्वप्न हे सत्यसृष्टीत आणू शकलो याचा मला आनंद होत आहे.

विपरीत परिस्थिती आणि उपाय

या पार्श्वभूमीवर शिक्षणाच्या सद्य:स्थितीचा विचार केल्यास शिक्षणात केवळ व्यापारी दृष्टिकोन वाढीस लागत आहे असे दिसून येते. सर्वांना शिक्षण उपलब्ध व्हावे यासाठी गेल्या शतकात शिक्षणविषयक काही निर्णय घेतले गेले. त्यामध्ये विना अनुदान महाविद्यालये आणि विद्यापीठांची निर्मिती यांचा समावेश होतो. परंतु, सद्य:स्थितीमध्ये याप्रकारे चालविली जाणारी महाविद्यालये आणि विद्यापीठे सामाजिक व्यापाराच्या तत्त्वांचे पालन करताना दिसत नाहीत. विद्यार्थ्यांना आकारण्यात येणारे शिक्षण मूल्य ठरविण्याचे अधिकार या संस्थांना आहेत. सरकारचे यावर काही प्रमाणात नियंत्रण असले तरी तेवढे परिणामकारक असताना दिसत नाही. त्यामुळे या संस्थांनी शिक्षण मूल्यातून मिळणारे उत्पन्न नफ्याच्या स्वरूपात मिळवले आहे. अधिकाधिक नफा मिळविण्याकडे आपला कल ठेवला आहे.

सामाजिक व्यापाराची तत्त्वे अमलात आणली असती तर महाविद्यालये आणि विद्यापीठे काढण्यासाठी लागणारा खर्च वसूल झाल्यानंतर मिळणाऱ्या अधिक नफ्याचा उपयोग पूर्णपणे ती महाविद्यालये आणि विद्यापीठात विकासासाठी आणि विस्तारासाठी व्हायला हवा होता. असे झाले असते तर काही कालानंतर ही महाविद्यालये आणि विद्यापीठाचे शिक्षण शुल्क कमी होणे अपेक्षित होते. किमान त्यामध्ये वाढ व्हायला नको होती. मात्र, आर्थिक उत्पन्न इतर संस्था निर्माण करणे किंवा राजकीय, सांस्कृतिक आणि सामाजिक कार्यासाठी खर्च केल्यामुळे वाढत जाणारा खर्च भागविण्यासाठी शिक्षण मूल्यांमध्ये वाढ करण्यात येत आहे. या संस्थांनी अधिक उत्पन्नाचा उपयोग

अप्रगत भागात शिक्षण संस्था काढून त्या चालविण्यासाठी करायला हवा होता. काही अपवादात्मक परिस्थितीत हे घडले आहे. मात्र, सर्वसामान्यपणे असे होताना दिसत नाही. याचे पर्यवसान दिवसेंदिवस खासगी शिक्षण संस्थांमध्ये शिक्षण घेणे विद्यार्थ्यांना परवडत नाही. ही परिस्थिती बदलावयाची असेल तर डॉ. बाबासाहेब आंबेडकर, कर्मवीर भाऊराव पाटील, शिक्षण महर्षी धोंडो केशव कर्वे, त्या अगोदार महात्मा ज्योतीराव फुले, सावित्रीबाई फुले यांनी घालून दिलेल्या तत्त्वांचा अंगीकार करावा लागेल. या तत्त्वांचे सामाजिक पुनरूज्जीवन करण्याची गरज निर्माण झाली आहे. डॉ. बाबासाहेब आंबेडकर यांच्या १२५ व्या जयंतीवर्षानिमित्त आपण याचा गांभीर्याने विचार करायला हवा.

एकविसाव्या शतकात डॉ. बाबासाहेब आंबेडकर यांच्या विचारांचा संदर्भ नुसताच प्रेरणादायी नसून, मूलगामी परिवर्तन करण्यास साहाय्यभूत ठरणारा आहे. त्यांच्या विचारांमध्ये असणाऱ्या व्यापकता, खोली, समर्पकता, पारदर्शकता, न्यायीकता या सर्व बाबींना पुन्हा एकदा उजाळा देण्याची गरज निर्माण झाली आहे. त्यांच्या विचारांचा संदर्भ आणि उपयोगिता ही कालसापेक्ष नसून, कालनिरपेक्ष आहे याची जाणीव प्रकर्षाने होते.

■ ■ ■

११

डॉ. आंबेडकरांचे शैक्षणिक विचार

■

डॉ. नागोराव कुंभार

शैक्षणिक आणि सांस्कृतिक सत्तेपासून शतकानुशतके वंचित असलेल्या अस्पृश्य समाजात जन्मलेल्या डॉ. बाबासाहेब आंबेडकरांनी स्वकर्तृत्वाने सार्वजनिक आणि बौद्धिक क्षेत्रात संपादन केलेला नावलौकिक हे जगातील एक मोठे आश्चर्य आहे. त्यांनी येथील सामाजिक क्रांतीला भरभक्कम वैचारिक अधिष्ठान व अचूक दिशा देण्याचे ऐतिहासिक कार्य केले आहे. त्यांनी सामाजिक क्रांतीसाठी एकीकडे हिंदू तत्त्वज्ञानाविरुद्ध वैचारिक लढा दिला व दुसरीकडे समता, स्वातंत्र्य आणि बंधुत्व या मूल्यांवर आधारलेल्या नव्या समाजबांधणीसाठी प्रयत्न केले. 'शिका, संघटित व्हा आणि संघर्ष करा' हे सामाजिक क्रांतीचे मूलभूत व मौलिक सूत्र त्यांनी आपल्या बांधवांच्या हाती दिले. शिक्षण हे सामाजिक क्रांतीचे महत्त्वाचे हत्यार आहे अशी त्यांची पक्की धारणा होती. यामुळेच त्यांच्या समाजचिंतनात त्यांनी शिक्षणाला अग्रक्रम दिलेला दिसतो.

जुन्या शिक्षण पद्धतीला विरोध

डॉ. आंबेडकरांनी मुठभरांच्या हातातील बाहुले बनलेल्या जुन्या शिक्षण पद्धतीला कडाडून विरोध केला. कारण जुनी शिक्षण पद्धती ही उच्चवर्णीय नियंत्रित व प्रभावित होती. दुसऱ्यांनी विद्या संपादन करू नये अशी उच्चवर्णीयांची विचारसरणी होती. यामुळे देशातील तीन चतुर्थांश लोक अज्ञानी राहिले. समाजात जातीयवाद वाढला. याउलट, ब्रिटिशांनी सर्वांसाठी शिक्षण खुले करून बहुजनांच्या उद्धाराचा मार्ग मोकळा केला. यामुळे येथे जातीयवादाची पकडदेखील सैल झाली असे ते प्रतिपादन करतात.

शिक्षण : पवित्र संस्था

डॉ. आंबेडकरांनी शिक्षणाशी संबंधित असलेल्या शिक्षणसंस्था, विद्यार्थी आणि शिक्षक या घटकांविषयी अत्यंत तळमळीने विचार मांडलेले आहेत. आजही त्यांचे हे विचार मार्गदर्शक व उपयुक्त आहेत.

त्यांच्या मते, शिक्षण (विद्यालय, महाविद्यालय आणि विश्वविद्यालय) ही एक पवित्र सामाजिक संस्था आहे. शिक्षण संस्था या उत्तम नागरिक निर्माण करणारे कारखाने वा पवित्र क्षेत्रे असतात. शिक्षणसंस्थांचे कार्य मनुष्यांची मने सुसंस्कृत करण्याचे असते. शिक्षणसंस्था समाजात एक राष्ट्रीयतेचे, मानवतेचे आणि अज्ञान दूर करण्याचे महत्त्वाचे कार्य करीत असतात. यामुळेच शिक्षणसंस्था अन्य सामाजिक संस्थांपेक्षा अत्यंत महत्त्वाच्या असतात.

शिक्षणाचे महत्त्व

डॉ. आंबेडकर शिक्षणाचे महत्त्व अनेक पद्धतीने समजावून सांगतात. त्यांनी आपल्या आयुष्यात विद्या, विनय व शील अशी तीन दैवते मानली होती. या तीन देवतांमध्ये त्यांनी विद्येला प्रथम स्थान दिले. विद्येचे महत्त्व स्पष्ट करताना ते म्हणतात, ''विद्येशिवाय माणसाला शांतता नाही आणि माणुसकीही नाही. ती महासागरासारखी आहे. माणसाला जगण्यासाठी जशी अन्नाची आवश्यकता आहे तशीच विद्येचीही !'' त्यांच्या मते, पाश्चात्त्य राष्ट्रांचा विकास शिक्षणामुळेच झाला; एवढेच नव्हे तर भारताला स्वातंत्र्य मिळवून देण्यात पाश्चात्त्य शिक्षणाचा फार मोठा सिंहाचा वाटा आहे. समाजाचा आणि राष्ट्राचा सर्वांगीण विकास हा शिक्षणामुळेच होतो. शिक्षणामुळे मनुष्य निर्भयी, स्वावलंबी आणि स्वाभिमानी बनतो. त्याची आत्मशक्ती जागी होते. त्याच्यात स्वातंत्र्य उपभोगण्याची व स्वातंत्र्याचे रक्षण करण्याची क्षमता विकसित होते. शिक्षणामुळे मनुष्यात अन्यायाविरुद्ध बंड करण्याची वृत्ती वाढते. अज्ञान संपते. मनुष्यात सामाजिक उत्तरदायित्वाची जाणीव विकसित होते. शोषितांचे शोषण थांबते. भोळ्या समजुती व अंधश्रद्धा नष्ट होतात.

शिक्षणात समाजातील गुलामगिरी नष्ट करण्याचे सामर्थ्य असते. यामुळे ते म्हणतात, ''उपासमारीने पोषण कमी झाल्यास माणूस हीनबल होऊन अल्पायुषी होतो, तसेच शिक्षणाच्या अभावी तो निर्बुद्ध राहिल्यास जिवंतपणी दुसऱ्याचा गुलाम बनतो.'' डॉ. आंबेडकरांच्या मते, आपल्या देशातील सर्व सामाजिक दुःखावर शिक्षण हेच एक जालीम औषध आहे. म्हणून ते असे प्रतिपादन करतात की, ''हिंदू समाजाच्या अगदी खालच्या थरातून आल्यामुळे शिक्षणाचे किती महत्त्व आहे, हे मी

जाणतो. खालच्या समाजाची उन्नती करण्याचा प्रश्न आर्थिक असल्याचे मानण्यात येते. पण ही मोठी चूक आहे. हिंदुस्थानातील दलित समाजाची उन्नती करणे म्हणजे त्यांच्या अन्न, वस्त्र व निवाऱ्याची सोय करून पूर्वीप्रमाणे त्यांना उच्च वर्गाची सेवा करावयास लावणे नव्हे. खालच्या वर्गाची ज्याच्यामुळे प्रगती खुंटून त्यांना दुसऱ्याचे गुलाम व्हावे लागले तो न्यूनगंड त्यांच्यापासून नाहीसा करणे, चालू समाजपद्धतीमुळे जे त्यांचे जीवन लुबाडण्यात आले, त्याचे त्यांच्या स्वत:च्या व राष्ट्राच्या दृष्टीने काय महत्त्व आहे, याची त्यांना जाणीव करून देणे हाच खालच्या वर्गाचा प्रश्न आहे.'' मानवी जीवनात शिक्षणाचे असलेले महत्त्व लक्षात घेऊन आपल्या मागासवर्गीय बांधवांना 'अधिकाधिक शिक्षण घ्यावे' असे आवाहन करताना ते म्हणतात, ''खेड्यातील गावगाड्यात व फाटक्या वतनदारीत शिळ्या तुकड्यात अडकून न पडता शहरात येऊन मोलमजुरी करूनही आपल्या मुलांना शिकवणे निकडीचे आहे.''

विद्यार्थ्यांना सल्ला

त्यांनी विद्यार्थ्यांना दिलेला सल्ला अत्यंत महत्त्वाचा आहे. विद्यार्थी आपले कर्तव्य आणि जबाबदारी कशी पार पाडतात यावर त्या समाजाचे भवितव्य अवलंबून असते अशी त्यांची समजूत होती. यामुळे ते म्हणतात, ''विद्यार्थ्यांनी आपल्या बुद्धीला चालना देऊन बौद्धिक शक्तीचे संवर्धन केले पाहिजे. त्यांनी आपली विवेकशक्ती प्रज्वलित केली पाहिजे. विद्यार्थ्यांनी ज्ञानार्जनात खंड पडू देता कामा नये.'' कारण ज्ञान हाच मनुष्याच्या जीवनाचा पाया आहे. या विश्वात ज्ञानाशिवाय दुसरे असे काहीही पूज्यनीय नाही. या संदर्भात डॉ. आंबेडकर भगवान बुद्धाचे एक वचन उद्धृत करतात. भगवान बुद्धाच्या मते, जीवनात धनवृद्धी ही क्षुल्लक बाब आहे. सर्व वृद्धींमध्ये प्रज्ञा वृद्धी हीच सर्वश्रेष्ठ असते. यास्तव ते म्हणतात, ''विद्यार्थ्यांनी अधिकाधिक ज्ञान संपादन केले पाहिजे. ज्ञानसंपादनासाठी भरपूर वाचन करणे आवश्यक असते.'' सिद्धार्थ नाईट हायस्कूलच्या एका वक्तृत्व स्पर्धेच्या कार्यक्रमाप्रसंगी विद्यार्थ्यांशी हितगुज करताना ते म्हणतात, ''मी आज थोडे काही बोलू शकतो, ते परिश्रमाने अवगत केलेल्या ज्ञानामुळेच बोलतो. शिक्षण आणि विद्या याशिवाय आपला उद्धार होणार नाही. तुम्ही भरपूर वाचन केले पाहिजे. रोज एक-अर्धे पुस्तक वाचून संपविण्याचा सराव केला पाहिजे. मी मनोरंजनासाठी कधीही काही वाचले नाही, वाचीत नाही. कथावाङ्मयापेक्षा इतर सॉलिड वाङ्मयच मी जास्त वाचले आहे. शिकण्यासाठी मी वाङ्मय वाचतो, मनोरंजनासाठी नाही.'' यावरून विद्यार्थ्यांनी भरपूर वाचन करणे कसे आवश्यक आहे व त्यांनी काय वाचावे यासंबंधी त्यांनी येथे अपेक्षा व्यक्त केली आहे.

त्यांच्या मते, विद्यार्थी दीर्घोद्योगी असला पाहिजे. कारण दीर्घोद्योगाशिवाय विद्यार्थी पराक्रमी व बुद्धिमान होऊ शकणार नाही. या संदर्भात ते स्वतःचा एक अनुभव सांगताना म्हणतात. "मी इंग्लंडमध्ये असताना आठ वर्षे लागणारा अभ्यासक्रम मी दोन वर्षे तीन महिन्यात पूर्ण केला. हे दीर्घोद्योगामुळे घडले." विद्यार्थ्यांनी आपल्या जीवनात आत्मविश्वास वाढविला पाहिजे असे प्रतिपादन करताना ते म्हणतात, 'आत्मविश्वासासारखी दुसरी दैवी शक्ती नाही, आपण आपल्यातील आत्मविश्वास गमावता कामा नये. आपल्यात, मी जे करीन ते होईल असा आत्मविश्वास असला पाहिजे.' आत्मविश्वासाशिवाय प्रगती अशक्य आहे याचे भान विद्यार्थ्यांनी ठेवले पाहिजे. त्यांच्या मते, विद्यार्थी हा चिकित्सक वृत्तीचा व स्वतंत्र विचार करणारा असला पाहिजे. विद्यार्थ्यांनी कोणाचेही अंधानुकरण करता कामा नये. त्यांनी बुद्धीला पटल्याशिवाय कोणताही विचार स्वीकारता कामा नये. म्हणून ते म्हणतात, "शिष्याने आपल्या गुरूकडून मार्गदर्शन घ्यावे. आपल्या गुरूची मते वा सिद्धान्त न स्वीकारण्यात गुरूंशी कृतघ्नपणा करण्याचा प्रश्नच उद्‌भवत नाही. कारण त्यांनी जरी गुरूच्या मताचा अव्हेर केला तरी, तुम्ही मला जागे करून मला मार्ग दाखविला याबद्दल मी तुमचा आभारी आहे, असे म्हणणे भाग पडते. म्हणून गुरूची मते वा सिद्धान्त शिष्याला बंधनकारक असतात असे समजून चालणे हे शिष्याच्या व गुरूच्या दृष्टीने चुकीचे आहे. शिष्याचे कर्तव्य तत्त्वे जाणून घेणे व ती तत्त्वे आपल्या बुद्धीला पटली तर त्या तत्त्वांचा प्रसार निष्ठापूर्वक केला पाहिजे. येशू ख्रिस्ताची व भगवान बुद्धाची हीच अपेक्षा होती." डॉ. आंबेडकर विद्यार्थ्यांना नेहमी सांगत असत की, विद्यार्थी वर्गाने दोन गोष्टी ध्यानात ठेवल्या पाहिजेत. बुद्धिमत्तेत आणि कार्यक्षमतेत आपण कमी पडणार नाही याची त्यांनी दक्षता घेतली पाहिजे. तसेच त्यांनी व्यक्तिगत सुखापेक्षा आपला समाज स्वतंत्र, स्वावलंबी व सन्माननीय कसा होईल याकडे लक्ष दिले पाहिजे.

शिक्षक : राष्ट्राचा सारथी

डॉ. आंबेडकरांच्या मते, शिक्षण प्रक्रियेत शिक्षकाची भूमिका अत्यंत महत्त्वाची असते. शिक्षक वर्ग हा समाज व राष्ट्राचा सारथी असतो. कारण त्याच्या हातात शिक्षणाच्या नाड्या असतात. शिक्षक हा शाळारूपी कारखान्याचा फोरमन असतो. हा फोरमन जितका शहाणा असेल तितका उत्तम माल कारखान्यातून बाहेर पडतो. यासाठीच शाळेमध्ये समबुद्धीचे, उदात्त, थोर मनाचे आणि निःष्पक्षपातीवृत्तीचे शिक्षक असले पाहिजेत. त्यांचा असा आग्रह होता की, शिक्षक, प्राध्यापक ज्ञानी व संशोधक वृत्तीचे असले पाहिजेत. ते म्हणतात, "प्राध्यापकांनी अध्ययन आणि अध्यापनात

स्वत:ला इतके गुंतून घ्यावे की, आपल्या घराकडेही बघण्याची सवड त्यांना मिळू नये. ते काम त्यांच्या पत्नीकडे सोपवावे.'' प्राध्यापक नुसता विद्वान असून चालणार नाही तर तो सर्वश्रुत असला पाहिजे, त्याला विद्यार्थ्यांमध्ये उत्साह निर्माण करता आला पाहिजे. त्यासाठी तो स्वत: उत्साही असला पाहिजे. त्याची वाणी शुद्ध असली पाहिजे. त्याच्यात आपला विषय अधिकाधिक माहितीपूर्ण आणि मनोरंजक करून शिकविण्याची धमक असली पाहिजे. अत्यंत परिश्रम करून मोहोंजोदारो येथे सापडलेल्या नाण्यांवरील व विटांवरील लेख वाचणारे 'फादर हेरॉस' हे ज्ञाननिष्ठ प्राध्यापक प्राध्यापकांचे आदर्श असले पाहिजेत.'' प्राध्यापकांच्या सद्य:स्थितीवर प्रकाश टाकताना ते म्हणतात, ''मला वाटते थोडेसे रुपये मिळवावेत व आपली सुखाने कालक्रमणा करावी या पलीकडे आपल्या प्रोफेसरांना आयुष्यात काही महत्त्वाकांक्षाच नाही. या महत्त्वाकांक्षेच्या अभावामुळेच त्यांच्या हातून काहीही भरीव कार्य होत नाही. ते अधून मधून पाठ्यपुस्तकांवर टिपणे लिहितात. टिपणे लिहिण्या पलीकडे काही महत्त्वाचे कार्य आहे, याची त्यांना माहिती आहे की नाही कोण जाणे.''

डॉ. आंबेडकरांच्या मते, उच्चवर्णीय वर्ग हा प्रारंभापासून विद्येचा उपासक राहिलेला आहे. या वर्गांनी इतरांच्या बुद्धिमत्तेविषयी नेहमीच शंका बाळगल्या आहेत, अशा उच्चवर्णीयांच्या हाती शिक्षणाची सूत्रे देणे धोक्याचे आहे. एवढेच नव्हे तर ते म्हणतात, ''समाजातील वंचित व दुर्बल घटकांनी शिक्षण या पेशाकडे वळणे आवश्यक आहे. थोड्याशा प्रयत्नाने या पेशामध्ये कोणासही तज्ज्ञता आणि कौशल्य संपादन करणे शक्य आहे.''

काही मौलिक सूचना

डॉ. आंबेडकरांनी शिक्षणासंबंधी केलेल्या अनेक सूचना अत्यंत मौलिक स्वरूपाच्या आहेत. त्या आजही आपणास उपयुक्त आहेत. शिक्षण घेऊ इच्छिणाऱ्या विद्यार्थ्यांना संधी उपलब्ध करून देणे ही सर्वस्वी शासनाची आणि समाजाची जबाबदारी आहे. सामान्य माणसाला शिक्षण घेणे सुलभ होईल अशी शिक्षण व्यवस्था असली पाहिजे. भारतात उच्चवर्णीय समाजाच्या तुलनेत, दारिद्र्यामुळे मागासवर्गीय समाजात शिक्षणाचे अत्यंत कमी प्रमाण आहे. यामुळे मागासवर्गीयांना शिक्षणाची संधी उपलब्ध करून देण्यासाठी शिष्यवृत्त्या, नि:शुल्क भोजन व निवासाची सोय व त्यांना हवे असलेल्या अन्य सोयी उपलब्ध करून देणे आवश्यक आहे. मागासवर्गीयांच्या सवलती काढून घेतल्यास या वर्गातील मुले शिक्षणाला 'रामराम' ठोकतील. यामुळे मागासवर्गीयांना सवलती देणे अत्यंत आवश्यक आहे. त्यांच्या

मते, मागासवर्गीय विद्यार्थ्यांनी केवळ प्राथमिक शिक्षण घेऊन न थांबता, त्यांनी उच्च शिक्षणापर्यंत मजल मारली पाहिजे. उच्चशिक्षण ही केवळ एका विशिष्ट वर्गाची मक्तेदारी न बनता समाजातील सर्व वर्गांपर्यंत आणि विशेषत: मागासवर्गीय वर्गात उच्च शिक्षणाचा प्रसार कसा होईल याकडे शासनाने विशेष लक्ष दिले पाहिजे. जातिनिष्ठ वृत्ती आणि केंद्रीकरणामुळे शिक्षणाचा प्रवाह तुंबला जातो, म्हणून डॉ. आंबेडकर म्हणतात, शिक्षणाचे विकेंद्रीकरण झाले पाहिजे. शैक्षणिक क्षेत्रातील संस्कारकर्ता व त्याचे केंद्र बदलल्याशिवाय शिक्षणाचे स्वरूप बदलणार नाही असे आंबेडकरांना वाटत होते. शैक्षणिक धोरणात राज्यकर्त्यांनी धरसोड धोरण स्वीकारू नये असे आंबेडकरांचे मत होते. भारतात शिक्षणाची प्रगती होऊ शकली नाही याचे कारण राज्यकर्त्यांचे धरसोड धोरण. याउलट, भारताप्रमाणे 'लाल चीन' प्रजासत्ताक बनल्यावर सक्तीच्या मोफत शिक्षणाची योजना आखून थोड्याच कालावधीत त्यांनी आपली प्रगती करून घेतलेली आहे, याचे ते उदाहरण देतात. डॉ. आंबेडकरांचा असा आग्रह होता की, शिक्षणाचे संपूर्ण नियंत्रण आणि नियमन शिक्षण तज्ज्ञांकडूनच व्हावे. शिक्षण क्षेत्रात राजकीय व्यक्तींचा हस्तक्षेप अत्यल्प असावा. शिक्षणासंबंधी धोरणे आखणाऱ्या प्रक्रियांमध्ये मागासवर्गीय व्यक्तींना त्यांचा प्रभाव पडेल इतपत प्रतिनिधित्व दिले पाहिजे. तरच ते शिक्षण मागासवर्गीयांना उपयुक्त ठरेल.

डॉ. आंबेडकरांनी शिक्षणासंबंधी अत्यंत तळमळीने मांडलेले मूलभूत विचार अमलात आणल्यास शिक्षण हे व्यक्तीच्या व्यक्तिमत्त्व विकासाचे आणि समाजपरिवर्तनाचे महत्त्वाचे माध्यम बनेल आणि विशेषत: मागासवर्गीय वंचित वर्गाच्या उद्धाराचा मार्ग ठरेल असे आम्हांस वाटते.

■ ■ ■

१२

कामगारांचे प्रश्न आणि डॉ. बाबासाहेब आंबेडकर

■

डॉ. गंगाधर पानतावणे

१८८० साली नारायण लोखंडे यांनी 'मिलहँड्स असोसियेशन' स्थापून भारतातील कामगारांच्या प्रश्नांना फार मोठी वाचा फोडण्याचे कार्य केले. हा भारतातील पहिला प्रयत्न होता. या ना त्या निमित्ताने म. फुले, नारायणराव केळुसकर, सी. के. बोले, भिवाजी रामजी नरे या सामाजिक कार्यात सक्रिय असणाऱ्या व्यक्तींनीही कामगारांच्या नैतिकतेला बळ देऊन त्यांच्या हितसंवर्धनासाठी पराकाष्ठा केली. हक्काबरोबरच कामगारांचे व्यक्तिगत जीवनमान कसे उंचावता येईल ही प्रेरणा त्यापाठीशी होती. पुढे डांगे, मिरजकर, कर्णिक आणि खुद्द डॉ. बाबासाहेब आंबेडकर यांची कामगार प्रश्नांकडे पाहण्याची दृष्टी आणि मूलभूत प्रश्नांचा वेध घेण्याची हातोटी बरीचशी आक्रमक पण अंती कल्याणप्रत अशीच राहिली. कामगारांचे स्वावलंबन आणि शिक्षण यावर भर देताना कामगारातील अस्मिता दुर्लक्षून केवळ कामगार संघटनेवर भर देणे बाधक आहे. हा बाबासाहेबांनी वेळोवेळी मांडलेला विचार आजही विचारात घेण्यासारखा आहे.

कामगारांचे ऐक्य आणि ब्राह्मणशाही

सर्व कामगार एक असून, त्यांचा वर्गही एक आहे. ही कामगार-जगतातील परवलीची घोषणा डॉ. बाबासाहेब आंबेडकरांना नेहमीच आदर्शवादी वाटली आहे. ते म्हणतात की, "वंश आणि धर्म या अडसरांनी कामगारऐक्याला नेहमीच खीळ घातली आहे." कामगारऐक्याचे कडवे पुरस्कर्ते असलेले डॉ. आंबेडकर वस्तुस्थितीचे सतत भान राखतात, आणि म्हणून कामगार संघटन म्हणजे कामगारांचे ऐक्य म्हणजे कामगारांच्या एका गटाने दुसऱ्या गटावर अन्याय न करणे, वंश वा धर्मकारणाने

परस्परात शत्रुत्व न निर्माण करणे, एका कामगाराचे हक्क तेच दुसऱ्या कामगाराचे हक्क आहेत हे मान्य करणे, अशी त्यांची धारणा होती. या देशात ज्या दोन शक्तींशी, नव्हे शत्रूंशी संघर्ष करावा लागतो. त्या आहेत-१. ब्राह्मणशाही, २. भांडवलशाही-सर्व कामगार एक आहेत या घोषणेला छोट्या ठरविणाऱ्या या दोन प्रखर सत्ता आहेत. ब्राह्मणशाहीचा अर्थ स्पष्ट करताना डॉ. बाबासाहेब म्हणतात की, ''ब्राह्मणशाही कोणा एका जातीची सत्ता नव्हे. स्वातंत्र्य, समता व बंधुता या तत्त्वत्रयीचा अभाव म्हणजे ब्राह्मणशाही! येथे आपल्याला हे लक्षात येईल की त्यांनी ब्राह्मणशाहीचा जनक ब्राह्मणवर्ग मानला असला, तरी तो एकमेव मानला नाही. तिचा संचार सर्वत्र झाला असून, तिने सर्व वर्गांचे विचार व आचार बंदिस्त व नियंत्रित केले आहेत. तिने आपले पाय केवळ सहभोजन व आंतरजातीय विवाह या सामाजिक हक्कापर्यंत पसरले आहेत असे नाही, तर सार्वजनिक विश्रामस्थाने या नागरी हक्कापर्यंत तिचा व्याप आहे. आज सार्वजनिक विश्रामस्थानाच्या संदर्भात विशेष तीव्रता नसली, तरी सार्वजनिक विहिरींचा प्रश्न तितकाच तीव्र आहे.'' पन्नास वर्षांपूर्वी बाबासाहेबांनी या प्रश्नांची प्रखरता व्यक्त केली असली, तरी तिच्यातील धग अजूनही ओसरली आहे, असे म्हणता येत नाही. कामगार जीवनातील ऐक्याला बाधा आणणारी ही विषमता प्रकट आणि सुप्त दोन्ही स्वरूपांत प्रगट होते. मनमाड येथील दलित कामगारांच्या परिषदेत (१९३८) अध्यक्षीय भाषण करताना डॉ. बाबासाहेब आंबेडकरांनी मुंबई आणि अहमदाबाद येथील गिरण्यांमध्ये अस्पृश्यांना केवळ सूतकताई विभागात काम दिले जाते, यासंबंधी तक्रार केली होती. त्याचे कारण स्पष्ट होते. एक तर विभागात पगार कमी होता आणि दुसरे म्हणजे अस्पृश्यांना दूर राखता येत होते. अस्पृश्य कामगारांना सूतकताई विभागाऐवजी विणाई विभागात कधीही प्रवेश दिला गेला नाही. या विभागात त्यांना मज्जाव होता. आश्चर्य म्हणजे हिंदू कामगार मुसलमान कामगारांबरोबर काम करण्यास तयार असत; परंतु अस्पृश्यांची सोबत वर्ज्य होती. तेव्हा बाबासाहेब कामगारऐक्यातील ब्राह्मणशाही हा अडसर का मानतात, हे स्पष्ट होते. कामगारनेते कामगारांच्या प्रश्नांवर बेंबीच्या देठापासून बोलताना या अंतस्थ विषमतेचा उच्चार करीत नाहीत. या त्यांच्या खोट्या निष्ठांवरही त्यांनी जहाल टीका केली आहे.

मालक आणि नोकर हे दोनच वर्ग भारतात अस्तित्वात आहेत, म्हणून भांडवलशाही नष्ट केली पाहिजे असा विचार कामगार पुढारी मार्क्स वाचून मांडत असतात. यावर डॉ. आंबेडकरांचा आक्षेप आहे. चुकीची गृहीततत्त्वे मांडून मार्क्सवरच अन्याय करणाऱ्या कामगारनेत्यांना त्यांनी धारेवर धरले आहे. ते म्हणतात की, ''कोणत्याही समाजात नोकर व मालक असे केवळ दोनच वर्ग असतात असे मार्क्सने कोठेही

म्हटलेले नाही. उलट अर्थशास्त्रज्ञ मानवी अर्थप्रवृत्तीसंबंधी एक अत्यंत सुज्ञ अशी सूचना देतात की, मानवाची अर्थप्रवृत्ती समाजातील इतर सर्व परिस्थिती समान राहिली, तरच अस्तित्वात असते.'' या मूलभूत बाबींकडे कामगार पुढाऱ्यांचे दुर्लक्ष झाले. समाजात संपत्तीची वाटणी विषम आहे आणि मूठभर लोकांच्या हातात कोट्यवधी लोकांचे जीवन अडकलेले आहे, ही वस्तुस्थिती आंबेडकर मान्यच करतात, परंतु त्यांचा मुख्यत: रोख आहे तो समाजव्यवस्थेमध्ये परिवर्तन घडवून आणावयाचे ते कोणत्या मार्गाने, याकडे बरेचसे कम्युनिस्ट पुढारी कामगारांची दु:खे दूर करण्यासाठी क्रांतीचा मार्ग श्रेयस्कर आहे असे मानतात. कामगारांची आर्थिक स्थिती सुधारली की बाकीचे सारे प्रश्न आपोआप सुटतील या त्यांच्या क्रांतिकारी विचारांना त्यांनी अपुरे व चुकीचे म्हटलेले आहे. कामगारांत केवळ असंतोष वाढविण्यासाठी अशा क्रांतिवादी चळवळीचा आश्रय घेणे त्यांना मंजूर नाही. अशा क्रांतीला ते 'झटपट क्रांती' म्हणतात. तेव्हा खऱ्या अर्थाने कामगार संघटन व्हावयाचे असेल, तर सर्व कामगारवर्गाचा जीवनस्तर उंचावण्यात येणाऱ्या अडसरांचा नि:पात करण्याची गरज त्यांना वाटते. युरोपीय राष्ट्रातील माणूस प्रशिक्षणामुळे जन्मापासूनच आपला जीवनस्तर सुयोग्य अशा स्थितीत राखण्याचा प्रयत्न करतो. भारतीय कामगारांत दृढ निश्चयाचा अभाव असल्याने केवळ जिवंत राहण्यासाठीच त्यांची धडपड असते. वास्तविक, कामगारऐक्याची निकड भारतालाच अधिक आहे. परंतु स्वार्थी, भित्रे व दिशाहीन नेतृत्व 'दुर्गंधीयुक्त सांडपाण्याचे डबके' झाले असल्याने ही निकड नष्ट होत आहे. म्हणून स्वार्थरहित, निर्भय व दिशादर्शक कामगार नेतृत्व हवे, असे परखडपणे बाबासाहेबांनी प्रतिपादन केले. जमीनदार, मिल मालक आणि सावकार हे वर्ग भारतात काल होते, आज आहेत आणि उद्याही राहणार आहेत, याकडे त्यांनी लक्ष वेधले आणि कामगारांना भांडवलदारांशी अटळपणे संघर्ष करावा लागणार आहे, म्हणून कामगार-ऐक्य संघटना अपरिहार्य आहे यावर त्यांनी भर दिला. कामगार व शेतकऱ्यांच्या प्रश्नांवर डॉ. बाबासाहेब आंबेडकरांनी मुंबई कौन्सिलात अनेकदा बाजू मांडली. दलित वर्ग परिषद, मसूर (१९३७), कामगार परिषद नगर (१९३८), अ. भा. रेल्वे दलित वर्ग परिषद, मनमाड (१९३८) वतनदार महार वेठीया परिषद, हरेगाव (१९३९) अ. भा. ट्रेड युनियन वर्कर्स शिबिर, दिल्ली (१९४३) विपक्ष कमगार परिषद, नवी दिल्ली (१९४३) सातवी हिंदी कामगार परिषद, दिल्ली (१९४५) इ. परिषदांतून व शिबिरांतून जीवनस्तर व भवितव्यासंबंधी विचार मांडले. १९२८ साली मुंबई कौन्सिलात जेव्हा स्त्री कामगारांच्या संबंधात विधेयक आले, तेव्हा त्यांनी या विधेयकाचा पुरस्कार करताना प्रत्येक मातेला प्रसूतीपूर्व काळात व प्रसूतीनंतर ठरावीक

काळापर्यंत विश्रांती मिळणे आवश्यक आहे, राष्ट्रहिताच्या दृष्टीनेही ही बाब महत्त्वाची आहे, असे आग्रहपूर्वक सांगितले होते. एवढेच नाही तर या काळात होणारा खर्च सरकारने सोसावा अशी सूचनाही केली होती. पुढे १९३६ साली त्यांनी 'स्वतंत्र मजूर पक्ष' स्थापन केला, तेव्हा तर कामगारांच्या सर्वांगीण विकासाची योजनाच त्यांनी पक्षाच्या जाहीरनाम्यात मांडली. वास्तविक, स्वतंत्र मजूर पक्ष हा राजकीय पक्ष होता; परंतु कामगार आणि शेतकरी यांच्या प्रश्नांना जाहीरनाम्यात प्राधान्य दिले होते. कामगारांच्या हिताच्या दृष्टीने कौन्सिलातून कायदे झाले पाहिजेत, या कायद्यांनी कामगारांच्या बडतर्फीचे, त्यांना बढती देण्याचे, त्यांच्या कामाच्या कमाल मर्यादा ठरविण्याचे हक्क अबाधित राखले पाहिजेत. या कल्याणकारी बाबींचा जाहीरनाम्यात समावेश होता. स्वतंत्र मजूर पक्ष हा खऱ्या अर्थाने वर्गजाणिवेच्या व वर्गहिताच्या पायावर आधारलेला होता. कामगारांच्या हितांना सर्वोच्च प्राधान्य देणारा होता. सनदशीर मार्गाचा अवलंब करणारा होता. पण गरज पडलीच तर अ-सनदशीर मार्गाचा अवलंब करण्यासही डगमगणारा नव्हता. जाहीरनाम्यातून एक बाब स्पष्ट दिसते की, दलितहिताच्या गरजेवर येथे भर देण्यात आला असला, तरी संपूर्ण कामगारांच्या गरजांचा समावेश त्यात आहे. म्हणूनच दलित वर्गाचे लोक भारतातील संपूर्ण कामगारवर्गाला फार मोठी चालना देऊ शकतात, असे जे डॉ. बाबासाहेब आंबेडकरांनी म्हटले होते, त्यातील अचूकता व द्रष्टेपणा अमोघ होता, असे म्हणावे लागते. आजही त्या दृष्टीने विचार व्हायला काहीच हरकत नाही.

संप : कायदेशीर शस्त्र

कामगारजगतात 'संप' हे प्रकरण अटळ व अविभाज्य असे आहे. संपाबाबत डॉ. आंबेडकरांची भूमिका स्वच्छ होती. ते म्हणत की, "संप हे कामगारांचे कायदेशीर शस्त्र आहे; पण त्याचा उपयोग योग्य वेळीच करावयाचा असतो." आपली ही भूमिका त्यांनी कधी सोडली नाही. १९२९ साली मुंबईच्या कामगारांनी दोनदा संप केला. पहिला संप वाडिया गिरणीमधून १७ कामगारांना कमी केल्यामुळे घडविण्यात आला. परंतु त्या वेळी कामगारनेत्यांनी रीतसर नोटिसा दिल्या नव्हत्या, त्यामुळे कामगारांचे अतोनात हाल झाले. मुंबई गिरणी कामगार संघाच्या वतीने आंबेडकर, बोले व अन्य नेत्यांनी मध्यस्थी करून प्रश्न धसास लावण्याचा प्रयत्न केला, पण यश आले नाही. गिरणीमालक आपल्या निर्णयावर अटळ होते. कामगार पुढाऱ्यांचे, संपाचा आदेश-अंदाज फसले. याच वर्षी पुन्हा एकदा संप करण्याचा आला. त्याला कारण होते, मालकांनी नवे आधुनिक पद्धतीचे माग आणल्यामुळे कामगारांच्या संख्येत फार मोठी कपात झाली. एक माणूस तीन माग चालवू शकेल

अशी स्थिती निर्माण झाली, त्यामुळे कामगारवर्ग मोठ्या प्रमाणात बेकार झाला. मालकांच्या या नव्या धोरणामुळे संप झाला. संप सहा महिने चालला. या संप काळात अस्पृश्य कामगारांचे भयानक हाल झाले. डॉ. बाबासाहेब आंबेडकरांना हे हाल पाहवेनात. हा संप फार काळ राहण्यात तथ्य नाही, असे त्याच्या मनाने घेतले आणि अस्पृश्य कामगारांनी कामावर राहण्यातच हित आहे, असे प्रतिपादन केले. संप यशस्वी झाला, तर कामगारांच्या आर्थिक स्थितीत कोणतीही वृद्धी होणार नव्हती, हे हेरून बाबासाहेब, रा. ब. बोले यांच्यासह कामगार वस्त्यांत फिरले. लोकमत तयार केले. हा प्रकार कम्युनिस्ट कामगारांना व त्यांच्या नेत्यांना अजिबात रुचला नाही. तंग वातावरण निर्माण होण्याची शक्यता वाढली. धोका केव्हा होईल याचा नेम नव्हता. पण निर्भय आंबेडकर कामगार वस्त्या फिरून आपले मत सांगत राहिले. ''संप हे कामगारांचे कायदेशीर शस्त्र आहे. पण त्याचा उपयोग योग्य वेळीच करावयाचा असतो.'' त्यांची ही भूमिका रास्तच होती. याच सुमारास भारतात सायमन कमिशन आले. या कमिशनपुढे साक्ष देतानाही बाबासाहेबांनी अस्पृश्य कामगारांना अधिक संरक्षण व अधिक वेतन मिळावे या मागण्यांवर भर दिला. अस्पृश्य कामगारांच्या संरक्षणाची हमी संपकाळात का हवी, याचे उत्तर घटनेत आहे.

काळा कायदा

'औद्योगिक कलह विधेयक' हा कामगारजगतात 'काळा कायदा' म्हणून मानला जातो. काही विशिष्ट परिस्थितीत संप करणे बेकायदेशीर आहे, असे दर्शविणारे हे विधेयक १९३८ साली मुंबई कायदे कौन्सिलात मांडले गेले. या विधेयकाने कामगारांच्या संप करण्याच्या हक्कावरच गदा आणली होती. एक प्रकारे एक नवी गुलामीच याद्वारे स्थापित करण्याचा हा प्रकार होता. डॉ. बाबासाहेब आंबेडकरांनी या विधेयकावर कडाडून हल्ला केला. हे विधेयक कामगारांना संप करण्यापासून प्रवृत्त तर करते; परंतु मालकशाहीच्या आर्थिक लाभांना प्रकट करण्यास अटकाव करते. त्यामुळे कामगारांच्या नागरी स्वातंत्र्याला नख लावण्याचाच हा प्रकार होता. कामगारांचा संप करण्याचा अधिकार पवित्र अधिकार आहे अशी बाबासाहेबांची धारणा असल्यामुळे त्यांनी कौन्सिलात त्यावर जोर दिला. जमनादास मेथा यांनीही या विधेयकाला विरोध केला. परंतु काँग्रेसमुळे विरोधाचे काही चालले नाही. काँग्रेसने तो कायदा मंजूर करून घेतला. स्वतंत्र मजूर पक्षाने या युतीचा निषेध म्हणून एक दिवसाचा लाक्षणिक संप जाहीर केला. सरकारने संप फोडण्यासाठी पराकाष्ठेचे प्रयत्न केले. परंतु संप फुटला नाही. स्वतंत्र मजूर पक्षाच्या हाकेला काँग्रेस अनुयांयाव्यतिरिक्त इतर कामगार संघटनांनी पाठिंबा दिला होता. ७ नोव्हेंबर १९३८ हा दिवस स्वतंत्र मजूर पक्षाच्या

आयुष्यातील यशाचा दिवस होता. हा संप यशस्वी झाला, तर डॉ. आंबेडकरांचे कामगारजगतातील स्थान फार मोठे होईल, ही भीती त्या वेळी विरोधकांना वाटली असावी. हा तत्कालीन वातावरणाचा विचार करता अंदाज बांधता येतो.

कामगार संघटना आणि राजकारण

डॉ. बाबासाहेब आंबेडकरांना असे नेहमी वाटत होते की, कामगारांचे प्रश्न मानले गेले पाहिजेत; परंतु वस्तुस्थिती काही वेगळी आहे, याची जाणीव त्यांना झाली. तेव्हा त्यांनी आपल्या अस्पृश्य कामगारांना पृथक अस्तित्वाची जाणीव दिली. १२ व १३ फेब्रुवारी १९३८ रोजी मनमाड येथे झालेल्या अखिल भारतीय रेल्वे दलित कामगार परिषदेच्या अध्यक्षपदावरून त्यांनी स्पष्ट सांगितले की, अन्याय-अत्याचाराचा प्रतिरोध करण्यासाठी दलितांनी संघटित झाले पाहिजे. शक्य असेल तर स्वतंत्रपणे संघटना उभारावी. तसे शक्य नसेल, तर देशातील एखाद्या व्यापक संघटनेशी संबंध राखावा. अर्थात, हा निर्णय कार्यकर्त्यांनी घ्यावा, असेही त्यांनी स्पष्ट केले. असे करताना त्यांनी एकच इशारा दिला की, इतर संघटनांशी संलग्न होताना, त्या संस्था दलितांचा दुरुपयोग करणार नाहीत, याची काळजी घ्यावी. याच परिषदेत त्यांनी आणखी एका महत्त्वाच्या मुद्द्याचा ऊहपोह केला. त्यांनी कमगार संघटना आणि राजकारण हे भिन्न असता कामा नये, असे प्रतिपादन केले. आपले मत अधिक स्पष्ट करताना ते म्हणाले की, ''कामगार संघटनांनी राजकारणात शिरलेच पाहिजे. कारण, शासन सत्तेवाचून कामगारांच्या हिताचे रक्षण करणे अशक्य आहे.''

कामगारांचे अनेक प्रश्न केवळ संघटनेच्या माध्यमातून सुटू शकत नाहीत, त्याला कायद्याची जोड हवी. अर्थात, त्यांनी हेही बजावले की, ''केवळ कामगार संघटनेच्या उद्दिष्टांचे रक्षण करणे हाच केवळ राजकारण प्रवेशाचा अर्थ नसावा, सामाजिक पुनर्रचना हेही एक ध्येय असले पाहिजे.''

१९४२ साली डॉ. बाबासाहेब आंबेडकर भारत सरकारचे मजूरमंत्री झाले. तेव्हा भारतातील तमाम अस्पृश्यांना आनंद होणे स्वाभाविक होते. त्यांचे सर्वत्र सत्कार समारंभ झाले. मजूरमंत्री असताना त्यांनी कामगारांच्या विविध प्रश्नांवर अनेक योजना तयार केल्या, याच वेळी त्यांनी कामगार नियामक समिती व सेवायोजन कार्यालय यांचा प्रस्ताव आणून ती स्थापन करण्याचे प्रयत्न केले. शिक्षण, निवारा, सांस्कृतिक व आरोग्य साधने अन्न, कापड या कामगारांच्या मागण्यांवर भर दिला. सक्तीची तडजोड किंवा लवाद या बाबी कामगाराच्या हिताच्या असतात किंवा त्यांचा विचार त्यांनी महत्त्वाचा मानला, कामगारांनी सर्व शक्ती एकवटून नव्या भारताची रचना करावी असा संदेशही त्यांनी वेळोवेळी दिला. मध्यवर्ती मंडळात

त्यांनी मजूरमंत्री म्हणून जे एक महत्त्वाचे विधेयक संमत करून घेतले, ते होते- कामगारांच्या पगारासंबंधी. कारखान्यातील बारमाही कामगारांना भरपगारी रजा द्यावी, अशी ती तरतूद होती. १९४५ साली विभागीय कामगार प्रशासकांच्या परिषदेचे उद्घाटन करताना त्यांनी औद्योगिक अशांतता टाळण्यासाठी तीन बाबींवर भर दिला. १. कामगार व मालक यांत समेट घडवून आणण्यासाठी सुयोग्य यंत्रणा हवी. २. औद्योगिक कलह निर्बंधात योग्य सुधारणा हवी. ३. कामगारांना कमीत कमी किती पगार असावा, हे ठरविले पाहिजे. यातील काही बाबी आज मान्य झाल्या आहेत. उपरोक्त परिषदेत कामगार हिताच्या दृष्टीने त्यांनी विचार मांडले. तसेच कामगार कर्तव्याच्या दृष्टीनेही काही विचार मांडले ते लक्षात घेण्यासारखे आहेत. त्यांनी स्पष्टपणे बजावले की, ''कामगारांनी आपल्या कर्तव्याचा विसर पडू देऊ नये. त्यांनी कामचुकारपणाची वृत्ती टाकून दिली पाहिजे. सरकार आणि समाजातील औद्यागिक संबंध सलोख्याचे राहिले पाहिजेत. ते सार्वजनिक हिताचे कार्य आहे. कामगार व मालक यातील ते केवळ करार नव्हेत.'' मालक प्रवृत्तीचा निर्देश करून ते म्हणाले की, ''मालकाने योग्य ते वेतन कामगारांना काम करण्यास योग्य ती परिस्थिती निर्माण करण्यासारखे ठरेल. कामगार-कल्याणाचा आणखी दुसरा मार्ग कोणता?''

डॉ. बाबासाहेब आंबेडकरांच्या कार्यकालातील फार मोठा काळ कामगार प्रश्नांना प्राधान्य देण्यात व्यतीत झाला आहे. कामगारशक्ती ही देशातील महान शक्ती आहे, अशी त्यांची धारणा होती. म्हणूनच त्यांनी कामगारऐक्याला अग्रस्थान दिले होते. देशाच्या रचनेत कामगारवर्गाचा सक्रिय भाग हवा, अशी त्यांची धारणा होती. म्हणून कामगारांच्या हितसंबंधांना सरकार व मालकवर्गाने जपले पाहिजे, असा आग्रह होता. कामगारांच्या व्यक्तिगत जीवनाला कमीत कमी झळ पोचून त्याला अधिकाधिक अर्थबळ कसे प्राप्त होईल व त्याचा सर्वांगीण विकास कसा होईल, याचा त्यांनी ध्यास घेतला होता. म्हणूनच केवळ कामगार नेतृत्वासाठी हपापलेल्या, पण कामगारांचे शोषण करणाऱ्या धूर्त कामगार पुढाऱ्यांना त्यांनी वारंवार धारेवर धरले. सुजाण व स्वार्थ हित नेतृत्वाशिवाय भारतात कामगार कल्याण अशक्य आहे, असे त्यांनी वेळोवेळी प्रतिपादन केले.

■ ■ ■

१३

डॉ. बाबासाहेब आंबेडकर यांचे चळवळीविषयक विचार

श्री. ज. वि. पवार

डॉ. बाबासाहेब आंबेडकर यांचे चळवळीविषयक विचार समजून घेताना एक लक्षात ठेवले पाहिजे की, त्यांनी ज्या समाजाला चळवळीस प्रवृत्त केले तो समाज अभावग्रस्त होता. आपण चळवळ करून या अभावग्रस्ततेवर विजय मिळवू शकतो याचे त्याला भान नव्हते. तो कर्मविपाकाचा बळी होता. कर्मविपाकाच्या सिद्धान्तामुळे 'ठेविले हरी तैसेची' राहण्यात जीवनाची इतिकर्तव्यता मानणारा तो समाज होता. वर्चस्ववादाचे आपण बळी आहोत आणि वर्चस्ववाद जीवनाचे एक अंगभूत तत्त्व आहे. त्यामुळे कोणावरतरी वर्चस्व गाजविणे वा कोणाचेतरी वर्चस्व स्वीकारणे यात काही चुकीचे असल्याचे त्याला वाटत नव्हते. अवघा समाज स्थितिशील झाला होता. या स्थितिशीलतेचे रूपांतर गतिशीलतेत होईल असे कोणताही ग्रंथ सांगत नव्हता. उलट ग्रंथश्रवण हा त्यांच्यासाठी अपराध होता. हा समाज जसा मंदिराच्या बाहेर होता, तसाच तो ग्रंथांच्या बाहेर होता. अजगरासारखा निपचित पडलेल्या या समाजाला जागृत करण्याचे काम कोणालातरी करणे आवश्यक झाले होते. हे काम डॉ. बाबासाहेबांनी स्वीकारले कारण त्यांच्यावर झालेला पाश्चात्त्य संस्कृतीचा परिणाम. पाश्चिमात्य देशात ते अनुभवीत होते की, माणसे एकमेकांना आलिंगन देतात परंतु भारतात सावलीचासुद्धा विटाळ मानतात. या वागण्यात वर्चस्ववादाचे मूळ होते आणि हा वर्चस्ववाद होता सांस्कृतिक वर्चस्ववाद, धार्मिक वर्चस्ववाद, राजकीय वर्चस्ववाद आणि शैक्षणिक वर्चस्ववाद. आम्ही तुमचे गुलाम आहोत, तुम्ही आम्हाला गुलाम समजता परंतु ही गुलामी आम्ही स्वीकारायची की नाही हा आमचा प्रश्न आहे. बाबासाहेबांनी 'तुमची गुलामी आम्हाला मान्य नाही' ही मानसिकता अधोरेखित केली त्यामुळेच

स्वाभिमानाचे स्फुलिंग फुलले. स्वाभिमानाचा हा अंगार भडकला त्यामुळेच तो समाज चळवळीसाठी तयार झाला.

डॉ. बाबासाहेब आंबेडकर यांना अभावग्रस्तांची चळवळ उभारायची होती. त्या चळवळीत त्यांना सामावून घ्यायचे होते आणि त्यासाठी त्यांच्यामध्ये जागृती करणे आवश्यक होते. समस्त समाजामध्ये जागृती करायची, तर त्यासाठी काही माध्यमे स्वीकारावी लागणारच. यातील सगळ्यात सामर्थ्यवान माध्यम होते वृत्तपत्र. एखाद्या पक्षाला आकाशात भरारी मारायची असेल, तर त्याला पंखांची गरज असतेच. तद्वतच एखाद्या समाजाचे उन्नयन व्हायचे असेल, तर त्या समाजाला स्वत:चे मुखपत्र पाहिजेच. पंखविहीन पक्षी जास्त आकाशाला कवेत घेऊ शकत नाही. तसाच वृत्तपत्रविहीन समाज प्रगती गाठू शकत नाही. बाबासाहेबांना आपली चळवळ सार्वत्रिक करायची होती आणि त्यासाठी मुखपत्राशिवाय दुसरे माध्यम नव्हते. वृत्तपत्र माध्यम हे खर्चाचे होते. एका जागेवर बसून आपला विचार चारही दिशांमध्ये पोहोचवायचे म्हणजे वृत्तपत्र हवेच; परंतु आर्थिक अभावग्रस्तता हा प्रश्न महत्त्वाचा होता. छत्रपती शाहू महाराजासारखा द्रष्टा राजा या कामी मागे पडणार नाही याची बाबासाहेबांना जाण होती आणि म्हणूनच शाहू महाराजांच्या मदतीने डॉ. बाबासाहेब आंबेडकर यांनी 'मूकनायक' हे पाक्षिक सुरू केले. जानेवारी १९२० ला सुरू केलेल्या या पत्राचे वाचक होते अस्पृश्य समाजातील मुके लोक आणि या मुक्या लोकांचे नायकत्व स्वीकारले ते डॉ. बाबासाहेब आंबेडकर यांनी. खरे तर 'लिवणे' हे काही अस्पृश्याचे काम नाही. ते होते उच्चवर्णीयांचे प्रसार आणि प्रचार माध्यमाची शक्ती बाबासाहेबांना ज्ञात होती. त्यांनी ते सुरू केलेले कार्य उच्चवर्णीयांना आवडले नाही. ते द्वेषाग्निने पेटून उठले की 'मूकनायक'ची जाहिरात पैसे देऊनही छापण्यास तत्कालीन ज्येष्ठ वर्तमानपत्रांनी नाकारली.

माध्यम अस्तित्वात आल्यावर बाबासाहेबांनी आपले चळवळीविषयक विचार प्रसिद्ध करण्यास सुरुवात केली. १९२० च्या आसपास लोकांना चळवळीस प्रवृत्त करायचे असेल, तर समाज कसा गलितगात्र आहे आणि त्या गलितगात्रतेतून बाहेर पडण्यासाठी त्यांना त्याची ओळख करून देणे आवश्यक आहे. ही ओळख देताना तुम्हीसुद्धा 'सिंहाचे छावे' आहात हे बिंबविणे आवश्यक होते. तुम्ही कर्तृत्ववान आहात अन् तरीही तुम्हाला काही बंदींच्या साखळदंडा करकचून कसे बांधून ठेवण्यात आले आहे हे सांगणे अगत्याचे ठरले. यादरम्यान चार प्रकारच्या बंदी अस्पृश्य समाजावर टाकण्यात आल्या होत्या. या बंदी तोडणे कसे महत्त्वाचे आहे हे समजवून सांगतासांगता तथागत गौतम बुद्धाच्या तत्त्वत्रयींचा उपयोग अधोरेखित

करण्यत आला. या बंदी होत्या- लोटीबंदी, मेटीबंदी, रोटीबंदी व बेटीबंदी. या बंदी तोडणे म्हणजेच तुम्हीही माणसे आहात मग तुम्हाला माणसासारखी वागणूक का दिली जात नाही हा प्रश्न त्यानीच विचारावा अन् उत्तरही त्यांनीच द्यावे ही नीती बाबासाहेबांनी स्वीकारली. उदा. लोटीबंदी उठविण्यासाठी, ज्या चवदार तळ्यावर पशु-पक्षी व म्लेंच्छ (मुस्लीम) बिनदिक्कतपणे पाणी पितात ते पाणी पिण्यास तुम्ही अपवित्र कसे ठरता वा तुमच्या स्पर्शाने पाणी का बाटते हा विचार प्रश्नांकित केला. पाणी पिणे महत्त्वाचे नसून समतेचे तत्त्व साकारणाऱ्या पाण्यास स्पर्श करणे महत्त्वाचे होते. बाबासाहेबांचे हे विचार पटल्यामुळे हजारो माणसे संघर्षासाठी तयार झाली कारण संघर्ष केल्याशिवाय तुम्हाला काहीही मिळणार नाही हा चळवळीविषयक विचार येथे प्रभावी ठरला.

बाबासाहेबांनी संघर्षमय चळवळींना महत्त्व दिले. त्यामुळे विजिगीषू प्रवृत्तीला उधाण आले. आपल्या हक्कासाठी लोक जागृत झाले, आपले हक्क मिळविण्यास रस्त्यात उतरू शकले. बाबासाहेबांची चळवळ जशी रस्त्यावर उभारी घेऊ शकली, तशीच ती वेगवेगळ्या सभागृहातसुद्धा कार्यान्वित झाली. भारतावर अधिराज्य इंग्रजांचे होते आणि इंग्रज तर नवविचारांचे प्रसारक होते. त्यांच्या आगमनामुळेच व त्यांनी दिलेल्या शिक्षणामुळे भारतीय माणसाला वाघिणीचे दूध मिळाले व तो गुरगुरू लागला. अस्पृश्य समाजात बाबासाहेबांचे काही पूर्वसूरी होते. परंतु ते तत्कालीन काँग्रेसचे भारवाही असल्यामुळे ते गुरगुरू शकले नाहीत. बाबासाहेब हे इंग्रजांबरोबरही गुरगुरले. त्यांनी वर्तुळ परिषदेत या गुरगुरण्याचा अनुभव दिला. याचाच परिणाम म्हणून १९३५ चा प्रतिनिधित्वाचा कायदा अस्तित्वात आला. या कायद्यान्वये निवडणूक झाली. स्वतंत्र मजूर पक्षाच्या माध्यमातून बाबासाहेबांनी निवडणूक लढविली आणि सर्वजाती-जमातीचे उमेदवार स्वतंत्र मजूर पक्षाच्या झेंड्याखाली निवडून आणले. मुंबई प्रांत विधीमंडळात प्रबळ विरोधी पक्ष म्हणून काम करीत असताना सभागृहात जी चळवळ उभारली, तिचा मुख्य उद्देश हा समता प्रस्थापित करणे हाच होता. म्हणजे चळवळ रस्त्यावरची असो, सभागृहातली असो वा सरकारचा अविभाज्य घटक झाल्यावर राज्यकर्ता म्हणून त्यांनी केलेली चळवळ, या सगळ्या प्रकारच्या चळवळींचे अंगभूत तत्त्व होते ते समता, स्वातंत्र्य आणि बंधुता प्रस्थापित करणे. विरोधी पक्षनेता म्हणून सत्ताधारी काँग्रेस पक्षावर आसूड ओढणारे, काही विधेयके सादर करणारे बाबासाहेब समतेसाठी चळवळ करीत होते. उदा. मुंबई प्रांत विधानसभेत महिलांना "मॅटर्निटी लिव्ह व बेनिफिट्स" या विषयांवर तात्कालीन गृहमंत्री कन्हय्यालाल मुन्शी यांच्याबरोबर झालेला वादविवाद सरकारमध्ये असताना म्हणजेच मंत्रिमंडळाचा

सदस्य असताना 'हिंदू कोड बिल' च्या संदर्भात राजीनामा देणे हीसुद्धा एक ऊर्ज्वस्वाल चळवळच. चळवळ म्हणजे तरी काय? चळवळ म्हणजे ईप्सित साध्य करण्यासाठी विविधांगांनी केलेला प्रयास.

अशीच एक चळवळ केली ती ग्रंथांच्या माध्यमातून ग्रंथाबाहेर असलेल्या समाजाला ग्रंथ देताना बाबासाहेबांनी एक प्रकारे आरसाच दाखविला. या आरशात तुम्ही कोण होता आणि आता कोण आहात हे दाखविले. कोण व्हायला पाहिजे ही दिशा दिली. उदा. 'शूद्र पूर्वीचे कोण होते', सारखा ग्रंथ ही ग्रंथीय चळवळ फारच प्रभावशाली ठरते. आज जगभर बाबासाहेबांचे विचार स्वीकारले जात आहेत त्याचे कारण म्हणजे त्यांची ग्रंथ निर्मिती, काँग्रेसबरोबर लढण्यासाठी त्यांनी काँग्रेसने अस्पृश्यांसाठी काय केले. (What congress has donfor untouchables) असले ग्रंथ म्हणजे एक चळवळच. या चळवळीतून काँग्रेसचा राजकीय वर्चस्ववाद मोडून काढण्यासाठी लोकांना प्रवृत्त केले वा तसा विचार दिला. रस्त्यावरच्या चळवळी वा सभागृहातल्या चळवळी या इतिहासातपुरत्या मर्यादित ठरतात परंतु ग्रंथ चळवळ ही कायमस्वरूपी असते. तिचा प्रभाव अनेक शतकांवर पडत असतो.

बाबासाहेबांनी आपला चळवळीविषयक विचार रुजविण्यासाठी 'मूकनायक' या मुखपत्रापासून सुरुवात केली, व बहिष्कृत भारताच्या रूपात ती प्रस्फुरित केली. जनता, समता या पत्रान्वये हा विचार सार्वत्रिक करण्याचा प्रयत्न केला. आपल्या विचारांचे बीजारोपण करण्यासाठी प्रबुद्ध भारत आणि धम्मयान ही आयुधे वापरली. सुरुवातीला बडोदा नरेश यांची संस्थानिक असेंब्ली, मुंबई प्रांत कौन्सिल, मुंबई प्रांत विधानसभा, राज्यसभा ही सभागृहे या विचारांनी अधोरेखित केली आणि या सगळ्यावर कडी म्हणून भारतीय संविधान सभेच्या मसुदा समितीचे अध्यक्ष म्हणून देशात समता, स्वातंत्र्य व बंधुता साकारण्यासाठी प्रयत्न केले. भारतातील सर्वसामान्य अभावग्रस्तांस संपन्न करण्यासाठी त्याला राजकीय भान दिले. शिक्षणामुळे नोकरी व नोकरीमुळे संपत्ती दिली. परंतु बाबासाहेबांना सर्वसामान्य माणसाला जी प्रतिष्ठा द्यायची होती, ती प्रतिष्ठा आजही मिळत नाही. कारण या प्रतिष्ठेलाही जातीय स्तर असतात. इतर सगळे स्तर उंचावले, तरी सामाजिक प्रतिष्ठेचा स्तर उंचावत नाही आणि म्हणूनच केंद्रिय मंत्रीपद भूषविणाऱ्या ना. जगजीवनराम यांनी उत्तर प्रदेशातील स्वामी संपूर्णानंद यांच्या पुतळ्याचे अनावरण केल्यावर विटाळलेल्या पुतळ्याचे शुद्धीकरण करावे लागले. जगजीवनराम काय किंवा महाराष्ट्रातील दादासाहेब रुपवते काय, त्यांना सत्ता मिळाली, सत्तेमुळे संपत्ती मिळाली परंतु त्यांना प्रतिष्ठा मिळाली नाही. अधिकाऱ्यांना वा मंत्र्यांना तात्पुरती प्रतिष्ठा मिळते परंतु ती कायमस्वरूपी नसते. डॉ. बाबासाहेब

आंबेडकर यांना आपल्या चळवळीमार्फत सर्व प्रकारचा वर्चस्ववाद नष्ट करायचा होता. परंतु वर्णवर्चस्ववाद एवढा जहरी आहे की, त्यामुळे सर्व चळवळी निकालात निघतात. बाबासाहेबांचे चळवळीविषयक विचार आज स्वीकारले जात नसले, तरी हेच विचार देशाला तारणारे असल्यामुळे त्या विचारांना पर्याय नाही हे निःसंशय.

■ ■ ■

१४

जागतिकीकरण व आंबेडकरप्रणीत दलितांचा मुक्तीप्रपंच

■

डॉ. आनंद तेलतुंबडे

प्रास्ताविक

द्वितीय महायुद्धानंतर दोन दशकांवर आपला सुवर्णकाळ उपभोगल्यानंतर भांडवलशाही ज्या भयाण संकटावस्थेत गुरफटली, त्यातून तिला निवारण्यासाठी साम्राज्यवादी गोटातून प्रायोजित करण्यात आलेल्या धोरणात्मक प्रणालींचे गोंडस नाव म्हणजे 'जागतिकीकरण'.

जागतिकीकरणाला आंतरराष्ट्रीय नाणेनिधी (IMF) व जागतिक बँक यांच्या स्थूल आर्थिक स्थैर्यीकरण (Macro-Economic Stabilization) व संरचना समायोजन या कार्यक्रमांद्वारे कार्यान्वित केले गेले. साठीच्या दशकाच्या उत्तरार्धात भांडवलशाहीवर ओढवलेल्या अरिष्टामुळे आणि लगेच १९७३मध्ये त्यात तेलाच्या प्रचंड भाववाढीमुळे आलेल्या तेल-अरिष्टात भर पडल्यामुळे जगातील अनेक देशांवर वित्तीय आणीबाणी ओढवली होती. त्यातून बाहेर पडण्यासाठी त्यांना या जागतिक वित्तीय संस्थेकडे मदतीसाठी जाणे भाग पडले. या मदतीच्या बदल्यात या संस्थांनी आपला अटीसंच लादून जागतिकीकरणाचा प्रसार केला. १९८९मध्ये सोव्हिएत राजवटीचा पाडाव झाल्यानंतर अमेरिकेच्या नेतृत्वाखाली उदयास आलेल्या एक-ध्रुवी जगात जागतिकीकरण हे सर्व देशातील अभिजात वर्गाचा शासक पंथ बनला आहे.

आपल्या देशात जागतिकीकरण जुलै १९९१मध्ये औपचारिकरीत्या लागू झाले पण त्याचा खरा प्रादुर्भाव हा तसा इंदिरा गांधींच्या पुनर्गमनापासूनच झाला. १९८१मध्ये आपण IMF कडून ५०० कोटी डॉलर्सचे कर्ज घेतले-जे त्या वेळी IMFने कोणत्याही देशाला दिलेल्या कर्जापेक्षा सर्वांत मोठे कर्ज होते. तेव्हापासूनच आपल्या धोरणांमध्ये उदारीकरण-शिथिलीकरणाकडे झुकाव दिसायला लागला.

इंदिरा गांधींनंतर राजीव गांधी सत्तेवर आल्यानंतर या धोरणांना आणखी उजाळा मिळाला आणि १९८०च्या मध्यापासून देशाचे आर्थिक धोरण हे स्पष्टपणे जागतिकीकरणाचा डोलारा ज्या तात्त्विक प्रणालीवर आधारित आहे, त्या नवउदारमतवादाच्या अनुषंगाने घडायला लागले.

मागच्या १५ वर्षांवर, जागतिकीकरणाच्या औपचारिक अवलंबनानंतर देशात नवउदारमतवादी धोरणाचे जे काही थैमान सुरू आहे. त्याने समाजाच्या खालच्या थरावर अतिशय अनिष्ट परिणाम झालेले पहायला मिळतात. खरे तर आपल्या देशापूर्वी दशकभरावर लॅटिन अमेरिकेच्या बहुतेक देशात जागतिकीकरणामुळे तेथील सामान्य जनतेवर असेच अनिष्ट परिणाम झाल्याचे अनेक अभ्यासांमधून दिसून आले होते. तरीसुद्धा या बाबतीत नव्याने वाद उत्पन्न करून जनतेत एक प्रकारची संभ्रमावस्था निर्माण करण्यात आली. त्याचबरोबर आता जागतिकीकरणाला पर्यायच नाही; किंवा विदेशी मालाची विपुल उपलब्धता, धातुकाचांनी अधिवेष्ठित गगनचुंबी इमारती, नवनवीन फ्लायओव्हर्सवरून धावणाऱ्या मोठमोठ्या महागड्या मोटारगाड्या इत्यादींकडे जागतिकीकरणामुळे आलेली भरभराट म्हणून बोट दाखवून किंवा ४० वर्षांच्या लायसन्सपरमिट राजवटीने गरिबांना काय दिले? असा प्रतिप्रश्न करून या संभ्रमावस्थेत भर टाकण्यात येते.

जोपर्यंत सामान्य जनतेसाठी या धोरणांमध्ये विशेष प्रावधान केले जात नाही, तोपर्यंत जागतिकीकरणामुळे बहुतांश जनतेवर अनिष्ट परिणाम होतात. याविषयी खुद्द जागतिक बँकेने चिंता व्यक्त करून त्याला मानवी चेहरा देण्याची आवश्यकता मांडली, तेव्हा कुठे सरकारी अर्थतज्ज्ञांच्या प्रसारकी वक्तव्यामध्ये जरा शिथिलता आली. जागतिकीकरणाचे परिणाम समाजाच्या सर्वच थरांवर एकसारखे होत नाहीत. सर्वांत वरच्या थराला जागतिकीकरणामुळे फायदा होतो. पण खालच्या थरावर त्यांचा विपरीत परिणाम होतो. म्हणजे, जागतिकीकरणामुळे श्रीमंत अधिक श्रीमंत होतो व गरीब अधिक गरीब. जागतिकीकरणामुळे विषमता वाढते, हे आज विवादातीत सत्य आहे. जागतिकीकरणाचा परिणाम अर्थातच माणसाच्या समाज-संरचनेतील त्याच्या ठेवणीच्या अव्यस्त प्रमाणात होतो. हे ढोबळ सूत्र त्यातून उमटते. म्हणजे आपल्या देशाच्या संदर्भात बोलता, दलित जे या समाज-संरचनेत सर्वांत खालच्या थरावर आहेत, त्यावर जागतिकीकरणाचा अनिष्ट परिणाम हा सर्वांत जास्त होणार, हे स्पष्ट आहे.

जागतिकीकरणाचा दलितांवरील प्रभाव एका नीटशा चौकटीतून पहाता येईल. दलित हे गरीब जनतेचे एक अभिन्न अंग असून ते इतरत्र कुठेही न सापडणाऱ्या सामाजिक शोषणाचे बळीसुद्धा आहेत, या प्राथमिक तथ्यावर ही चौकट आधारली

जाईल. सर्वसाधारण गरिबांवर होणारे जागतिकीकरणाचे दुष्परिणाम दलितांनासुद्धा भोगावेच लागणार. जागतिकीकरणाच्या गरिबांवरील दुष्परिणामांवर जगभर असंख्य अभ्यास उपलब्ध आहेत आणि त्याबाबत आज कट्टर नवउदारमतवाद्यांना वगळता कोणाचेही दुमत नाही. वर उल्लेखिल्याप्रमाणे खुद्द जागतिक बँकेतूनच त्याबाबत चिंता व्यक्त झालेली आहे. आपल्या देशाच्या संदर्भात पहाता गरिबांवरील जागतिकीकरणाचे दुष्परिणाम लपत नाहीत. सरकार गरिबांविषयक आकडेवारीची कितीही मोडतोड करो, सामान्य जनतेची वाढती बिकट अवस्था तिच्या वाढत्या गरिबीला झाकू शकत नाही. रोजगार-कामधंदे, त्यापासून येणारी मिळकत, उपलब्ध अन्नधान्याचे प्रमाण, प्रत्यक्षात साधलेला उपभोग, उपलब्ध आरोग्य सेवा इ. च्या माध्यमातून पहाता ग्रामीण व शहरी या दोन्ही विभागातून गरीब लोकांची परिस्थिती अधिकाधिक बिकट होत असल्याचेच दिसून येईल.

ग्रामीण भागात कृषी क्षेत्रातील गुंतवणुकीत झालेली भारी कपात, त्यातून शेती उत्पादनात झालेली घट व आलेली अनिश्चिती, कृषेतर कामधंदा-निर्मितीवरील खर्चातील कपात, त्यामुळे घटलेले रोजगार, (जे पूर्वी गरिबीचे प्रमाण कमी होण्यामागचे प्रमुख कारण मानले जायचे) कृषीक्षेत्राला रोकड पिकांकडे मिळालेले वळण, त्यातून खाद्यान्नाच्या उत्पादनात आलेली घट, त्यातून झालेली भाववाढ तशात शिधावाटपाचे सार्वजनिक वितरण प्रणालीची झालेली मोडतोड; जागतिक कृषी बाजारात किमतीवरील वाढत्या दबावामुळे रोकड पिकांना मिळणाऱ्या किमतीतील घसरण आणि दुसरीकडे या पिकांसाठी लागणाऱ्या भांडवली उत्पादनांचे वाढते भाव व त्यातून उद्‌भवणारे कर्ज-अरिष्ट, यांसारख्या जागतिकीकरणामुळे उद्‌भवलेल्या प्रक्रियांचा ग्रामीण गरिबांवर एकंदरीत परिणाम हा अत्यंत चिंताजनक आहे. मागच्या पाच वर्षांत देशभरात घडलेल्या ३० हजारांवर शेतकऱ्यांच्या आत्महत्या (ज्याचे प्रमाण अलीकडे वाढतच आहे.) याचे एक प्रकटीकरण मात्र आहे. जागतिकीकरणाचा हा अत्यंत दुष्परिणाम कित्येक अभ्यासकांच्या आकडेवारीतून स्पष्ट पाहता येतो.

खाद्यान्नाचा दरडोई उपभोग १९९१ मधल्या सरासरी ५१० ग्रॅम्सवरून २००० साली ४५८ ग्रॅम्सवर घसरला; राष्ट्रीय कौटुंबिक आरोग्य सर्वेक्षणानुसार चार वर्षे वयाखालील ४७% मुले कुपोषणाने ग्रस्त होती. राष्ट्रीय आरोग्य संशोधन मंडळ व जनसंख्या अध्ययन संस्थेनुसार त्याच वयोगटात ५३% मुले ही मध्यम वा तीव्र कुपोषित होती आणि ८२.४% गरोदर स्त्रिया या ॲनेमिक (रक्ताभाव) होत्या. याच काळात सार्वजनिक आरोग्य सेवांवरील खर्चात झालेल्या कपातीमुळे गरिबांना शक्य असणारी आरोग्य सेवासुद्धा ढासळली होती.

याच प्रकारचे दुष्परिणाम शहरी विभागातसुद्धा पाहता येतात. खाद्यान्नाच्या बाबतीत ग्रामीण भागात झालेली हेळसांड ही शहरातील गरिबांनासुद्धा भाववाढीतून भोगावी लागते. एका बाजूला हे होत असताना दुसरीकडे त्यांच्या मिळकतीवर अनेक मार्गांनी हल्ला झालेला आहे. जागतिकीकरणातील स्पर्धात्मकतेची गदा देशातील लघुउद्योगांवर आली आणि त्यामुळे त्यातील दलित व तत्सम गरीब कामगारांवर बेकारीची कुऱ्हाड कोसळली. २०००पर्यंत २,५०,००० ते ३,००,००० लघुउद्योग यात्रमाणे बंद पडले आणि त्यामुळे जवळपास ३०-४० लाख गरीब कामगार रस्त्यावर फेकले गेले. सर्वसाधारणत: जागतिकीकरणामुळे वाढत्या स्पर्धेचा परिणाम हा प्रत्येक उद्योग रोजगार-निर्मिती क्षमता (Employment Elasticity) शून्यावर वा त्याच्याजवळ घसरवण्यात झालेला आहे. याशिवाय संघटित क्षेत्रातून स्वेच्छा निवृत्तीमुळे रस्त्यावर फेकल्या गेलेल्या कामगारांची संख्यासुद्धा अफाट आहे. नुसत्या सार्वजनिक क्षेत्रातूनच १,३३,३७६ कामगार याप्रमाणे नोकरीला मुकल्याची नोंद आहे. वाढती ठेकेदारी, आऊटसोर्सिंग, अर्धवेळ नोकऱ्या, त्यांचे वाढते हंगामीकरण अशा अनेक पद्धतीतून कामगारांची मिळकत अधिकाधिक प्रमाणात खालावल्या जात आहे. एकीकडे ढासळते उत्पन्न व दुसरीकडे वाढते बाजारभाव यामधून शहरी गरिबांचे जिणे अधिकाधिक कठीण होत असल्याचे स्पष्टपणे पाहता येते.

याप्रमाणे पाहता गरीब म्हणून जागतिकीकरणाचे दलितांवरील दुष्परिणाम अगदी स्पष्ट होतात.

सामाजिक शोषणाच्या दृष्टीने दलितांच्या विद्यमान अस्तित्वावरील जागतिकीकरणाचे परिणामसुद्धा असेच अनिष्ट आहेत. दलितांचे हे अस्तित्व राज्यघटनेमधून अभिभाषित होते व ते मुख्यत्वेकरून त्यांना शिक्षण क्षेत्रात व सार्वजनिक क्षेत्रातील नोकऱ्यांमध्ये मिळालेल्या सवलती व आरक्षण या दोन गोष्टींनी व्याप्त होते. जागतिकीकरणामुळे आरक्षण कसे संपुष्टात आले आहे. हा दलित-वर्तुळात एक बहुचर्चित विषय झालेला आहे. शिक्षणाचे वाढते खासगीकरण, व्यापारीकरण, त्याला मिळालेले उच्चभ्रू वळण इ. मुळे शिक्षणातील आरक्षण हे अर्थहीन ठरत आहे. दुसरीकडे सरकारी व सार्वजनिक क्षेत्रात झालेली नोकऱ्यांची गोठवणूक, या क्षेत्रातील कंपन्यांचे झालेले प्रत्यक्ष-अप्रत्यक्ष खासगीकरण, इ. मुळे आरक्षणावर प्रश्नचिन्ह उमटले आहे. खासगी आरक्षणाची मागणी ही याच जाणिवेची प्रतिक्रिया आहे.

हे जागतिकीकरणाचे सहजपणे पाहता येणारे दुष्परिणाम. मात्र, दलितांच्या बाबतीत या दृश्य बाबींपलीकडे एक अत्यंत महत्त्वाची बाब आहे, ती म्हणजे त्यांचा दूरगामी मुक्तीप्रपंच. दुर्दैवाने त्याकडे आजवर कोणत्याही अभ्यासकाचे लक्ष गेलेले

नाही. या लेखामध्ये त्याला केंद्रस्थानी धरून जागतिकीकरणाच्या प्रभावाचा विचार करण्याचा प्रयत्न आहे. या तऱ्हेच्या विश्लेषणाला या मुक्तीप्रपंचाबाबत स्पष्टता अभिप्रेत आहे.

आंबेडकरप्रणीत मुक्तीप्रपंच

डॉ. बाबासाहेब आंबेडकरांनी शेकडो वर्षांपासून पशुपेक्षा हीणकस अवस्थेत जगत आलेल्या दलितांच्या उत्थानासाठी आपले आयुष्य खर्च केले. त्यांच्या संघर्षाचे आकार, त्यांची व्यूहरचना व डावपेच तत्कालीन परिस्थितीनुसार बदलत गेले. त्या अनुषंगाने त्यांनी केलेले लिखाण व भाषणे आज आपल्याला उपलब्ध आहेत. अर्थातच, या आंबेडकर-विचार सामुग्रीकडे आपल्याला काळ-अवकाश त्यांच्या संदर्भाचे भान ठेवून आणि दलित उत्थानाची बांधिलकी पत्करून अत्यंत काळजीपूर्वक पाहायला पाहिजे, यात वाद नाही. एरवी किंवा हेतूपुरस्सरपणे कोणी त्याला वाचतो म्हटले तर त्यातून पाहिजे तसा अर्थ काढणे सहज शक्य होते. आंबेडकरोत्तर प्रवाहातून जे काही अवांच्छनीय तत्त्व-व्यक्तिगत स्वार्थाने प्रेरित झालेले नोकरशाह, दलितांच्या हिताच्या नावाने सौदेबाजी करणारे राजकीय दलाल, कशीबशी पदवी घेऊन आरक्षणाने नोकरीत स्थिरावल्यानंतर आपण बुद्धिवंत झालो असा अहंगंड बाळगणारे उपटसुंभ इ. निर्माण झाले; ज्यांनी नेमके तेच करून आंबेडकरी विचारसरणी व दृष्टी याला प्रदूषित केले. बाबासाहेबांना आज फक्त दलितांचाच पुढारी म्हणून अवमानित करण्याचे धाडस जरी कोणी करू शकत नसले तरी, त्यांचे अनुयायी म्हणून मिरविणाऱ्या महाभागांनी प्रत्यक्ष व्यवहारात त्यांना तसे करून सोडल्याचे दुःखद चित्र आपल्याला पहावे लागते. बाबासाहेबांचा दलित उत्थानाचा संघर्ष वास्तविकत: त्यांच्या मानवमुक्तीच्या दृष्टीचा अतिमहत्त्वाचा भाग होता. त्यांना त्यातून शोषणाची प्रक्रिया उलटी करायची नव्हती, तर त्यांना ती नष्ट करायची होती. पण आज दलित चळवळीत दुर्दैवाने असे प्रवाह निर्माण झाले आहेत, ते नेमके तेच करू इच्छितात. जातीचा आधार घेऊन आंबेडकरांचे 'राज्यकर्ती जमात बना' यासारखे शेलके वाक्य वापरून कुठल्याही किमतीवर फक्त 'आपल्या' लोकांचे हित जोपासण्यातून.

संघर्षाचा एक भाग म्हणून त्यांनी जे लिखाण-भाषणे केली, ती प्रामुख्याने वाद-विवादात्मक (Polemical) स्वरूपाची आहेत, ज्यांना तत्कालीन परिस्थितीचे खोलवर संदर्भ आहेत. पण त्यातूनसुद्धा जगाचे वांच्छनीय स्वरूप, समाजाचे आदर्श संघटन इ. बाबत त्यांची दिव्य दृष्टी काय होती, हे आपल्याला सहजपणे पहाता येते. त्यांच्या संकल्पनेतील आदर्श समाज हा स्वातंत्र्य, समता आणि बंधुता या तत्त्वत्रयींवर

आधारित असावा. असे त्यांनी स्पष्टच सांगितलेले आहे. ज्या फ्रेंच क्रांतीने या तत्त्वत्रयीला जन्म दिला, तिच्या भांडवली प्रेरणा व त्यातून उद्‌भवणाऱ्या मर्यादांची जाणीव त्यांना होती व त्यामुळे आपण तिला फ्रेंच क्रांतीतून घेतलेले नसून, बुद्धाच्या तत्त्वज्ञानातून घेतले आहे, असा त्यांनी निर्वाळा दिला. आता, वास्तविकत: बौद्ध तत्त्वज्ञानात या तत्त्वत्रयींचा अस्पष्ट उच्चारसुद्धा कुठेही सापडणार नाही; तो सापडणे शक्यही नाही, पण तरीही बाबासाहेबांनी तिला बौद्ध तत्त्वज्ञानाचा आधार दाखविला. यामागेसुद्धा एक स्पष्ट दृष्टीच दिसून येते. बौद्ध धर्मात ज्या मानव कल्याणाची (Wellbeing) संकल्पना आहे. त्यात ही दृष्टी सामावलेली आहे. एखाद्या अल्पकालीन ओळखीला (Transitary Identity) केंद्रभूत समजून केलेला उत्थान प्रपंच हा एकाकी होतो; मात्र, वैश्विक दृष्टीने प्रेरित होऊन एखाद्या समाज घटकाच्या उत्थानाची योजनासुद्धा वैश्विकतेचाच एक भाग राहते.

दलितांच्या बाबतीत बाबासाहेबांना अभिमान असणारी योजना कशी असू शकेल? आदर्श जगाची कल्पना करत असताना समाजातील दुर्बळ घटकांना ठरावीक काळात इतरांच्या बरोबर येण्यासाठी काही विशेष प्रावधाने आवश्यक असतात. बाबासाहेबांनी त्याकरिता राज्यघटनेमध्ये काही तरतुदी नमूद केल्या. तसे पाहता, राज्यघटनेतील तरतुदी नुकसान भरपाई (Compensatory) स्वरूपाच्या नसल्यामुळे दलित व अदलितांमधला विकासात्मक फरक मिटण्याची त्यात अपेक्षा नाही. या प्रत्यक्ष प्रावधानापलीकडे जाऊन बाबासाहेबांनी स्वातंत्र्य, समता, बंधुता या तत्त्वत्रयींवर आधारित आदर्श समाजाच्या निर्मितीसाठी राज्याने राबविण्याचा कार्यक्रम त्यांच्या 'States and Minorities'मध्ये सुचविला. हा कार्यक्रम खरे पाहता त्यांची इच्छा-यादी होती. हा त्यांचा आराखडा आणि त्यांच्या इतर सर्वच विचारांचा सारासार आढावा घेता आपल्याला दिसून येईल की, दलितांचे सर्वांगीण सबळीकरण हे त्यांचे दूरगामी ध्येय होते. जोपर्यंत दलित सर्व अंगांनी सबळ बनत नाहीत तोपर्यंत त्यांना अभिप्रेत 'आदर्श समाज' मूर्त स्वरूपात येऊ शकणार नव्हता. याचे त्यांच्या ध्येय-दृष्टीमधून दलितांचा मुक्तीप्रपंच संकल्पिता येतो. दलितांच्या सर्वांगीण सबळीकरणाचा हा आराखडा खालील चार सबळीकरणातून प्रकट होतो.

१) व्यक्तिगत सबळीकरण

२) सामाजिक-आर्थिक सबळीकरण

३) सामाजिक-राजकीय सबळीकरण

४) सामाजिक-सांस्कृतिक सबळीकरण

पुढील विश्लेषणाच्या सोयीसाठी या प्रत्येक सबळीकरणासाठी आवश्यक असणाऱ्या एक-दोन गोष्टी Proxy Variables म्हणून बाबासाहेबांच्या विचारांच्याच अनुषंगाने ओळखता येतील. उदाहरणार्थ, व्यक्तिगत सबळीकरणासाठी सर्वांत महत्त्वाचे Input शिक्षण ठरते. दलितांच्या बाबतीत शिक्षणाची महती अनन्यसाधारण आहे. बाबासाहेबांनी दलितांना दिलेल्या घोषवाक्यात-'शिका-संघटित व्हा-संघर्ष करा' यात शिक्षणाला अग्रस्थान आहे. त्याचे स्वत:चे जीवनच शिक्षणामुळे घडणाऱ्या व्यक्तिगत सबळीकरणाचे एक अनन्यसाधारण उदाहरण आहे. त्याशिवाय जीवनभर त्यांनी दलितांमध्ये शिक्षणाचा प्रसार व्हावा यासाठी अनेक मार्गांनी प्रयत्न केल्याचे सर्वपरिचित आहे. बाबासाहेबच नाही तर दलितांचा कैवार घेऊन ज्या ज्या महापुरूषांनी दलित-उत्थानाचा विचार केला त्या सर्वांच्याच विचारात शिक्षणाला सर्वोच्च स्थान दिलेले दिसेल. महात्मा फुल्यांनी तर शूद्रातिशूद्र अवनतीला 'शिक्षणाचा अभाव' हे एकमेव कारण सांगितले आणि त्याच्या निराकरणासाठी स्वत: शाळा सुरू केल्या.

सामाजिक-आर्थिक सबळीकरणासाठी सर्वसाधारणत: रोजगार, नोकऱ्या, जमीन, भांडवल यांसारख्या गोष्टी विचारात घेतल्या जातात. मात्र, दलितांची एकंदर परिस्थिती लक्षात घेता (८१% दलित खेड्यात राहतात. त्यातील ५०% लोक भूमिहीन शेतमजूर आहेत. २५% लोक अल्पभूधारक शेतकरी आहे आणि इतर दुसऱ्या किरकोळ कामधंद्यात आहेत.) शेतीचे महत्त्व सर्वाधिक ठरते. स्वातंत्र्यापूर्वीपासूनच भूमी-सुधाराचा पुरोगामी कार्यक्रम भारतातील बहुसंख्य लोकांच्या आणि म्हणून देशाच्या विकासक्रमात अग्रस्थानी राहिला. ग्रामीण भागातील जातीयतेचा बारकाईने विचार केल्यास आपल्याला दिसून येईल की, बहुसंख्य दलितांचे त्यांच्या उदरनिर्वाहासाठी भू-धारक, सवर्ण जातीयांवर अवलंबन कळीची भूमिका बजावते. जर दलितांना जमिनी देऊन स्वावलंबी करण्यात आले तर जातीयतेचा आर्थिक कणाच मोडला जाईल आणि तिच्या इतर (धार्मिक, सांस्कृतिक) अंगांना नष्ट करण्यास फारसे कष्ट पडणार नाहीत. बाबासाहेबांनी जरी भू-सुधारांवर प्रत्यक्षपणे भर दिला नसला आणि अल्पभूधारणेच्या प्रश्नासंबंधात शेतीबरोबर औद्योगिकीकरणाचा पर्याय मांडला असला तरी पुढे देशाच्या राज्यघटनेसाठी सुचविलेल्या त्यांच्या प्रस्तावात जमिनीच्या राष्ट्रीयीकरणाचा व सहकारी शेतीच्या मॉडेलचा पुरस्कार आहे. पुढे दादासाहेब गायकवाडांनी याच आंबेडकरी दृष्टीने दलितांना जमिनी मिळविण्यासाठी गौरवशाली आंदोलन केले होते.

तिसऱ्या सामाजिक-राजकीय सबळीकरणासाठी जर विवादातीत असा एक घटक निवडायचा झाला तर आपल्याला लोकशाहीलाच निवडावे लागेल. ब्रिटिश

वसाहतिक काळात आलेल्या पाश्चिमात्य उदारमतवादी लोकशाहीचे दलित चळवळीला अनन्यसाधारण योगदान आहे. कोणत्याही समाजात दुर्बळ घटकांसाठी लोकशाहीचे महत्त्व असते. कारण केवळ तिच त्यांना आवाज देत असते; तिच्या छत्राखालीच चळवळी बांधल्या जाऊ शकतात, संघर्ष पेटवता येतो. बाबासाहेबांच्या ठायी लोकशाहीचे महत्त्व सर्वविदित आहे. कम्युनिस्ट चळवळीविषयी त्यांचे जे प्रमुख आक्षेप होते. त्यात सर्वहाराच्या हुकूमशाही या संकल्पनातील लोकशाही मूल्याचा अवमान हे एक होते. संसदीय लोकशाहीच्या मर्यादा लक्षात असूनही तत्कालीन परिस्थितीच्या संदर्भात त्यांनी तिचा पुरस्कारच केला आणि तिच्या राबवणुकीसाठी वैश्विक मतदानाचा अधिकार भारतीयांना दिला.

याप्रमाणे सामाजिक-सांस्कृतिक सबळीकरणासाठी आधुनिकता हा प्रबळ घटक बनतो. आधुनिकता म्हणजे कालबाह्य रूढी-परंपरा, सांस्कृतिक चालीरीती, आचार-विचार इ. जे समाजाच्या प्रगतिपथात अडसर ठरतात त्यांना नष्ट करून त्या जागी विज्ञाननिष्ठ सांस्कृतिक मूल्यांचे अवलंबन. आज जातींचा भौतिक पाया नाहीसा झालेला नसला तरी तो खिळखिळीत झालेला आहे. यात शंकाच नाही. जातींचा वापर मुख्यत्वेकरून आज भेद-भाव, यापुरताच मर्यादित नाही. दुराभिमान या गोष्टी नेहमीच आर्थिक शोषण-प्रक्रियेचा भाग असतात असे नाही, उलट, त्यांच्या आर्थिक हितसंबंधांना बाधक असतानासुद्धा नकळतपणे लोक अनिष्ट चालीरीती-परंपरा पाळत असतात. याप्रमाणे जरी आर्थिक हितसंबंध सर्व व्यवहारांना संचालित करत असेल तरी त्यांच्यातील संबंध एकास एक असे नसतात; त्यांच्यातील काल-अवकाशाचा फरक हा संस्कृतीचीच किमया असे. ज्याप्रमाणे आर्थिक पाया हा संस्कृतीच्या इमल्याला आकारतो, त्याप्रमाणे संस्कृतीसुद्धा पायाभूत बदलांसाठी अनुकूल वा प्रतिकूल (प्रतिरोधक) ठरते. जाती-संस्कृतीने ग्रस्त भारतासारख्या देशात जर आधुनिकतेच्या मूल्यांना हेतुपुरस्सर प्रोत्साहन मिळाले तर जातींचा बिमोड होण्यास फारसा अवधी लागणार नाही.

दलितांचा मुक्तीप्रपंच व राजकारण

सबळीकरणासाठी वर ओळखलेल्या चार प्रातिनिधिक व्हेरिएबल्स (Prox Variables)वर जागतिकीकरणाच्या बऱ्या-वाईट परिणामांवरून आपण जागतिकीकरणाच्या दलित मुक्तीप्रपंचावरील प्रभावाचे अनुमान करू शकू.

१) व्यक्तिगत सबळीकरण-शिक्षण

जागतिकीकरणाच्या काळात शिक्षणक्षेत्रात नवउदारमतवादी सुधार आणण्यासाठी

सरकारने उचललेल्या पावलांमध्ये दोन समित्यांचे गठण उल्लेखनीय ठरते. पैकी, पहिली, पुनैय्या समिती ही १९९३मध्ये केंद्रीय विद्यापीठांना दिल्या जाणाऱ्या वाढत्या मदत-निधीचा विचार करून त्यावर उपाययोजना सुचविण्यासाठी नेमण्यात आली होती व दुसरी, स्वामिनाथन् समिती १९९४मध्ये उच्च तंत्रज्ञान शिक्षणासाठी संसाधनांचा विचार करून ते पूर्णत: खर्च-भरपाईच्या तत्त्वावर कसे आधारता येईल याबाबत शिफारशी करण्याकरिता नेमण्यात आली होती. त्यानंतर पंतप्रधानांच्या व्यापार-उद्योग कौन्सिल अंतर्गत शिक्षणक्षेत्रात सुधारणांसाठी धोरणात्मक चौकट या विषयावर अहवाल तयार करण्यासाठी रिलायन्स इंडस्ट्रीजचे मुकेश अंबानी व आदित्य बिर्ला उद्योग समूहाचे कुमारमंगलम् बिर्ला यांसारखे सदस्य असलेली विशेष समिती नेमण्यात आली. या समितीने एप्रिल २000मध्ये आपला अहवाल दिला ज्यात सरकारने केवळ प्राथमिक आणि माध्यमिक पातळीवरील शिक्षणाची जबाबदारी घ्यावी व उच्च शिक्षण पूर्णपणे व्यापारी तत्त्वावर खुले करावे; त्यात विदेशी प्रत्यक्ष गुंतवणुकीलाही परवानगी द्यावी यांसारख्या शिफारशी करण्यात आल्या. जागतिक बँकेच्या फुटपट्टीनुसार दरडोई २ डॉलर्स मिळकतीखाली जगणाऱ्या ८६.२% लोकांचा कैवार घेऊन या महाशयांनी उच्चशिक्षणासाठी कर्ज-बाजारपेठ निर्माण करण्याची सूचना केली. या विविध आकार-प्रकारांच्या समित्यांच्या शिफारशींना एकत्र पाहता १९९४मध्ये जागतिक बँकेने प्रकाशित केलेल्या 'उच्च शिक्षण : अनुभवाचे धडे' या मथळ्याच्या दस्तऐवजातील शिफारशींची आवर्जून आठवण व्हावी; कारण या दस्तऐवजामध्ये अगदी याच तऱ्हेच्या उच्चशिक्षणाच्या बाजारीकरणाबाबत आणि प्राथमिक शिक्षणात सरकारच्या जबाबदारीबाबत शिफारशी केलेल्या आहेत.

या धोरणांचे दलितांसारख्या समाजघटकांवरील परिणाम स्पष्ट आहे. जागतिकी-करणाचा प्राथमिक शिक्षणावरील भर हा सर्वांना जाहिराती वाचण्याची क्षमता आणून बाजाराच्या जाळ्यात आणण्यासाठी आहे. शिक्षणाच्या या बाजारात दलित किती तग धरू शकतील याची कल्पनाच केलेली बरी! वाढती स्वायत्त महाविद्यालये, डिम्ड युनिव्हर्सिटीज्, विदेशी संस्थांशी संलग्न संस्था, एतद्देशीय उच्चभ्रू शिक्षण संस्था, नोकरी-व्यवसाय प्रवण तंत्रज्ञान शिक्षण देणाऱ्या संस्था, कोचिंग क्लासेसची दुकाने यांनी व्यापलेल्या शिक्षणाच्या बाजाराने अगदी सेक्युलर रीतीने (धर्म-निरपेक्षपणे) दलितांना कुसाबाहेर फेकले आहे. प्राथमिक शिक्षण, जे उच्च शिक्षणाचा पाया असते, उच्चभ्रू व सामान्य जनता यात दुभंगले आहे. इंग्लंड-अमेरिकेच्या धर्तीवर आलेल्या अती महाग शाळा या सामान्य जनतेसाठी. दलित व त्यांच्या सारख्यांना वर्गप्रवण होत चाललेल्या नोकऱ्यांच्या बाजारात टिकणे अशक्यप्राय झाले आहे

आणि म्हणून त्यांच्यात शिक्षणाविषयी एक प्रकारची उदासीनता आलेली आहे. याचे स्पष्ट प्रतिबिंब अलीकडे वाढत चाललेल्या शाळेतील गळतीच्या (Dropout) प्रमाणातून दिसून येते. आपल्या राज्यघटनेने राज्याला एकाच गोष्टीचे स्पष्ट लक्ष्य दिले होते की १४ वर्षांपर्यंत सर्व मुला-मुलींना सक्तीचेशिक्षण १९६०पर्यंत पूर्ण झाले पाहिजे. ते साधण्याचे दूर, चार दशकांनंतर त्याबाबत चेव आल्यावर सरकार राज्यघटनेतच दुरूस्ती करते की, ६-१४ वर्षांपर्यंत मुला-मुलींना सक्तीचेशिक्षण दिले जाईल व त्याची जबाबदारी त्यांच्या पालकांवर राहील. ही आंतरिक भासणारी गोष्ट जागतिकीकरणाशी निगडित आहे. जागतिकीकरणातील राजस्व-तूट नियंत्रणाच्या मूलतत्त्ववादाने शिक्षण-आरोग्य यांसारख्या विकासात्मक बाबींवरील खर्चावर दबाव येतो आणि त्यामुळे सरकारला अशी जनविरोधी पावले उचलावी लागतात.

मोफत शिक्षण व स्कॉलरशिपच्या साहाय्याने जेमतेम शालेय शिक्षण घेण्यात सक्षम झालेले दलित दोन्हीही बाजूने चिरडले जात आहेत. एकीकडे महागडे होत चाललेले शिक्षण व दुसरीकडे गोठत चाललेल्या नोकऱ्या. जागतिकीकरणाने नोकऱ्यांच्या बाजारात गुणात्मक बदल घडवून आणला आहे. औद्योगिक प्रक्षेत्र ज्यात औपचारिक शिक्षणाला प्रतिष्ठा असायची, ती आटत जाऊन त्या जागी सेवा क्षेत्र फोफावत चालले आहे. या सेवा क्षेत्रात शिक्षणापेक्षा एखाद्याचे दिसणे, शिष्टाचार, वक्तव्य कुशलता, सामाजिक संबंध इ. म्हणजे वर्ग-गुणविशेषांना जास्त महत्त्व येते. ही वर्गीय खाई दलितांना ओलांडणे अशक्यप्राय ठरणार आहे. जागतिकीकरणाने दलितांसाठी नव-जातींची जी भिंत उभारली ती मनूने बांधलेल्या भिंतीपेक्षाही अभेद्य असणार!

२) सामाजिक-आर्थिक सबळीकरण-भूमी-सुधार

स्वातंत्र्योत्तर काळात पुरोगामित्वाच्या अग्रक्रमी असलेल्या भूमी-सुधाराचा कार्यक्रम जागतिकीकरणाच्या हल्ल्यामुळे नाहीसा झाला आहे आणि त्याऐवजी विश्व कृषी बाजारासाठी कृषी क्षेत्रात कंपनीकरणाला चालना मिळाली आहे. जागतिकीकरणाच्या संचालक संस्थांचा रोख नेहमीच भूमी-सुधार विरोधी राहिला आहे. त्यांना आपल्या देशात असणारे जमीन मालकीवर निर्बंध घालणारे लँड सिलिंगचे कायदेसुद्धा पसंत नाहीत. या कायद्यांना रद्दबादल करून संपूर्ण कृषीक्षेत्र, कंपनी तत्त्वावर भांडवली गुंतवणुकीला खुले व्हावे, अशी त्यांची इच्छा असते. त्या दिशेने त्या मागच्या दशकभर कार्यरत होत्या. त्याचे पहिलेवहिले फलित कर्नाटक राज्यातील १९६१चा जमीनमालकी मर्यादेच्या कायद्यात फेरबदल करून उत्तर आणि दक्षिण कानडा जिल्ह्यातील जमिनी ॲक्वाकल्चर, हॉर्टीकल्चर यांसारख्या रोकड उत्पादनावर आधारित उद्योगांना मिळवून देण्यात झाले. कृषी क्षेत्रात बहुराष्ट्रीय कंपन्यांच्या

घुसखोरीविरूद्ध प्रचंड आंदोलन उभारून देशभर आदर्श ठरणाऱ्या 'कर्नाटक राज्य रयता संघ' या शेतकरी संघटनेच्या विरोधाला न जुमानता शेतीच्या कंपनीकरणाला प्रक्रिया सुरळीत सुरू राहिली. मोठ्या प्रमाणावर शेतकऱ्यांचे जमिनीवरून विस्थापन होत आहे. खाद्यान्न उत्पादनाच्या जमिनी श्रीमंतांसाठी चैनीच्या वस्तू-उत्पादनासाठी बळकावली जात आहे. शेतीच्या कंपनीकरणाला दुसरी क्रांती संबोधून छोट्या शेतकऱ्यांचे मोठ्या प्रमाणावर कंगालीकरण होत आहे.

कंपनीकरणाच्या प्रक्रियेत शेतीच्या कंत्राटीकरणाला चालना मिळाली आहे. पेप्सीसारख्या मोठमोठ्या बहुराष्ट्रीय कंपन्या या उद्योगात उतरून छोट्या-मोठ्या शेतकऱ्यांना नव्या गुलामीकडे ढकलत आहेत. ग्रामीण भागात उद्‌भवणाऱ्या या अरिष्टामुळे सामान्य लोक स्वाभाविकत: आपल्या परंपरा चालीरितींमध्ये आपली सुरक्षितता शोधणार आणि त्यातून ते हिंदुत्वासारख्या जमातवादाचा आधारतळ बनणार. प्रत्यक्षपणे अल्प-भूधारक दलित हे या प्रक्रियेचे प्रथम बळी असतील; या पलीकडे अप्रत्यक्षपणेसुद्धा त्यांना परिस्थितीजन्य वाढत्या जाती व जमातवादाला तोंड द्यावेच लागणार. त्या प्रक्रियेत कोणी आपल्या स्वार्थाने प्रेरित होऊन हिंदुत्वाचे पाईक बनतील तर कोणी त्याच्या विरोधात उभे राहून आपले अरिष्ट अधिक क्लिष्ट करून घेतील. कोणत्याही मार्गाने जागतिकीकरणाने निर्माण केलेली परिस्थिती दलितांच्या मुक्तीपथातील अवरोधक ठरणार यात शंका नाही.

३) सामाजिक-राजकीय प्रबळीकरण-लोकशाही

लोकशाहीवर जागतिकीकरणाचे अनिष्ट परिणाम उघड आहेत. ज्या तऱ्हेने जागतिकीकरण जनतेवर लादले गेले त्यातच त्याच्या लोकशाहीविरोधी वृत्ती उघड्या पडतात. जागतिकीकरण जगात कुठेही जनतेच्या संमतीने आले नाही. ते चालते ते व्यापाराच्या गरजांनुसार, व्यापाराच्या व्यूहरचनेनुसार व व्यापाराच्या उद्दिष्टांनी. कुठेही त्यावर जनप्रतिनिधींमध्ये चर्चा झाली नाही. भारतासह सर्वत्र ते 'आर्थिक' नावाच्या गोंडस नावाने रूजू करण्यात आले. लोकशाहीविरोध हा जागतिकीकरणाचा अंतर्भूत गुणधर्म आहे. त्याचे जे स्रोत तत्त्वज्ञान-त्या नवउदारमतवादातील अतिरेकी व्यक्तिवाद, सामाजिक डार्विनवादी स्पर्धा व मुक्त बाजाराचा मूलतत्त्ववाद, ही तत्त्वे कोणत्याही लोकशाहीशी जुळणारी नाहीत. व्यक्तिवाद हा बलवानांचा पंथ असतो; ऐतिहासिकरीत्या खासगी संपत्तीवर व्यक्तीने नैसर्गिक हक्क दृढ करणे व संपत्तीविरहित लोकांना आसरा देणाऱ्या सामाजिकतेच्या थेट विरोधात असणे. त्याचे दुसरे तत्त्व-दुर्बळांना जगण्याचा अधिकारच प्रश्नांकित करत असल्यामुळे त्यात लोकशाहीचा अंश शोधणेच मूर्खपणाचे होईल. त्याचे तिसरे तत्त्व-मुक्त बाजाराचा मूलतत्त्ववाद-वास्तविकता मोकाट व्यक्तींचे

क्रीडांगण असते, जिथे प्रत्येकाचे मूल्य हे त्यांच्या जवळच्या पैशांवरून ठरते, लोकशाही याउलट 'एक व्यक्ती, एक मत, एक मूल्य' या तत्त्वावर आधारित असते. नवउदारमतवादी समाजाला चिरडून त्याला स्वार्थी व्यक्तींचा समूह बनवितो. त्याच्या प्रवृत्ती व्यापार धंद्याला म्हणून अनुकूल ठरतात. जागतिकीकरणाला कार्यान्वित करणाऱ्या जागतिक व्यापार संघटन, आंतरराष्ट्रीय नाणेनिधी, जागतिक बँक ह्या तीन प्रमुख संस्था, ज्यांना वैश्विक शासनाच्या संस्था म्हणून गौरविले जाते, जगात कोणत्याही मतदारांना जबाबदार नाहीत. जागतिकीकरणाने आर्थिक निर्णयाचे अधिकार राष्ट्र-सरकारकडून काढून घेऊन या बिन-निवडलेल्या संस्थातील नोकरशाहकडे सोपवला आहे. जागतिकीकरण याप्रमाणे लोकशाहीला नाकारणारी प्रणाली आहे.

तात्त्विक पातळीवरच नाही तर प्रत्यक्ष व्यवहारातसुद्धा जागतिकीकरणाने प्रत्येक देशात लोकशाही तत्त्वांचा अवमान केलेला आपल्याला दिसेल. याची कारणमीमांसा द्यायचीच तर जागतिकीकरणामुळे सामान्य अरिष्टग्रस्त जनतेला नियंत्रित ठेवण्यासाठी राज्य यंत्रणेला पोलीस व मिलिटरी यावर विसंबावेच लागते. सर्वत्र विकासात्मक खर्चाला कमी करून या दोन गोष्टीवरील खर्चात जागतिकीकरणाच्या काळात भरमसाठ वाढ झाली आहे. आपल्या देशातसुद्धा १९९१-२००० या काळात पोलीस व मिलिटरीवरील खर्चात चार पटीने वाढ झाली आहे. कामगारांना आपल्या मागण्यांसाठी साधा मोर्चा नेण्याचीसुद्धा मुभा नाही. एकेकाळी अशा मोर्चाची सवय झालेले मुंबईचे रस्ते आज वातानुकूलित गाड्यांना भरधाव धावण्यासाठी आरक्षित केले जात आहेत व कामगारांना आझाद मैदानातील कुंपणात पोलिसांच्या ताफ्यामागे आपली गाऱ्हाणी स्वत:लाच ऐकवावी लागतात. आज या तथाकथित प्रजासत्ताक राज्यात प्रजेचा सारा अवकाश लाल दिव्यांच्या गाड्यांनी व त्यामागून धावणाऱ्या बंदुकधारी पोलीस ताफ्याने पार नष्ट केला आहे. आज आपण पोलीस राज्यात राज्यकर्त्यांच्या मर्जीत जगतो आहोत हे एक विदारक सत्य आहे.

४) सामाजिक-सांस्कृतिक सबळीकरण-आधुनिकता

जागतिकीकरण भांडवली उत्पादनसंबंधांना विस्तृत व तीव्र करणारे असल्यामुळे ते आधुनिकतेचा पुरस्कार करेल, सामंती जातिव्यवस्थेला कमजोर करेल आणि म्हणून दलितांना हितकारक राहील, असा त्याच्या पाठीराख्यांचा युक्तिवाद असतो. तात्त्विक औचित्य बाळगण्याचा दावा करणारे हे तर्कप्रमाण ऐतिहासिक अनुभवाच्या संदर्भात मात्र बिचारे ठरते. कारण भांडवलशाहीच्या आगमनाच्या वेळीसुद्धा याच प्रकारच्या अपेक्षा अनेकांनी बाळगल्या व त्या सपशेल विफोल ठरल्या हा आपला अनुभव आहे. भारतातील भांडवलशाहीने जातिव्यवस्थेशी दोन हात करण्याऐवजी

जातींना चाणाक्षपणे वापरून कामगार वर्गाची शक्ती दुभागण्याची किमया घडवून आणली. एवढेच नाही तर तिने जुन्या बलुतेदारी संरचनेला शक्य होइतो आत्मसात केले व भांडवली व्यवस्थेत नवीन जाती व्यवसाय निर्मिले. उदाहरणार्थ, सफाई काम करणाऱ्या दलित जातींना नव्या व्यवस्थेतसुद्धा सफाईचेच काम मिळाले व प्रशासनिक कार्यालये ब्राह्मण-कायस्थ या पारंपरिक उच्च जातींच्याच ताब्यात आले. मुंबईच्या कापड गिरण्यांतून कुशल, विश्वासू दलित कामगारांना ठरावीक खात्यात (Spinning) बंदिस्त ठेवले गेले, जेणेकरून स्पृश्य कामगारांना त्यांचा विकार होणार नाही. दलितांसाठी पाण्याचे वेगळे मडके ठेवण्याची प्रथा गिरण्या व इतर कारखान्यातून अबाधितच राहिली. भांडवलशाहीतील जातीच्या प्रश्नाचा स्पष्टोच्चार सर्वप्रथम बाबासाहेबांच्या नेतृत्वाखालील दलित चळवळीत झाला.

आजदेखील भांडवल जातिव्यवस्थेला नष्ट करू शकत नाही, असे विद्वानांचे मत आहे. ((Mendelson, १९९३, ८०५-४२; पाणिनी-१९९६) जागतिकीकरणाच्या काळात जगातील अनेक देशांतून धर्मांध मूलतत्त्ववादाचा उद्रेक ही काही आकस्मिक बाब नाही. विशाल जनसमुदायास नियंत्रणात ठेवण्यासाठी धर्मासारखे प्रभावशाली व स्वस्त साधन सापडणार नाही. हिंदुत्व शक्तींचेउधाण, बाबरी मशिदीचे उद्ध्वस्तीकरण, राज्यघटनेचे पुनर्विलोकन, अल्पसंख्याकांचा अवमान व छळ; शिक्षणाचे भगवेकरण या सर्व घटना स्फुट स्वरूपाच्या नसून, एका सूत्रात बांधल्या आहेत व त्या जागतिकीकरणास पूरक आहेत, हे लक्षात घेण्याची गरज आहे. या घटनांचा एकंदरीत आढावा घेता राष्ट्र-राज्यापासून निसटत चाललेला आर्थिक अधिकार, सामान्य जनतेवर वाढणारे अरिष्ट, जगात एकमेव बाहुबली म्हणून अमेरिकेचा उदय, संयुक्त राष्ट्राचा शक्तिपात, गटनिरपेक्षित चळवळीचे पतन व आपल्या देशात हिंदुत्वाचा उद्रेक या सर्व गोष्टींमध्ये परस्पर घनिष्ठ संबंध आहे.

गेल अहनूझोने संयुक्त राष्ट्राच्या जनरल असेंब्लीने दिलेल्या अहवालात म्हटले आहे की, जागतिकीकरणामुळे भय व निराशा यांनी भारलेल्या वातावरणात उजव्या-प्रतिगामी धारांची व पक्षाची झपाट्याने वाढ होत आहे.

जातींना नुसते शिवा-शिवीच्या स्वरूपात पहाणे आज योग्य होणार नाही. जातीचे स्वरूप इतिहासाच्या पोटात बदलत आले आहे. मात्र, त्याचवेळी सातत्याने तिचे मर्म अबाधित राहिले आहे. जातिव्यवस्थेचे मर्म हे विषमता, श्रेष्ठत्व-कनिष्ठत्वाची भावना, विद्वेष यावर आधारित विश्वदृष्टीत सामावले आहे. जातीयतेची परिणती ही जाती अत्याचारात होत असते. प्रत्यक्षपणे जागतिकीकरणाचा आधुनिकतेवर किंवा जातिव्यवस्थेवर अवाचनीय परिणाम पाहता येतो.

उपसंहार

जागतिकीकरणाचे दलितांवरील अनिष्ट प्रभाव नुसत्या त्यांच्या वर्तमान अस्तित्वापर्यंत सीमित नसून, ते त्यांच्या दूरगामी मुक्तीप्रपंचात जातात. दलितांच्या दृष्टीने ती अत्यंत चिंतनीय बाब आहे. दलितांनी हे लक्षात घेण्याची गरज आहे की, कोणतीही शोषणप्रणाली मग ती कितीही शक्तिशाली वाटत असो, ती जनतेच्या प्रतिरोधापुढे कधीच टिकू शकत नाही, हे एक इतिहासदत्त सत्य आहे. जागतिकीकरण एक प्रणाली म्हणून सर्वच दुर्बल घटकांच्या विरोधी आहे. अलीकडे काही दलित बुद्धिवंत जागतिकीकरण समर्थकांची भूमिका घेतात. हे खचितच दुःखदायक म्हटले पाहिजे. याला जबाबदार खरे पाहता त्या व्यक्ती नसून, एकंदरीतच दलित चळवळीची झालेली दुरवस्था आहे. या दुरवस्थेमुळे व्यक्तींना हेतुपुरस्सरपणे काहीही बोलण्याची व करण्याची हिंमत येत असते.

■ ■ ■

१५

डॉ. बाबासाहेब आंबेडकर आणि क्रांती-प्रतिक्रांतीचे वास्तव

डॉ. संजय मून

॥१॥

डॉ. बाबासाहेब आंबेडकरांची १२५ वी जयंती यावर्षी अनेक अंगांनी वैशिष्ट्यपूर्ण ठरली. या जयंतीने यावर्षी जाती-धर्माच्या सीमा तर ओलांडल्याच पण त्याचबरोबर प्रादेशिक व भौगोलिक सीमाही ओलांडल्या. युनायटेड नेशन, ऑस्ट्रीया, अरबैजान, बहारीन, ब्राझील, हाँगकाँग, नेपाळ, फ्रान्स, सुदान, डेन्मार्क, बांग्लादेश, इजिप्त, जर्मनी, अफगाणिस्तान, इंडोनेशिया, सौदीअरेबिया, साउथ आफ्रिका, मंगोलिया, स्पेन स्वीट्ट्झर्लंड, टांझानिया, कॅनडा ही काही अशा देशांची नावे आहेत जेथे जयंती मोठ्या प्रमाणावर साजरी करण्यात आली होती. कुठल्या तरी एखाद्या ओसाड गावात बैलगाडीवर डॉ. बाबासाहेब आंबेडकर यांचा फोटो ठेवून किंवा हातात फोटो घेऊन निघालेली ही मिरवणूक आज जगातल्या कानाकोपऱ्यात पोहोचत होती, ही विलक्षणच बाब समजली पाहिजे. भारतासारख्या विकसनशील देशातील एका अस्पृश्य समाजात जन्माला आलेल्या व्यक्तीने मिळवलेला हा सन्मान या देशासाठीही मोठाच सन्मान आहे. डॉ. बाबासाहेब आंबेडकर यांच्या निमित्ताने या देशाने स्वीकारलेली राज्यघटना इथल्या सामाजिक परिवर्तनाच्या चळवळी एवढेच नव्हे तर 'मानवाच्या निकोप विकासासाठी समताधिष्ठित समाज रचनेची आवश्यकता असून, ती स्वातंत्र्य, समता, बंधुता व न्याय या चतु:सूत्रीवरच उभी राहू शकते' या डॉ. बाबासाहेब आंबेडकर यांच्या तत्त्वज्ञानाचाही हा सन्मान आहे. एका अर्थाने भारतीय सामाजिक परिवर्तनाच्या चळवळीला व तत्त्वज्ञानाला मिळालेला हा प्रतिसादच आहे.

॥ २ ॥

डॉ. बाबासाहेब आंबेडकर यांच्या जयंतीला हे जे जागतिक विचारपीठ प्राप्त झाले आहे त्याचा आणखी काहीसा वेगळा विचार करता येईल. एकीकडे सगळे जगच जागतिकीकरणाच्या प्रक्रियेने दुभंगत आहे. प्रगत राष्ट्र एका बाजूला तर दुसऱ्या बाजूला ज्याला तिसरे जग म्हणून संबोधले जाते अशी अप्रगत किंवा नव्यानेच प्रगत होऊ पाहणारी राष्ट्रे अशी जगाची विभागणी होत आहे. सत्ता व संपत्तीने बलाढ्य असलेले देश एका बाजूला तर सत्ता-संपत्तीचा अभाव असणारी अभावग्रस्त राष्ट्रे दुसऱ्या बाजूला. अशा काळात ज्यांच्याकडे सत्ता-संपत्तीचा ओघ नाही अशा राष्ट्रांना राष्ट्र म्हणून एकात्म पद्धतीने उभे राहण्यासाठी देशातील जनतेमध्ये एक प्रकारची सार्वजनिकता, सामूहिकता अशी नैतिक मूल्येच आवश्यक ठरतात. भारताने परंपरेने पाळलेली व विकसित केलेली स्वातंत्र्य, समता, बंधुता व न्याय ही चतू:सुत्री याच प्रकारची नैतिक मूल्ये ठरतात. राष्ट्र हे केवळ अबाधित सत्ता व अमर्याद संपत्ती यांच्याच जोरावर टिकत नसून, राष्ट्रातील लोकांमध्ये सामूहिकता, सार्वजनिकता असेल, परस्परांबद्दलची साहचर्याची भावना असेल तर ते राष्ट्र अभावग्रस्त असूनही 'राष्ट्र' म्हणून उभे राहू शकते. भारतीय राज्यघटनेने दिलेले स्वातंत्र्य, समता, बंधुता व न्याय ही मूल्ये अशाचप्रकारच्या सत्ता, संपत्तीशिवाय मानवाच्या परस्परांबद्दलच्या साहचर्याची हमी देणारी मूल्ये आहेत. अभावग्रस्त समाजातही व्यक्ती-व्यक्तींमध्ये एक प्रकारचे नैतिक नाते निर्माण करू शकणारी, समताधिष्ठित समाजरचना व ती घडवू शकणारी स्वातंत्र्य, समता, बंधुता व न्याय ही मूल्ये आज अभावग्रस्त देशाचे विकासाचे मॉडेल ठरू शकते. अभावग्रस्त समाजाला एका राष्ट्रात परावर्तित करण्याचे तत्त्वज्ञान असणारी भारतीय राज्यघटना व या राज्यघटनेचे शिल्पकार म्हणून डॉ. बाबासाहेब आंबेडकर हे उत्तरोत्तर या नव्या जगाचे आकर्षण ठरणार आहे. जगभर साजऱ्या झालेल्या या जयंतीच्या मागे जर ही पार्श्वभूमी असेल तर ती या राष्ट्रांची नैसर्गिक प्रतिक्रिया समजली पाहिजे. दुसरे असे की, या निमित्ताने तिसऱ्या जगाचे वैचारिक नेतृत्वही भारताकडेच येऊ शकण्याचीही ही चिन्हं समजायला हरकत नाही. मुद्दा आहे, आपण भारतीय म्हणून आणि आंबेडकरी चळवळीचे पाईक म्हणून ही जबाबदारी, हे नेतृत्व स्वीकारायला समर्थ ठरणार आहोत की नाही.

॥ ३ ॥

अर्थात जगाचे वैचारिक नेतृत्व करण्याची संधी प्रथमत:च भारताला मिळते अशातला भाग नाही. जगातील बौद्ध राष्ट्रांची संख्या पाहिली तर भारतीयांचा बौद्ध धम्म हा कितीतरी देशांचा 'वैचारिक आदर्श' होता हे आपण जाणतो. चीन,

थायलंड, जपान, म्यानमार, श्रीलंका, व्हिएतनाम, कंबोडीया, दक्षिण कोरिया, मलेशिया हे काही प्रमुख देश आहेत ज्यांच्यासाठी भारत हा श्रद्धेचे व प्रेरणेचे ठिकाण आहे. जगभरातील अभ्यासक बुद्धाच्या तत्त्वज्ञानाचा अभ्यास करायला नालंदा, तक्षशिलासारख्या प्राचीन विद्यापीठांमध्ये येऊन वास्तव्य करीत होते. त्या काळातील या अभ्यासकांनी जो बौद्ध धम्माचा प्रचार व प्रसार केला त्याचाच परिणाम म्हणून आपणास जगभर 'बौद्ध तत्त्वज्ञान' पसरलेले दिसते. याचा अर्थ असा की, बुद्धांच्या तत्त्वज्ञानाच्या माध्यमाने भारत हा प्राचीन काळातही जगाच्या आकर्षणाचे केंद्र होते. भारतीयांचे जगावर वैचारिक नेतृत्व असण्याचीच ही खूण आहे. याचा दुसरा अर्थ असा की, आजही जागतिकीकरणामध्ये ज्या माध्यमाने भारत जागतिकीकरणावर आजही प्रभुत्व गाजवू शकतो अशी सामर्थ्ये भारताकडे आहेत. जीवनातील चिरंतन सुखाच्या शोधात भटकणाऱ्या समाजाला 'बुद्ध' हेच त्यांचे अंतिम आश्रयस्थान ठरू शकते. आज भौतिक सुखाच्या गर्तेत सापडलेल्या मानवाला 'तृष्णा हेच तुझ्या दुःखाचे कारण आहे' असे सांगणारा बुद्ध हा एकमेव तत्त्वज्ञ आहे. त्यामुळे सर्वच प्रगत राष्ट्रांसाठी बुद्ध हाच अंतिम निवारा ठरू शकतो.

एकीकडे बुद्ध आणि डॉ. बाबासाहेब आंबेडकर यांच्या जागतिकीकरणाची प्रक्रिया याप्रकारे सुरू आहे. याच पार्श्वभूमीवर आज आपण बुद्ध आणि डॉ. बाबासाहेब आंबेडकर यांचा विचार जर भारतीय पातळीवर करू लागलो तर आपणास काहीशी वेगळीच परिस्थिती अनुभवायला मिळू शकते. फुले-आंबेडकरी चळवळीसाठी आज भारतीय परिस्थिती ही काहीशी संभ्रमाची व काहीशी संक्रमणाची होत चालली आहे असे वाटते.

भारत हा 'क्रांती-प्रतिक्रांती' ने प्रभावित होणारा देश आहे. हे वास्तव डॉ. बाबासाहेब आंबेडकरांनीच सांगून ठेवले आहे. भारतातील संस्कृतीत ही क्रांती व प्रतिक्रांतीची बीजे पूर्णपणे मुरलेली आहेत. त्याचा प्रत्यंतर भारतीयास वारंवार येत असतो. त्यामुळे एकीकडे फुले-आंबेडकरी चळवळीचे तत्त्व जागतिक होत असतानाच या तत्त्वाला भारतातच काही वेगळे वळण लागते की काय अशीही परिस्थिती दिसायला लागते. भारतीयांचा समताधिष्ठित मूल्यांच्या विषमताधिष्ठित मूल्यांच्या संघर्षाच्या प्रकाशातच भारतातील हे वास्तव समजून घेता येईल.

॥ ४ ॥

तृष्णा हे दुःखाचे मूळ कारण असून, मानव हा त्याच्या मनातील तृष्णेनेच नैसर्गिक सुखाला पारखा झाला आहे. या तृष्णेनेच निसर्गापासून तुटून त्याने स्वतःचे प्रभुत्व निर्माण करण्यासाठी धर्म, समाज, संस्कृती, सत्ता या विविध संस्था निर्माण

केल्या. पुढे याच सत्ताकांक्षेने या विविध संस्थांचे नियम कठोर झाले व ज्या मानवाच्या जीवनाच्या नियमनासाठी या संस्था निर्माण झाल्या तो मानव दुय्यम ठरला. नियम कठोरतेने पाळण्यासाठी मानवावर अनन्वित अत्याचार करण्यात आले. मानवाच्या दुःखाचे मूळ कारण म्हणून सांगितलेल्या या तृष्णेचा प्रकोप आद्यापही कमी होताना दिसत नाही. याउलट, उत्तरोत्तर तिचे आधिपत्य वाढतच चालले आहे. नफेखोरी व आर्थिक साम्राज्य निर्माण करण्याची लालसा घेऊन कार्यान्वित करण्यात आलेले जागतिकीकरण हा मानवी मनातील सत्ताकांक्षी तृष्णेचा आधुनिक आविष्कार होय. 'मानवी सत्ताकांक्षी तृष्णेचा लोप पावून मानव निखळ मानव म्हणून जगणे' हे बुद्धाचे तत्त्वज्ञान आजही जगाला तेवढेच आवश्यक वाटणार आहे. इतर कुठल्याही रकान्याऐवजी (इंडेक्सऐवजी) सुखाचा, समाधानाचा रकाना (इंडेक्स) हाच मानवाचा अंतिम शोध राहणार आहे. भारताकडे याचा वारसा आहे. या एका वारशाने भारत हा अद्वितीय देश होऊ शकतो. त्यासाठी हा वारसा प्रांजळपणाने स्वीकारला पाहिजे, जपला पाहिजे व प्रवाहित केला पाहिजे. मात्र, भारतामध्ये चिरंतनपणे सुरू असणारा 'क्रांती-प्रतिक्रांती'चा संघर्ष भारताला हा वारसा प्रांजळपणे स्वीकारू देत नाही. 'तृष्णेचा अभाव' विरूद्ध 'तृष्णेचा प्रभाव' हाच खऱ्या अर्थाने क्रांती-प्रतिक्रांतीचा संघर्ष होय. 'तृष्णेशिवाय जीवन' म्हणजे सत्ताकांक्षेशिवाय जीवन, सत्ताकांक्षेशिवाय जीवन म्हणजे कोणत्याही प्रकारच्या अमानवी नियमांशिवायचे जीवन, अमानवी नियमांशिवाय जीवन म्हणजे स्वातंत्र्य, समता, बंधुता व न्याय या चतु:सूत्रीने रचित असलेल्या समताधिष्ठित समाजरचनेतील जीवन. याउलट, 'तृष्णेच्या प्रभावाचे जीवन' म्हणजे सत्ताकांक्षेने प्रभावित जीवन, अमानवीय नियमांतील जीवन म्हणजे विषमता, पारतंत्र्य, गुलामीतील जीवन क्रांती-प्रतिक्रांती या प्रकारचा 'तृष्णेचा अभाव' व 'तृष्णेचा प्रभाव' या मूल्यातील व त्यांना अधिष्ठान मानणाऱ्या मानवी समूहातील संघर्ष होय. डॉ. बाबासाहेब आंबेडकर यांनी हा संघर्ष 'समताधिष्ठित मूल्य' विरूद्ध 'विषमताधिष्ठित मूल्य' या पद्धतीने मांडला आहे. भारतात या मूल्यांना अधिष्ठान मानून जीवन जगू पाहणाऱ्या राजकीय, धार्मिक व सांस्कृतिक सत्तांमध्ये संघर्ष चालू असतो. आजही तो तेवढाच सक्रिय आहे. निकोप जीवनाचा मार्ग म्हणून सांगितलेला 'तृष्णेचा अभाव' हा अपरिहार्यपणे समताधिष्ठित समाज रचनेची निर्मिती करणारा आहे. श्रेष्ठ-कनिष्ठत्व, श्रीमंत-गरिबी, अवर्ण-सवर्ण ही सर्व मानवी तृष्णेची निर्मिती आहे. तर या तृष्णेच्या अभावाने या समाजातील सर्वच प्रकारच्या विभागणीला, विषमतेला मूठमाती मिळणार आहे. म्हणजेच पर्यायाने तृष्णेच्या अभावातूनच समताधिष्ठित समाज रचना आकाराला येणार असून, या तृष्णेच्या प्रभावाने समाजात

विविध प्रकारच्या विभागणीला व विषमतेला जन्माला घातले आहे. डॉ. बाबासाहेब आंबेडकर यांच्या समाताधिष्ठित समाज रचनेच्या निर्मितीपाठीमागे भगवान बुद्धाच्या या तृष्णा तत्त्वाची व तृष्णेच्या अभावाच्या वस्तुस्थितीची पार्श्वभूमी आहे. भगवान बुद्धाच्या तृष्णेच्या अभावाचे व डॉ. बाबासाहेब आंबेडकर यांचे 'समातधिष्ठित समाज रचनेचे स्वप्न पाहणारे मूल्य' हे या देशाचे मूलभूत मूल्य आहे. समूहभाव, सहिष्णुता व समानता ही बुद्धांना व त्यानंतरच्या इतरही तत्त्वज्ञांना अभिप्रेत असणारी मूल्ये होय. त्यामुळेच या समतेचा, सहिष्णुतेचा व समूहभावाचा आग्रह सर्वच म्हणजे ज्यांनी धर्म म्हणून काही एक संस्थात्मक रचना केली आहे अशा बौद्ध, जैन, ख्रिस्ती, शीख, महानुभाव व वारकरी इत्यादी धर्म, पंथ व संप्रदायात कमी-अधिक प्रमाणात धरण्यात आल्याचे दिसते. भारतात जेव्हा जेव्हा ही समानता, सहिष्णुता व समूहभाव नाकारली जाण्याची, धूसर होण्याची शक्यता निर्माण होते तेव्हा तेव्हा भारतीय जनमानस विविध समतावादी पंथ किंवा संप्रदायाची निर्मिती करून या समतेवर, सहिष्णुतेवर व समूहभावावर बसलेली धूळ झाडून काढत असतात. भारतात स्थापन होणाऱ्या बहुतेक धर्म, पंथ व संप्रदायांनी समतेचा व समूहभावाचा आग्रह धरणे ही बाबच आपणास भारतीय जनमानसाचा विषमताधिष्ठित मूल्यांच्या विरूद्धचा संघर्ष दर्शवत असतो. ही बाब अगदी कालपरवा स्थापन झालेल्या 'शिवधर्म'पर्यंत सत्य असल्याचे दिसते. हाच तो क्रांती-प्रतिक्रांतीचा संघर्ष होय.

॥ ५ ॥

एक बाब तर निश्चित आहे की, भारतामध्ये एखादा समतावादी विचार, समतावादी कृती, समतावादी व्यक्ती ही कालांतराने परत पारंपरिकतेचाच भाग होऊन जातात व ह्याचेही कर्मकांड होते. 'बुद्धाचे अवतार होणे' हे त्याचे अतिशय चांगले उदाहरण होय. याचाच दुसरा अर्थ हा की, क्रांती-प्रतिक्रांतीची प्रक्रिया ही अतिशय गतिमान राहते. कदाचित ती सार्वकालिकही होण्याची शक्यता नाकारता येत नाही. क्रांती-प्रतिक्रांती हा खरंच शह-काटशहचा, सांस्कृतिक वर्चस्ववादाचा, मूल्यसंघर्षाचा किंवा सांस्कृतिक संघर्षाचा, एका मूल्यावर दुसऱ्या मूल्याने विजय मिळविण्याचा अधिकच आणि सोपे करून विचारायचे तर समतावादी मूल्यांना पराभूत करून विषमतावादी मूल्य प्रस्थापित करण्याचा प्रकार आहे का? की मानवी उत्क्रांतीचा तो एक भाग आहे. हा एकूणच प्रकार सोपेपणाने समजून घेण्यासाठी तो समतावादी मूल्यांवर म्हणजे 'क्रांती'च्या मूल्यांवर विषमतावादी मूल्यांनी विजय प्रस्थापित करणे म्हणजे प्रतिक्रांती होणे असे समजून घेता येईल. मग उत्क्रांतीमध्ये कोणती प्रक्रिया घडते, मानव किंवा एकूणच सृष्टी ही उत्क्रांत होत असते, म्हणजे काय होत असते.

डॉ. बाबासाहेब आंबेडकरांनी ही एकूणच प्रक्रिया मानवी सत्तासंघर्षातील समतावादी मूल्यांचा आग्रह धरणारी सत्ता व त्याचा पाडाव करून त्या ठिकाणी दमनाची, शोषणाची व्यवस्था निर्माण करणारी सत्ता या दृष्टिकोनातून समजून घेतली आहे. सत्तासंघर्षातून एक चिरंतन सूत्र डॉ. आंबेडकरांनी मांडले. 'उत्क्रांती' या प्रक्रियेतही कदाचित हीच प्रक्रिया घडत असावी. सृष्टीच्या उत्क्रांतीचा किंवा मानवाच्या उत्क्रांतीचा जो 'शक्तीमान असतो तोच जगतो किंवा त्यालाच जगण्याचा अधिकार आहे' एवढाच सीमित अर्थ नाही. ज्याच्यामध्ये जगण्याचे, चिरंतन होण्याचे सामर्थ्य आहे, लक्षणे आहेत ते जगतात किंवा चिरंतन होतात हा तो अर्थ आहे. 'क्रांती-प्रतिक्रांती' हे डॉ. बाबासाहेब आंबेडकर यांचे विवेचन या उत्क्रांती सिद्धान्ताची प्रक्रिया समजावून सांगणारे स्पष्टीकरण असले पाहिजे. सृष्टीतील सर्वच घटक हे परस्परांच्या सहकार्याने वाढत, विकास पावत असतात, त्यांचे हे वाढणे किंवा विकास पावणे हे विजय मिळवण्यापेक्षा आत्मसात करून जगत राहणे, या प्रकारचे अधिक असते. या आत्मसात करण्यात मूळ रूपात बदल होतोच. बदल स्वीकारल्याशिवाय त्याला चिरंतनताही प्राप्त होऊ शकत नाही. मात्र, यामध्ये एखाद्याला पूर्णपणे संपवून स्वत:ला प्रस्थापित करणे नसते. उत्क्रांतीची प्रक्रिया एक सत्ता उलथून टाकून दुसरी सत्ता स्थापन करणे नव्हे. तर ती आत्मसात करण्यापुरते बदल स्वीकारून स्वत:चे जीवन प्रवाहित करणे असते. डॉ. बाबासाहेब आंबेडकरांनी हे उत्क्रांतीचे तत्त्व सामाजिक परिवर्तना संदर्भात विचारात घेतले व या सामाजिक परिवर्तनाला कारणीभूत ठरणाऱ्या घटना म्हणून सत्ता परिवर्तनाच्या संदर्भात क्रांती-प्रतिक्रांतीचा सिद्धान्त मांडला. इथे विशेष करून हे लक्षाते घेतले पाहिजे की, भगवान बुद्धाने मांडलेला प्रतित्यसमुत्पादाचा सिद्धान्त हाच या सर्वच म्हणजे डार्विनचा उत्क्रांतिवाद व डॉ. बाबासाहेब आंबेडकर यांनी मांडलेला क्रांती-प्रतिक्रांतीचा सिद्धान्त या सर्व सिद्धान्ताचे उगमस्थान आहे. या क्रांती-प्रतिक्रांतीमध्ये किंवा उत्क्रांतीमध्ये एखादी स्थिती, एखादे मूल्य आत्मसात करणे व आत्मसात करून बदलणे ही प्रक्रिया घडत राहते. ही प्रक्रिया चिरंतन असते, अव्याहत असते. कारण एकूण सृष्टीच्या किंवा मानवाच्याही उत्क्रांतीचाच तो एक भाग असतो. यात चळवळीच्या, सामाजिक परिवर्तनाच्या दृष्टीने विचारात घ्यावा लागणारा प्रश्न म्हणजे 'मूलभूत मूल्य' कोणते मानावे हा आहे. हाच विचार असाही करता येईल की 'विधायक' मूल्य कोणते व 'विघातक' मूल्य कोणते? अर्थात याचे उत्तर देणे फारसे अवघड नाही. जेथे मानवी स्वातंत्र्य, मानव म्हणून अभिव्यक्त होण्याची नैसर्गिक संधी निसर्गत: प्राप्त होते त्या स्वातंत्र्याची व संधीची हमी असणारी मूल्ये ही प्रथम दर्जाची, मूलभूत, विधायक व नैसर्गिक मूल्ये होय आणि जेथे मानवी

स्वातंत्र्याचा संकोच होतो, मानवाची मानव म्हणून अभिव्यक्त होण्याची संधी नाकारली जाते ती दुय्यम दर्जाची, विघातक व अनैसर्गिक मूल्य होय. मानवाच्या किंवा सृष्टीच्या या प्रथम दर्जाच्या चिरंतन मूलभूत व नैसर्गिक मूल्यांवर जेव्हा जेव्हा विघातक, दुय्यम दर्जाच्या व अनैसर्गिक मूल्यांचा आघात होतो तेव्हा तेव्हा मानवी समाज किंवा सृष्टीसुद्धा या विघातक, दुय्यम दर्जाची व अनैसर्गिक मूल्यांना पचवून टाकून किंवा आत्मसात करून पुन्हा नव्याने आपल्या मूळ रूपात उभी राहतात. परिवर्तनवादी चळवळीतील अनेक विद्वानांना अद्यापही हा मूलभूत मूल्यांचा व दुय्यम मूल्यांचा गुंता सोडवता न आल्याने ते विघातक दुय्यम व अनैसर्गिक मूल्यांनाच प्रस्थापित मानतात, प्राचीन मानतात व त्यावर हल्ला करीत असतात. या विघातक, दुय्यम व अनैसर्गिक मूल्यांना प्रस्थापित, प्राचीन मानल्याने मूलभूत, विधायक व नैसर्गिक मूल्यांकडे आपोआपच दुय्यमत्व किंवा नंतर आलेले असे स्थान प्राप्त होते. ही बाब लक्षात घेतली पाहिजे. मूलभूत, विघातक व नैसर्गिक मूल्यांवर होणारा विधायक, दुय्यम दर्जाच्या व अनैसर्गिक मूल्यांचा होणारा हल्ला किंवा आघात पचवून विधायक मूल्य चिरंतन करणे म्हणजे 'क्रांती' होय. केवळ क्रांतीच नव्हे तर हीच मानवी उत्क्रांतीही होय.

ही विधायक, मूलभूत व नैसर्गिक मूल्ये जोपर्यंत समाजात आचरणात राहील किंवा समाज या मूल्यांच्या आधाराने कार्यान्वित राहील तोपर्यंतच या मूल्यांना आयुष्य मिळत असते पण जेव्हा समाज ही मूल्य वगळून पुढे जाऊ लागतो तेव्हा तेथे या मूल्यांना स्थितीशीलता किंवा स्थैर्य येते. याचा अर्थ असा की, जोपर्यंत समाज हा या मूल्यांच्या आधारे प्रवास करतो तोपर्यंत ही मूल्ये जीवित राहतात. मात्र, जर समाज व ही मूल्ये यामध्ये अंतर पडले तर ही मूल्येमृतवत किंवा स्थितीशील होतात. समाजात प्रतिक्रांतीची सुरूवात या पद्धतीने ही मूल्ये व समाज यामध्ये अंतर निर्माण झाल्याने होते.

॥ ६ ॥

मानवी विकासातील सूत्र असणाऱ्या प्रतित्यसमुत्पाद, उत्क्रांतिवाद व क्रांती-प्रतिक्रांतीच्या पार्श्वभूमीवर आपणास राज्यघटनेचाही विचार करता येईल. स्वातंत्र्य, समता, बंधुता व न्याय या चतुःसूत्रीवर आधारित भारतीय राज्यघटनेचा स्वीकार ही भारतीय समाजाच्या उत्क्रांतीतील व विकासातील एक क्रांतिकारक टप्पा आहे. भारतीय राज्यघटनेतील मूलभूत अधिकारांचे सृष्टीतून विकसित झालेल्या व गौतम बुद्धांच्या प्रतित्यसमुत्पादन सिद्धान्ताने अधोरेखित झालेल्या मानवी स्वातंत्र्य व मानव म्हणून अभिव्यक्त होण्याच्या नैसर्गिक संधीशी नाते सांगितले आहे. मानवी स्वातंत्र्य

व मानव म्हणून अभिव्यक्त होण्याची नैसर्गिक संधी हेच जगातल्या कोणत्याही प्रदेशातील मानवाच्या विकासाचे तत्त्वज्ञान असल्याने भारतीय राज्यघटनेतल्या या मूलभूत तत्त्वाचे नाते जगातल्या कोणत्याही मानवमुक्तीच्या तत्त्वज्ञानाशी व क्रांतीशी प्रस्थापित होऊ शकते. त्यामुळेच भारतीय राज्यघटनेतील मूलभूत अधिकार हे इतर कोणत्या देशातील क्रांतीमधून घेतले असे म्हणणे अज्ञानमुलक ठरते. भारतीय राज्यघटनेने स्वीकारलेली ही मूल्ये ही मानवी उत्क्रांतीमधून सिद्ध झालेल्या मानवी स्वातंत्र्याचे व मानव म्हणून अभिव्यक्त होण्याच्या नैसर्गिक संधीचे घटनाबद्ध रूप आहे. मानवाच्या व्यक्तिगत स्वातंत्र्यापासून तर सामाजिक, राजकीय व सांस्कृतिक स्वातंत्र्यापर्यंतचा तो एक जाहीरनामा आहे व राज्यघटनेची प्रस्तावना हा त्याचा प्रत्यक्ष पुरावा होय. भारतीय राज्यघटनेच्या निमित्ताने डॉ. बाबासाहेब आंबेडकरांनी सृष्टीचा एक घटक म्हणून मानवाला ज्या निसर्गदत्त व मूलभूत असे स्वातंत्र्याचे अधिकार प्राप्त व्हायला पाहिजे होते त्या निसर्गदत्त व मूलभूत स्वातंत्र्याचा साक्षात्कार घडवून दिला आहे. मानवाच्या या निसर्गदत्त व मूलभूत स्वातंत्र्याचा संकोच करणाऱ्या आर्थिक, सामाजिक, बौद्धिक, राजकीय व धार्मिक बंधनांना नाकारून एका स्वच्छंद मानवाच्या निर्मितीचा हा आकृतिबंध आहे. भारतीय राज्यघटनेने या निमित्ताने मानवाच्या स्वातंत्र्यासाठी चाललेल्या सर्वच प्रयत्नांशी, घटनाप्रसंगांशी सर्वच घडामोडींशी व उठाव-आंदोलनांशी नाते प्रस्थापित केले आहे. मानवाच्या शाश्वत सुखासाठी मानवी उत्क्रांतीमधून सिद्ध झालेल्या सिद्धान्तांना शब्दबद्ध करणे ही मानवी उत्क्रांतीमध्येही भारताच्या दृष्टीने ही क्रांतिकारक घटना आहे.

मानवी स्वातंत्र्याच्या विकासाचे व उत्क्रांतीचे तत्त्व भारतीय राज्यघटना म्हणून स्वीकाराच्या क्रांतिकारक घटनेपर्यंत आले असले तरी याच प्रवासात प्रतिक्रांतीचे तत्त्वही व्यक्त होत राहिलेले दिसते.

॥ ७ ॥

भारताच्या राज्यघटनेने 'एक व्यक्ती, एक मूल्य व एक मत' हे तत्त्व स्वीकारल्याने या देशाच्या उभारणीमध्ये प्रत्येक व्यक्तीच्या मताला अनन्यसाधारण महत्त्व प्राप्त होते. प्रत्येक व्यक्तीच्या मताने या देशाचे प्रतिनिधी निवडले जात असल्याने लोकांनी स्वत:च्या विकासासाठी निवडलेले शासन अशी एक भावनाही लोकांमध्ये निर्माण होते. 'एक व्यक्ती, एक मूल्य, एक मत' हे तत्त्व स्वीकारल्याने प्रत्येक व्यक्तीला व्यक्तिगतरीत्या महत्त्व प्राप्त होते, लोकशाहीचे हे ही एक महत्त्वाचे तत्त्व आहे. प्रत्येक व्यक्तीचा स्वतंत्र व्यक्ती म्हणून विकास, प्रत्येक व्यक्तीचा राष्ट्रीय विकासात सहभाग व प्रत्येक व्यक्तीचा राजकीय व्यवस्थेत सहभाग हे भारतीय राज्यघटनेने या देशातल्या

प्रत्येक व्यक्तीला दिलेले अभिवचन आहे. या देशातील सामाजिक, सांस्कृतिक, राजकीय व्यवस्थेत 'व्यक्ती' म्हणून सहभागी करून घेतल्याने ही एक प्रकारची व्यक्तिकरणाची प्रक्रिया होती. 'धर्म' व 'जात' या संस्थेमध्ये मानवाचे झुंडीत रूपांतर होत होते. ही प्रक्रिया भारतीय राज्यघटनेच्या 'एक व्यक्ती, एक मूल्य, एक मत' या तत्त्वाने हे झुंडीकरण नाकारले. डॉ. बाबासाहेब आंबेडकरांनी भारताला भारतीय राज्यघटना अर्पण करताना 'जाती हा या देशाला राष्ट्र बनवण्यात मोठा अडसर आहे' असे जे मत व्यक्त केले होते, त्या जाती तोडून व्यक्तीला व्यक्ती म्हणून ओळख देण्याचे कार्य भारतीय राज्यघटना करीत होती व करीत आहे. व्यक्तीला व्यक्ती म्हणून ओळख देणे ही जाती व धर्म नाकारण्याची मोठी कृती होती. 'जाती' स्तरीय व 'धर्म' स्तरीय समूह असणे हे लोकशाहीसाठी व राष्ट्रनिर्मितीसाठी अडचणीचे ठरत असल्याने माणसाला व्यक्तिगत ओळख देणे ही राष्ट्रीय कृती ठरत होती व ती राष्ट्रीय कृती डॉ. बाबासाहेब आंबेडकरांनी करून ठेवली आहे. लोकांना राष्ट्र म्हणून संघटित करण्याची ही कृती आहे. व्यक्तीला जात व धर्माच्या पलीकडे जाऊन मिळणारी ही ओळख होती. जसजशी व्यक्तीला व्यक्ती म्हणून व राष्ट्र म्हणून ओळख मिळत जाईल तसतशी 'जात' व 'धर्म' यांना असणारी ओळख कमी होत जाईल. जातींचे व धर्माचे अस्तित्वच या प्रकारे धोक्यात येत असल्याने धर्माला व जातींना उर्जितावस्था देण्यासाठी धर्माचे राजकारण सुरू करण्यात आले. 'धर्म' हा राजकीय पटलावर आणला गेला. धार्मिक प्रश्न हे राजकीय प्रश्न बनवले गेले. बाबरी-अयोध्या प्रकरण हे धर्माच्या राजकारणातील प्रवेशाच्या प्रक्रियेचे आधुनिक काळातील टोक होते. धर्माचे राजकीयीकरण करण्यात आणखीही काही हेतू होते. एक तर या देशातील सत्ता ही बहुमतांनीच मिळवता येते. या देशातील जनतेला बहुमतात परिवर्तित करण्यासाठी धर्म चेतना हा अतिशय सोपा मार्ग होता. त्यामुळे धार्मिक भावना चेतवणे हा एकदाच धर्माचे रक्षण करण्याचाही मार्ग ठरत होता तर त्याचबरोबर तो राजकीय सत्ता हस्तगत करण्याचाही मार्ग ठरत होता.

मनुने धर्माची जी दहा लक्षणे सांगितली आहेत त्यामध्ये 'धर्मो रक्षति रक्षित:' असेही एक लक्षण आहे. याचा अर्थ असा की, 'जो धर्माचे रक्षण करतो धर्म त्याचे रक्षण करतो' मनूच्या या उक्तीप्रमाणे किंवा उक्तीच्या मार्गदर्शनानुसार धर्माचा राजकारणात वापर सुरू झाला असून, राजकारणाने धर्माला उर्जितावस्था प्राप्त करून देण्यात आली व धर्माने घडवून आणलेले संघटन व जागृती राजकारणामध्ये परावर्तित करण्यात आली. त्याचे परिणामही आपणास दिसत आहे. धर्माच्या राजकारणातील प्रवेशाने हा काळ प्रतिक्रांतीचा काळ ठरतो आणि अगदी साहजिक पद्धतीने व्यक्तीला

जाती व धर्म जे या देशाला राष्ट्र म्हणून उभे करण्यात अडसर आहे. त्यांनाच बळ देऊन राष्ट्र निर्माणाच्या भारतीय प्रक्रियेला प्रचंड अडसर निर्माण करून ठेवला आहे. दुसरी बाब अशी की, एक व्यक्ती जो 'जाती' आणि 'धर्म' या वर्तुळात बंदिस्त झाला आहे. त्याची जाती आणि धर्मामधील ही ओळखच प्रतिष्ठित होत आहे. पर्यायाने त्याच्यातील राष्ट्रीय भावनेला बंदिस्त केले जात आहे. धर्माच्या राजकारणातील वापराने किंबहुना धर्माच्या सत्तेसाठी केलेल्या वापराने भारत हा राष्ट्रनिर्मितीपासून अधिकच दूर जात आहे. त्यामुळे धर्माचा राजकारणातील वापर ही केवळ प्रतिक्रांतीची सुरूवात नाही तर ती राष्ट्रविघातकही आहे.

॥८॥

भारतीय राज्यघटनेचा स्वीकार ही या देशातील क्रांती होती तर भारतीय राजकारणात धर्माचा वापर ही या देशातील प्रतिक्रांतीची सुरूवात होती. ही प्रतिक्रांती विशिष्ट पद्धतीने कार्य करीत असते. या प्रतिक्रांतीची विशिष्ट अशी एक कार्यप्रणाली आहे. काळावर प्रभुत्व गाजवणाऱ्या सर्वच व्यक्तींचे दैवतीकरण करणे ही ती कार्यप्रणाली होय. व्यक्तिपूजेपासून या दैवतीकरणाची सुरूवात होते. भारतीय माणूस हा व्यक्तिपूजक आहे. पण व्यक्तिपूजेचे दैवतीकरण करणे ही खास या प्रतिक्रांतीची कार्यप्रणाली आहे. भारतीय माणूस हा प्राचीन काळापासून स्वतःच्या नायकाची, राज्याची, आदर्श व्यक्तीची व्यक्तिपूजा करीत आला आहे. आपल्या पूर्वजांबद्दल, त्यांच्या कार्याबद्दलची कृतज्ञता व्यक्त करण्याची ही त्याची पद्धती आहे. तो पिढ्यान्‌पिढ्या आपल्या पुराणपुरूषांची व्यक्तिपूजा करीत आला आहे. त्यामुळे आपणास असे दिसते की, बहुजनांचे बहुतेक देव हे शरीरधारी आहेत. ते आत्म्याची किंवा निर्गुण निराकार परमेश्वराची फारशी पूजा करीत नाहीत तर त्यांचा देव हा सगुण म्हणजे माणसासारखे गुण धारण करणारा व साकार म्हणजे माणसासारखे शरीर धारण करणारा असा असतो. बहुजनांच्या देवाची ही कल्पना ही साधारणतः एखाद्या समूहाचा नायक असतो, ज्या नायकाने त्या समूहाचे रक्षण केलेले असते, त्यांच्यामध्ये शिकारीचे किंवा मिळवलेल्या अन्नाचे किंवा पिकवलेल्या धान्याचे समान वाटप करीत असतो, तो समूहाची नीतिमत्ता टिकून रहावी यासाठी सगळ्यांना नियम घालून देतो. तो न्याय करतो. असा जो 'नायक' हाच त्याच्या आदर्शाचा, श्रद्धेचा, भक्तीचा व पूजेचा विषय झालेला असतो. याच नायकाचे पुढे कालांतराने 'राजा' या संकल्पनेतही रूपांतर झाले. बहुजनांची ही अशी एकूणच देवपूजा ही व्यक्तिपूजा असते. बहुजनांचे देव हे असेच व्यक्तिपूजेतून आकाराला आले आहेत. ते सर्व एकतर इतिहास पुरूषही आहेत व पुराणपुरूषही आहेत. मात्र, प्रतिक्रांतीच्या प्रक्रियेत यांनाच अलौकिकत्व

देऊन त्यांचे दैवतीकरण करण्यात आले आहे. 'व्यक्तिपूजा' ते 'दैवतीकरण' यांचा झगडा महात्मा जोतिराव फुले यांनी त्यांच्या 'ब्राह्मणांचे कसब' या ग्रंथातून सविस्तरपणे उकलून दाखवला आहे. त्यांनी अनेक दैवतीकरण झालेल्या पुराणपुरूषांवरील दैवतीकरणाचे पापुद्रे कोरून काढले आहेत व या पुरूषांना व्यक्ती म्हणून उभे केले आहे. बहुजनांच्या इतिहासाच्या पुनर्लेखनाची सुरूवात या प्रकारे महात्मा फुले यांनी करून ठेवली आहे. मात्र, या व्यक्तिपूजेवर किंवा व्यक्तीवर जेव्हा अलौकिकतेचे, असामान्यतेचे काल्पनिक व चमत्कारिक पापुद्रे चढायला लागतात तेव्हा त्यांचे दैवतीकरण सुरू होते. या व्यक्तींची व्यक्तिपूजा दैवतीकरणात स्थानांतरित होण्याची क्रिया ही प्रतिक्रांतीची क्रिया असते. भारतीय माणूस हा व्यक्तिपूजक आहेच. त्याच्या आदर्शांबद्दल, श्रद्धा व्यक्त करण्याची ही त्याची पद्धतच आहे. तो चैतन्यवादी, आत्मवादी कधीही नाही तो व्यक्तिपूजकच आहे. त्यामुळे त्याच्या आदर्शाने 'माझे पुतळे उभे करू नका', 'माझी पूजा करू नका,' 'माझे मंदिर उभे करू नका' असे कितीही सांगितले तरी तो याच मार्गाने जातो. भारतीय बहुजनांची श्रद्धा व्यक्त करण्याची ही पद्धत एवढी प्रभावी आहे की, भारतामध्ये जे व्यक्तिपूजक नसून आत्मा किंवा चैतन्य पूजक आहेत म्हणजेच निर्गुण, निराकारवादी आहेत त्यांच्यावरही भारतीय बहुजनांच्या याच व्यक्तिपूजेचा प्रभाव पडून तेसुद्धा व्यक्तिपूजक म्हणजे सगुण, साकारवादी झाले आहेत. मात्र, हे लक्षात ठेवले पाहिजे की, सगुण, साकारवादी असणे किंवा व्यक्तिपूजक असणे ही खास बहुजनांची म्हणजेच खास भारतीयांची श्रद्धा व्यक्त करण्याची पद्धती आहे आणि त्यांचे दैवतीकरण करणे ही खास वैदिकांची प्रतिक्रांती करण्याची पद्धती आहे.

॥ ९ ॥

आज भारतभरात ज्या व्यक्तीबद्दलची कृतज्ञता वाढत चालली आहे. व्यक्तिगत, सामाजिक व राष्ट्रीय पातळीपर्यंत ज्या व्यक्तीचे योगदान उत्तरोत्तर मान्य केले जात आहे आणि ज्या व्यक्तीने भारतीय जनमानसाचा ठाव घेतला आहे अशी व्यक्ती म्हणून डॉ. बाबासाहेब आंबेडकरांचे नाव घ्यावे लागते. डॉ. बाबासाहेब आंबेडकर हे भारतीय जनसामान्यांच्या मनोविश्वाचाच एक भाग बनत आहे. भारतीयांच्या मनोविश्वासाचा भाग बनणे, विशेषत: भारतातील अठरापगड जातवास्तव असणाऱ्या व लोकसंख्येने बहुसंख्याक असणाऱ्या भारतीयांच्या मनोविश्वासाचा भाग बनणे हा भारतीय प्रवृत्ती नुसार 'आदर्श' व 'व्यक्तिपूजा' होण्याच्या मार्गातील अतिशय महत्त्वाचा टप्पा आहे. मात्र, इथेच हे ही लक्षात ठेवले पाहिजे की, डॉ. बाबासाहेब आंबेडकर हे ज्या सामाजिक क्रांतीचे निर्माते आहेत आज ते त्या सामाजिक

क्रांतीचेच मिथक बनले आहेत. डॉ. बाबासाहेब आंबेडकर म्हणजे 'सामाजिक क्रांती' आणि 'सामाजिक क्रांती म्हणजे डॉ. बाबासाहेब आंबेडकर' असे एक प्रकारे समीकरणच तयार झाले आहे. त्यामुळे डॉ. बाबासाहेब आंबेडकर हे व्यक्तिपूजेचे उदाहरण व्हावे ही या सामाजिक क्रांतीच्या व चळवळीच्या दृष्टिकोनातून फारशी योग्य बाब नव्हे. मात्र, ते व्यक्तिपूजेचे उदाहरण होत चालले आहे ही वस्तुस्थिती नाकारता येत नाही. एक तर डॉ. बाबासाहेब आंबेडकर व्यक्तिपूजेचे उदाहरण व्हावे हीच चिंतनीय बाब ठरते आणि त्यातल्या त्यात ही व्यक्तिपूजा दैवतीकरणात रूपांतरित होते ही जी वर वस्तुस्थिती नोंदवून ठेवली आहे ती जर विचारात घेतली, तर ही अतिशय संवेदनशील बाब ठरते. त्यामुळे 'डॉ. बाबासाहेब आंबेडकर म्हणजे सामाजिक क्रांती' हे समीकरण ते 'डॉ. बाबासाहेब आंबेडकर यांची व्यक्तिपूजा' हा डॉ. बाबासाहेब आंबेडकरांचा प्रवास अतिशय काळजीपूर्वक समजून घ्यावा लागेल.

॥ १० ॥

भारत हा व्यक्तिपूजकांचा देश आहे. व्यक्तिपूजा करणे ही त्यांची श्रद्धा व्यक्त करण्याची पद्धत आहे. इथे भारत म्हटल्याने ज्यांनी भारत म्हणजे फक्त वर्णव्यवस्था मानणाऱ्यांचा देश अशी समजूत करून घेतली आहे. त्यांनी त्यांच्या अज्ञानासोबतच जगावे. भारत हा बहुजनांचा देश आहे. त्यामुळे भारत हा व्यक्तिपूजकांचा देश आहे असे म्हणताना या देशातील बहुजन व बहुजनांचा भारत हा व्यक्तिपूजक देश आहे हे विशेष करून विचारात घ्यावे. यापूर्वी विचारात घेतल्याप्रमाणे भारतीय त्यांचे नायक, राजा, आदर्श व्यक्ती यांची स्मृती जागवण्यासाठी ते व्यक्तिपूजेचा अवलंब करतात. आज डॉ. बाबासाहेब आंबेडकर यांची ते व्यक्तिपूजा करायला लागले असतील तर ते भारतीयांच्या या परंपरेला धरूनच कृती करीत आहेत असे समजावे लागेल.

भारतीयांच्या या व्यक्तिपूजेबद्दल चळवळीची म्हणून काही स्वतंत्र मते असू शकतात. डॉ. बाबासाहेब आंबेडकरांची चळवळीने जी प्रतिमा तयार केली आहे ती 'सामाजिक क्रांती म्हणजे डॉ. आंबेडकर' व 'डॉ. आंबेडकर म्हणजे सामाजिक क्रांती' या प्रकारची आहे. याचा अर्थ असा की, चळवळीचे तत्त्वज्ञान म्हणजे डॉ. आंबेडकर, चळवळीचा कृती कार्यक्रम म्हणजे डॉ. आंबेडकर, चळवळीचे आंदोलन म्हणजे डॉ. आंबेडकर, चळवळीचा परिणाम म्हणजे डॉ. आंबेडकर एवढे अर्थ या प्रतिमेला आहे. डॉ. आंबेडकर हे एका चळवळीचेच नाव होत असेल, चळवळीचीच ती प्रतिमा असेल तर असे समग्र चळवळ असणारे डॉ. आंबेडकर हे जर व्यक्तिपूजनात अडकत असतील तर तो त्यांच्या समग्र चळवळ असण्याच्या प्रतिमेचाच संकोच

ठरतो. डॉ. बाबासाहेब आंबेडकर हे एक तत्त्वज्ञान म्हणून, कृती-कार्यक्रम म्हणून, आंदोलन म्हणून व परिणाम म्हणून चळवळीस हवे आहेत. समताधिष्ठित समाज रचनेचे तत्त्वज्ञान व कृती कार्यक्रम म्हणून ते हवे आहेत. त्यांची प्रतिमा ही आपणास 'लार्ज दॅन लाइफ' म्हणजेच त्यांच्या व्यक्तिमत्त्वाच्या, त्यांच्या दिसण्याच्या व असण्याच्याही पलीकडे जाणारी अशी हवी आहे. व्यक्तिमत्त्वात बंदिस्त होणारी नाही. एवढेच नाही तर डॉ. बाबासाहेब आंबेडकरांनी त्यांच्या कृतीला व तत्त्वज्ञानाला धर्मातित अशा बुद्धांच्या तत्त्वज्ञानाला जोडल्याने त्यांची प्रतिमा ही चळवळीने केलेल्या प्रतिमेपेक्षाही मोठी म्हणजे धर्मवेत्त्याची, धर्मसंस्थापकाची व जगाची पुनर्रचना करू इच्छिणाऱ्या तत्त्वज्ञांची ती प्रतिमा होते. त्यांची प्रतिमा ही अशी अमर्याद होत असल्याने ते व्यक्तिपूजेत बंदिस्त होत असतील तर त्यांच्या चळवळ म्हणून असणाऱ्या व जगाची पुनर्रचना करू पाहणाऱ्या तत्त्वज्ञांची प्रतिमा धूसर, पुसट होण्याची शक्यता आहे. त्यामुळे डॉ. बाबासाहेब आंबेडकर यांच्या निमित्ताने भारतीयांपुढे एक वेगळाच पेच उभा राहतो. एकीकडे भारतीय जनमानस हे व्यक्तिपूजेद्वारे श्रद्धा व्यक्त करणारे जनमानस आहे तर दुसरीकडे डॉ. बाबासाहेब आंबेडकर यांच्या व्यक्तिपूजेद्वारे त्यांच्या चळवळ व तत्त्वज्ञ म्हणून असणाऱ्या प्रतिमेचा संकोच होतो.

सध्या त्यांच्या जयंती, महापरिनिर्वाणदिन, धम्मचक्र प्रवर्तन दिन इ. निमित्ताने जो उल्हास व उत्साहाचे आणि कधी कधी तर अगदी उत्साहाच्याही पलीकडे जाणारे जे उत्सवाचे रूप पहावयास मिळते ते त्यांना झपाट्याने व्यक्तिपूजेकडे जाईल असे वाटत असावे. मात्र, हा सगळा उत्सव अद्यापतरी चळवळीच्या पातळीवर होत असल्याने या चळवळीने त्यांना 'व्यक्तिपूजा' होण्यापासून वाचवून ठेवले होते. ही एक त्यातल्या त्यात चांगली बाब आहे. म्हणजे एकीकडे मिरवणूकही निघत आहेत तर दुसरीकडे त्यांच्या जीवन व कार्याबद्दल व्याख्यानेही आयोजित केली जात आहेत. त्यांच्याबद्दलची कृतज्ञता व्यक्त करण्याचा मिरवणुकी व व्याख्यान यांचे जोपर्यंत एकत्रित कार्यक्रम होत राहतील तोपर्यंत त्यांचे 'व्यक्तिपूजा' होणे हे थोपवून धरले जाईल, मात्र ज्या वेळेस 'मिरवणूक व व्याख्यान' यांचे संतुलन बिघडेल तेथून त्यांची 'व्यक्तिपूजा' होण्याची प्रक्रिया गतिमान राहिल.

॥ ११ ॥

श्रद्धा व निष्ठा व्यक्त करण्याचा आंबेडकरी चळवळीने निर्माण केलेला हा आकृतिबंध आज सर्वच जाती समूहात लोकप्रिय होतोय. आज शिवाजी महाराज, संभाजी महाराज, महावीर जैन, बसवेश्वर इत्यादी अनेक महापुरूषांना होऊ पाहणारे दैवतीकरण हे थोपवले जाऊ लागले एवढेच नाही तर यांच्या आयुष्यावरील व्याख्यानांमधून

त्यांच्या सामाजिक कार्याची उजळणी होऊ लागली. हे सर्वच महापुरूष एका लौकिक पातळीवर विचारात घेतले जाऊ लागले. भारतीय महापुरूषांचे दैवतीकरण थांबून त्यांचे लौकिकीकरण होणे, त्यांना एक व्यक्ती म्हणून अभ्यासणे किंवा आदर्श मानणे ही सर्वसाधारण प्रक्रिया वाटत असली तरी भारतीय महापुरूषांचे दैवतीकरण थांबणे व लौकिकीकरण होणे ही जगाच्या पुनर्रचनेची प्रक्रिया होय. या चळवळीने सुरू केली आहे आणि जो पर्यंत ही चळवळ राहिल ही प्रक्रिया गतिमान राहिल.

॥ १२ ॥

डॉ. बाबासाहेब आंबेडकर हे व्यक्तिपूजेचे उदाहरण होऊ नये किंवा त्यांच्या व्यक्तिपूजा होऊ नये यासाठी ही चळवळही वेगवेगळ्या स्तरावर कार्य करताना दिसते. या चळवळीला ज्या काही नावाने संबोधले जाते. ती जर नीटपणे समजून घेतली तर या संबोधनांमधूनही हेच भान व्यक्त होताना दिसेल. या चळवळीला साधारणतः 'आंबेडकरी चळवळ', 'फुले-आंबेडकरी चळवळ', 'फुले-शाहू-आंबेडकरी चळवळ', 'दलित चळवळ', 'पुरोगामी चळवळ', 'समतावादी चळवळ' इ. नावाने संबोधले जाते मात्र ही संबोधने ही या चळवळीची नावे असण्याऐवजी ती या चळवळीची वैशिष्ट्ये आहेत. वरील नावे लक्षात घेतली तर आपणास असे जाणवते की, यातील 'आंबेडकरी चळवळ' हे संबोधन जर सोडले तर ते महात्मा फुले व डॉ. आंबेडकर, फुले-शाहू-आंबेडकर' असे संबोधत असताना संबोधनामुळे म. फुले-शाहू व डॉ. बाबासाहेब आंबेडकर यांच्या विचार व कृतींना परस्परांशी जोडली जातात. पर्यायाने आपणास असे म्हणता येईल की, ही नावे परस्परांशी जोडली गेल्याने या प्रत्येक नावांना व्यक्तिमत्त्वाचे जे कंगोरे आहेत ते एकमेकांत मिसळून त्यांच्याद्वारे विचारांची एक साखळी निर्माण होते. पर्यायाने हे संबोधन एक चळवळ, चळवळीचे व विचारांचे सातत्य, चळवळीची गतिमानता व्यक्त करते. ही तीन किंवा दोन नावे परस्परांशी जोडली गेल्याने या चळवळीला जे एक व्यक्तीकेंद्री रूप प्राप्त होणार होते ते टाळले जाते. पर्यायाने व्यक्तीपूजेकडे जाणारा चळवळीचा प्रवास हा थोपवला जातो. या प्रकारच्या संबोधनाद्वारे एका परंपरेचाही बोध होतो. चळवळीची परंपरा सिद्ध करीत जाणे हेसुद्धा चळवळीला व्यक्तीकेंद्री किंवा व्यक्तिपूजक होण्यापासून वाचवणेच असते.

मुळात या चळवळीचे ध्येय हे समताधिष्ठित समाज रचना करणे हे आहे व डॉ. बाबासाहेब आंबेडकर यांच्याकडे ही चळवळ समताधिष्ठित समाज रचना निर्माण करण्याचे तत्त्वज्ञान म्हणून पाहिले जाते. यात ही चळवळ फुले-आंबेडकरी चळवळ, फुले-शाहु-आंबेडकरी चळवळ, दलित चळवळ, समतावादी चळवळ, परिवर्तनवादी

चळवळ असा उल्लेख करताना कुणीही डॉ. बाबासाहेब आंबेडकर यांना दुय्यम लेखत नसतो किंवा त्यांचा अनादरही करीत नसतो. मात्र, ही चळवळ 'व्यक्तीकेंद्री' होणे किंवा व्यक्तिपूजक होणे ही चळवळीची हानी ठरू शकते. भारतातील व्यक्तीकेंद्री व व्यक्तिपूजक चळवळी या कालांतराने चळवळीच्या आदर्शाचे दैवतीकरण व त्यांच्या विचाराला कर्मकांडात रूपांतरित करीत असेल आणि तो प्रतिक्रांतीचा विजय ठरणार असेल तर याबद्दल सावध असले पाहिजे.

मात्र आज तरी फुलेह्नआंबेडकरी चळवळीने भारतातील व्यक्तीकेंद्री व व्यक्तिपूजा यातून पुढे होणारी त्यांच्या दैवतीकरणाची प्रक्रिया थोपवून धरली आहे. केवळ थोपवूनच धरली आहे असे नाही तर बहुजनांच्या सर्वच आदर्श व्यक्तींचे दैवतीकरण टाळून त्यांच्या सामाजिकीकरणाची प्रक्रियाही गतिमान केली आहे. अलौकिकाचे, दैवतीकरणाचे लौकिकीकरण करणे, सामाजिकीकरण करणे हीच क्रांतीच्या तत्त्वज्ञानाची प्रतिष्ठापना करणे असेल व प्रतिक्रांतीला नाकारणे असेल.

■ ■ ■

१६

जातिव्यवस्थेचे राजकीय अर्थशास्त्र : डॉ. बाबासाहेब आंबेडकरांचे योगदान

■

प्रा. सचिन गरुड

डॉ. बाबासाहेब आंबेडकर यांनी दलितांच्या मुक्तीसाठी केलेल्या क्रांतिकारी संघर्षातून जातीअंताच्या क्रांतीचे विचार निर्माण झाले आहेत. डॉ. आंबेडकरांचा धर्म, इतिहास, समाजशास्त्र, कायदा, राज्यशास्त्र तसेच अर्थशास्त्र, इ. विषयांचा अत्यंत गाढा व्यासंग या भारतीय समाजक्रांतीच्या ध्येयाशी जैविकरीत्या संबंधित होता. त्यांनी ज्याप्रमाणे वर्णजातिव्यवस्थेची समाजशास्त्रीय आणि इतिहासशास्त्रीय विश्लेषक मीमांसा केली, त्याचप्रमाणे जातिव्यवस्थेची आर्थिक स्वरूपाची मांडणीही केली. वास्तविकत: भारतातील जातिव्यवस्थेच्या अर्थशास्त्राचा विचार व मांडणी आधुनिक भारतात सर्वप्रथम डॉ. आंबेडकरांनीच केलेली आहे. परंतु, त्यांच्या या जातिव्यवस्थेच्या अर्थशास्त्रीय विश्लेषणाविषयी फारच त्रोटक आणि फुटकळ स्वरूपात समीक्षा करण्यात आलेली आहे. आंबेडकरोत्तर दलित चळवळीतील अभ्यासक-विचारवंताचे या संबंधात दुर्लक्ष झाले आहे. दलित चळवळीने धर्म, इतिहास, संस्कृती, समाजशास्त्र तसेच साहित्य या विषयांचा वर्णजातलक्षी अन्वेषणपद्धतीद्वारा अधिक विकास घडविला आहे. त्यामानाने जातिव्यवस्थेचे अर्थशास्त्र किंवा जातिव्यवस्थेची अर्थ-राजकीय मीमांसा विकसित करण्याच्या दृष्टीने फारसे आश्वासक प्रयत्न त्यांच्याकडून घडून आलेले नाहीत. डॉ. आंबेडकरांनी जातिव्यवस्थेच्या अर्थशास्त्रीय विश्लेषक विवेचनाला दिलेल्या महनीय योगदानाचीही सविस्तर समीक्षा करण्याचा प्रयत्नही अपवादात्मक म्हणावा लागेल.

डॉ. आंबेडकरांचे अर्थशास्त्रीय लेखन त्यांच्या शैक्षणिक अवस्थेत त्यांच्या

प्रबंधांमधून अधिक सघनपणे प्रत्ययास येते. पीएच. डी. आणि डी. सी. एस. सी. यासाठी लिहिलेले त्यांचे प्रबंध मुख्यत: राज्य-प्रशासनाच्या आर्थिक बाबींची चर्चा करतात. या त्यांच्या शैक्षणिक अवस्थेत अगदी सुरुवातीला त्यांनी लिहिलेला 'भारतातील लहान जमीनधारणाक्षेत्रे आणि त्यावरील उपाय' या महत्त्वपूर्ण लेखातून त्यांनी भारतातील शेतीप्रश्नाची चिकित्सा केली आहे. या चिकित्सेचा संबंध जातिव्यवस्था आणि शेतीप्रश्न अशा स्वरूपात थेटपणे दिसत नसला, तरी जातिव्यवस्थापक शेतीप्रश्नांची भांडवली लोकशाही मार्गाने उकल करण्याचा त्यांनी प्रयत्न केलेला आहे. मात्र त्यांचे इतर अर्थशास्त्रीय लेखन त्यांच्या जातिमुक्तीलढ्याच्या संघर्ष काळातील वेगवेगळ्या टप्प्यांवर प्रकट झालेले आहे. त्यात १९३७ मधील 'खोती पद्धती' व 'महार वतन' विरोधी आंदोलन व कायदा, स्वतंत्र मजूर पक्षाची स्थापना व कामगार चळवळ, 'बहिष्कृत भारत' व 'जनता साप्ताहिक' मधील लेखन तसेच 'स्टेटस अँड मायनॉरिटीज' आणि राज्यघटनेत केलेल्या आर्थिक तरतुदी इ. स्वरूपाचे आर्थिक चिंतन जमेस धरले जाते. परंतु, त्यांचे जातिव्यवस्थेविषयक एकूण विश्लेषणातील अर्थशास्त्रीय प्रकट बाजूंखेरीज अप्रकट संभाव्य बाजूंचाही सयुक्तिक विचार करणे आवश्यक आहे.

'भारतीय अर्थशास्त्रा'ला (Indian Economics) डॉ. आंबेडकरांनी जे योगदान दिले, त्याविषयी एस. अंबिराजन यांनी इकॉनॉमिक अँड पोलिटिकल वीकलीच्या २०-२६ नोव्हें. १९९९च्या अंकात लिहिलेल्या शोधनिबंधात ते लिहितात की, Ambedkar's writing on monetary policy, public expenditure and land holdings welfare issues. His approach to ecnomics reflects his uncompromising modernist bent of mind, firmly rooted in the Judeo - Greek enlightenment tradition (अंबिराजन : १९९९, ३२-८०) परंतु, जातिव्यवस्थेच्या अर्थशास्त्राला डॉ. आंबेडकरांनी केलेल्या योगदानाबद्दल अंबिराजन त्यांच्या या शोधनिबंधात फारशी चर्चा करीत नाहीत त्यामुळे डॉ. आंबेडकरांच्या 'तडजोड न करणाऱ्या आधुनिक दृष्टीचा' संबंध जातिअंतक विचारांशी व व्यवहारांशी कसा अविभाज्यपणे जोडलेला आहे, याचाही त्यातून बोध होत नाही. याउलट, ते आंबेडकरांच्या तडजोडविहीन आधुनिक दृष्टीचे मूळ केवळ पाश्चात्त्य ज्युडीओ-ग्रीक प्रबोधन परंपरेत असल्याचे सांगतात आणि तिचा भारतीय अब्राह्मणी प्रवाहाचा वारसा बेदखल करतात.

एकोणिसाव्या-विसाव्या शतकात एकीकडे मुक्त आणि अनिर्बंध अर्थव्यवस्थेच्या समर्थक अर्थतज्ज्ञांची विचारप्रणाली आणि दुसरीकडे रशियन राज्यक्रांत्योत्तर समाजवादी-मार्क्सवादी विचारप्रणाली यांचे द्वंद सुरू होते. अशा जागतिक स्वरूपाच्या

वैचारिक धुमश्चक्रीच्या पार्श्वभूमीवर डॉ. आंबेडकरांची शैक्षणिक जडणघडण उदारमतवादी प्रवाहाच्या परिघात झालेली आहे. हे खरे असले, तरी उदारमतवादाचा प्रभाव असलेल्या त्यांच्या वैचारिक विश्वात प्रामुख्याने उदारमतवादाविषयी तीव्र स्वरूपाचा द्विधाभावही अधिक सुस्पष्ट दिसून येतो. वरकरणी ते मार्क्सवादविरोधी भूमिका घेताना दिसतात. परंतु, ते एकांगी मार्क्सविरोधीही असल्याचे सिद्ध करता येत नाहीत. जातिव्यवस्थेच्या लढ्यासंबंधी डॉ. आंबेडकरांचे भारतीय समाजवादी-मार्क्सवादी प्रवाहाशी संघर्षात्मक मतभेद निर्माण झाले. कारण तत्कालीन मार्क्सवादी वर्गकेंद्री विचारव्यवहाराद्वारे जातीप्रश्नाला बगल देऊन ब्राह्मणी वर्तन करीत होते. त्यामुळे जातिव्यवस्थेला युरोपीय वर्गव्यवस्थेपेक्षा भिन्न भौतिक उत्पादनव्यवस्था म्हणून सिद्ध करून एकांगी वर्गसंघर्षाऐवजी रचनात्मक जातीसंघर्षातून जातीअंताकडे समाजक्रांतीचा प्रवाह नेला पाहिजे, अशी समाजसापेक्ष भूमिका डॉ. आंबेडकरांनी १९३६च्या सुमारास मांडली. १९४७ साली त्यांनी 'स्टेट्‌ अँड मायनॉरिटीज' या त्यांना अभिप्रेत असलेल्या घटनेचा मसुदा शे. का. फेडरेशनतर्फे घटनासमितीला सादर करण्यासाठी तयार केला होता. त्यात त्यांनी राज्यसमाजवादाचा पुरस्कार केला. त्यांच्या या सर्व विचार-व्यवहारांचा अन्योन्यसंबंध जातीअंताच्या ध्येयाशी बांधील होता.

सामान्यत: डॉ. आंबेडकरांच्या अर्थशास्त्रीय मीमांसेचा गाभा जनकल्याणाचा-जनविकासाचा आहे, असे अनेक अभ्यासक मांडतात. ते डॉ. आंबेडकरांना जनवादी कल्याणकारी व विकासाच्या अर्थशास्त्राचे पुरस्कर्ते मानतात. अशी चर्चा ते डॉ. आंबेडकरांच्या जातिसंस्थांविषयक आर्थिक विश्लेषणाला मध्यवर्ती न ठेवता वर्गीय कसोट्यांद्वारे करतात. वास्तविक श्रमविभागणी व श्रमिकांची विभागणी, जातीय श्रेणीबद्ध शोषणशासन व असमानता याविषयी अत्यंत मूलगामी विश्लेषण देऊन आंबेडकर चलनपुरवठा, भांडवल, उपभोग या आर्थिक संकल्पनांद्वारे जातिव्यवस्थेचे दुष्परिणाम दाखवून देतात. तसेच डॉ. आंबेडकर जातिव्यवस्थेतूनच दारिद्र्य, बेकारी, असमानता, सामाजिक व आर्थिक पिळवणूक परस्परसंबंधात कशी निर्माण होते आणि त्यात कशा प्रकारे वाढ होत आहे यासंबंधात सविस्तर चर्चा करतात. त्यांनी जातिव्यवस्थेचा प्रश्न त्यांच्या ह्या एकूण मीमांसेत 'मध्यवर्ती' स्थानावर ठेवला आहे. मुळात त्यांची आर्थिक मीमांसा ही राजकीय अर्थशास्त्रीय स्वरूपाची आहे. मात्र, त्यांच्या आर्थिक विचारांची एकूण चर्चा सामाजिक-राजकीय संदर्भापासून वेगळी काढून करता येणार नाही.

मार्क्सवाद्यांनी जातिव्यवस्थेला इमल्याचा भाग मानल्यामुळे त्यांना अद्यापही जातिव्यवस्थेचे अर्थशास्त्र मांडता आलेले नाही.[१] वर्गलक्षी आर्थिक विश्लेषणाद्वारे

जातीच्या आर्थिकतेचे सापेक्ष आकलन होण्यास गंभीर पेच निर्माण होतो. डॉ. आंबेडकरांच्या काळात कम्युनिस्ट / मार्क्सवादी जातिव्यवस्थेला वर्गाहून वेगळी उत्पादनव्यवस्था मानण्यास तयार नव्हते. आंबेडकरांनी मात्र जातिव्यवस्थेला वर्गाहून वेगळी उत्पादनव्यवस्था म्हणून सापेक्ष जातलक्षी विश्लेषण देण्याचा प्रयत्न केला. (आंबेडकर १९८९, १६३) त्यातूनच त्यांना जातिव्यवस्थेचे पायाभूत अर्थशास्त्रीय आकलन मांडण्याचा प्रयास करावा लागला. अंबिराजन प्रतिपादन करतात त्याप्रमाणे आंबेडकरांनी अशाप्रकारचे अर्थशास्त्र उभारण्याचा प्रयत्न १९४०पर्यंत सुरू ठेवला आणि त्यानंतर मात्र व्यग्रतेखातर या अभ्यासाकडे अधिक गंभीरपणे लक्ष पुरविणे त्यांना शक्य झाले नाही. म्हणून आंबेडकरांचे हे अपुरे राहिलेले काम जातीअंताच्या ध्येयाला बांधील बुद्धिजीवी अभ्यासक-कार्यकर्त्यांनी पूर्ण करणे गरजेचे आहे.

१९१६मध्ये त्यांनी लिहिलेल्या भारतातील जातीसंस्था, तिची यंत्रणा, उत्पत्ती आणि वृद्धी या प्रबंधात भारतातील जातिव्यवस्थेचे वर्गेतर समाजवास्तव अधोरेखित केले. त्यांनी प्रतिपादन केले की, जगातील सर्व समाज हे वर्गीय समाज होते आणि आहेत. परंतु, हे वर्गसमाज मुक्त राहिल्याने परिवर्तनीय राहिले. भारतात असे वर्ग बंदिस्त केले गेल्यामुळे जाती निर्माण झाल्या. (आंबेडकर : १९७९, १५) या प्रबंधात आंबेडकरांनी डॉ. श्री. व्यं. केतकरकृत 'जात म्हणजे बंदिस्त वर्ग' ही व्याख्या स्वीकारली आणि जातीअंतर्गत लग्नसंबंध, जातीनिहाय व्यवसाय आदि प्रमुख लक्षणांमुळे अशा बंदिस्तता निर्माण झाल्याचे त्यांनी सूचित केले. मात्र जात्यंतर्गत विवाह हेच जातीचे व्यवच्छेदक लक्षण असल्याचे मांडून त्यावर अधिक भर दिला आहे. (आंबेडकर : १९७९, ९) जात्यंतर्गत विवाहाचे हे लक्षण स्त्रियांवर लादलेल्या कठोर लैंगिक निर्बंधांतून आकारास आले, असे निदर्शनास आणून देताना सती, सक्तीचे वैध्यव्य, बालविवाह इ. स्त्रीदास्याचे जातीविशिष्ट वास्तव त्यांनी अधोरेखित केले आहे. आंबेडकरांच्या जाती-स्त्रीदास्याच्या या सिद्धान्तनातून आपल्याला जातीलिंगभावाच्या अर्थशास्त्रीय सापेक्ष गृहीतकांचा विकास करता येऊ शकतो. जातीअंतर्गत विवाहप्रथेमधून निर्माण होणाऱ्या नातेसंबंधाला (किनशिप रिलेशनशिपला) मार्क्सवादी ऐतिहासिक भौतिकवादी 'पाया-इमला' या सूत्रानुसार केवळ ऊर्ध्ववास्तूचा भाग म्हणून संभावना करता येत नाही. तर हा आर्थिक पायाचाच भाग म्हणून गंभीरपणे समजून घेतला पाहिजे. जातिव्यवस्थापक कुटुंबातील स्त्रीच्या श्रमातून उत्पादित वस्तू व सेवा यांच्या मूल्यावर पुरुषांचा अधिकार राहतो. स्त्रीचे घरकाम, अपत्यपालनपोषणश्रम व सामाजिक उत्पादन प्रक्रियेतील श्रम यावर पुरुषांचे वर्चस्व राखण्यात पितृसत्तेचे भौतिक संबंध असून ब्राह्मणी परंपरा या पुरुषी भौतिक

हितसंबंधांचे तत्त्वज्ञान, धर्म याद्वारे समर्थन करते आणि जातीय उत्पादनसंबंधाच्या भौतिक पायावर पुरूषी वर्चस्व उभे असल्यामुळेच 'जात' ही स्त्रीदास्याची बेडी आहे, अशा स्वरूपाच्या अर्थ-राजकीय विश्लेषणाप्रत आपण येऊ शकतो. १९३६मध्ये आंबेडकरांनी वर्गीय श्रेणीबद्धतेच्या तुलनेत जातिव्यवस्थापक श्रेणीबद्धतेचे वेगळेपण उलगडून दाखविले. 'जातिव्यवस्था ही केवळ श्रमविभागणी नसून श्रमिकांचीदेखील विभागणी करणारी व्यवस्था आहे.' (आंबेडकर : १९७९, ४७) अशा त्यांच्या प्रतिपादनाला लिंगाधारित श्रमविभागणीच्या विश्लेषणाशी जोडून जातिव्यवस्था आणि पुरुषसत्ता यांमधील अन्योन्य संबंधात आर्थिक अंगाने बहुविध बाजूंची उकल करण्याची दिशा आपल्याला आंबेडकरांच्या अशाप्रकारच्या सिद्धान्तनाद्वारे प्राप्त होऊ शकते. आंबेडकरी सिद्धान्ताच्या स्त्रीवादी सिद्धान्ताशी संयोग करीत हा विकास करता येऊ शकतो.

बंदिस्त वर्ग म्हणजेच जात अशी केतकरप्रणीत जातीची व्याख्या आंबेडकरांनी प्रारंभीच्या काळात स्वीकारलेली असली, तरी नंतरच्या काळातील त्यांच्या विश्लेषणात त्यांनी त्या व्याख्येला पूर्णतः प्रमाणभूत गृहीत धरलेले दिसून येत नाही. जातीला व्याख्यांकित करण्याची वेगवेगळी सूत्रे व कसोट्या त्यांनी कालौघात वापरल्या आहेत. ४०च्या दशकात त्यांनी मार्क्सवाद्यांचा प्रतिवाद करताना जाती आणि वर्ग यांच्या संबंधाबाबतीत स्पष्टीकरण देण्याचा प्रयत्न केला. त्यात त्यांनी म्हटले की, ''जात ही वर्गापासून भिन्न असली, तरीदेखील जातीपासून बनलेली जातिव्यवस्था हिलाच वर्गव्यवस्था म्हणून ओळखले जाते आणि तिचा दर्जा, स्तर वेगळ्या स्वरूपाचा आहे.'' (आंबेडकर १९८९, १६३)

१९३६मध्ये मनमाड येथील जी. आय. पी. रेल्वे कामगारांच्या परिषदेत अध्यक्षीय भाषण करताना ब्राह्मणशाही (जातिव्यवस्था) बरोबरच भांडवलशाहीदेखील आपला शत्रू आहे, असे त्यांनी ठासून सांगितले. ब्रिटिश वासाहतिक काळातील भांडवलशाहीच्या विकासप्रक्रियेमुळे जातिव्यवस्थेत वर्गीय स्तरीकरणाची प्रक्रिया अत्यंत धिम्या गतीने सुरू होती. अशा धिम्या गतीच्या जातीविघटन प्रक्रियेतही तिचे सामंती स्वरूप अधिक प्रबळ होते. या जातीसामंतीव्यवस्थेचा निर्मम व अमानुष शासित-शोषित जातीस्तर प्रामुख्याने पूर्वाश्रमीच्या अस्पृश्यजाती होत्या. त्यामुळे पूर्वास्पृश्य जातींनी जातीअंताची लढाई लढणे ही त्यांची प्राधन्यक्रमाची भौतिक निकड होती. तत्कालीन समाजवादी/ कम्युनिस्ट मात्र जातीलढ्यांबाबतीत पूर्णतः दुर्लक्ष करीत एकांगी वर्गक्रांतीच्या विचाराला आणि व्यवहारालाच प्राधान्य देत होते. त्यामुळे आंबेडकरांना त्यांच्याशी वैचारिक संघर्ष करावा लागला. जातिव्यवस्थेत दलितेतर जाती अर्थिक

सर्वहारा असून दलित जाती मात्र केवळ आर्थिक सर्वहाराच नव्हे, तर सामाजिक सर्वहारा आहेत, हे त्यांना जोरकसपणे अधोरेखित करावे लागले. ब्राह्मणशाही आणि भांडवलशाही हे आपले शत्रू आहेत असे प्रतिपादन करतानाच दलित जातींना भांडवलशाहीविरोधात लढण्यासाठी त्यांनी प्रवृत्त केले. मात्र, त्याचवेळी गांधीप्रणीत 'खेड्यांकडे चला' या जातवर्गसमन्वयवादी भूमिकेने जातीअंताच्या क्रांतीऐवजी जातीसामंती गावगाड्याच्या उदात्तीकरणाच्या वैचारिक मोहिमेला गती दिली.[२] म्हणून आंबेडकरांनी दलितांना खेडेगावातील जातीय अन्याय-अत्याचाराच्या गर्तेतून बाहेर पडण्यासाठी 'शहरांकडे मार्गक्रमण करा' असा पुकारा केला. भांडवलीविकासप्रक्रियेमुळे जातीसामंती बंधने शिथिल झालेल्या शहरी अवकाशात दलितांना स्थलांतर करण्याचा त्यांनी सल्ला दिला. याचा अर्थ, शहरे यांत्रिक आपोआपवादाने जाती मोडण्याच्या विकासप्रक्रियेकडे आगेकूच करतात, अशी भ्रमात्मक धारणा मात्र आंबेडकरांनी बाळगली नाही.

आंबेडकरांच्या मृत्यूनंतर अलीकडच्या काळात भांडवलशाहीच्या जागतिक विस्तारीकरणाने बकालपणे वाढणाऱ्या शहरीकरणाच्या प्रक्रियेत दलित-कष्टकरी जातीवर्गांच्या बहिष्कृत वस्त्या झोपडपट्ट्यांच्या रूपाने निर्माण होऊन त्यांच्या पिळवणुकीची व दडपणुकीची तीव्रता वाढलेली दिसत आहे. शहरीकरणाची ही उच्चजातवर्गीय विकास प्रक्रिया मागसजातीवर्गाच्या मुक्तीची शक्यता जातीअंताच्या प्रभावशाली लढ्याच्या अभावात कुंठित करीत आहे. परंतु, सत्तर वर्षांपूर्वी जातीसामंती खेड्यांच्या तुलनेत भांडवलशाहीने शहरात निर्माण केलेल्या सीमित जातीविरोधी अवकाशाचा विस्तार करण्याच्या दृष्टीने आणि जातीअंताची लढाई पुढे जाण्याच्या दृष्टीने आंबेडकरांनी भांडवलशाही विकासातील अशा जातीविरोधी अवकाशाची विधायकपणे दखल घेतली. हे त्यांचे क्रांतदर्शी द्रष्टेपण आहे.

काही अभ्यासक चुकीच्या पद्धतीने गांधींच्या 'खेड्याकडे चला' व आंबेडकरांच्या 'शहराकडे चला' या परस्परविरोधी भूमिकेचे मूल्यमापन करीत असतात. स्वातंत्र्योत्तर भारताने स्वीकारलेल्या उच्चजातवर्गीय हितसंबंधात्मक विकासप्रारूपात खेड्यांचा मागासलेपणा व शेतीची अरिष्टे यांच्यावर आज उपाय म्हणून गांधींवादी 'ग्रामस्वराज्याच्या' जातवर्गसमन्वयवादी भूमिकेचे समर्थन करीत गांधींवर मिथ्या द्रष्टेपण लादत आहेत. तर जात्याधिष्ठित भांडवलशाहीच्या विकासप्रारूपात शहरातील दलित-शोषित जातींचा मागासलेपणा शहरी अवकाशातील जातीविरोधाच्या सीमित कक्षेला सिद्ध करतो, म्हणून शहरातही दलितांची मुक्ती नाही या सरधोपट निष्कर्षानिशी आंबेडकरांचा शहरांकडे मार्गक्रमण करण्याचा निर्णयही कालौघात चुकला आहे,

अशाप्रकारचे अवमूल्यन करणाऱ्या विचारवंतांचाही एक प्रवाह आहे. असे अवमूल्यांकन करणाऱ्यांनी आंबेडकरांच्या 'शहराकडे चला' या तात्कालिक भूमिकेची सापेक्षता लक्षात न घेता तिला सर्वकालिक नित्य गृहीतकात स्वीकारले आहे. जणू सर्वच खेड्यातील दलित शोषित शहरात स्थलांतरित होतील आणि खेड्याच्या पुनर्रचनेचा प्रश्नच दलितांच्या दृष्टीने शिल्लक राहणार नाही, असे काहीतरी अवास्तव यातून सुचविले जाते. किंवा आंबेडकरांच्या विचारात खेड्याच्या पुनर्रचनेचा मुद्दाच नाही, असेही नकारात्मकपणे भासवले जाते. तर काही दलित विचारवंत खेड्याच्या पुनर्रचनेचा प्रश्न जातीअंताच्या दृष्टीने बाजी लेखून प्रामुख्याने शहरीकरणाच्या प्रक्रियेच्या दिशेने दलितांनी आपल्या लढ्यांना गती द्यावी, अशीही मांडणी करीत आहेत.

खेड्यांच्या पुनर्रचनेचा विचार आंबेडकरांनी वेळोवेळी मांडलेला आहे. या विचारांचे सापेक्ष आकलन करून त्यातील कोणता भाग आज कालबाह्य ठरला आहे व कोणता भाग कालसुसंगत आहे हे ठरविले पाहिजे आणि त्या विचारांचे अद्यावतीकरणही केले पाहिजे, नव्हे तर त्या विचारांच्या अनुरोधाने नवनवीन सृजनात्मक शक्यतांचे अवकाश विस्तारण्याचा प्रयत्न केला पाहिजे.

खेडेगावाच्या पुनर्रचनेच्या आंबेडकरप्रणीत चिंतनात जातिव्यवस्थाअंताचा विचार आणि कृती कार्यक्रम केंद्रस्थानी होता. गांधींच्या ग्रामस्वराज्यात अस्पृश्यतानिवारणाचा औपचारिक सुधारणाकार्यक्रम असला, तरी त्यांची आर्थिक दृष्टी आधुनिक विज्ञान-तंत्रज्ञानविरोधी आणि जाती सामंतीव्यवस्थेची पाळेमुळे असलेल्या ग्रामीण कृषीजीवनमूल्यांचे उदात्तीकरण करणारी होती. खेडेगावाच्या पुनर्रचनेच्यादृष्टीने आंबेडकरांनी शेतीप्रश्नावर उपाय म्हणून भूमिहीन दलित, आदिवासी, कारूनारू जाती व शेतकरी जाती यांच्यातील शेतजमीन मालकीसंबंधित विषमतानिराकरणार्थ राज्यसमाजवादी सामुदायिक शेतीचे प्रारूप तसेच शेतीचे आधुनिकीकरण यांचा पुरस्कार केला. गांधीवादी आर्थिक विकासाच्या आकृतिबंधात खेडे हा एकजिनसी समाजघटक आहे. अशी संकल्पना रूढ करण्यात आली आहे. आंबेडकरांनी मात्र या संकल्पनेला छेद देत जातिव्यवस्थेचे डबके असून त्यात गावकुसाच्या आतील सवर्ण-स्पृश्य जातींच्या जातवार वस्त्या आणि गावकुसाबाहेरील अवर्ण-अस्पृश्य जातींच्या बहिष्कृत वस्त्या यांच्यातील परस्परविरोधी जातीय हितसंबंधाचा संघर्ष अंतर्भूत असतो असे प्रतिपादन केले. खेडेगावात जातीय विनिमय-संबंध स्पृश्य आणि अस्पृश्य अशा स्वरूपात कार्यरत राहिल्यामुळे दलित जातींच्या पिळवणूक दडपणुकीची तीव्रता वाढते. सवर्ण-स्पृश्य जातीसमूहाच्या मानाने दलित जाती अल्पसंख्य व साधन-संपत्तीवंचित असल्यामुळे परावलंबी असतात. तर बहुसंख्याक शेतकरी व

मध्यमजाती यांच्या जातीसत्तेपुढे त्या दुर्बल व सत्ताहीन असतात, हे आंबेडकर प्रतिपादन करतात. (आंबेडकर १९८९, २०-२१) आंबेडकर हे दलित जातींच्या सामाजिक दुर्बलतेबरोबरच आर्थिक दुर्बलतेचा अधिक कटाक्षाने विचार करतात. परिणामत: त्यांचे पंचायत राज्यपद्धतीला विरोध करण्याचे एक प्रमुख कारण आर्थिक होते. (आंबेडकर १९८९, १९) गावविकासाचा आर्थिक निर्णय तथाकथित जातीसत्तेच्या चौकटीत वरचढ शेतकरी जातीचे सत्ताधारी त्यांच्या जमीनमालकी, बहुसंख्याकता व बलुतेदार जातींचे आश्रयदाते असेच दलितजातींना दडपण्याची दमनशक्ती या जातदर्जा व सत्तेच्या वैशिष्ट्यांआधारे घेतील आणि दलित जातीच्या प्रचलित शोषण-दमन यंत्रणेला यामुळे छेद देण्याच्या शक्यता कमकुवत राहतील, असे भय आंबेडकरांना वाटत होते.

अस्पृश्यता ही केवळ धार्मिक-सामाजिक शोषणाची रूढी आहे. या प्रचलित समाजाला आंबेडकर अनियंत्रित आर्थिक शोषणपद्धतीच्या प्रमुख आयामाची जोड देतात. जातीप्रणीत श्रमप्रकाराची वैशिष्ट्ये ही जातिसंस्थेच्या शुद्धी-अशुद्धीच्या नियंत्या तत्त्वाशी जोडून ते जातीशोषणाची उकल करतात. बौद्धिक श्रम आणि शारीरिक श्रम यांचे विभाजन जातिव्यवस्था घडवते. बौद्धिक श्रम हे श्रेष्ठ व शुद्ध असतात. जातिरचनेत सर्वोच्चस्थानी असणाऱ्या ब्राह्मण जातीच्या शुद्धतेचा व श्रेष्ठत्वाचा जन्मजात सामाजिक दर्जा तिच्या श्रेष्ठ व शुद्धी श्रमप्रकाराशीही म्हणजे बौद्धिक श्रमाशी जोडलेला असतो. तर शारीरिक श्रमाची सक्ती शूद्र जातीस्तरावर केलेली असते. त्यातही जातीय उतरंडीत खालच्या स्तरावर असलेल्या दलित जातींवर लादलेला अस्पृश्यतेचा जन्माधारित सामाजिक दर्जा हा जातिव्यवस्थापक शुद्धी-अशुद्धीच्या तत्त्वाधारे निर्धारित होतो. दलित जाती अशुद्ध / अपवित्र असण्याचे कारण म्हणजे जातिरचनेतील त्यांचे अशुद्ध / अपवित्र व हीन ठरविलेल्या जातीय स्थान / दर्जा यांचे जन्माधारित निर्धारण हे असतेच, पण ब्राह्मणी विचारसणीने अशुद्ध / अपवित्र व अशौच मानलेल्या, अत्यंत हीनतम् ठरविलेल्या श्रम व व्यवसाय यांची सक्ती त्यांच्यावर करण्यात येते ही अस्पृश्यतेची अत्यंत महत्त्वपूर्ण आर्थिक बाजू आंबेडकर मांडतात. (आंबेडकर, १९९०, ९०) म्हणजेच श्रमाला जातीबद्ध चौकटीत बंदिस्त करणारी रचना जातीय शोषणाचे विवक्षित वैशिष्ट्य निर्धारित करते. (आंबेडकर १९९०, ९०) असे विश्लेषण देऊन जातिव्यवस्थापक श्रमप्रकार व श्रमिक यांच्या विभाजनात्मक आणि श्रेणीबद्ध शोषणाच्या व असमानतेच्या अनन्यसाधारण समाजवास्तवाकडे आंबेडकर आपले लक्ष वेधून घेतात. (आंबेडकर : १९७९, ४७ व आंबेडकर : १९८७, १११)

दलित जातींना प्राप्त होणारा अस्पृश्यतेचा सामाजिक दर्जा जन्मजात व अक्षय अशुद्धीच्या तत्त्वाआधारे ठरतो आणि आत्यंतिक सामाजिक बहिष्कृतता त्यांच्यावर लादण्यात येते. (आंबेडकर १९८९, २६६) या टोकाच्या जातीय शोषणशासनाच्या आधारभूमीवर दलित जाती सामाजिक व आर्थिक सर्वहारा आहेत हे ठोसपणे ते दाखवून देतात. म्हणून त्यांनी दलित जातींना जातीअंताच्या क्रांतीचे अग्रदल मानले आहे. साम्यवाद्यांनी वर्गक्रांतीसाठी ज्या सर्वहारा कामगारवर्गाला अग्रदल मानले, त्या भारतीय कामगार वर्गाचे समान वर्गीय हितसंबंध जातिव्यवस्थेमुळे आकाराला येऊ शकत नाहीत, हेही १९२९च्या सुमारास त्यांनी साम्यवाद्यांच्या निदर्शनाला आणून दिले. (आंबेडकर (मून) : १९९०, २७१-२७२ व कुबेर : १९७२, २२७-२२८) अशा वर्गसंघर्षात दलित अस्पृश्य जातीय कामगारांचे व सवर्ण कामगारांचे हितसंबंध एकच नसतात, ह्या आंबेडकरांनी निर्देशित केलेल्या समाजवास्तवाकडे सम्यवाद्यांनी दुर्लक्ष केले. तत्कालीन साम्यवादी नेतृत्व ब्राह्मणादी उच्चजातीय असून त्यांचे सैद्धान्तिक आणि व्यावहारिक वर्तनही ब्राह्मणी होते. हे वास्तव आंबेडकरांनी लक्षात घेतले होते. इथे भारतीय जातीसंबंधात वैमनस्यभावी व अवैमनस्यभावी संबंध कोणते आहेत, हे आंबेडकर सांगत आहेत. केवळ आर्थिक लढ्याची भूमिका जातीसमाजात जातीऐवजी वर्गालाच पायाभूत कोटी मानून वर्गसंघर्ष हेच मुख्य वैमनस्यभावी संबंध असतात असे गृहीत मानते आणि जाती ह्या इमल्याचा भाग मानल्याने जातिसंघर्ष हा अवैमनस्यभावी घटक ठरतो व तो इमल्यातील संघर्षाचा भाग ठरतो. अशी अवास्तव परिस्थिती चुकीच्या जाती-आकलनाने उद्‌भवते हे आंबेडकर स्पष्ट करतात. म्हणून त्यांनी 'ॲनिहिलेशन ऑफ कास्ट्स' या ग्रंथात 'पाया इमला' या दृष्टीचौकटीविषयी साम्यवाद्यांशी आपले मतभेद व्यक्त केले. साम्यवाद्यांच्या तथाकथित वर्गक्रांतीच्या एकांगी सैद्धान्तिक व व्यावहारिक कार्यप्रणालीवर भाष्य करताना त्यांनी म्हटले की, "भारतात प्रचलित असलेली समाजव्यवस्था अशी आहे की, समाजवाद्यांना तिच्याशी टक्कर घेतल्यावाचून गत्यंतर नाही. असे केल्यावाचून त्यांची क्रांती यशस्वी होणे अशक्य आहे आणि जरी अशी क्रांती यदाकदाचित यशस्वी झालीच, तर त्यांना सामाजिक प्रश्नांना हाताळल्याशिवाय आपले उद्दिष्ट सफल करता येणार नाही. याबद्दल दुमत असूच शकत नाही. क्रांतीपूर्वी जर त्यांनी जातिव्यवस्थेबाबत विचार केला नाही, तर क्रांतीनंतरतरी त्यांना तिची दखल घ्यावी लागेल. तुम्ही कोणत्याही बाजूस वळा, कोणत्याही दृष्टीने विचार करा, जातिव्यवस्थेचा भस्मासूर तुमच्या वाटेत आडवा आहेच, हा भस्मासूर नष्ट केल्याशिवाय राजकीय, सामाजिक अथवा आर्थिक सुधारणा शक्य नाही!" (आंबेडकर : १९७९, ४७) त्यांनी इशारा दिला की, ज्यांना सामाजिक,

आर्थिक व राजकीय परिवर्तन करावयाचे आहे, त्यांना कधी ना कधी जातीप्रश्नाला भिडावेच लागेल!''

प्रचलित 'पाया-इमला' सिद्धान्ताविषयी त्यांनी व्यक्त केलेले मतभेद अत्यंत मूलभूत स्वरूपाचे होते. जातिव्यवस्था ही भौतिक उत्पादनपद्धती असून जातीउतरंडीच्या रचनेनुसारच हे उत्पादनसंबंध, विनिमयसंबंध प्रवाहित होतात असे सिद्ध करताना त्यांनी जाती केवळ आर्थिक पायानेच गतिशील असतात असे एकांगी अनुमानही प्रस्थापित केले नाही. जातीरचनेची भौतिक व आर्थिक बाजू धार्मिक व सांस्कृतिक रचनांवर आधारलेली असल्याने भारतीय आर्थिक व्यवस्थेचा आधार धर्म आहे असे मौलिक सिद्धान्तन ते करतात. भारतात ब्राह्मणी धर्म एका माणसाचे दुसऱ्या माणसाशी असलेल्या संबंधांची विषमताकारक प्रतवारी ठरवतो. नव्हे, तर एका श्रमिकाचे दुसऱ्या श्रमिकाशी असलेल्या संबंधांचे श्रेणीबद्ध निश्चितीकरणही करतो. (आंबेडकर : १९८९, १९०)

धर्म-संस्कृतीच्या आमूलाग्र परिवर्तनाचा जैविकसंबंध आर्थिक परिवर्तनाशी असतो. म्हणजेच धर्म-संस्कृतीची भौतिक पायाभूतता आर्थिक पायाभूततेशी साहचर्याने असते किंवा परस्परसंबंधित असते, असा विचार आंबेडकरांनी १९३६ पासून मांडला आहे. धार्मिक-सांस्कृतिक प्रभुत्वाचे गतीशास्त्र नगण्य समजून केवळ अर्थकेंद्री यांत्रिक नियमांवर आधारित समाजाचे विश्लेषण देणाऱ्या कर्मठ समाजवाद्यांच्या ह्या चुकीच्या धारणेवर आंबेडकरांनी नेमकेपणाने बोट ठेवले आहे. अशी एकांगी विश्लेषणपद्धती भारतीय समाजवास्तवाला तर लागू होत नाहीच परंतु यूरोपीय वर्गीय समाजवास्तवालाही गैरलागू ठरते असेही ते स्पष्टपणे नोंदवतात. (आंबेडकर : १९७९, ४६)

वर्णजातिव्यवस्थेच्या इतिहासाची संगती लावताना त्यांनी ऐतिहासिक भौतिकवादी पद्धतीनेच मीमांसा केलेली आहे. परंतु, ब्राह्मणी धर्म संस्कृतीच्या विचारसरणीची म्हणजेच ब्राह्मणी सांस्कृतिक प्रभुत्वाची चर्चा ते अधिक प्रमाणात करतात. जातीचा ऐतिहासिक विकासक्रम दाखविताना जातिव्यवस्थापक उत्पादनशक्तीचे सूक्ष्मतम स्वरूप त्यांनी स्पष्टपणे मांडलेले दिसत नाही. जातिव्यवस्था-अधिष्ठित उत्पादनपद्धतीच्या बहुतेक बाजूंचे विश्लेषण ते देतात. जातीय श्रेणीबद्ध विषमता व शोषणाची रचना आर्थिक विषमसंबंध निर्माण करतात. नैसर्गिक साधन-सामग्रीवर जातीबद्ध मालकी व नियंत्रणाच्या संबंधात साधार स्पष्टीकरण देताना आंबेडकर जातीउतरंडीच्या उत्पादनसंबंधाच्या व विनिमयसंबंधाच्या तत्त्वाआधारे सामाजिक उत्पादनाचा सर्वाधिक व उत्तमोत्तम हिस्सा उच्चजातींकडे तर अत्यल्प व निकृष्टतम हिस्सा हीन जातींकडे विनिमित होतो, असे मांडतात. (आंबेडकर १९८७, ११७) दलित जाती ह्या पूर्णतः

अधन व मालमत्तावंचित होत्या. या जातिव्यवस्थापक आर्थिक नियंत्रणाला ब्राह्मणी धर्मशास्त्रीय कायद्याचा आधार असल्याने ब्राह्मणी प्रभुत्वाच्या विचारसरणीच्या आयामावर ते अधिक प्रकाशझोत टाकतात. नैसर्गिक साधनसामुग्रीवरील जातीबद्ध मालकी-अमालकी, तसेच नियंत्रणाच्या पैलूंबरोबरच जातीबद्ध उत्पादनसंबंध व विनिमयसंबंध ठरविणाऱ्या धार्मिक-सांस्कृतिक अर्थात मानसिक-नैतिक विचारसरणीच्या पैलूंवर आंबेडकर अधिक विचार करतात. जातिव्यवस्थेचा पाया निव्वळ आर्थिक शक्तीने निर्धारित झालेला नसून तो धर्मसंस्कृती इ. सांस्कृतिक प्रभुत्वाच्या घटकांद्वारेही निर्धारित होतो. म्हणून धर्म संस्कृती आदी घटक आर्थिक घटकांशी अविभाज्यपणे संबंधित असतात. अशा संबंधाची गतिशीलता पाया-इमला या सिद्धान्तानुसार यंत्रवत नसते. याचा अर्थ आणि धर्म संस्कृती इ. घटक पायाभूत असून अशी पायाभूत बहुविधता व व्यामिश्रता यांचे समर्थन आंबेडकर करतात. त्यांचे विचार धर्माची अर्थशास्त्रीय मांडणी विकसित करण्यासाठी निर्देशित करीत आहेत. भारतीय धर्म संस्कृतीच्या आर्थिक विश्लेषणासाठी आंबेडकरांचे हे विचारभांडार अधिक साहाय्यभूत ठरणार आहे.

वर्णजातिव्यवस्थापक धर्म हा तिच्या आर्थिक पायाभूत घटका इतकाच महत्त्वाचा पायाभूत घटक आहे. किंबहुना, अशा प्रकारची पायाभूतता अर्थ व धर्म य संयुक्त घटकांची आहे, असे हे सूचित करीत आहेत. मात्र, त्यांनी उभा केलेला रचनाबंध स्थूल स्वरूपाचा असला, तरी १९३०च्या दरम्यान सांस्कृतिक प्रभुत्वाची संकल्पना मांडणाऱ्या ग्राम्शीच्या सिद्धान्तनाशी त्याचे साधर्म्य असल्याचे दिसून येईल. ग्राम्शीने मांडलेली अशा धर्म-संस्कृतीच्या प्रभुत्वाची संकल्पना 'पाया इमला' या सूत्राला आव्हान देत नाही. तोही आर्थिक शक्तीची पायाभूतता गृहीत मानून सांस्कृतिक प्रभुत्वाची गतिशीलता ऊर्ध्ववास्तूगत राखतो. सांस्कृतिक प्रभुत्व आणि आर्थिकशक्ती यांचे 'पाया-इमला' या सूत्रातील संबंध ऊध्वरेषेतील (Vertical) श्रेणीबद्ध रचना साकारतात. तर आंबेडकरांच्या सूत्रात धर्म-संस्कृतीचे प्रभुत्व आणि आर्थिकपद्धती यांचे नाते समतलरेषीय (horizontal) व्यामिश्रतेचे आहे.

जातिव्यवस्थेच्या संदर्भात प्रभुत्वाचे सिद्धान्तन विकसित करताना आंबेडकरांनी गुरूवत मानलेल्या जोतीराव फुले यांच्या पूर्वमांडणीला विधायकत: स्वीकारले आहे. दलितांच्या सामाजिक गुलामगिरीचे यथार्थ व भेदक विश्लेषण देताना जातिव्यवस्थापक प्रभुत्वात ब्राह्मणी धर्म-संस्कृतीप्रभुत्व आणि दमनशक्तीची जातीयंत्रणा या दोन्ही घटकांची सयुक्तिकता स्पष्ट केलेली आहे. दलित-शोषित जातींवरील शासनशोषणाचे सातत्य राखणाऱ्या क्रूर, हिंस्र दमनशक्तींच्या यंत्रणेला ब्राह्मणी धर्मशास्त्रीय आधार असतात, हे आंबेडकर आवर्जून प्रतिपादन करतात.

धर्म-जातीसंघर्षाचे सूत्र सांगताना आंबेडकर धर्म-जातीसंघर्ष हा अपरिहार्यपणे आर्थिक व राजकीय सत्तासंघर्षाच्या दिशेने प्रवाहित होतो, हे दाखवून देतात. यासाठी ऐतिहासिक दाखले देताना ते प्रतिपादन करतात, बुद्धाने केलेल्या धार्मिक व सामाजिक क्रांतीनंतर चंद्रगुप्त मौर्याने राजकीय क्रांती केली. वारकऱ्यांच्या धर्म-जातीसंघर्षाच्या पार्श्वभूमीवर शिवाजीने तसेच गुरूनानकांच्या धार्मिक सामाजिक क्रांतीनंतर शिखांनी राजकीय क्रांती केली. (आंबेडकर : १९७९, ४३) म्हणून जात्यंतासाठी त्यांनी सामाजिक-धर्मिक व आर्थिक समग्र क्रांतीची आवश्यकता आहे, असे सांगितले आहे. जाती-सामंतीव्यवस्थापक पायाभूत उत्पादनसंबंध भांडवलशाही अर्थव्यवस्थेच्या आगमनामुळे जुने व कालबाह्य उत्पादनसंबंध बनले आहेत आणि भांडवली लोकशाहीच्या नव्या उत्पादकशक्तींच्या विकासमार्गात ते मोठा अडथळा बनून उभे आहेत. जात्यंतक लोकशाही क्रांतीद्वारा बहुसंख्याक मागास जातींच्या मुक्तीमुळे अवरुद्ध भांडवली विकासाचे मार्ग प्रवाहित होतील. युरोपात सरंजामशहीच्या नि:पातानंतरच भांडवलशाही विकसित होऊ शकली. त्याप्रमाणे भारतीय सरंजामशाहीचे रूप असलेली जातिव्यवस्था नष्ट केल्याशिवाय लोकशाही व भांडवली विकासाचे मार्ग खुले होणार नाहीत, अशी आंबेडकरांच्या वैचारिक प्रतिपादनाची दिशा आहे. परंतु, ते जातीअंताच्या टप्प्यापर्यंतच थांबलेले नाहीत, तर भांडवलशाही विकासातील वर्गीय विषमता व शोषण यांना आधार देणाऱ्या खासगी मालमत्ता मक्तेदारीच्या व्यवस्थेलाही सतत विरोध करीत राहिले. ब्राह्मणशाहीबरोबरच भांडवलशाहीलाही आपला कट्टर शत्रू मानणाऱ्या समाजवादी आंबेडकरांची जातीअंताबरोबरच वर्गान्तासाठीच्या संघर्षाची द्रष्टी भूमिका स्पष्ट होते.

१) समाजव्यवस्थेचा पाया हा उत्पादनशक्ती, उत्पादन संबंध आणि उत्पादन वितरण यांच्या आर्थिक चौथऱ्याने बनलेला असतो आणि इमला हा त्यावर उभ्या असणाऱ्या धर्म, संस्कृती, कला, साहित्य, नीती, कायदा, न्याय, शासन, राजकारण इ. नी निर्धारित होतो, हे मार्क्सवादाचे ऐतिहासिक भौतिकवादाचे सूत्र आहे. या सूत्राप्रमाणे समकालीन मार्क्सवादी वर्गालाच पायाभूत भौतिक उत्पादनव्यवस्था गृहीत धरून जातीला त्या पायावरील इमल्याचे अभौतिक वास्तव मानत. तर नंतरच्या काळातील मार्क्सवाद्यांनी जातीलाच वर्ग मानून मांडणी सुरू केली.

२) आंबेडकर-गांधी यांच्यातील वैचारिक संघर्षात गांधी जातिव्यवस्थेची ऐतिहासिक पार्श्वभूमी असलेल्या वर्णव्यवस्थेचे समर्थन करीत होते.

संदर्भ

१) आंबेडकर, बाबासाहेब (१९७९) डॉ. बाबासाहेब आंबेडकर रायटिंग अँड स्पीचेस, खंड १, एज्युकेशन डिपार्टमेंट, गव्हर्नमेंट ऑफ महाराष्ट्र, मुंबई.

२) डॉ. बाबासाहेब आंबेडकर रायटिंग अँड स्पीचेस (१९८७), खंड ३, एज्युकेशन डिपार्टमेंट, गव्हर्नमेंट ऑफ महाराष्ट्र, मुंबई.

३) डॉ. बाबासाहेब आंबेडकर रायटिंग अँड स्पीचेस (१९८९), एज्युकेशन डिपार्टमेंट, गव्हर्नमेंट ऑफ महाराष्ट्र, मुंबई.

४) डॉ. बाबासाहेब आंबेडकर रायटिंग अँड स्पीचेस (१९९०), खंड-७, एज्युकेशन डिपार्टमेंट, गव्हर्नमेंट ऑफ महाराष्ट्र, मुंबई. (१९९०) वसंत मून (संपादक). डॉ. बाबासाहेब आंबेडकरांचे बहिष्कृत भारत व मूकनायक, एज्युकेशन डिपार्टमेंट, गव्हर्नमेंट ऑफ महाराष्ट्र, मुंबई.

५) अंबिराजन, एस. (१९९०) आंबेडकर्स कॉन्ट्रीब्यूशन टु इंडियन इकॉनॉमिक्स, अँड पॉलिटिकल वीकली, २०-२६ नोव्हेबर.

६) कुबेर, वा. ना. (१९७२) डॉ. आंबेडकर विचारमंथन, केसरी प्रकाशन. पुणे.

■ ■ ■

१७

डॉ. बाबासाहेब आंबेडकर यांच्या शेतीविषयक विचारांची वर्तमान उपयुक्तता

■

प्रा. डॉ. पी. एस. कांबळे

प्रास्ताविक

डॉ. बाबासाहेब आंबेडकर हे बहुआयामी होते. त्यांनी सामाजिक, राजकीय, धर्म, कायदा, शिक्षण, घटना, स्त्रिया, भेद व वंचितता आणि आर्थिक विचार मांडले आहेत. ते फक्त विचार मांडणारे विचारवंत नव्हते, तर त्यांची प्रत्यक्षात अंमलबजावणी करणारे व्यावहारिक धोरणकर्ते आणि तज्ज्ञ होते. त्यांचे आर्थिक विचार विशेष महत्त्वाचे आहेत. कारण ते फक्त सैद्धान्तिक, संकल्पनात्मक आणि तात्त्विक नाहीत, तर ते उपयोजित आणि व्यावहारिक आहेत. तसेच ते फक्त राष्ट्रीय नाहीत, तर ते आंतरराष्ट्रीय स्वरूपाचे आणि दर्जाचे आहेत. कारण डॉ. बाबासाहेब आंबेडकर हे आंतरराष्ट्रीय अर्थशास्त्रज्ञही होते. त्यांनी अनेक आर्थिक समस्या, धोरणे, घटना, सिद्धान्त आणि तत्त्वज्ञानावर भाष्य करून आपले आर्थिक विचार फक्त सैद्धान्तिक नव्हे तर व्यावहारिक आणि उपयोजित, व्यापक आणि सखोल मांडले आहेत. त्याचे कारणही स्पष्ट आहे. त्यांनी अर्थशास्त्राचे शिक्षण आंतरराष्ट्रीय विद्यापीठे आणि शैक्षणिक संस्थांमधून घेतले आहे. त्यांच्या आर्थिक विचारात चलनविषयक, सार्वजनिक आयव्यय विषयक, मध्यवर्ती बँका, विकास नीती, श्रम, जल आणि ऊर्जाविषयक, शेतीविषयक आणि जातीचे अर्थशास्त्र यांचा प्रामुख्याने समावेश होतो. डॉ. आंबेडकरांचे शेतीविषयक विचार मूलभूत, दूरदृष्टीचे आणि व्यावहारिक आहेत. तसेच ते प्रामुख्याने भारतीय शेतीच्या संदर्भातील असल्याने आणि आजही आपण भारत हा शेतीप्रधान देश मानत असल्याने त्यांचे शेतीविषयक विचार आजही अधिक उपयुक्त आणि

व्यावहारिक वाटतात. त्यामुळेच प्रस्तुत शोध निबंधात डॉ. आंबेडकरांचे शेतीविषयक विचार सांगून त्यांचे वर्तमानकाळात काय महत्त्व आहे, ते स्पष्ट करण्याचा प्रयत्न केला आहे.

डॉ. बाबासाहेब आंबेडकर यांचे शेतीविषयक विचार

डॉ. बाबासाहेब आंबेडकर यांचे शेतीविषयक विचार त्यांच्या १९१८मध्ये प्रसिद्ध झालेल्या 'Small Holdings in India and their Remedies' म्हणजेच 'भारतातील अल्प भूधारणा आणि त्यावरील उपाय' आणि १९४७ मध्ये प्रसिद्ध झालेल्या त्यांच्या 'States and Minorities' म्हणजेच 'सरकार आणि अल्पसंख्याक' या ग्रंथात स्वातंत्र्योत्तर भारतासाठी मांडलेल्या विकास नीतीविषयक विचारांमध्ये दिसून येतात. डॉ. आंबेडकरांच्या शेतीविषयक विचारांची वर्तमानकालीन उपयुक्तता विचारात घेण्यापूर्वी त्यांचे शेतीविषयक विचार प्रथम समजावून घेणे अत्यंत गरजेचे आणि महत्त्वाचे आहे.

डॉ. बाबासाहेब आंबेडकर स्वातंत्र्यपूर्वकालीन भारतातील अल्प भूधारणा किंवा जमीन धारणा समस्येचे विश्लेषण करण्यापूर्वी आपल्या अर्थव्यवस्थेतील शेतीचे महत्त्व काय आहे, ते स्पष्ट करण्याचा प्रयत्न करतात. डॉ. आंबेडकरांच्या मते, भारतीय अर्थव्यवस्थेतील प्राथमिक उद्योगांच्या विकासासाठी शेतीचा विकास अत्यंत महत्त्वाचा आहे. शेती विकासाशिवाय प्राथमिक उद्योगांचा विकास होणे शक्यच नाही. त्यांच्या मते, प्राथमिक उद्योग अत्यंत महत्त्वाचे असतात, कारण त्यातून लोकांचा उदरनिर्वाह, उद्योगांसाठी कच्चा माल उपलब्ध होणे शक्य होते आणि विशेष म्हणजे इतर उद्योगांचा विकासही त्यावर अवलंबून असतो. माणूस अन्नाशिवाय जिवंत राहू शकत नाही, तसेच त्याची कार्यक्षमता व त्यासाठी आवश्यक ऊर्जा अन्नातूनच त्याला मिळते. शेती हेच अन्नपुरवठा करण्याचे एकमेव साधन आहे. वरील सर्व कारणांचा परिणाम म्हणून शेतीला भारतीय अर्थव्यवस्थेत अत्यंत महत्त्वाचे स्थान आहे. (आंबेडकर १९१८, पृ. ४५६) मात्र शेतीसमोर अनेक प्रश्न आणि आव्हाने आहेत. त्यात कोणते उत्पादन घ्यायचे? उत्पादन घटकांच्या वापराचे प्रमाण किती? शेत जमिनीचे आकारमान किती? इत्यादींचा प्रामुख्याने समावेश होतो ते समजावून घेण्यासाठी आणि त्यांच्या सोडवणुकीसाठी शेतीचा सांगोपांग अभ्यास करणे अत्यंत गरजेचे व महत्त्वाचे आहे. शेतीचे अर्थव्यवस्थेतील महत्त्व स्पष्ट केल्यानंतर डॉ. आंबेडकर भारतातील अल्प जमीन किंवा भूधारणा समस्येचे स्वरूप आणि व्याप्ती स्पष्ट करतात.

डॉ. बाबासाहेब आंबेडकरांच्या मते, तत्कालीन भारतातील शेतजमीन धारणेचे

आकारमान अल्प होते. त्यांच्या मते, १८९६-९७मध्ये शेत जमिनीचे सरासरी आकारमान आसाममध्ये ३.३७ एकर होते. ते १९००-१मध्ये ३.२ एकरपर्यंत घटले. याच कालावधीत, मुंबई प्रांतात ते २४.०७ एकर वरून २३.० एकर पर्यंत घटले, तर मध्यवर्ती प्रांतात ते १७ एकरवरून ४८ पर्यंत वाढल्याचा अपवादही आढळतो. त्याच वेळेस मद्रास प्रांतात शेतजमिनीचे सरासरी आकारमान ७ एकर एवढे स्थिर राहिल्याचे दिसते. त्यानंतर डॉ. बाबासाहेब आंबेडकर बडोदा राज्यातील शेतजमीन धारणेची आकडेवारी सादर करतात. त्यांच्या मते, बडोदा राज्यात एकूण ४२, ४९, ५१७ बीगा (८ बीगा = ५ एकर म्हणजेच १ बीगा = ०.६ एकर) जमीन होती. तिचे १२,९२, ६७१ सर्व्हे नंबरमध्ये विभाजन झाले होते. एकूण ३,१८,६४९ खातेदार होते आणि प्रत्येक खातेदाराला सरासरी ३.५ एकर जमीन वाट्यास आली होती. त्यानंतर डॉ. बाबासाहेब आंबेडकर या समस्येचे विश्लेषण करण्यासाठी पुण्याजवळील पिंपळा गावातील शेतजमीन कशी अल्प आहे त्याची आकडेवारी देतात. त्यांच्या मते, पिंपळा गावात २ ते ३ एकर जमीन धारण केलेली ६७ शेतकरी कुटुंबे होती. १ ते २ एकर जमीन असलेली १६४ कुटुंबे होती. ३० ते ४० गुंठे जमीन असणारी ७५ शेतकरी कुटुंबे होती. तर २० ते ३० गुंठे जमीन असणारी १३६शेतकरी कुटुंबे होती (आंबेडकर, १९१८, पृ. ४५७) यावरून भारतातील शेती जमिनीचे आकारमान किती अल्प आहे हे सहज स्पष्ट होते. त्याबराबेरच ही शेतजमीन विखुरलेलीही होती, हे डॉ. आंबेडकरांनी भारतातील प्रांत, राज्य आणि गाव पातळीवरील आकडेवारीच्या साहाय्याने स्पष्ट केले आहे. याबरोबरच देशातील दरडोई शेतजमिनीची उपलब्धता अत्यंत कमी असून, पशुधन, नांगर आणि बैलगाड्या यांची संख्याही वेगाने कमी होत असल्याचे डॉ. आंबेडकर नमूद करतात. त्यांच्या मते, भारतातील दरडोई शेतजमीन उपलब्धता फक्त १ एकर होती. मात्र, त्याच वेळेला ती रशिया ५.६० एकर आणि अमेरिकेत ८.९० एकर उपलब्धता १८९५मध्ये असल्याचे सांगतात.

भारतातील शेतजमीन अल्प राहण्याबरोबरच शेतीशी संबंधित इतरही काही महत्त्वाच्या समस्या आहेत असे डॉ. आंबेडकरांनी सांगितले आहे. या समस्या प्रामुख्याने देशातील शेतजमिनीच्या अल्प आकारमानातून निर्माण झालेल्या आहेत. देशात इतर उत्पादक क्षेत्रांचा विकास अपेक्षित प्रमाणात न झाल्यामुळे उदरनिर्वाहाचे साधन म्हणून शेतीवर अवलंबून राहणाऱ्या लोकांचे प्रमाण आपल्या देशात अतिरिक्त आहे. इंग्लंडमध्ये ते प्रमाण फक्त १५.३ टक्के, अमेरिकेत ३३.३ टक्के आणि आयर्लंडमध्ये ४४.७ टक्के एवढे अल्प होते. भारतात मात्र ते ७१.५ टक्के एवढे सर्वाधिक आणि अतिरिक्त होते. याबरोबरच भारतातील शेतीची उत्पादकताही

अत्यल्प आहे. १८७३मध्ये इंग्लंडमध्ये शेतीची दर एकरी उत्पादकता १,०५४ किलो गहू, आणि ३, ४८७ किलो मका एवढी होती. ती कॅनडामध्ये १,७२३ किलो गहू आणि ३,१९१ किलो मका एवढी सर्वाधिक होती. मात्र, त्याच वेळेला भारतात उत्तर प्रदेशात ८५० किलो गहू आणि ११०० किलो मका, पंजाबमध्ये ५५५किलो गहू आणि ७६६ किलो मका एवढी अल्प होती. (आंबेडकर, १९१८, पृ. ४५८)

डॉ. आंबेडकर हे कृतिशील अर्थशास्त्रज्ञ होते. त्यामुळे भारतीय शेतीसमोरील फक्त समस्या सांगून ते थांबत नाहीत. तर अल्प शेतजमीन धारणा, तुकडीकरण आणि विखुरीकरण या समस्येवर ते महत्त्वपूर्ण उपायही सुचवितात. जमिनीचे एकत्रीकरण हा एक या समस्येवरील उपाय आहे. ते जमिनीचे एकत्रीकरण फक्त तुकडेजोड अपेक्षित नाही, तर ते आकारमान आर्थिक आकारमानही असणे आवश्यक आहे, असे त्यांचे मत होते. हे जमिनीचे आर्थिक आकारमान फक्त शेतजमिनीच्या आकारमानावर अवलंबून नसते, तर ते भांडवल आणि भांडवली वस्तू या उत्पादन घटकांच्या प्रमाणावरही अवलंबून असते. त्याचा गांभीर्याने विचार करणे आवश्यक आहे. असे डॉ. आंबेडकरांचे मत होते. याबरोबरच अल्प शेतजमीन धारणेची समस्या सोडविण्यासाठी डॉ. आंबेडकरांनी इतरही महत्त्वाचे उपाय सुचविले आहेत. यात श्रमशक्ती किंवा शेतमजूर शेतीकडून बिगरशेती उत्पादन व रोजगाराकडे वळविणे आवश्यक आहे. औद्योगिकीकरण भारतातील शेती समस्यांवरील अत्यंत महत्त्वाचा आणि खातरीशीर मार्ग आहे असे डॉ. आंबेडकर सांगतात (आंबेडकर, १९१८, पृ. ४७५) औद्योगिकीकरण ही नैसर्गिक आणि प्रभावी उपाययोजना असून ती अमेरिकेत सिद्धही झाली आहे. तो दारिद्र्य निर्मूलनावरीलही महत्त्वाचा उपाय आहे. याशिवाय शेतजमिनीचे तुकडे एकत्र करण्याबरोबरच विभाजन आणि तुकडीकरण रोखण्यासही उपयुक्त आहे. औद्योगिक क्षेत्र विकासात वस्तुनिर्माण क्षेत्राच्या विकासाला प्राधान्य द्यावे. त्यातून भारतीय शेतीसमोरील समस्या सोडविण्याबरोबरच अतिरिक्त आणि फुगत जाणारी ग्रामीण लोकसंख्या नियंत्रित होऊन त्याची नागरीकरणासही मदत होईल.

यानंतर डॉ. बाबासाहेब आंबेडकरांनी आपले शेतीविषयक विचार १९४७मध्ये प्रसिद्ध झालेल्या आपल्या States and Minorities म्हणजेच 'सरकार आणि अल्पसंख्याक' या ग्रंथात सांगितले आहेत. हे त्यांचे शेतीविषयक विचार प्रामुख्याने शेतीसमोरील समस्या सोडविण्याबरोबरच शेतीच्या जलद विकासासाठी उपयुक्त ठरणारे आहेत. ते शेतीची मालकी बदलण्याबरोबरच शेती विकासातील सरकारची भूमिकाही स्पष्ट करतात. हे त्यांचे शेतीविषयक विचार भारताला स्वातंत्र्य मिळाल्यानंतर

स्वतंत्र भारतासाठी कोणती विकासनीती असावी याचे विवेचन करताना मांडले आहेत.

डॉ. आंबेडकरांच्या मते, शेतीला उद्योगाचा दर्जा दिल्यासच शेतीचा विकास होईल अर्थात हा शेती उद्योग सरकारचा उद्योग असणे आवश्यक आहे. म्हणजेच शेतीला सार्वजनिक उद्योगाचा दर्जा प्राप्त करून देणे अत्यावश्यक आहे. त्यामुळे सरकार शेतीची खासगी मालकी हक्क स्वत:कडे घेईल (आंबेडकर, १९४७, पृ. ३९६) अर्थात त्यासाठी खासगी शेती मालकाला ऋणपत्रे स्वरूपात नुकसानभरपाई द्यावी. ऋणपत्रे धारकाला पैशांच्या स्वरूपात नुकसान भरपाईचा अधिकार प्राप्त होईल. ऋणपत्रे स्थलांतरणीय असून त्यांचे आनुवंशिकतेने एका पिढीकडून दुसऱ्या पिढीकडे स्थलांतरण होऊ शकेल. ऋणपत्रांवर व्याज स्वरूपात मोबदला मिळेल. डॉ. आंबेडकरांच्या मते, शेतीच्या विकासासाठी शेती कसण्याच्या पद्धती म्हणजेच मालकीत बदल होणे आवश्यक आहे. शेतजमिनीची मालकी खासगीऐवजी सामुदायिक असणे आवश्यक आहे. त्यासाठी शेतीचे प्रमाणित आकारमानात विभाजन करावे. ती कसण्यासाठी कुळांना द्यावी, शेती कसण्याचे नियम व नियमने सरकारने तयार करावीत. शेतीतून मिळणाऱ्या एकूण उत्पन्नातून काही महत्त्वाचे हिस्से वजा केल्यानंतर राहिलेले उत्पादन कुळाला देण्यात यावे. अर्थात, ही शेती कुळांना कसण्यासाठी देताना जात किंवा वंश किंवा इतर कोणताही भेद न करता द्यावी. अर्थात, शेती सरकारच्या मालकीची होत असल्याने सरकारने जलसिंचन, शेती उपयुक्त अवजारे, पशुधन, बी-बियाणे, खते इत्यादी आवश्यक बाबींसाठी आवश्यक वित्त पुरवठाही करावा. त्यानंतर शेतीतून निर्माण होणाऱ्या उत्पादनाचे वाटप विविध घटकांमध्ये हिश्शांच्या स्वरूपात कसे करावे ते स्पष्ट करतात. (आंबेडकर, १९४७, पृ. ३९५) त्यांच्या मते, एकूण शेती उत्पादनातून शेतसारा, ऋणपत्रे धारकांना व्याज भांडवली वस्तूंच्या वापराचा मोबदला, जी कुळे सामुदायिक शेतीचे नियम मोडतील किंवा दुर्लक्ष करतील त्यांना दंड अशाप्रकारचे अनेक हिस्से एकूण शेती उत्पादनाचे करावेत आणि ते एकूण उत्पादनातून वजा केल्यास शिल्लक राहणारे सर्व उत्पादन कुळाला देण्यात यावे (आंबेडकर, १९४७, पृ. ३९६) ही डॉ. आंबेडकरांची राज्य समाजवादाची संकल्पना होती. जी भारतातील शेतीसमोरील अनेक प्रश्न सोडविण्याबरोबरच शेतीचा विकास गतिमान करण्यासाठी आणि अर्थव्यवस्थेचा सर्वांगीण विकास साध्य करण्यासाठी मदत करेल, असे डॉ. आंबेडकरांचे ठाम मत होते. त्यांनी आपल्या शेतीविषयक विचारात शेतकऱ्यांची आर्थिक पिळवणूक करणारी खोती पद्धत नष्ट करावी असेही सांगितले आहे.

डॉ. आंबेडकरांचे शेतीविषयक विचार स्वातंत्र्यपूर्व काळातील असले, तरी ते आजही भारतात उपयुक्त आहेत. त्यांची आपल्या देशातील वर्तमानकालीन उपयुक्तता स्पष्ट करण्यापूर्वी भारतातील शेतीची सद्य:स्थिती काय आहे, ती समजावून घेणे आवश्यक ठरते.

भारतातील शेतजमिनीचे आकारमान सातत्याने घटत चालल्याचे दिसते. देशातील शेतजमिनीचे सरासरी आकारमान १९७०-७१मध्ये २.२८ हेक्टर होते, ते २०१०-११मध्ये १.१६ हेक्टरपर्यंत घटले. २०१०-११च्या शेतगणतीप्रमाणे एकूण सरासरी शेतजमीन आकारमानात सीमांत (१ हेक्टरपेक्षा कमी) आणि लघू (१ ते ४ हेक्टर) जमीन धारणेचे प्रमाण ८५ टक्के एवढे सर्वाधिक आहे. २०११च्या शिरगणतीप्रमाणे भारताची एकूण लोकसंख्या १२१ कोटी होती. ती २०१५मध्ये १२७.७ कोटी आणि २०१७मध्ये १३०.९ कोटींपर्यंत वाढेल असा अंदाज आहे. याच कालावधीत श्रमशक्ती सहभाग दर अनुक्रमे ५६.३ टक्के, ५२.९ टक्के आणि ५१.२ टक्के एवढा जास्तीत जास्त राहील. (भारत सरकार, २०१४, पृ. २४) देशातील ग्रामीण लोकसंख्या १९५१ मधील ८२.७ टक्क्यांवरून २०११मध्ये ६८.९ टक्क्यांपर्यंत घटली असली, तरी ती अधिकच आहे. याच कालावधीत देशात एकूण ०.९ कोटी शेतमजूर १९५१मध्ये होते ती संख्या २०११मध्ये २.६३ कोटींपर्यंत वेगाने वाढली आहे. यात १९५०-५१मध्ये ७२ टक्के जमीन कसणारे आणि २८ टक्के मजूर होते, ते २०११मध्ये ४५ टक्के आणि ५४.९ टक्के पर्यंत बदल झाला आहे, म्हणजेच शेत मजुरांचे प्रमाण वाढले आहे. (भारत सरकार २०१४, पृ. १५). जलसिंचन सुविधांचा अल्पकार्यक्षम वापर, सुविधांची अपुरी देखभाल, जलशुल्काची अपुरी वसुली, घटती जल पातळी इत्यादींसारखे महत्त्वाचे प्रश्न भारतीय जलसिंचन सुविधांपुढे निर्माण झाले आहेत (भारत सरकार, २०१२-१३, पृ.१३). शेती आणि संलग्न व्यवसाय उत्पादन वाढीचा दर २०१२-१३मध्ये १.२ टक्के एवढा अल्प होता, तो २०१३-१४मधील ३.७ टक्केचा अपवाद वगळता २०१४-१५मध्ये फक्त १.१ टक्के राहिला (भारत सरकार, २०१४-१५, पृ. ७६). याबरोबरच शेती व संलग्न उपक्रमांचे देशाच्या स्थूल देशांतर्गत उत्पादनातील योगदान २०११-१२मध्ये फक्त १८.४ टक्के होते. ते २०१३-१४मध्ये १८ टक्क्यांपर्यंत आणखीन घटले आहे. देशातील शेती विकासाचा दर २००४-५मधील ५.५ टक्क्यांवरून २०११-१२मध्ये ५.३ टक्क्यांपर्यंत आणि शेवटी २०१२-१३मध्ये वेगाने घटून तो ०.९ टक्के (२००४-०५ किमतीप्रमाणे) राहिला (भारत सरकार, २०१३-१४, पृ. ०३). शेतीचे देशाच्या स्थूल देशांतर्गत उत्पादनातील योगदान २००४-०५ किमतीप्रमाणे २००४-०५ मधील १६ टक्क्यांवरून

२०१२-१३मध्ये ११.८ टक्क्यांपर्यंत वेगाने घटले आहे. शेती विकासातील सरकारचे योगदान अत्यंत महत्त्वाचे ठरते. त्यामुळे ते विचारात घेणे आवश्यक आहे. भारताच्या ९ व्या पंचवार्षिक योजनेत (१९९७ ते २००२) शेती व संलग्न व्यवसायातील खर्च एकूण योजना खर्चाच्या फक्त ४ टक्के होता तो १० व्या योजनेत ३.८ टक्के, ११ व्या योजनेत ४.४ टक्के आणि १२ व्या योजनेत (२०१२ ते २०१७) ४.७ टक्के अपेक्षित असताना २०१२-१३मध्ये २.९ टक्के, २०१३-१४मध्ये २.८ टक्के आणि २०१४-१५मध्ये २.४ टक्के एवढा अल्प राहिला आहे (भारत सरकार, २०१४-१५, पृ. ५०). शेतजमिनीचे उत्पादन आणि उत्पादकता वाढविण्यासाठी जमिनीच्या आकारमानाबरोबरच भांडवल गुंतवणूकही विचारात घेणे अत्यावश्यक ठरते. देशातील एकूण गुंतवणुकीशी शेती आणि संलग्न व्यवसायातील गुंतवणुकीचा हिस्सा अत्यल्प राहिला आहे. तो २००४-०५मध्ये २.३ टक्के आणि २००८-०९मध्ये २.९ टक्के आणि २०१२-१३मध्ये २.७ टक्क्यांपर्यंत घटला. याच कालावधीत शेतीतील सार्वजनिक गुंतवणूक ०.५ टक्के, ०.५ टक्के आणि ०.४ टक्के, तर खासगी क्षेत्रातील गुंतवणूक १.८ टक्के, २.४ टक्के आणि ३.३ टक्के एवढी अल्प राहिली (भारत सरकार, २०१२-१३, पृ. २५). शेती क्षेत्रातील भांडवल गुंतणूक अत्यल्प राहिल्याने याच क्षेत्रातील भांडवल निर्मितीही अत्यल्प राहिली. देशातील एकूण भांडवल निर्मितीशी शेती व संलग्न व्यवसायातील भांडवल निर्मितीचे प्रमाण २००४-०५मध्ये ७.५ टक्के होते. ते २००८-०९मध्ये ८.१ टक्क्यांपर्यंत अल्पसे वाढले. मात्र, २०१२-१३मध्ये ७.७ टक्क्यांपर्यंत घसरले (भारत सरकार, २०१२-१३, पृ. ७५). त्यामुळेच देशातील अन्नधान्याचे उत्पादन २००७-०८ मधील २३०.७८ टनांवरून २०१०-११मध्ये २४४.४९ दशलक्ष टनांपर्यंत वाढले आणि शेवटी २०१२-१३मध्ये ते २५०.१५ दशलक्ष टन एवढे राहिले. एकूण अन्नधान्य उत्पादनात तृणधान्याचे प्रमाण अधिक राहिले आणि कडधान्याचे उत्पादन अत्यंत मर्यादित राहिले. याच कालावधीत देशातील तृणधान्याचे उत्पादन ११४.५५ दशलक्ष टन, ११३.७३ दशलक्ष टन आणि ११९.१९ दशलक्ष टन राहिले. तर कडधान्यांचे उत्पादन फक्त १४.७६, १८.२४ आणि १७.५७ दशलक्ष टन एवढे अत्यल्प राहिले (भारत सरकार, २०१२-१३, पृ. २). याबरोबरच तेलबियांचे उत्पादनही खूपच अल्प राहिले (भारत सरकार, २०१२-१३, पृ. २). मात्र, ऊस उत्पादन ३४८.१९, ३४२.३८ आणि ३३४.५४ दशलक्ष टन एवढे सर्वाधिक राहिले. शेतजमिनीचा ऱ्हास ही एक महत्त्वाची समस्या भारतीय शेतीपुढे दिसून येते. भारतीय शेती संशोधन परिषदेच्या मते, २०१०मध्ये एकूण ३२८.७३ दशलक्ष हेक्टर भौगोलिक क्षेत्रापैकी १२०.४० दशलक्ष हेक्टर जमीन

वेगवेगळ्या कारणांनी ऱ्हास पावली. यात जल व पवन (९४.८७ दशलक्ष हेक्टर), दलदलीकरण (०.९१), क्षारपड (२.७३) जमीन यांचा समावेश होतो (भारत सरकार, २०१२-१३, पृ. ९). भारतात पिकाखालील क्षेत्र १९९०-९१मध्ये १८५.७४ दशलक्ष हेक्टर होते, ते २००९-१०मध्ये १९२.२० दशलक्ष हेक्टरपर्यंत मंद गतीने वाढले. मात्र, याच कालावधीत निव्वळ पेरणी क्षेत्र १४३ दशलक्ष हेक्टरवरून १४०.०२ दशलक्ष हेक्टरपर्यंत अत्यंत मर्यादित वाढले (भारत सरकार, २०१२-१३, पृ. १२). भारतात शेतीला होणारा कर्ज पुरवठा संस्थात्मक मार्गाबरोबरच बिगर संस्थात्मक मार्गाने (सावकार) ही होतो. २००४-०५मध्ये शेतीला संस्थात्मक कर्जपुरवठा १, २५,३०९ कोटी रुपये होता, तो २०११-१२मध्ये ५,११,०२९ कोटी रु. पर्यंत वाढला. शेतीला होणाऱ्या एकूण कर्ज पुरवठ्यापैकी बिगर संस्थात्मक कर्ज पुरवठा १९५१मध्ये ९३ टक्के होता, तो २००२मध्ये ३९ टक्के पर्यंत कमी झाला. मात्र, त्यातील सावकारांचे योगदान अजूनही ७० टक्क्यांपर्यंत आहे. (भारत सरकार, २०१२-१३, पृ. ६०).

डॉ. आंबेडकरांच्या शेतीविषयक विचारांची भारतातील वर्तमान उपयुक्तता

देशातील शेतीची सद्य:स्थिती आणि शेतीशी संबंधित समस्यांचा सखोल आणि व्यापक अभ्यास केल्यानंतर हे स्पष्ट होते की डॉ. आंबेडकरांचे शेतीविषयक विचार आजही उपयुक्त आहेत. त्यांचे भारतातील अल्प जमीन धारणा आणि विखुरलेली शेती, याबरोबरच यांच्या नियंत्रणासाठीचे सुचविलेले उपाय आजही खूपच महत्त्वाचे आहेत. त्यांचा शेतीला उद्योगाचा दर्जा देण्याचा विचार आजही खूप महत्त्वाचा आहे. त्याशिवाय भारतीय शेतीला आवश्यक भांडवली गुंतवणुकीची आणि भांडवली साधनांची उपलब्धता होणार नाही. याबरोबरच अर्थव्यवस्थेत औद्योगिक क्षेत्राचा विकास करून शेतीतील अतिरिक्त श्रमशक्ती काढून घेऊन उद्योगांचा विकास करणे, शेतीला कर्ज पुरवठा, जलसिंचन सुविधा, बी-बियाणे, खते, अवजारे यांचा आवश्यक पुरवठा करणे त्यामुळेच शक्य होणार आहे. आजही सामुदायिक आणि सरकारी शेतीचा प्रयोग शेती विकासासाठी आणि शेतीसमोरील समस्या सोडविण्यासाठी अत्यंत उपयुक्त आहेत. यातून अन्नधान्याची समस्या सोडविण्याबरोबरच कडधान्याचे उत्पादन वाढीचे धोरण राबविणे शक्य आहे. यातून देशातील अन्न सुरक्षिततेचाही प्रश्न सोडविण्यासाठी मदत होईल. आजही शेती आपल्या देशात हंगामी आहे. तो पूर्ण वेळ व्यवसाय करणे त्यामुळे शक्य होईल. ऊस उत्पादन क्षेत्र वाढीवर नियंत्रणाची आवश्यकता त्यातून पूर्ण करणे शक्य होणार आहे. शेतजमिनीचा ऱ्हास, बिगरशेती वाढत चाललेला वापर डॉ. आंबेडकरांच्या विचारांमुळे कमी करणे

शक्य होईल. विशेष म्हणजे शेतजमिनीचे आकारमान वाढविण्याबरोबरच शेतजमिनीच्या मालकीतील विषमताही नियंत्रित करणे त्यातून शक्य होणार आहे. या सर्वांचा एकत्रित परिणाम म्हणून शेती विकासाबरोबरच इतर उत्पादक क्षेत्रांच्या विकासास मदत होऊन अर्थव्यवस्थेचा सर्वांगीण विकास होण्यासाठी त्याची मदत होणार आहे. त्यामुळेच स्वातंत्र्यपूर्व काळात डॉ. आंबेडकरांनी मांडलेले शेतीविषयक विचार आजही २०१६मध्ये म्हणजे २१ व्या शतकातही मोठ्या प्रमाणावर उपयुक्त आहेत, हे सहज स्पष्ट होते. डॉ. आंबेडकरांनी शेतीतील अतिरिक्त श्रमपुरवठा बिगर शेती रोजगाराकडे वळवून औद्योगिक विकासाला प्राधान्य द्यावे हे मांडलेले प्रतिमान अर्थशास्त्राच्या अभ्यासकांनी मान्य केले नाही, मात्र ते आज अभ्यासकांनी आणि सरकारने मान्य करण्याशिवाय आपल्या देशासमोर दुसरा पर्याय उपलब्ध नाही. यातूनच डॉ. आंबेडकरांच्या शेतीविषयकविचारांची वर्तमानकालीन उपयुक्तता खूप अधिक असून, ती स्पष्ट होते.

('सेक्यूलर मुव्हमेंट'च्या सौजन्याने)

संदर्भ

1) Ambedkar, B.R. (1918) small Holdings in India and their Remedies, In "Writings and Speeches of Dr. Ambedkar", Vol. No. 1 Government of Maharashtra, Mumbai

2) Ambedkar, B.R. (1947) States and Minorities, in "Writings and speeches of Dr. Ambedkar." Vol. No. 1. Government of Maharashtra, Mumbai.

3) Government of Maharashtra (2004) "Writings and Speeches of Dr. Ambedkar." Vol. No. 6 Government of Maharashtra Mumbai.

4) Government of India (2014-15) Economic Survey, Ministry of Finance, New Delhi.

5) Government of India (2012-13) State of Indian Agriculture, Ministry of Agricultural, New Delhi.

6) Government of India (2013-14) Central Statistical Organization (CSO) Reports, New Delhi.

7) Government of India (2012-13) Plan Documents 12th Five Year Plan, Planning Commission, New Delhi.

8) Government of India (2014) Agricultural Statistics at a Glans, Ministry of Agricultural, New Delhi.

१८

आंबेडकरी विचारधारा आणि आदिवासी क्रांतिवाङ्मय

■
डॉ. वैजनाथ अनमुलवाड

प्राचीन काळापासून चालत असलेल्या भारतीय समाजामध्ये आणि संस्कृतीमध्ये विविधता आहे. ही विविधता प्रामुख्याने अभिजन व बहुजन अशा विसंगत संस्कृतींमध्ये विभागली गेल्याचे प्रकर्षाने जाणवते. या संस्कृतीद्वयांमुळे येथील बहुसंख्य समाजाची वाटचाल नेहमीच दिशाहीन बनत गेली. सम-विषमतेच्या वादविवादातून जात, धर्म, वर्ग आणि वर्णव्यवस्थेचे असंख्य स्तर निर्माण होत गेले. सनातन विचारसरणीच्या मानसिकतेने ग्रासलेल्या अभिजन वर्गाने 'स्व' आणि स्वकीयांचेच हीत लक्षात घेऊन समाजकारण, राजकारण, धर्मकारण, अर्थकारण, सत्ताकारण इ. व्यवस्था मनमानीपणे राबविल्या. मनुस्मृतीसारख्या ग्रंथाद्वारे विषमतावादी सामाजिक कायद्याची जाणीवपूर्वक निर्मिती करून बहुजनांचे मोठ्या प्रमाणावर शोषण केले. अलौकिकतेच्या भ्रामक कल्पनांवर आधारित धर्मसत्ता प्रस्थापित करून अभिजनांनी बहुजनांवर देव-दैवाचा भीतियुक्त पगडा निर्माण केला. लोक भीतीपोटी देवाची पूजा करू लागले. नवससायास करू लागले. मूर्तिपूजेत रममाण होऊ लागले. अलौकिक गूढ शक्तीला प्रसन्न करण्यासाठीं नको ते क्रियाकर्म करू लागले. यामुळे अंधश्रद्धा वाढत गेली. शिक्षणापासून दीर्घकाळ वंचित रहावे लागल्यामुळे बहुजनांच्या वाट्याला प्रामुख्याने अभावाचे नि गुलामीचे जिणे आले. ही चातुर्वर्ण्यावर आधारित भारतीय समाजरचनेची वास्तवता आहे.

आरंभापासून चालत आलेल्या भारतीय समाजव्यवस्थेचा हा कटू इतिहास आहे. हा इतिहास बदलण्यासाठी, सनातनी विचारसरणीचा बीमोड करण्यासाठी भारतीय समाजात त्या त्या वेळी बहुजन समाजउद्धारक, बहुजन हितकारक जन्माला आले. शूद्रातिशूद्रांचे भले पाहणाऱ्या व त्यांच्या कल्याणाची चिंता वाहणाऱ्या चार्वाक, शंबूक, म. बुद्ध, सम्राट अशोक, म. चक्रधर, संत कबीर, चोखामेळा,

तुकाराम महाराज, छ. शिवाजी महाराज, म. जोतिबा फुले, राजर्षी शाहू महाराज, डॉ. बाबासाहेब आंबेडकर यांचे कार्य, कर्तृत्व आणि त्यांच्या परिवर्तनवादी विचारांमुळे बहुजनांचे आत्मभान जागृत होण्यास गती मिळाली. डॉ. बाबासाहेब आंबेडकर यांच्या अफाट कष्टांतून भारतीय राज्यघटना तयार झाली. ज्यामुळे हजारो वर्षे सामाजिक विकासापासून वंचित राहिलेल्या बहुजन समाजाला नवे आत्मभान प्राप्त झाले. डॉ. आंबेडकरांच्या क्रांतिकारी विचारांतून बहुजनांच्या सर्जनशील मानसिकतेची भूमी आणि भूमिका साकार करण्याची गती आणि प्रेरणा मिळाली. ही आंबेडकरी प्रेरणा म्हणजेच साठोत्तरी साहित्यप्रवाहातील मानवतावादाला चालना देणारे व कधी न संपणारे ऊर्जास्रोत होय, असे म्हणायला काहीच हरकत नाही.

बहुजन वर्ग आणि साठोत्तरी मराठी साहित्यनिर्मिती :

मराठी साहित्याचा विचार करताना इ. स. १९६० नंतर एका नव्या क्रांतिपर्वाला सुरुवात झाली असे स्पष्टपणे जाणवते. भारतातील व महाराष्ट्रातील सामाजिक प्रबोधनाच्या चळवळीला म. फुले, राजर्षी शाहू महाराज यांच्या कार्याची आणि कर्तृत्वाची पार्श्वभूमी लाभल्यामुळे समाजात नव्या परिवर्तनवादी तत्त्वप्रणालींचा विकास घडू लागला. दीर्घकाळ वंचित राहिलेल्या बहुजन समाजाला पहिल्यांदाच सामाजिक अधिकारमूल्यांचा परिचय होऊ लागला. सामाजिक परिवर्तनातून परंपरा विरुद्ध नवता असा संघर्ष सुरू झाला. या संघर्षातून बहुजनांना 'स्व' च्या अस्तित्वाची ओळख पटू लागली. स्वातंत्र्यामुळे शिक्षणाचा प्रसार आणि प्रचार झाला. त्यामुळे अलौकिक अशा सनातन विचारप्रवाहांना खंडित करण्याचे धाडस बहुजनांच्या मनात पहिल्यांदाच निर्माण झाले. प्रस्थापित व्यवस्थेच्या विरुद्ध कृतिशील संघर्षात्मक प्रतिकार करण्याचा नवा मंत्र मिळाला. शिक्षणामुळे एकूणच बहुजनांच्या सामाजिक व सांस्कृतिक जीवनात मूलभूत परिवर्तन घडू लागले. ही परिवर्तनाची प्रक्रिया म्हणजेच आंबेडकरी विचार-प्रेरणेतून पेटलेली धगधगती क्रांतिमशाल होय. या क्रांतीला आंबेडकर नावाच्या तेजोमय अशा ज्ञानसूर्याचा कधी न संपणारा ज्ञानप्रकाश लाभला. आणि म्हणून या ज्ञानप्रकाशाचा प्रभाव जसा असंख्य समाजावर पडला तसाच साठोत्तरी मराठी साहित्यावरही पडला. हे मत आता साठोत्तरी प्रवाहांच्या बाबतीत अधोरेखित झाले आहे.

साठोत्तरी वाङ्मयप्रवाहांच्या माध्यमातून दीर्घकाळ वंचित राहिलेल्या समाजाच्या पारंपरिक विचारांना नवी दिशा मिळाली. वेगळी गतिमानता प्राप्त झाली. त्यामुळे मानसशास्त्रीय, सामाजिक, ऐतिहासिक, चरित्रात्मक आदी साहित्यप्रकारांतून मानवतावादी विचारांची अक्षरपेरणी होऊ लागली. बहुजनांचे अनुभव आणि त्यांचे वेगळे अनुभवविश्व त्यांच्याच शब्दातून साकार होऊ लागले. या परिवर्तनवादी मराठी साहित्यातून कर्तृत्ववादी

अशा बहुजन स्त्री-पुरुषांना नायक-नायिका म्हणून प्रथमच स्थान मिळू लागले. जे की, यापूर्वीच्या मराठी साहित्यात अशा प्रकारच्या समाजवास्तवाला कुठेच स्थान मिळाले नव्हते. हे स्थान फुले-शाहू-आंबेडकरांच्या क्रांतिविचारांमुळे प्राप्त झाले. ही वास्तवता आपण नाकारू शकत नाही. या परिवर्तनवादी विचारांमुळे साठोत्तरी नवप्रवाही साहित्यप्रकारांना 'माणूस' नावाचा चेहरा प्राप्त झाला. एक नवा दृष्टिकोन मिळाला. या काळातील मराठी साहित्याकडे सामाजिक अंगाने मोठ्या आस्थेवाईकपणे पाहिले जाऊ लागले. सामाजिक प्रश्नांच्या संदर्भाने लिहिले जाऊ लागले. सामाजिक वास्तवाला केंद्रित ठेवून साहित्याची निर्मिती होऊ लागली. साहित्यातील मानवतावादाला महत्त्व प्राप्त होऊ लागले. समाजाचे प्रतिबिंब साहित्यात उमटले जावे या शाश्वत सत्याला चालना मिळाली. बहुजनांचे प्रश्न साहित्यातून मांडण्यात येऊ लागले. स्वातंत्र्यानंतर समाजात शैक्षणिक जागृती निर्माण झाल्यामुळे वंचितांच्या दीर्घकालीन मुक्या वेदनांना शब्द मिळाला. बहुजन समाजातले वेगवेगळे समाजस्तर जागृत झाले. ज्यांच्या आशा-आकांक्षा वेगळ्या आहेत, ज्यांच्या जीवन-जाणिवा वेगळ्या आहेत असा समाज जागा झाला व 'स्व' अस्तित्वासंबंधाने साहित्यातून चिंतन करू लागला. दीर्घकाळापासून अभिजन वर्गाच्या धाकात जीवन कंठणारा समाज स्वातंत्र्यामुळे व्यक्त होऊ लागला. हजारो वर्षांपासून दाबून ठेवलेल्या भावनांना वाट मोकळी करून देण्याची ताकद आंबेडकरांच्या सामाजिक लढ्यातून मिळाली. म्हणून साठनंतरच्या दलित साहित्यात जसा विद्रोह दिसतो, तसाच मानवतावादही दिसतो. थोडक्यात, साठोत्तरी साहित्यप्रवाहातून दलित, ग्रामीण, आदिवासी, स्त्रीवादी, भटक्या-विमुक्त इ. वंचित समाजाच्या जीवन-धारणांचे प्रतिबिंब स्पष्टपणे जाणवायला लागले. दलित, ग्रामीण, आदिवासी, स्त्रीवादी, जनवादी इत्यादी प्रवाहांचा अभ्यास सामाजिक दृष्टिकोनातून आणि मानवतावादी भूमिकेतून करण्यात येऊ लागला. परंपरेने दुर्लक्षिलेल्या या अनोख्या विश्वातील सर्जनशील साहित्य प्रवाहित होण्यापाठीमागे डॉ. बाबासाहेब आंबेडकरांचे कृतिशील सामाजिक कार्य आणि पायाभूत क्रांतिविचारांचे प्रेरक असे पाठबळ आहे. ही वास्तवता समजून न घेणाऱ्या आणि त्यांचे नेतृत्व व्यापकपणे अजूनही न स्वीकारलेल्या बहुजनांना डॉ. बाबासाहेब आंबेडकरांच्या सम्यक पातळीवरील कार्याची आणि कर्तृत्वाची जाणीव कधी होईल?

आंबेडकरी विचारधारा आणि आदिवासी क्रांतिवाङ्मय

आदिवासी हे पृथ्वीतलावरील 'मूळ निवासी' म्हणून ओळखले जातात. त्यांची संस्कृती, भाषा, कला, विविध आविष्कार, नैसर्गिक जीवनपद्धती इ. वैशिष्ट्यांवरून आदिवासींचे प्राचीनत्व सिद्ध होण्यास पुष्टी मिळते. त्यांच्या सामाजिक जीवनातील

आदिमतत्त्व किंवा आदिबंध, विश्वबंधुता, निसर्ग आणि स्त्री-पुरुष समानता इत्यादींमुळे आदिवासाच्या जीवनमूल्यांचे वेगळे दर्शन घडते. मौखिक परंपरेतून चालत आलेल्या त्यांच्या लोकसंस्कृतीतून मानवी मूल्यांचे वेगळे दर्शन घडते. त्यांची लोकतत्त्वे जशी निसर्गपूजक आहेत, तशी व्यक्तिपूजकही आहेत. या मूल्यतत्त्वांच्या आधारेच साठोत्तरी आदिवासी साहित्याची निर्मिती झाली असल्याचे अनेक अभ्यासकांचे मत आहे. विविध प्रकारच्या लोकतत्त्वाधारे आदिवासींनी आपला स्वतंत्र व मूळ प्रवाह जतन केला आहे. त्यांच्या मौखिक तथा लिखित साहित्यात जागोजागी ही तत्त्वे आढळून येतात. फुले, आंबेडकरांनी आर्य-अनार्यांच्या द्वंद्वांची चिकित्सा करणारा जो बुद्धिवाद मांडला, तो बुद्धिवाद आदिवासी साहित्यानेही स्वीकारला आहे. फुले, आंबेडकरांच्या प्रेरणेतून जसे दलित साहित्य निर्माण झाले, त्याच धर्तीवर आदिवासी साहित्यही निर्माण झाले आहे. ही वास्तवता आदिवासी लेखकांनी निर्विवादपणे मान्य केली पाहिजे.

डॉ. आंबेडकरांच्या कृतिशील अशा विचारधारांमुळे आदिवासी साहित्यातही मंदच का होईना पण विद्रोहाची एक ज्योत पेटली गेली. त्यामुळे इ. स. १९८० पासून आदिवासी साहित्य परिवर्तनाच्या दृष्टीने गतिमान होत गेले. येथील जातिवादी समाजव्यवस्थेने मूळनिवासी आदिवासींना बहिष्कृत तर केलेच, पण ज्ञानमानप्रतिष्ठेपासूनही त्यांना दीर्घकाळ वंचित ठेवले. अशा बहिष्कृतांना सामाजिक स्थान मिळाले ते केवळ डॉ. बाबासाहेब आंबेडकरांच्या मानवमुक्ती लढ्यामुळेच! बहुजनांची अस्मिता जागृत ठेवण्यासाठी डॉ. आंबेडकरांनी सामाजिक, धार्मिक आणि राजकीय लढा उभारला. मानवमुक्तीचे वैचारिक अभियान राबवून सर्वसामान्यांना समाजकारणाचे आणि राजकारणाचे महत्त्व पटवून दिले.

६० च्या दशकात निर्माण झालेल्या अनेक साहित्यप्रवाहांपैकी परिवर्तनाच्या दृष्टीने दलित साहित्यप्रवाहाचा अग्रक्रम ठरतो. दलित कोण? हे ठरविताना दलित साहित्यिकांनी व समीक्षकांनी व्यापक भूमिका घेतली होती. डॉ. बाबासाहेब आंबेडकर यांनी चालविलेल्या क्रांतिकारी सामाजिक चळवळीतून जसे दलित साहित्य निर्माण झाले, तसेच दलित साहित्याच्या पार्श्वभूमीवर संपूर्ण भारतातील वंचित, अभावग्रस्त व अन्यायग्रस्तांचे साहित्यदेखील उभे राहिले. सुरुवातीच्या काळात दलित शाहिरी, आंबेडकरी जलसे, लोकचळवळीची गीते आणि नंतरच्या काळात प्रत्यक्ष दलितांचे जीवन चित्रित करणारे विद्रोही क्रांतिसाहित्य निर्माण झाले. बाबासाहेबांच्या क्रांतिलढ्यातून नवी स्फूर्ती, नवे तेज आणि नवी अस्मिता मिळाल्याने दलित माणूस साहित्यातच नव्हे, तर प्रत्यक्षपणे समाजनायक म्हणून नावारूपाला आला.

दलित, ग्रामीण साहित्याच्या मागोमाग मराठी आदिवासी साहित्याचाही यशस्वी

प्रवास सुरू झाला. मराठी साहित्यात आदिवासींच्या जीवनावर स्वातंत्र्यपूर्व काळापासून कथा-कादंबऱ्या लिहिल्या गेल्या. प्रामुख्याने आदिवासीएतरांनी आदिवासी जीवन सहानुभूतीतून, कळवळीतून चित्रित केल्याचे दिसते. 'गोंडवनातील प्रियंवदा', (श्री. व्य. केतकर) पासून ते तंट्या (बाबा भांड) अशा काही कादंबऱ्या व वैचारिक लेखनातून आदिवासी जीवन संदर्भ आले आहेत. मात्र, ८०च्या दशकापासून जेव्हा आदिवासी साहित्य वेगळ्या रूपाने निर्माण होऊ लागले, तेव्हापासून पुन्हा एकदा आदिवासी 'उलगुलान' गतिमान झाल्याचे चित्र स्पष्टपणे जाणवू लागले. ही जाणीव किंवा गतिमानता डॉ. आंबेडकरांच्या क्रांतिविचारांतून प्राप्त झाली हे वेगळे सांगण्याची गरज नाही. व्यवस्था परिवर्तनाचा निर्धार हा दलित साहित्याप्रमाणेच आदिवासी साहित्याचाही केंद्रबिंदू ठरत आहे. आणि म्हणून ही दोन्ही वर्तुळे तशी समांतरच वाटतात.

ब्रिटिश राजवटीमध्ये व्यापार उदिमासाठी का होईना, पण जंगलस्थितीत जीवन जगणाऱ्या आदिवासींचा आधुनिक जगाशी परिचय होऊ लागला. याविषयी डॉ. प्रमोद मुनघाटे म्हणतात. ''ब्रिटिशांनी वसाहतवादी राजकारणासाठी जंगलातील आदिवासींकडूनही महसूल गोळा करणे सुरू केले. आदिवासींचा उदर निर्वाह डिंक, मध, आणि कंदमुळांवर होत असे, त्या गोष्टी ज्या जंगलातून मिळत, त्यावर सरकारी वनखात्याचा हक्क प्रस्थापित केला. कायद्याच्या एका फटक्यात ब्रिटिशांनी स्वत:च्या लूटमारीसाठी आदिवासींना हद्दपार तर केलेच, पण अश्चर्य म्हणजे स्वतंत्र भारतातही हे जंगलकायदे आदिवासींच्या मुळावर उठले. जंगलात थोडीफार जी शेती होती, तीही वनखात्याने ताब्यात घेतली. उरल्यासुरल्या शेतजमिनीचे पिढीदरपिढी विभाजन होत गेले. आता सर्वच आदिवासींना रोजगाराचे साधन म्हणजे शहरातील रस्ते आणि इमारतींच्या बांधकामावर मजूर म्हणून काम करणे. शहरातील झोपडपट्ट्यांमध्ये स्थिरता नाही. तेथील गुन्हेगारीचे पुन्हा नवीन प्रश्न आदिवासींपुढे उभे होत आहेत.'' (आदिवासी : समाज, संस्कृती आणि साहित्य संपा. डॉ. वैजनाथ अनमुलवाड, इसाप प्रकाशन, नांदेड. पृ. ८१) जंगलकायद्यापूर्वी आदिवासी जंगलामध्ये मुक्तपणे जीवन जगत होता. आधुनिकतेच्या दृष्टीने भलेही तो अविकसित असेल; पण तो आनंदी आणि सुखी होता. मात्र, आधुनिकीकरणाच्या दृष्टीने त्यांच्यात सामाजिक सुधारणा घडवून आणण्यासाठी किंवा त्यांना मुख्य प्रवाहात सामील करून घेण्यासाठी सरकारने प्रयत्न सुरू केले. अन्य प्रयत्नांप्रमाणेच शैक्षणिक प्रयत्न हे आदिवासीसाठी वरदान ठरले. त्यांना शिक्षणाचे महत्त्व पटू लागले. शिक्षण घेतलेला आदिवासी लिहू लागला, बोलू लागला, चारचौघात व्यक्त होऊ लागला. आज तर तो विविध स्तरांवर नैपुण्य प्राप्त करत आहे. साहित्याच्या क्षेत्रातही तो मागे राहिला नाही. अशा प्रकारची आधुनिक

सुधारणावादी जीवन जगण्याची प्रेरणा त्यांना जशी स्वातंत्र्यामुळे मिळाली, तशीच डॉ. बाबासाहेब आंबेडकर यांच्या क्रांतिकारक विचारांपासूनही मिळाली. ही मानसिकता आदिवासी समाज, लेखक, कार्यकर्ते इत्यादींनी स्वीकारली पाहिजे. आदिवासींच्या लोकसंस्कृतीमधील दैवते, मिथके, धर्म आणि श्रद्धा या संदर्भात आदिवासींच्या सामाजिक चळवळीत निर्माण झालेले प्रश्न अजूनही काही प्रमाणात जटिल आहेत; परंतु ते सर्व प्रश्न सोडविणाऱ्या अनेक भूमिकाही आहेत. गरज आहे, बाबासाहेबांचे नेतृत्व ओळखण्याची...!

स्वातंत्र्यप्राप्तीनंतर एकूणच भारतीय समाजात शिक्षणाचा प्रसार आणि प्रचार झाला. त्यामुळे भिन्न स्तरावरील सर्जनशील कलावंत लेखन करू लागले. मराठी साहित्यातील सदाशिवपेठी साचलेपण हळूहळू नष्ट होऊ लागले. दलित-ग्रामीण, सर्वहारांच्या पाठोपाठ आदिवासींनाही नवे आत्मभान प्राप्त झाले. शिक्षण घेतलेल्या नवलेखक-कवी आपल्या 'स्व' अनुभवांना शब्द देऊ लागले. मराठी आदिवासी साहित्याचा निसर्गनिष्ठ प्रवाह खळाळू लागला. म. फुले, डॉ. बाबासाहेब आंबेडकरांच्या परिवर्तनवादी विचारांच्या वादळाने आदिवासी प्रतिभावंतांनाही अंतर्मुख केले. सर्वप्रथम आदिवासी जीवन-जाणिवांचा शोध आधुनिक भारतीय शिक्षणक्रांतीचे जनक म. जोतिबा फुले यांनी घेतल्याचे दिसते.

> **''गोंडभिल्ल क्षेत्री होते मुळधनी। इराणी मागुनी आले येथे।**
> **कोळी भिल्ल शरांनी तोडिले। हाकलून दिले रानीवनी।।''**
>
> *– म. फुले समग्र वाङ्मय*

वरीलप्रकारे म. फुले यांनी सर्वप्रथम आदिवासींच्या अस्तित्वाची नोंद लेखनाद्वारे घेतली. एवढेच नाही, तर आदिवासी हेच इथले मूळ रहिवाशी आहेत, अशी ठाम भूमिकाही त्यांनी मांडली आहे. ब्रिटिश राजवटीत आदिवासींच्या सामाजिक प्रक्रियेला सुरुवात झाली. आदिवासी वन्य जमातींना सामाजिक न्याय मिळावा यासाठी इंग्रज सरकारने भारतीय आदिवासींच्या संदर्भात अनेक कायदे केले. माणूस म्हणून त्यांची दखल घेतली खरी, पण जंगलकायदा करून त्याचे हजारो वर्षाचे स्वातंत्र्य हिरावले गेले.

स्वातंत्र्यप्राप्तीनंतर इतरांप्रमाणेच आदिवासींच्या सामाजिक, शैक्षणिक, आर्थिक, राजकीय इ. विकासासाठी भारतीय राज्यघटनेत आरक्षणाच्या विविध तरतुदी करण्यात आल्या. संवैधानिक अधिकारामुळे आदिवासींच्या सामाजिक उत्थानाला प्रारंभ झाला. राज्यघटनेत 'अनुसूचित जमाती' (Scheduled tribes) अशी संज्ञा बहाल करण्यात आली. खरे तर ही संज्ञा संकुचित वाटते. याविषयी लटारी कवडू मडावी म्हणतात, ''गणपद्धती असलेल्या मूळनिवासींच्या गणांना भारतीय घटनेने जमातींच्या अनुसूचीमध्ये

बंदिस्त केले आहे. जाती-जमाती ही संकल्पना मूळनिवासी यांच्या गणामध्ये कधीच नाही.'' ते पुढे म्हणतात, की ''अनुसूचित जमाती म्हणजे ज्याला संस्कृती नाही, जीवन जगण्याची जीवनपद्धती नाही, असा अस्तित्वहीन मानवसमूह होय.'' (पताना, सुगावा प्रकाशन, पुणे. मार्च १९९९. पृ. २०-२१) या अनुसूचीअंतर्गत भारतीय आदिवासींना विविध राज्यांत विभाजित करून त्यांना विविध जमातींमध्ये वर्गीकृत करण्यात आले. असे असले तरीही भारतीय संविधानामध्ये आदिवासी जमातींचे रक्षण करण्यासाठी विशेष तरतुदी करण्याची दक्षता डॉ. आंबेडकरांनी घेतली. विविध कलमांद्वारे आदिवासी जमातींच्या कल्याणासाठी अनेक तरतुदी करण्यात आल्या. याविषयी डॉ. लुलेकर म्हणतात, ''अनुसूचित जमातींचे शैक्षणिक व आर्थिक हितसंवर्धन करण्याची जबाबदारी आणि सामजिक अन्यायापासून सर्व प्रकारच्या शोषणापासून संरक्षणाची घटनात्मक हमी दिली.'' (दलितेतरांसाठी डॉ. बाबासाहेब आंबेडकर-अनंत पैलूंचा सामाजिक योद्धा, डॉ. प्रल्हाद लुलेकर, सायन पब्लिकेशन प्रा. लि. पुणे. द्वितीयावृती २०१२. पृ. ७४) वरील प्रकारच्या संदर्भावरून असे लक्षात येते की, भारतीय राज्यघटनेत अनु. जमातींना म्हणजेच आदिवासींना विविध कलमांद्वारे विशेष अधिकार देण्यात आले.

भारतीय आदिवासींचे सामाजिक, सांस्कृतिक, भाषिक, ऐतिहासिक, इ. जीवन समजून घेण्यासाठी स्वातंत्र्योत्तर काळात मानववंशशास्त्रज्ञ, भाषाशास्त्रज्ञ, समाजशास्त्रज्ञ, लोकसाहित्याभ्यासक, संशोधक, सामाजिक कार्यकर्ते इत्यादी पुढे आले. सुरुवातीच्या काळात आदिवासींच्या 'मौखिक' साहित्याभ्यासाला प्रारंभ झाला. आदिवासी 'मौखिक' साहित्याची परंपरा फार मोठी आहे. या परंपरेचा अलीकडे संशोधनाच्या आणि संकलनाच्या रूपाने अभ्यास सुरू झाला. या अभ्यासातून आदिवासींच्या संदर्भातले नवे विचार जगासमोर मांडले जाऊ लागले. यापूर्वीच्या प्राचीन काव्यग्रंथांमध्ये उदा. रामायण-महाभारतासारख्या ग्रंथांतून आदिवासींचे जाणीवपूर्वक अवास्तव चित्रण केले गेले होते. त्यांची जागोजागी अवहेलना, उपरोध आणि बीभत्स अशी विशेषणे लावून अवमान केला होता. आधुनिक अभ्यासकांनी आदिवासींच्या प्राचीन काव्यग्रंथातील अलौकिक चित्रणाविषयीची सत्यासत्यता पडताळून अवास्तव विशेषणांचा व चुकीच्या संदर्भांचा योग्य अर्थ लावून आदिवासींचे अस्सल रूप जगासमोर मांडण्याचा प्रयत्न केला आहे. शिक्षण घेतल्यामुळे स्वत: आदिवासी स्वजातीविषयीचा अभिमान बाळगू लागला. आपले पूर्वज पराक्रमी असूनही त्यांच्याविषयी कोणत्याच प्रस्थापित लेखकांनी कुठे अनुकूल मत मांडल्याचे जाणवत नाही याविषयीची खंत आजही आदिवासींच्या मनामनाला बोचत आहे. आज

आदिवासींच्या संदर्भाने जगभर विचार होऊ लागला. "१२ डिसेंबर १९९२ ते ११ डिसेंबर १९९३ दरम्यान जगात आदिवासी वर्ष साजरे झाले व त्याच सुमारास संयुक्त राष्ट्रसंघाने जागतिक आदिवासींच्या हक्काचा जाहीरनामा प्रसिद्ध केला." (आदिवासी बोलू लागला. ॲड. माधव बंडू मोरे, सुगावा प्रकाशन, पुणे. पृ. ५) जागतिक पातळीवरील अशा विविध प्रयोगांमुळे आदिवासींचे खरे रूप जगासमोर येऊ लागले. त्यांच्या संबंधाने वास्तव तथा मानवतावादी दृष्टिकोन समाजासमोर मांडला जाऊ लागला. जागतिक पातळीवरील प्रयत्नांच्या पाठीमागे जशी संयुक्त राष्ट्रसंघाची प्रामाणिक भूमिका आहे, तशीच भारतीय आदिवासींच्या सामाजिक विकासाच्या पाठीमागे डॉ. बाबासाहेब आंबेडकरांनी निर्माण केलेल्या संविधानाचा व त्यांच्या क्रांतिकारी विचारांचा विशेष प्रभाव आहे, हे आपल्याला मान्यच करावे लागेल.

भूमीवरील मूळनिवासी म्हणून ज्याची ओळख आहे, ज्यांचे भूतलावरचे लक्षणीय वास्तव्य आहे, तो आद्य मानवसमूह म्हणजे आदिवासी. मात्र, आजही तो स्वत:च्या अस्तित्वासाठी झगडत आहे, झुंजत आहे, आर्य काळापासून ते स्वातंत्र्यकाळापर्यंत आणि स्वातंत्र्यकाळापासून ते आजपर्यंत एक माणूस म्हणून जगण्यासाठी धडपडत आहे. कालचे न सुटलेले प्रश्न आणि आज नव्याने उद्‌भवलेले प्रश्न यातच तो बेजार आहे आणि ज्या समाजाचे सामाजिक स्थैर्य राहत नाही, त्या समाजातील लोकांचा बौद्धिक विकास फारसा होऊ शकत नाही. आदिवासी आजही सामाजिक स्थैर्यासाठी प्रस्थापितांविरुद्ध लढा देत आहेत. सावकार, जुलूमशाहीविरुद्ध पुकारलेल्या सामाजिक चळवळी, पर्यावरणविषयक केलेली विविध आंदोलने, अन्यायाविरुद्धचा विद्रोह, स्वातंत्र्य चळवळीतील योगदान इत्यादींविषयी आदिवासींनी काल आणि आज जो संघर्ष केला, त्याविषयी आजचे शिक्षित आदिवासी लेखक-कार्यकर्ते आपल्या पूर्वजांचा खरा इतिहास लोकांसमोर मांडण्याचा प्रामाणिक प्रयत्न करत आहेत. त्यामुळे आदिवासींची श्रेष्ठता, देशप्रेम, मानवता, पराक्रम आणि वीरता याविषयीचे खरे रूप प्रथमच सर्वसामान्यांना कळू लागले.

आदिवासी कवितेतील आंबेडकर दर्शन

आंबेडकरी प्रेरणेचा पहिला आदिवासी क्रांतिकवी म्हणून भुजंग मेश्राम यांचा उल्लेख केला जातो. शोषित आणि तळागाळातील सामाजिक परिवर्तन घडविणाऱ्या त्यांच्या कवितेत खऱ्या अर्थाने आंबेडकर दर्शन घडते. "डॉ. बाबासाहेब आंबेडकर म्हणजे दलितांच्या चळवळीचे उद्‌गाते. पिचलेल्या दरिद्री समाजाला आत्मसन्मान मिळवून देण्याचे कार्य त्यांनी केले. त्यांचे मोठेपण व्यक्त करताना कवी 'समुद्रपुत्र' या कवितेमध्ये लिहितो, "आभाळाची लाज राखताना तूच तर झाला होतास ना,

क्षितिजांच्या खांद्यावर खेळणारा फिनिक्स / उघडी जखम घेऊन चालताना सनातन सावल्यांचे चक्रवाही लपंडाव बघून, गणांच्या रक्तपेशीतली स्वप्नांची लिपी तूच तर कोरली होतीस पहाडांच्या ओल्या छातीवर!'' (उलगुलान, भुजंग मेश्राम, तथागत प्रकाशन, कल्याण प्र. आ. नोव्हे. १९९०) वरील कवितेत कवी डॉ. आंबेडकरांच्या विचारांची आदिवासी समाजाला आजही नितान्त गरज असल्याचे सूचित करतो. समकालीन कवी प्रा. विनायक तुमराम यांची कवितादेखील आंबेडकरांच्या विचाराने प्रभावित झाल्याची दिसते. ते म्हणतात, ''माझ्या वेदनेला युगांचा संदर्भ आहे माझ्या विद्रोहाला निळ्या पहाडांची साक्ष आहे मी शिवतो माझ्या फाटक्या आयुष्यावर काळ्या निळ्या मेघांची ठिगळे.'' (गोंडवन पेटले आहे, प्रा. विनायक तुमराम, एकलव्य प्रकाशन, चंद्रपूर. १९८७) हजारो वर्षे रानावनात अत्यंत कठीण जीवन जगलेल्या आदिवासी समूहाला आंबेडकररूपी निळे पहाडी वादळ मुक्तीच्या नव्या वाटा दाखवणारे आहे, असे कवीला वाटते. प्रस्तुत कवितासंग्रहाच्या प्रस्तावनेत समग्र आदिवासी कवितेचा धांडोळा घेताना अक्षयकुमार काळे म्हणतात., ''प्रचलित व्यवस्थेच्या संदर्भात एक प्रखर विरोध, एक विद्रोह, एक अटल संघर्ष या वनपुत्रांच्या मनात जाणवतो. 'ते' आणि 'मी' सरळ स्वरूपात तो त्याने साकार केला आहे. दास्यत्वाची भयानक रात्र अजून संपलेली नसली, मनूच्या वारसदारांचा भयानक वर्णवादी आवाज अजूनही अस्तित्व भेदणारा असला, तरीही उद्याचा सूर्य आपलाच आहे. याविषयी त्यांना खातरी आहे.'' (उनि पृ. १३) तर गोविंद गारे हे ''निवडा नेता नव्या युगाचा निर्मा नेता नव्या दमाचा शुष्क जीर्ण फांद्यांना चिकटूनि बसता नकळत जाल आपटूनि!'' नवा नेता निवडण्याचा निर्धार करतात. (अनुभूती, आदिम साहित्य, पुणे १९९४) तसेच वादळ या कवितेत माधव सरकुंडे लिहितात. ''खरे तर वादळ असते भारतीय राज्यघटनेसारखे, स्वातंत्र्य, समता, बंधुता रुजविणारे. म्हणूनच तर स्पृश्यास्पृश्यांच्या वस्तीवरून, धर्मनिरपेक्षपणे वाहत जाते वादळ.'' (मनोगत, माधव सरकुंडे, देवयानी प्रकाशन, यवतमाळ १९९७) सरकुंडे यांना धर्मनिरपेक्ष अशा वादळाची लाट यावीशी वाटते. इथे कायमचीच समानता नांदावीशी वाटते. त्यांच्या 'मी तोडले तुरुंगाचे दार' या दुसऱ्या कवितासंग्रहाच्या प्रस्तावनेत डॉ. श्रीपाल सबनीस म्हणतात, ''हजारो वर्षांचा मरण भोगण्याचा व जगण्याचा काळ, नव्या भारतीय संविधानामुळे खाक झालाय. संविधानात्मक मूल्यांनी उपेक्षित आदिवासींसह सर्वांचेच श्वास जिवंत केलेत.'' (पृ. ५) कवी म्हणतो, ''मी उगवलोय खडकाळ सूर्यासोबत, आता माझ्या क्षितिजावरून, कायम हाटलीय संध्याकाळ, अन् उरली फक्त निळी पहाट.'' निळाईचे हे अर्थपूर्ण संदर्भ दलित आदिवासी साहित्य-संस्कृतीत समाजाच्या नव्या पर्वाची

संसूचन करतात. नेतृत्वाचा शोध घेताना कवी म्हणतो की, "सांगा! मी काय करू? लाल सलामची वाट धरू? की चौकात उभे राहून संस्कृतीवर धार मारू!" (मी तोडले तुरुंगाचे दार, माधव सरकुंडे, देवयानी प्रकाशन, यवतमाळ, २०११) हा एका अर्थाने प्रस्थापितांच्या विरोधात केलेला विद्रोह आहे. कवी सुनील कुमरे हे 'जय भीम' संबोधनाविषयी म्हणतात, "जय भीम गजरात परिवर्तनाच्या बाता खपवून, उपजातीची तेढ जोपासतोस!" (तीरकमठा, सुनील, कुमरे, हरिवंश प्रकाशन, चंद्रपूर १९९९) कवीला डॉ. आंबेडकरांचे विचार आणि नेतृत्व सर्वसमावेशक वाटते. जो 'जय भीम' म्हणतो तो कवीच्या दृष्टीने मानवतेचा पुजारी. परंतु जी व्यक्ती 'जय भीम' संबोधनाचा गैरफारदा घेऊन जाती-उपजातीत वैर निर्माण करते, ती व्यक्ती समाजासाठी घातक ठरू शकते, असे कवीला कवितेतून सुचवायचे आहे. तर आदिवासी ज्येष्ठ कवयित्री उषाकिरण आत्राम म्हणतात. "पेटू दे शब्दांच्या वाती, उजळू दे मनामनाची नाती! शब्दच शस्त्र, शब्दच अस्त्र, शब्दच युद्ध शब्दच बुद्ध!" किंवा "शील प्रज्ञा करुणेचा स्वर निघणार आहे! माणसामाणसातून नवा बुद्ध दिसणार आहे." (म्होरकी, उषाकिरण आत्राम, गोंडवाना-गोंडी साहित्य परिषद, नागपूर १९९७) ही भावाभिव्यक्ती उषाकिरण आत्राम यांच्या कवितेची प्रेरणादृष्टीच नव्हे, तर ध्येयदृष्टीदेखील सुस्पष्ट करणारी आहे. उषाकिरण आत्राम यांची कविता क्रांतीची मशाल घेऊन, लाल फुलांच्या आगीतून मानवतेच्या शोधात निघाली आहे असे वाटते. तर कवयित्री कुसुम अलाम या म. फुले यांनी उभ्या केलेल्या शिक्षण क्रांतीविषयी म्हणतात, "तू स्त्रीशिक्षणाचे बीज इथे रुजवले नसतेस, तर आज माझे प्रकाशाशी जडलेले नाते अंधारातच चाचपडत असते." (रानआसवांचे तळे, सौ. कुसुम अलाम, मुद्रक, भूषण बनहट्टी, नागपूर. १९९८) स्वीकार कोणाचा, विचारांचा की प्रतीकांचा? याविषयी कृष्णकुमार चांदेकर म्हणतात, "पाहुण्याने मोठ्या आत्मविश्वासाने 'जय भीम' केला, मात्र बनसोड सरांनी प्रश्नाचा भडीमार केला. 'कोण तुम्ही, कोण हवंय तुम्हाला?' यावर पाहुणा म्हणाला, 'बनसोड सरांचं घर!' सर म्हणाले, 'शिवाजी कॉलेजचे की आंबेडकर कॉलेजचे?' पाहुणा म्हणाला, 'आंबेडकर कॉलेजचे'. सर म्हणाले, ते भीम नगरात राहतात, हे सावता नगर आहे!" सर एवढे का रागावले हेच मला समजले नाही! फुले यांचा फोटो तर त्यांच्याही घरी दिसला!" (पतुसा, कृष्णकुमार चांदेकर, देवयानी प्रकाशन, ऐरोली, मुंबई. द्वि. आ. २०११) चांदेकरांची कविता उच्चशिक्षितांच्या मनातील बाबासाहेब याविषयी नेमकेपणाने भाष्य करते. "मुझे पढे लिखे लोगोनेही धोखा दिया है।" अशी एकदा बाबासाहेबांनी खंत व्यक्त केली होती. चांदेकर तीच अनुभूती कवितेतून व्यक्त करतात. जंगलाकडून आंबेडकरी

आंदोलनाकडे वळणारी बाबाराव मडावी यांची कविता निळ्या क्रांतीशी नाते जोडताना दिसते. मडावी म्हणतात,-"बाबासाहेब, आता आम्ही कुठवर सहन करावं, समतेच्या क्रांती युद्धातील, रणांगणातले आम्ही भीमसैनिक झालो!" (पाखरं, बाबाराव मडावी, प्रियंका प्रकाशन, यवतमाळ. २००९) "रणाविना नाही कोणा स्वातंत्र्य मिळाले! संघर्षाविना नाही कोणा हक्क मिळाले! संघर्षाविना नाही कोणा हक्क मिळाले! संघटित व्हा, संघर्ष करा शासनापुढे! " असे वसंत कुलसंगे यांनी आपल्या कवितेतून आदिवासींना डॉ. आंबेडकरांचा संदेशच देताना दिसतात. (अस्मितादर्श, वसंत कुलसंगे, मायबोली प्रकाशन, मुंबई, २०००) यांच्याप्रमाणेच वाल्मीक शेडमाके हेदेखील डॉ. बाबासाहेब आंबेडकरांकडून प्रेरणा घेऊनच काव्यलेखन करताना दिसतात. बाबासाहेबांबद्दल कृतज्ञताभाव व्यक्त करताना कवी लिहितात, "तूच जल झालास, कोरड्या ओठांवरती, स्मितांची फुलं झालास, छाटलेल्या पंखांना, तूच व्योम झालास, आटलेल्या आसवांना." (मी उद्ध्वस्त पहाटेचा शुक्रतारा, वाल्मीक शेडमाके, श्रीवस्ती प्रकाशन, यवतमाळ प्र. आ. २००१) सुखदेव उइके यांनी डॉ. बाबासाहेब आंबेडकरांचा 'हजारा वर्षे शेळीचं जिणं जगण्यापेक्षा एक दिवस वाघासारखं जगा' हा संदेशच वेगळ्या पद्धतीने आपल्या कवितेतून मांडला. "शांत अजगरा, गोटे मारी पोरं! नाग फुत्कारता, पळताती सारं, बकरीच्या पिल्लासी कापून खाती-सिंहाच्या छाव्याची वाटते भीती! सिंहाचं जगणं जगून मरा!" (मेटा पुंगार (पहाडी फूल) सुखदेव उइके, जागृत आदिवासी संघटना प्रकाशन, पुणे.) "मी मात्र गाईन तुझेच गीत भीमा! करीन संघर्ष 'सर्वहारा' भीमा" (निवडुंगाला आलेली फुलं, प्रभू राजगडकर, प्रनील प्रकाशन, चंद्रपूर, २०१२) असे अभिवचन प्रभू राजगडकर यांनी दिले आहे. तर नीलकांत कुलासंगे यांनी क्रांतिनायक डॉ. बाबासाहेब आंबेडकरांशी वैचारिक नाते जोडल्याचे दिसते. हे नाते निष्ठावंत रक्ताचे आहे. आपल्या झगमगत्या आयुष्याच्या निर्मितीची नाळ डॉ. बाबासाहेब आंबेडकरांच्या क्रांतिकार्याशी कवीने जोडलेली आहे. ते म्हणतात, "ऐकू आली अचानक, एक गगनभेदी गर्जना! मोर्चा होता गर्जत माणसांचा, 'उठा, शिका, संघटित व्हा, संघर्ष करा." (आदिम सुगंधयुक्ता, डॉ. नीलकांत कुलसंगे, समित प्रकाशन, नागपूर २००७) "गिधाडे तरी बरे, तुटून पडतात, मेलेल्या ढोरावर. पण इथे जिवंत माणसाचेच, माणूस लचके तोडून खात आहे." (सुक्का सुकुम, वसंत कनाके, लोकायत प्रकाशन, यवतमाळ २००२) डॉ. बाबासाहेब आंबेडकरांनी उभा केलेला प्रस्थापितांचा संघर्ष कवी पी. डी. आत्राम यांच्या 'पहाडी हुंकार'मध्ये प्रकार्षाने जाणवते. ते म्हणतात, "मुक्यांना वाचा फुटली, जाणिवा जागल्या, डॉ. बाबासाहेब आंबेडकरांच्या ऊर्जेत." (पहाडी हुंकार, पी. डी.

आत्राम, देवयानी प्रकाशन, ऐरोली, नवी मुंबई २०११) डॉ. आंबेडकरांनी उभ्या केलेल्या सामाजिक चळवळीने देशात परिवर्तनाची लाट आली. आजवर मुकपणे सोसलेला, जगलेला माणूस बोलू लागला. त्यांना त्यांच्या अस्तित्वाची जाणीव झाली. बाबासाहेबांच्या प्रेरणा घेऊन जंगल-पहाडातला माणूस जागा झाला. अशा वेगवेगळ्या अनुभवांबरोबरच कवी पीतांबर कोडापे हे वेगळा अनुभव व्यक्त करतात- "पद्मभूषण, पद्मविभूषण, भारतभूषण महाराष्ट्रभूषण-पुरस्कारार्थी ठरलेच आहेत. भावी दशवार्षिक यादी तयार आहे-आम्ही समाजाला दूषण, फार तर दलितमित्र, आदिवासी सेवक. आंबेडकर फेलोशिपसाठी आरक्षित आहोत. आता खबरदार नामर्दांनो! तुमचे मनसुबे कळले आहेत." (उरस्कल, पीतांबर कोडापे, विजय प्रकाशन, नागपूर-२०१२) कवीचा सूर जास्तच विद्रोही होताना दिसतो. प्रस्तुत कवितासंग्रहाच्या प्रस्तावनेत डॉ. विनायक तुकाराम म्हणतात, "ही संपूर्ण कविताच समाजव्यवस्थेच्या सूत्रबद्ध कटकारस्थानांची चीरफाड करणारी आहे. त्यामुळे ती काहीशी शिवराळ आणि अंगावर धावून आल्यासारखी वाटते. तथापि, त्यातील अनुभूतीचा विषय आणि आशय मात्र स्वैर अन् सावत्र व्यवहार चव्हाट्यावर आणणारे आहेत. एका पारंपरिक कुचाळकीच्या भावनेला कवीने नोंदलेला एक निर्भीड नकार म्हणून या कवितेकडे पाहिले पाहिजे." (पृ. २६-२७) तर वाहरू सोनवणे यांचा अनुभव या सर्वांपेक्षाही अगदी वेगळा वाटतो. 'आमचे बाबा' या कवितेत म्हणतात, "जेव्हा आम्ही, बाबासाहबांना बाबासाहेब म्हटले, तेव्हा ते कावरे बावरे झाले. जणू काय आम्ही 'त्यांच्या प्रॉपर्टीवर धनी होत आहे." (रोडाली, वाहरू सोनवणे, प्रकाशन, विद्रोही सांस्कृतिक चळवळ, महाराष्ट्र. २०१४- पृ. ४२) कवीला डॉ. आंबेडकरांचे नेतृत्व समानतेच्या कसोटीवर पहायचे आहे. पण बाबासाहेब आयुष्यभर ज्या समानतेसाठी लढले, झगडले ती समानता नेमकी कोणत्या प्रॉपर्टीची धनीण झाली? हा प्रश्न कवीने वेगळ्या पद्धतीने विचारला आहे. कवी आंबेडकर चळवळीचे वास्तव चिंतन अगदी वेगळ्या पद्धतीने व्यक्त केले आहे. नव्या पिढीचा दमदार म्हणून ज्यांचा मोठ्या अभिमानाने उल्लेख करावासा वाटतो, ते कवी म्हणजे डॉ. संजय लोहकरे. त्यांचा 'पानझडी' आणि 'आदिवासींच्या लिलावाचा प्रजासत्ताक देश' या दोन कवितासंग्रहातून लोहकरे यांनी आदिवासींच्या वास्तव प्रश्नांना वाचा फोडण्याचा प्रयत्न केला आहे. कवी आदिवासींच्या केवळ दुःखाचा पाढा गात नाही, तर आदिवासी हक्काचा जाहीरनामा मांडतो. आदिवासींचे मूलभूत रोजीरोटीचे प्रश्न अजूनही प्रलंबित असताना शासकीय धोरणांचा अजेंडा कसा दिखाऊ आणि फसवा आहे हेही नोंदवतात. त्यांची कविता परिवर्तनवादी होण्यास बाबासाहेबांचे विचार कारणीभूत

आहेत हे पुढील कवितेवरून लक्षात येते. 'ज्ञानुबा अन इठुबा' या कवितेत ते म्हणतात, ''म्हणून हा बाबासाहेब मला तुमच्या दोघांपेक्षा लय मोठा वाटतो, कारण तो जगला फक्त समतेसाठी...'' (आदिवासींच्या लिलावाचा प्रजासत्ताक देश, डॉ. संजय लोहकरे, दिलीपराज प्रकाशन प्रा. लि. पुणे. २०१५) एकूण आदिवासी कवितेविषयी डॉ. विनायक तुमराम म्हणतात, ''व्यवस्थेपासून शेकडो योजने दूर जंगलजिव्हाऱ्यात मौखिक परंपरेने आदिवासींने जोपासलेले लोककाव्य त्याच्या जोडीला आहे. आदिवासींनी ते मौखिक परंपरेने जोपासले आणि आपल्या पिढ्यांमधून झिरपत ठेवले. म्हणूनच ते जिवंत राहिले.'' (शतकातील आदिवासी कविता, प्रा. डॉ. विनायक तुमराम, हरिवंश प्रकाशन, चंद्रपूर. २००३) आदिवासी कविता किंवा आदिवासी साहित्य आपल्या हक्कासाठी विद्रोहाची भाषा करीत आहे. अन्यायाविरुद्ध लढत आहे. आपले अस्तित्व, अस्मिता आणि हक्काची जाणीव होऊन आदिवासी साहित्याची निर्मिती झपाट्याने होत असल्याचे प्रकर्षाने जाणवते आहे. ही जाणीव-जागृती आंबेडकरी विचारधारांतून आली, असे ठामपणे सांगता येईल. आंबेडकरी विचार आणि आंबेडकरी प्रेरणा आदिवासींनी आणखी सखोलपणे आत्मसात केले, तर आदिवासी साहित्य अधिक क्रांतिकारी बनू शकेल! कवी, लेखक आदिवासींच्या अनेकविध दुर्लक्षित जीवनांगावर चिंतनशील असे काव्यलेखन करू शकतील.

आदिवासी कथा, कादंबरी, चरित्र-आत्मचरित्रातील आंबेडकर दर्शन

कवितेच्या तुलनेत आदिवासी कथात्म साहित्य अल्पप्रमाणात लिहिले गेले. मात्र, आदिवासी कथा, कादंबरी, चरित्र, आत्मकथा, वैचारिक लेखन गुणात्मकदृष्ट्या वैशिष्ट्यपूर्ण आहे; परंतु याही साहित्यप्रकाराच्या तुलनेत आदिवासी नाटक फारच अल्पप्रमाणात लिहिले गेले. नाटक, दृक-श्राव्य प्रकार असल्यामुळे सामाजिक प्रबोधनाच्या दृष्टीने अतिशय प्रभावी ठरू शकते. तेव्हा आदिवासी नाट्यवाङ्मय दलित नाट्यवाङ्मयाप्रमाणे निर्माण होणे अत्यंत गरजेचे आहे, असे मला वाटते.

आदिवासी कांदबरीचे स्वरूप लक्षात घेता असे दिसून येते की, जन्माने आदिवासी असलेल्या लेखकांनी आपल्या कादंबरी लेखनामध्ये अलौकिक वर्णनाला, अद्‌भूत किंवा कल्पनाविलासाला बगल देऊन आदिवासी वास्तवाचे अनुभवविश्व साकार करण्याचा प्रयत्न केला आहे. सर्वप्रथम आंबेडकरी प्रेरणेतून लिहिल्या गेलेल्या बाबाराव मडावी यांच्या 'टाहो' या लघु कांदबरीचा उल्लेख करता येईल. व्यवस्थेकडून आदिवासींचे समाजिक, आर्थिक, शारीरिक इ. जे शोषण झाले, त्याचे अत्यंत वास्तव पातळीवर मडावी यांनी चित्रण केले आहे. जंगलवासींपर्यंत शिक्षण पोचल्याच्या पार्श्वभूमीवर ही कादंबरी आधारलेली आहे. आदिवासी शोषणाच्या विरोधात जंगलात

विद्रोह करतात. 'भिम्या' (कादंबरीचा नायक) शिकून जंगलाकडे, आपल्या माणसांकडे परत येतो आणि प्यारेलाल व इतर प्रचलित प्रस्थापितांविरुद्ध संघर्ष करण्यासाठी आदिवासी बांधवांना संघटित करतो. जंगलातला अंधार दूर करण्यासाठी कादंबरीकाराने भिम्या नावाची जी 'ज्ञानरूपी' व्यक्तिरेखा निर्माण केली, ती आंबेडकरी विचारातूनच असे कादंबरीच्या पानापानातून जाणवते. (टाहो, बाबाराव मडावी, मिलिंद प्रकाशन, वर्धा, २०१०) डॉ. बाबासाहेब आंबेडकरांच्या सहिष्णुतेला आणि आंध जमातीच्या सहनशीलतेला अर्पण केलेल्या माधव सरकुंडे यांच्या 'वाडा' या कादंबरीतून 'आंध' जमातीचे दाहक चित्रण आले आहे. कादंबरीतील 'बाज्या'ही व्यक्तिरेखा जमीनदाराच्या शोषणाविरुद्ध विद्रोह करणारी आहे. अशा वेगवेगळ्या घटना-प्रसंगांतून कादंबरीकाराने डॉ. आंबेडकरांच्या विचारांची जागोजागी पेरणी केल्याचे दिसते. (वाडा, माधव सरकुंडे, देवयानी प्रकाशन, यवतमाळ, १९९६) याशिवाय नजुबाई गावित यांची 'तृष्णा' (आत्मवृत्तपर कादंबरी, सत्यशोधक मार्क्सवादी प्रकाशन, धुळे. १९९५) मध्ये आदिवासी स्त्री-संघर्षाची ठिणगी पेटल्याचे दिसते. नजुबाई मार्क्सवादी विचाराने प्रभावित असल्या, तरी त्यांच्या लेखनात आणि सामाजिक कार्यात फुले, शाहू, आंबेडकरांच्या विचारांचा प्रभाव असल्याचे निश्चितपणे जाणवते.

आदिवासी कथावाङ्मयाचा यासंदर्भाने विचार करत असताना माधव सरकुंडे यांच्या 'सर्वा' (देवयानी प्रकाशन, यवतमाळ. २०००) आणि 'ताडमं' (साकेत प्रकाशन, औरंगाबाद. २००१) उषाकिरण आत्राम यांचा 'अहेर' (गोंडवाना गोंडी साहित्य परिषद प्रकाशन, नागपूर) रामराजे आत्राम यांचा 'नवं लुगडं' (मुक्तरंग प्रकाशन, लातूर. २०११) बाबाराव मडावी याचा 'भाकर' (अभिनंदन प्रकाशन, कोल्हापूर. २०१३) आणि नजुबाई गावित यांच्या 'नवसा भिलणीचा एल्गार' (सुगावा प्रकाशन, पुणे. २०१३) प्रामुख्याने या कथासंग्रहांचा आंबेडकरी विचारधारेच्या संदर्भाने विचार करता येईल. उदा. माधव सरकुंडे यांच्या 'माय' कथेत आंबेडकरी विचाराने भारावून गेलेला नायक दिसतो. "आंबेडकर आपल्या सगळ्यांची माय आहे. आंबेडकर झाले नसते, तर आपले किती हाल झाले असते." असे तो त्याच्या आईला सांगतो. तर नजुबाई गावित यांनी जातिव्यवस्थेविरुद्ध एल्गार पुकारणारी 'नवासा'भिलीन (आदिवासी स्त्री) उभी केली आहे. आदिवासींमध्ये अंधश्रद्धेचे प्रमाण अधिक असल्यामुळे त्यास अधिकाधिक स्त्रीच बळी पडते. याविषयीचे नेमकेपणाचे चित्रण गावित यांनी केले आहे. समान नागरी कायद्याविषयी डॉ. आंबेडकरांनी केलेले प्रतिपादन म्हणजे नजुबाई गावित यांच्या कथेची मूळ प्रेरणा आहे. बाबाराव मडावी हे तर फुले, शाहू, आंबेडकरी विचाराचे खंदे पुरस्कर्तेच

आहेत. त्यांचे एकूण साहित्य आंबेडकरी विचाराने प्रभावित आहे. त्यांच्या 'आकांत' या बहुचर्चित आत्मकथेत जागोजागी आंबेडकर दर्शन घडते.

अशा प्रकारे आदिवासी ललित व वैचारिक लेखनातून आंबेडकरी विचार प्रेरित झाले आहेत. दीपक गायकवाड यांनी म्हटल्याप्रमाणे, "आदिवासींच्या उद्धारासाठी व विकासासाठी डॉ. आंबेडकरांचे असणारे योगदान फार मोठे आहे. त्या योगदानाचे मोजमाप शब्दांत करणे अवघड आहे. हे सर्व आता शिक्षणातून सुज्ञ झालेल्या आदिवासी समाजाला आता पूर्णपणे समजू लागले आहे." डॉ. आंबेडकरांच्या विचारला समजून घ्यायलाही संस्कृती लागते. विकृती असणाऱ्यांना डॉ. आंबेडकर काय समजणार? आदिवासींकडे संस्कृती असल्यानेच ते आज मनोभावे दलितांपेक्षाही आंबेडकरांना मनापासून मानू लागले आहेत." (आदिवासी साहित्य चळवळ, स्वरूप व दिशा, सुगावा प्रकाशन, पुणे. २००५ पृ. ७९) सारांश, दलित जातिव्यवस्थेचे बळी आहेत, तर आदिवासी वर्णव्यवस्थेचे बळी आहेत. जो समाज चळवळीतून, संघर्षातून उदयाला येतो, त्या समाजाचे साहित्यही परिवर्तनवादी बनते. डॉ. बाबासाहेब आंबेडकरांच्या प्रेरणेतून साकारलेले आजचे आदिवासी साहित्य 'माणूस'पणाला केंद्रस्थानी ठेवून आकारास येत असल्याचे दिसते. ज्यांनी अंधाराचे जाळे मिटवून प्रकाशाची वाट दाखवली, त्या महामानव डॉ. बाबासाहेब आंबेडकरांच्या प्रेरणा दलित, आदिवासी व इतर चळवळीतल्या साहित्यिकांनी शिरोधार्य मानूनच लेखन केले पाहिजे. फुले, शाहू, आंबेडकर, मार्क्स आदींचे विचार आत्मसात केलेल्या साहित्यातून मानवतावाद वास्तवाच्या पातळीवर अधिक उठून दिसला पाहिजे. तसेच डॉ. बाबासाहेब आंबेडकरांनी जो विज्ञानवाद समाजात रुजवण्याचा प्रयत्न केला, तो अधिक प्रमाणावर साहित्यातून चित्रित झाला पाहिजे. रंग-पताकांची विभागणी केल्याप्रमाणे विचारवंतांची विभागणी करून त्यांना केवळ 'जात' केंद्री बनविण्यापेक्षा त्यांच्या विचारांची व्यापकता लक्षात घेऊन जगण्याचा प्रयत्न करावा. तेव्हा कुठे देशाचा सामाजिक आणि भौतिक विकास जलद गतीने होईल.

■ ■ ■

सर्वदर्शी
डॉ. बाबासाहेब आंबेडकर

।। विभाग–क ।।

डॉ. बाबासाहेब आंबेडकर यांचे
व्यक्तिमत्व आणि कार्य

१९

अतुलनीय... अद्‌भुत....

■

डॉ. नरेंद्र जाधव

डॉ. बाबासाहेब आंबेडकर मानवी हक्क व लोकशाहीचे कडवे समर्थक होते. लोकशाहीची त्यांची संकल्पना सर्वसामान्यपणे राजकीय स्वातंत्र्य, समता व बंधुत्वाच्या ज्ञात कल्पनेपेक्षा अधिक व्यापक होती. डॉ. आंबेडकरांनी लोकशाहीच्या सामाजिक व आर्थिक बाजूंवर भर दिला आणि बजावले की, जर सामाजिक व आर्थिक लोकशाही नसेल तर केवळ राजकीय लोकशाही यशस्वी होऊ शकणार नाही.

लोकशाहीची व्याख्या

अनेक तत्त्वज्ञांनी तसेच समाजशास्त्र व राज्यशास्त्राच्या लेखकांनी केलेल्या लोकशाहीच्या व्याख्यांचा उल्लेख डॉ. आंबेडकरांनी केला आहे. वॉल्टर बॅगहॉट यांची 'चर्चेद्वारे राज्यकारभार' (गव्हर्नमेंट बाय डिस्कशन) व अब्राहम लिंकन यांनी सुचवलेली 'लोकांचे, लोकांसाठी, लोकांकडून चालवले जाणारे राज्य' या दोन व्याख्यांची ते खास करून आठवण काढत. तथापि, या रूळलेल्या व वारंवार सांगितल्या जाणाऱ्या व्याख्यांहून वेगळी 'रक्तपाताचा अवलंब न करता जनतेच्या आर्थिक व सामाजिक जीवनात क्रांतिकारी बदल घडवणारी राज्य पद्धती' अशी ते लोकशाहीची व्याख्या करतात.

यावरून दिसून येईल की, डॉ. आंबेडकर राजकीय लोकशाहीला केवळ एक अंतिम साध्य मानत नव्हते तर त्यांना अभिप्रेत असलेल्या सामाजिक व आर्थिक परिवर्तनाचे एक अमोघ साधन म्हणून ते लोकशाहीकडे पाहत होते. सामाजिक व आर्थिक लोकशाही जणूकाही राजकीय लोकशाहीच्या पेशी व तंतू असतात. पेशी

व तंतू जेवढे मजबूत तेवढे शरीरही असा डॉ. आंबेडकरांना विश्वास होता. सामाजिक व आर्थिक लोकशाही नसेल तर राजकीय लोकशाही यशस्वी होऊ शकत नाही, या तत्त्वाचे आकलन न झाल्यामुळे अनेक ठिकाणी सांसदीय लोकशाहीच कुचकामी ठरवण्यात आली आहे असे ते म्हणतात.

मे १९५६मध्ये डॉ. आंबेडकरांनी 'व्हॉइस ऑफ अमेरिका' या संस्थेने आयोजलेल्या एका संवाद मालिकेत 'भारतातील लोकशाहीचे भवितव्य' या विषयावर भाषण केले. त्यात ते म्हणाले, "लोकशाही म्हणजे प्रजासत्ताक किंवा संसदीय सरकार नव्हे लोकशाहीची मुळे सरकारी पद्धतीत, संसदीय किंवा दुसऱ्या कोणत्याही पद्धतीत नसतात." डॉ. आंबेडकर पुढे म्हणतात, "लोकशाही म्हणजे सहजीवनाने राहण्याची एक पद्धती. लोकशाहीची मुळे सामाजिक संबंधात शोधावयाची असतात."

लोकशाहीचे कट्टर समर्थक असलेल्या डॉ. आंबेडकरांसमोर एक भव्य कॅनव्हास होता. या कॅनव्हासवर माणसामाणसांमधील राजकीय, सामाजिक व आर्थिक नात्यांचे मनोहर रंग एकमेकांत मिसळून त्यामधून ते सामाजिक-आर्थिक लोकशाहीचे स्वयंपूर्ण चित्र चितारू पाहत होते.

सामाजिक-आर्थिक लोकशाहीसाठी अत्यावश्यक पथ्ये

राजकीय समता आणि विचार व कृतीचे स्वातंत्र्य या गोष्टी कुठल्याही लोकशाही समाजाच्या कोनशिला समजल्या जातात. तथापि, डॉ. आंबेडकरांनी केवळ राजकीय हक्कांशी लोकशाहीची बांधिलकी असू नये, तर सामाजिक व आर्थिक बाबतीत समान संधी हाच लोकशाहीचा खरा अर्थ असला पाहिजे यावर भर दिला.

डॉ. आंबेडकरांनी प्रतिपादन केले होते की, स्वातंत्र्याबरोबरच लोकांना देशाच्या सामाजिक व आर्थिक घडामोडीत भाग घेण्याची समान संधी मिळणार नसेल तर त्या स्वातंत्र्याचाच नाश होईल.

लोकशाही यशस्वीपणे राबवण्यासाठी अत्यावश्यक असलेल्या बाबींचा विस्ताराने ऊहापोह करताना डॉ. आंबेडकर म्हणतात की, "पहिली अट म्हणजे, ... समाजात प्रकर्षाने जाणवणारी उच्च-नीचता असू नये. समाजात दडपलेला वर्ग असू नये. समाजात शोषित वर्गही असू नये. सर्व सुखसोयींचा व सवलतींचा लाभ उठवणारा एक वर्ग व केवळ हालअपेष्टा सहन करणारा, ओझी वाहणारा दुसरा वर्ग अशी स्थिती समाजात असू नये. अशा परिस्थितीतच, अशा विभागलेल्या सामाजिक रचनेत रक्तरंजित क्रांतीची बीजे असतात व लोकशाही अशा क्रांतीला पायबंद घालू शकत नाही."

याच भाषणात डॉ. आंबेडकरांनी भाकीत केले होते की, 'समाजातील वेगवेगळ्या वर्गात असलेली ही खोल दरी लोकशाहीच्या यशस्वी वाटचालीतील मोठा अडथळा ठरण्याची शक्यता आहे.'

... लोकशाहीत जो जो दडपला गेला आहे त्याला, जो जो तुडविला गेला आहे त्याला, ज्यांचे हक्क हिरावून घेतले गेले आहेत त्यांना आणि ज्यांना ओझी वाहावी लागतात त्यांना, तसाच आणि तेवढाच मतदानाचा अधिकार असतो जेवढा 'आहे रे' वर्गाला असतो आणि 'आहे रे' वर्ग 'नाही रे' वर्गाच्या तुलनेत नेहमीच अल्पसंख्याक असतो. ज्या अर्थी आपण बहुमताच्या कौलाला निर्णायक म्हणून मान्यता दिली आहे त्या अर्थी अशी शक्यता आहे की, जर अल्पसंख्य 'आहे रे' वर्गाने स्वयंस्फूर्तीने आणि आपणहून आपल्या विशेष सवलतीचा त्याग केला नाही तर त्यांच्यातील आणि समाजाच्या खालच्या स्तरातील दरी वाढून लोकशाहीचा नाश होईल आणि तिच्या जागी भलतेच काहीतरी येईल. तुम्ही जर जगातील वेगवेगळ्या भागातील लोकशाहीचा इतिहास तपासलात तर या सामाजिक अटीच्या पूर्ततेच्या अभावी तेथील लोकशाही नष्ट झाल्याचे आढळून येईल. याविषयी माझ्या मनात तिळमात्रही शंका नाही.

दुसऱ्या एका ठिकाणी जगातील दुसऱ्या काही भागातील सांसदीय लोकशाहीच्या अपयशाच्या कारणांची मीमांसा करता ते नमूद करतात की, अनेक देशात संसदीय लोकशाहीने स्वातंत्र्याची आस निर्माण केली. परंतु, समतेचे महत्त्व ओळखण्यात ती अपयशी ठरली आणि स्वातंत्र्य नि समतेमधील समतोल साधण्याचा तर तिने प्रयत्नच केला नाही. त्याचा परिणाम असा झाला की, स्वातंत्र्याने समता गिळंकृत केली व लोकशाही म्हणजे एक फार्स झाला. स्वातंत्र्याच्या तत्त्वासारखीच बंधुत्वाच्या तत्त्वाची स्थिती झाली. डॉ. आंबेडकरांच्या मते, 'बंधुता' हे लोकशाहीचेच दुसरे नाव होते. त्याचप्रमाणे सामाजिक जुलूम, जातीयवाद, वेठबिगार, वाईट वागणूक आणि असुरक्षितता हे सर्व लोकशाहीच्या स्थापनेला हानिकारक होते.

न्यायाचा अभाव

'न्यायाचा अभाव' हा लोकशाहीच्या मार्गातील दुसरा एक अडथळा आहे, हेही डॉ. आंबेडकरांनी ओळखले होते. त्यांच्या मते, समाज जर वस्तुस्थिती आणि व्यवहार यांच्यात समतोल राखू शकला तर न्यायाची अंमलबजावणी होऊ शकते. जर समाजाने वस्तुस्थितीला आदर्श समजण्याची चूक केली. (उदा. वेगवेगळ्या वर्गांचे अस्तित्व) तर न्यायाच्या तत्त्वाला बाधा येईल. म्हणूनच चातुर्वर्ण्यात अनुस्यूत असलेल्या सामाजिक व आर्थिक बंधनांना नाकारणे ही आर्थिक न्यायासाठी

पूर्वअट आहे आणि आर्थिक लोकशाहीच्या प्राप्तीसाठीही ती एक अत्यावश्यक बाब आहे.

डॉ. आंबेडकर यांच्या मते, ''लोकशाहीसाठी सार्वजनिक सदसद्विवेकबुद्धीची आवश्यकता असते.'' त्यांनी एके ठिकाणी म्हटले आहे, आपण दक्षिण आफ्रिकेतील भेदभावांबद्दल इतके बोलत असताना आपल्याला याचे भान असते का की, आपल्या इथे प्रत्येक खेड्यात एक दक्षिण आफ्रिका आहे ही वस्तुस्थिती आहे. जाऊन पाहा म्हणजे कळेल याचे कारण.... आपल्यात सार्वजनिक सदसद्विवेकबुद्धीचा अभाव आहे.

अन्यायामुळे भरडल्या जाणाऱ्या अल्पसंख्याकांना या अन्यायापासून सुटका करून घेण्यासाठी कुणाकडूनही मदतीचा हात मिळत नाही. यामुळेच क्रांतिकारी प्रवृत्ती बळावतात व लोकशाही धोक्यात येते.

अशा प्रकारे सामाजिक व आर्थिक बाबींत समान संधी, भ्रातृभावावर आधारित समाजव्यवस्था, न्याय मिळण्याची खात्री व सार्वजनिक सदसद्विवेकबुद्धी या डॉ. आंबेडकरांच्या मनोराज्यातील सामाजिक, आर्थिक लोकशाहीच्या उदयासाठी आवश्यक अशा पूर्वअटी होत.

घटनात्मक खबरदारी

इ. स. १९४७मध्ये डॉ. आंबेडकरांनी घटना समितीला एक निवेदन सादर करून अनुसूचित जातींच्या रक्षणासाठी घटनेत कोणत्या तरतुदी असणे आवश्यक आहे, त्यासंबंधीची आपली मते मांडली. या निवेदनाचे शीर्षक होते, 'राज्ये आणि अल्पसंख्याक'. या निवेदनात सांसदीय लोकशाही कायम ठेवण्याच्या आवश्यकतेवर भर देऊन, साध्या बहुमताने राज्य समाजवादाची अंमलबजावणी रोखून धरता येऊ नये, त्यात दुरूस्ती करता येऊ नये वा मुळातच ती रद्द करता येऊ नये म्हणून राज्य समाजवादाची अंमलबजावणी राज्यघटनेद्वारा व्हावी, असे त्यांनी सुचवले.

केवळ या रीतीनेच सांसदीय लोकशाही कायम ठेवणे, समाजवादाची अंमलबजावणी करणे व हुकूमशाही टाळणे हे तिन्ही हेतू साध्य करता येतील असे डॉ. आंबेडकरांना वाटत असे. नंतर घटना समितीसमोर भाषण करताना डॉ. आंबेडकरांनी सांगितले की, नवीन राज्यघटना निर्माण करण्यामागे दोन उद्दिष्टे होती- १) राजकीय लोकशाहीची पद्धत रूढ करणे. २) आर्थिक लोकशाही हेच आपले उद्दिष्ट आहे असे नमूद करणे व कुठलेही सरकार सत्तेवर असो, ते आर्थिक लोकशाही आणण्यास बांधील राहील असे जाहीर करणे. याप्रमाणे आर्थिक लोकशाहीची संकल्पना भारतीय राज्यघटनेत सुरूवातीपासूनच घट्टपणे रुजवण्यात आली होती.

अर्थातच सरकारी धोरणांच्या मार्गदर्शक तत्त्वांचा घटनेत समावेश करणे आवश्यक असले तरी सामाजिक-आर्थिक लोकशाहीच्या अंमलबजावणीसाठी तेवढेच पुरेसे नाही, याची डॉ. आंबेडकरांना जाणीव होती. म्हणून राज्यघटनेचा स्वीकार करताना केलेल्या भाषणात त्यांनी ताकीद दिली की, २६ जानेवारी १९५० रोजी आपण एका विसंवादी जीवनात प्रवेश करणार आहोत. आपल्यात राजकीय समता असेल पण आर्थिक आणि सामाजिक जीवनात विषमता असेल. राजकारणात 'एक व्यक्ती, एक मत व प्रत्येक मताची समान किंमत' हे तत्त्व आपण मान्य करू. परंतु, आपल्या सामाजिक व आर्थिक जीवनात, आपल्या सामाजिक आणि आर्थिक धाटणीमुळे 'सर्व व्यक्ती समान मूल्य' हे तत्त्व आपण नाकारत राहू. असे विसंवादी जीवन आपण कुठपर्यंत जगत राहणार आहोत. आपल्या सामाजिक आणि आर्थिक जीवनात आपण आणखी किती काळापर्यंत समानता नाकारत राहणार आहोत? फार काळपर्यंत आपण तसे करीत राहू तर आपली राजकीय लोकशाही संकटात सापडेल. शक्य तितक्या लवकर आपण हा विसंवाद दूर केला पाहिजे. नाहीतर या असमानेतेचे बळी ठरणारे लोक राजकीय लोकशाहीचा डोलारा उद्ध्वस्त केल्याशिवाय राहणार नाहीत.

डॉ. आंबेडकरांचे आर्थिक तत्त्वज्ञान

भारतीय अर्थशास्त्रीय विचार आणि भारताचे अर्थशास्त्रीय प्रश्न यासंबंधी डॉ. आंबेडकरांनी जे विविधांगी व व्यापक योगदान दिले. त्यामुळे त्या प्रश्नाचे नाजूक आंतरदुवे काहीसे अस्पष्ट झालेले आहेत आणि म्हणूनच त्यांच्या वरवर भिन्न भासणाऱ्या अंशदानात एक सूत्रबद्धता आहे, हे ध्यानात घेणे आवश्यक ठरते. खरे पाहता, एक अर्थतज्ज्ञ म्हणून डॉ. आंबेडकरांनी केलेल्या सर्व योगदानांमागे एक सुस्पष्ट व सुसंबद्ध आर्थिक तत्त्वज्ञान आहे.

आर्थिक तत्त्वज्ञानाचे सार

डॉ. आंबेडकरांच्या सर्वंकष आणि विविधलक्ष्यी अर्थशास्त्रीय कामगिरीमागील आर्थिक तत्त्वज्ञानाचा उलगडा होऊ शकतो. त्यांच्याच भाषेत सांगायचे तर त्यांच्या आर्थिक तत्त्वज्ञानाचे मूलसूत्र आहे, 'बहुजन हिताय, बहुजन सुखाय.' डॉ. आंबेडकरांच्या आर्थिक तत्त्वज्ञानाला सामाजिक, धार्मिक आणि नैतिक अधिष्ठान आहे. शोषित आणि पीडित समाज हा त्यांच्या आर्थिक तत्त्वज्ञानाचा केंद्रबिंदू आहे. स्वातंत्र्य, समता आणि बंधुत्व या तत्त्वत्रयींचा, राजकीय, सामाजिक आणि आर्थिक अशा व्यापक दृष्टिकोनातून हे तत्त्वज्ञान पुरस्कार करते. जाती, पंथ यांचा विचार न करता

दीन-दुबळ्यांना आधार देऊन सर्व भारतीयांसाठी स्वातंत्र्य, समता आणि न्याय प्रस्थापित करणे हा डॉ. आंबेडकरांच्या तत्त्वज्ञानाचा मूलाधार आहे. प्रज्ञा, शील आणि करुणा यांवर आधारित, जातीविरहित, वर्गविरहित आणि लोकशाहीप्रणीत समाजाची निर्मिती हे डॉ. आंबेडकरांच्या आर्थिक तत्त्वज्ञानाचे अंतिम उद्दिष्ट आहे.

डॉ. आंबेडकरांच्या आर्थिक विचारांकडे दुर्लक्ष करून भारतीय समाजाने त्यांच्यावर अन्याय तर केलाच आहे, पण स्वत:चेदेखील अपरिमित नुकसान करून घेतले आहे. डॉ. आंबेडकरांचे आर्थिक तत्त्वज्ञान हे काही विशिष्ट घटकांसाठी नव्हते, तर संपूर्ण देशाचे हित त्यांच्या डोळ्यांपुढे होते. त्यांना केवळ 'दलितांचे नेते' मानणे हा या महान राष्ट्रनेत्याचा अपमान तर आहेच. परंतु, ते या देशाचे दुर्दैवदेखील आहे. भारतीय अर्थकारणावर डॉ. आंबेडकरांनी केलेले विद्वत्तापूर्ण लेखन-संशोधन, तसेच प्रत्यक्ष जनआंदोलनाच्या माध्यमातून त्यांनी केलेले कृतिशील अर्थशास्त्रीय योगदान लक्षात घेतले तर डॉ. आंबेडकर हे भारतातील अत्यंत श्रेष्ठ अर्थतज्ज्ञ होते यात शंका उरत नाही.

('लोकराज्य'च्या सौजन्याने)

■ ■ ■

२०

वेटिंग फॉर व्हिसा : डॉ. बाबासाहेबांचे आत्मकथन

■

प्रा. अविनाश डोळस

"अस्पृश्यतेची कल्पना भारताबाहेरील माणसांना येणे मोठी कठीण असून अनुभवाशिवाय हिची कल्पना करता येणार नाही. एखाद्या माणसाला स्पर्श न करणे वा करू न देणे याची दाहकता भयानक आहे. अस्पृश्याशी कसा व्यवहार होतो हे समजावून सांगणे हाच एक मोठा प्रश्न आहे. सर्वसामान्यत: त्यासंबंधीचे वर्णन करणे वा घडलेल्या घटनांचे सत्यकथन सांगणे अशा दोन प्रकारांनी त्यांची भीषणता सांगता येऊ शकते. स्वकथन, स्वानुभाव कथन करणे हा त्यातल्या त्यात न्याय देणारा पर्याय असू शकतो. त्यासाठी मी माझे स्वत:चे अनुभव व दुसऱ्यांसोबत घडलेल्या घटना सांगत आहे." असे म्हणत डॉ. बाबासाहेब आंबेडकरांनी त्यांच्या जीवनातील चार घटना व इतरांच्या दोन घटना 'वेटिंग फॉर विझा' या स्वत:च्या हस्ताक्षरात लिहून ठेवल्या आहेत. १९ मार्च १९९०मध्ये पीपल्स एज्युकेशन सोसायटीने एक पुस्तिका छापून ती प्रकाशित केली आहे. महाराष्ट्र सरकारने प्रसिद्ध केलेल्या अप्रकाशित लेखन या त्यांच्या बाराव्या खंडात याचा समावेश केला आहे.

एका अर्थाने डॉ. बाबासाहेब आंबेडकरांचे हे अनुभवकथन आहे असे म्हणावे लागेल. स्वत:बद्दल वेळ प्रसंगानुसार बाबासाहेब बोलले आहेत, परंतु स्वत:चे अनुभव काही हेतू समोर ठेवून लिहिणारे बाबासाहेब 'वेटिंग फॉर विझा' मध्ये दिसतात. इंग्रजी Waiting for.... अशा प्रकारच्या नावाने अनेक लेखांची नामावली आपल्याला सापडते. 'वेटिंग फॉर' हे तसे काव्यात्म शीर्षक आहे. त्याचे वाङ्मयीन मूल्य आहे. 'वेटिंग फॉर गॉड', 'वेटिंग फॉर गोदो' अशासारख्या शीर्षकाने त्याची एक लय साधली आहे. त्यात एक सौंदर्य दडलेले आहे. एखाद्या वाङ्मयीन कलाकृतीला नाव द्यावे तसे बाबासाहेबांनी या चार / सहा अनुभवांना दिले आहे. शां. श. रेगेनी

'माझी आत्मकथा' या नावाने त्याचा अनुवाददेखील केला आहे व तो प्रसिद्ध आहे. बाबासाहेबांच्यासमोरील वाचक हा भारताबाहेरील वाचक आहे. या अनुभव कथनातून त्याला भारतातील अस्पृश्यतेचा विशिष्ट अनुभव समजावा असा त्यांचा हेतू असल्याचे त्यांनी नमूद केले आहे.

या चार घटना मासूर रेल्वे स्टेशन ते गोरेगाव प्रवास, जेव्हा भीमराव यांचे वय केवळ नऊ वर्षांचे होते, १९१८ साली बडोदा येथील पारसी हॉटेलचा, तिसरी घटना १९२९ची चाळीसगावची आणि १९३४ मधील दौलताबाद येथील आहेत. या सर्व घटनांमधून केवळ 'अस्पृश्य' आहे म्हणून जिवावर बेतलेले प्रसंग आहेत. हा अनुभव जसा शाळेत जाणाऱ्या नऊ वर्षांच्या भिमाला आलाय, तसाच तो बॅरिस्टर असलेल्या व सरकारच्या कमिटीचा सभासद असलेल्या, तसेच लोकनेता असलेल्या बाबासाहेबांना आला आहे. यासारखी निर्भर्त्सना, अपमान व जिवावर बेतलेला अनुभव जगात इतरांना वा अस्पृश्य नसलेल्या व्यक्तीला येऊच शकत नाही. जातवास्तव किती भयंकर व माणुसकीचा गळा दाबणारे असते याची कल्पना या प्रसंगातून होते. दुसऱ्या दोन घटना या अस्पृश्य असलेल्या सरकारी कर्मचाऱ्यांच्या आहेत. एकास डॉक्टर तो केवळ अस्पृश्य आहे म्हणून त्याच्या बायकोला व बाळाला वैद्यकीय मदत मिळत नाही. तर दुसरीकडे तलाठी असलेल्या सरकारी कर्मचाऱ्यास तो भंगी असून बरोबरीचा वागतो म्हणून त्याला नोकरी सोडून मुंबईला परत यावे लागते असा आहे. त्यातून दोन प्रश्न उभे राहिलेत. मी कोण? मलाच असे का वागविले जाते? पाण्यावाचून तडफडावे लागते?

या चारही घटनांचा बाबासाहेबांवर गहन परिणाम झाला आहे. आयुष्यभर या घटना त्यांचा पाठलाग करताहेत. त्या आग बनून सतत तेवत राहिलेल्या दिसतात.

पहिला प्रसंग तर वैऱ्यावरही येऊ नये असा आहे. एका नऊ वर्षांच्या मुलाच्या भावजीवनास उद्ध्वस्त करणारा असा तो आहे. वडील गोरेगावला दुष्काळात सरकारने सुरू केलेल्या तलावाच्या मजुरांचा पगार करणारे कॅशियर आहेत. साताऱ्याहून सुट्टीत मुलांनी गोरेगावी येऊन मजेत सुट्टी घालवावी यासाठी मुलांना त्यांनी बोलाविले आहे. इंग्रजी कपडे घालून ही मुले म्हणजे भीमरावाचा मोठा भाऊ बाळाराम, बहिणीचा मुलगा व नऊ वर्षांचा भीमा साताऱ्याहून रेल्वेने मसूरपर्यंत येतात. स्टेशनमध्ये उतरल्यावर वाट पाहतात, तर वडीलही नाहीत आणि त्यांचा प्यूनही त्यांना घ्यायला आलेला नाही. वाट पाहून कंटाळतात, त्यात रात्र व्हायला लागते. स्टेशनमास्तरच्या मदतीने एक बैलगाडी भाड्याने दुप्पट भाडे देवून मिळते पण अस्पृश्यांच्या मुलांना गाडी स्वत: हाकावी लागते. गाडीवाला दुप्पट पैशांच्या मोहाने गाडी तर भाड्याने देतो, पण

ड्रायव्हर होण्यास नकार देतो. या अटीवर या लहानग्यांचा प्रवास सुरू होतो. रस्त्यात जेवण करतात, पण तेथे पाणी मिळत नाही. रात्रभर एका ठिकाणी मुक्काम करावा लागतो. तेथील वॉचमन प्यायला पाणी देत नाही. मुसलमान आहोत हे सांगूनही तो बधत नाही. जवळ भाकरी आहेत. पोटात भुकेची आग आहे पण प्यायला पाणीच नाही. अशा परिस्थितीत रात्रभर ही भावंडे दोन जागत-दोन झोपत सकाळची वाट पाहतात. सकाळी ८ वा. निघतात, दुपारी ११ वाजता गोरेगावला पोहोचतात. पत्र वडिलांना दाखवायचे प्यून विसरलेला असतो परंतु त्यामुळे कोवळ्या मुलांना सुन्नाट जागेत 'अस्पृश्य' म्हणून मिळालेली वागणूक आयुष्यभराची चिघळणारी जखम म्हणून कायम राहते. शाळेतही प्यूनशिवाय पाणी मिळत नाही. गावात, रस्त्यातही पाणी मिळत नाही. हा प्रसंग जीव हेलावून टाकणारा आहे. या घटनेचा परिणाम बाल भीमरावावर इतका झाला होता की, तो कधीही त्यांच्या मन:पटलावरून गेला नाही. एक प्रकारचा विखार होवून तो सतत तेवत राहिला. अस्पृश्यतेचा हा अनुभव खऱ्या अर्थाने माणुसकी उद्‌ध्वस्त करणारा होता.

दुसरा प्रसंग बडोद्याचा आहे. बडोद्याच्या महाराज सयाजीराव गायकवाडांनी सुरू केलेल्या मागासवर्गीय विद्यार्थ्यास उच्च शिक्षणासाठी परदेशी पाठविण्यासाठी शिष्यवृत्ती योजनेअंतर्गत बाबासाहेबांना कोलंबिया विद्यापीठात पाठविले होते. शिष्यवृत्तीच्या अटीमध्ये त्या विद्यार्थ्यांनी शिक्षण पूर्ण केल्यानंतर बडोदा संस्थानात नोकरी करावी याचा समावेश होता. त्याप्रमाणे बाबासाहेब बडोद्यास जाऊन अकाउंट जनरलच्या कार्यालयात रुजू झाले. पण स्टेशनवर उतरल्याबरोबर त्यांच्यासमोर जे प्रश्न निर्माण झाले, ते एका अस्पृश्याच्या जीवनात उद्‌भवणारे सनातन प्रश्न होते. ते बाबासाहेबांसमोर 'आ' वासून उभे राहिले होते. १९१३ ते १९१७ या कोलंबिया विद्यापीठातील दिवसांनी आपण अस्पृश्य आहोत ही भावना पुसून टाकली होती. 'एक मनुष्य, एक व्यक्ती' हीच केवळ ओळख तेथील वास्तवात होती व १९१८मध्ये पुन्हा एकदा 'भारतीय ओळख' असल्याची जाणीव झाली. स्टेशनवर उतरल्याउतरल्या ही ओळख प्रश्नाच्या स्वरूपात पुढे आली. "आता कुठे जावे?", "कोण आपल्याला आसरा देईल?" स्पृश्य मित्राकडे जावे जरी तो अमेरिकेत आपल्याबरोबर शिकला होता, तरी तो आपले वास्तवात स्वागत करीलच याची खातरी नव्हती. हिंदू हॉटेलमध्ये प्रवेश मिळणार नव्हता. जात चोरून राहणे बाबासाहेबांना मान्य नसल्यामुळे तोही पर्याय बंद झाला. कितीतरी वेळ स्टेशनवरच उभे राहिले. एका टांग्यावाल्याने त्यांना पारशी इनमध्ये (हॉटेलमध्ये) सोय होईल म्हटल्यावर ते त्या पारशी धर्मशाळेत गेले. तेथे फक्त पारशीच प्रवासी राहू शकतात हे तेथील व्यवस्थापकाकडून कळाल्यानंतर

पुन्हा प्रश्न आला. आता कुठे जायचे? पारशी व्यवस्थापकानेच त्यांनी पारशी नाव धारण करून रजिस्टरमध्ये नोंद करावी असे सुचविल्यानंतर बाबसाहेबांनी तशी नोंद केली. सकाळचा नाश्ता व सायंकाळचे जेवण तो व्यवस्थापक वरती आणून देत. येथे असे, तर ऑफिसमध्ये शिपाई फाईल दुरून फेकत होता. अशा अवस्थेत काम करणे वा बडोद्यात राहणे अवघड व अपमानास्पदच होते. राहण्यासाठी बंगला मिळावा यासाठी अर्ज केला होता, पण त्याचे गांभीर्य ऑफिसला नव्हते. रात्र होईपर्यंत वेळ घालवावा लागत असे, व रात्री एखाद्या चोरासारखे त्या लॉजमध्ये जावे लागे. भीती जी त्यांनी लहानपणी अनुभवली होती, ती पुन्हा डोके वर काढत होती. दहा-बारा पारशी युवक हातात काठ्या घेऊन "तू कोण आहेस?", "तुला येथे येऊन राहण्याचे धाडसच कसे झाले?", "पारशी नाव कसे घेतलेस?", "आमचे पारशी हॉटेल बाटविलेस!" अशा वेळी बाबासाहेब गप्प बसले. जास्त काही बोलले असते, तर प्रकरण हाताबाहेर गेले असते. एखाद्या वेळी प्राणही गमवावा लागला असता. कसेतरी बाबासाहेबांनी शांतता भंग करीत त्यांना सुचविले की, एक आठवड्यात सोडतो. त्यावर त्यांनी आज संध्याकाळपर्यंत येथे दिसता कामा नये म्हणून अंतिम मुदत दिली. त्यांनी स्वत:ला दूषणे दिली आणि धाय मोकलून रडले. ती जागा काही चांगली नव्हती. एखाद्या तुरुंगाच्या खोलीसारखी असली, तरी त्या वेळी आसरा म्हणून त्यांना ती खूप मूल्यवान वाटली होती. अशा परिस्थितीत ते सायंकाळपर्यंत त्यातून काही मार्ग निघतो का, या विचारात त्यांनी काळ काढला. सरकारी बंगला बंगला मिळेपर्यंत हा प्रश्न होता म्हणून तो तात्पुरता प्रश्न वाटला. मित्राकडे जावे असे म्हणून ते त्यांच्या हिंदू मित्राकडे गेले व घडलेला प्रकार सांगून त्याने मला जागा द्यावी ही अपेक्षा केली पण त्याने असहायता दर्शविली व तू माझ्याकडे रहावयास आलास, तर माझा नोकर काम सोडून जाईल, असे सांगत त्याची हतबलता दाखविली. दुसरा ख्रिश्चन मित्र होता की ज्याने एकदा त्याच्याबरोबर राहण्याची सूचना केली होती व त्याने पारशी हॉटेलमध्ये राहणे पसंत केले होते कारण त्याच्या सवयी मला मान्य नव्हत्या, तरीही बाबसाहेब त्याच्याकडे गेले व 'मी तुझ्याकडे राहण्यास येऊ का?' असे विचारले तर त्याने त्याची पत्नी उद्या बडोद्यास येणार असून तिला विचारावे लागेल हे उत्तर दिले. मला ते उत्तर फार मुत्सद्दीपणाचे वाटले. ते धर्मांतरीत ख्रिश्चन होते. पूर्वाश्रमीचे ब्राह्मण. नवरा जरी विचाराने आधुनिक असला, तरी त्याची पत्नी पूर्वीची ब्राह्मणच राहिलेली. त्यामुळे त्याच्याकडे विचारणा करणेही सयुक्तिक न वाटल्याने सायंकाळपर्यंतचा वेळ त्यांनी कामठी बाग या सार्वजनिक बागेत काढला. एकटे विचार करत, अर्धवट मन:स्थितीत. प्रश्न समोर आला. आपल्यावर हा अनुभव

आलाय तर आपल्या आई-वडिलांना त्यांच्या लहानपणी किती यातनांना सामोरे जावे लागले असेल. रात्री ८ वाजता ते त्या पारशी लॉजमध्ये येतात. आपले सामान गाडीत टाकतात. त्या वेळी ना ते एक शब्द बोलत, ना केअरटेकर. तो महायुद्धाचा काळ होता. ते म्हणतात, ''अशी नोकरीसाठी कितीतरी ठिकाणची ऑफर होती. अनेक शिक्षणसंस्थांमध्ये पदे खाली होती. कोठेही मला नोकरी मिळाली असती पण मी प्रथम बडोद्याच्या महाराजांच्या पदरी नोकरी करावी हेच नैतिकदृष्ट्या योग्य होते म्हणून मी सर्व सोडून बडोद्यास आलो आणि त्याच बडोद्याने मला हाकलून दिले केवळ ११ दिवसांत!'' दहा बारा पारशी तरुण हातात लाठ्या काठ्या घेऊन माझ्यासमोर उभे आहेत आणि मी घाबरलेल्या अवस्थेत त्यांच्यासमोर उभा आहे.... त्यांनी माझी कीव करावी म्हणून.... हा प्रसंग कधीही विसरू शकलो नाही. आजही जेव्हा कधी हा प्रसंग आठवतो, तेव्हा डोळे भरून येतात. त्यातून पहिल्यांदा मला समजते ते असे की, जो माणूस हिंदूसाठी अस्पृश्य असतो, तो पारशांसाठीही अस्पृश्यच असतो.

तिसरा प्रसंग चाळीसगावचा आहे. इ. स. १९२९ ला बॉम्बे गव्हर्नमेंटने अस्पृश्यांच्या तक्रारीचा आढावा घेण्यासाठी एक कमिटी नेमली होती. बाबासाहेब त्या कमिटीचे एक सदस्य होते. राज्यभरातील अस्पृश्यांवर होणाऱ्या अन्यायाची, अत्याचारांची, दडपशाहीच्या घटनांची चौकशी करण्यासाठी कमिटीच्या सदस्यांवर जिल्ह्यांची जबाबदारी विभागून देण्यात आली. बाबासाहेबांवर व दुसऱ्या एका सदस्यांवर खानदेशमधील दोन जिल्ह्यांची जबाबदारी देण्यात आली होती. त्यांनी ती पूर्ण केली. धुळे जिल्ह्यातील एका बहिष्कार टाकलेल्या गावाला भेट देऊन बाबासाहेब मुंबईला जाण्यासाठी चाळीसगावला आले, तेव्हा चाळीसगावी अस्पृश्य मंडळींनी त्यांना रात्रभर थांबण्याचा आग्रह केला. त्यानुसार ते त्या गावी जाऊन परत चाळीसगाव स्टेशनला आले. तेथे त्यांचे हारतुऱ्यांनी मंडळींनी स्वागत केले. स्टेशनपासून म्हारवाडा जवळपास २ मैल दूर होता. मध्ये नदी ओलांडून पुलावरून जावे लागत असे. जाण्यासाठी तेथे टांगे होते. पण बाबासाहेबांना तासभर ताटकळत उभे राहावे लागले. अस्पृश्य मंडळींनी भाड्याने एका टांग्याची व्यवस्था केली व ते पायी चालत गेले. खरे म्हणजे बाबासाहेबांनाही त्यांच्याबरोबर पायी जाण्याची तयारी होती, परंतु ते चाळीसगावच्या अस्पृश्यांना प्रतिष्ठित वाटले नाही. आपल्या नेत्यावरील प्रेमासाठी व त्याच्या प्रतिष्ठेसाठी त्यांनी भाड्याने टांगा केला. पण लवकरच टांगा एका मोटारीवर आदळता आदळता वाचला. टांगा हाकणारा नेहमीचा नव्हता. अस्पृश्य असलेल्या बाबासाहेबांना टांग्यातून न्यायला स्पृश्य टांगेवाला तयार झाला नव्हता. त्याने टांगा भाड्याने दिला पण टांगा तो हाकणार नसल्याची अट घातली होती. गोरेगावच्या

बैलगाडीवाल्याने जी भूमिका घेतली होती, तीच भूमिका चाळीसगावच्या टांगेवाल्याने घेतली होती. शेवटी एका महाराने टांगा हाकण्याची जबाबदारी घेऊन प्रश्न सोडविला होता. पण तो नवशिक्या असल्याने जे व्हायचे तेच झाले. टांग्यांचे एक चाक पुलावरील दगडाला लागून टांगा उलटला. बाबासाहेब बाहेर फेकले गेले व घोडा व टांगा पुलावरून खाली नदीत पडले. बाबासाहेबांचा पाय मोडला. प्रचंड मार लागला. मंडळी धावत येऊन त्यांना उचलून घेऊन गेले, पुढे कितीतरी दिवस पायाचे हाड बसवेपर्यंत बाबासाहेबांना घरी पडून राहावे लागले. बाबासाहेबांनी त्यावर जे म्हटले आहे, ते पाहण्यासारखे आहे. ते त्यावर म्हणतात, ''चाळीसगावच्या मंडळींनी त्यांच्या पुढाऱ्याची प्रतिष्ठा जपली होती, पण त्याच्या सुरक्षेपेक्षा प्रतिष्ठेला अधिक महत्त्व दिले होते व टांगेवाला जो एक सामान्य मजूर होता, त्याला त्याचा दर्जा, त्याची प्रतिष्ठा एका बॅरिस्टरपेक्षाही अधिक वाटली!''

केवळ अस्पृश्य आहे म्हणून टांगा न मिळणे, मिळाला तर टांगेवाल्याने टांगा हाकण्यास नकार देणे, हे केवळ भारतातच घडू शकते. येथे आर्थिक व्यवहारापेक्षाही जाती अहंकार अधिक महत्त्वाचा बनला आहे. सरकारच्या एका कमिटीच्या सदस्याच्या वाट्याला हा अनुभव म्हणजे सरकारच्या शक्तीपेक्षाही धार्मिक सत्ता ही मोठी असल्याचा साक्षात्कार या प्रसंगातून होतो. हा धोका भारतीय समाजात स्वातंत्र्योत्तर काळातही अनेकदा स्पष्ट झाला आहे.

चौथी घटना ही दौलताबादची आहे. सन १९३४ ला बाबासाहेबांच्या सहकाऱ्यांनी प्रेक्षणीय स्थळे पाहण्यासाठी एक सहल आयोजित केली. बाबासाहेबांना त्यांनी आग्रहाने त्या सहलीत सहभागी केले. या सहलीत वेरूळची बौद्ध लेणी पाहण्याचा बेत ठरला. ठरल्याप्रमाणे बाबासाहेबांनी नाशिकला जायचे व तेथे उरलेले कार्यकर्ते त्यांना सामील होतील, त्यानुसार बाबासाहेब नाशिकला गेले व तेथून येवल्याहून औरंगाबादला जाताना दौलताबादचा किल्ला बघण्यासाठी दौलताबादला थांबले. बाबासाहेबांचा हा दौरा जाहीर केला नव्हता. त्यामुळे अस्पृश्य जनतेलाही माहीत नव्हता आणि इतरांनाही. दौलताबादला अस्पृश्य लोकांना मात्र कळविला होता त्याप्रमाणे मंडळी दौलताबादला पोहोचली. चहापाण्याची व्यवस्था केली होती परंतु उशीर झाला असल्यामुळे सूर्य डुबण्याअगोदर प्रकाश आहे तोपर्यंत दौलताबादचा किल्ला बघावा असे ठरवून बाबासाहेब किल्ल्याच्या पायथ्याशी पोहोचले. किल्ल्यासमोर पाण्याचा हौद होता. पाणी वाहत होते. काही मंडळींनी धुळीने माखलेले तोंड, हात-पाय धुतले. थोड्याच वेळात काही पांढरी दाढी वाढविलेल्या मुसलमान इसमाने 'धेडांनी हौद बाटविला, धेड फार माजले, आपला धर्म विसरले, त्यांना धडा

शिकविलाच पाहिजे.' असे म्हणत बोंबा मारायला सुरुवात केली. त्याबरोबर पाच-पंचवीस मुसलमान धावून आले व तेही शिव्या देऊ लागले. त्यांना पर्यटकांनी समजावून सांगितले की, आम्ही बाहेरची माणसे आहोत. येथील रिवाज आम्हास माहीत नसल्यामुळे ही घटना घडली आहे. त्यावर घटनेची वार्ता अस्पृश्यांपर्यंत पोहोचली होती ते सारे घटनास्थळी धावले होते. त्यांच्यावर डाफरून ते मुसलमान त्यांना शिव्या देऊ लागले. तुम्ही तुमच्या पाहुण्यांना हा हौद अस्पृश्यांना वापरता येणार नाही हे का नाही सांगितले? बाबासाहेबांनी 'त्यांचा यात काही दोष नाही' ती चूक आमच्याकडून झाली आहे' असे सांगितले, परंतु ते ऐकण्याच्या मन:स्थितीत नव्हते. ते अस्पृश्यांना व बाबासाहेबांच्या कार्यकर्त्यांना शिव्या देत अचकट-विचकट बोलू लागले. प्रसंगा बाका होता. बाबासाहेब म्हणतात,'कदाचित तेथे दंगल झाली असती. एक-दोघांचा खून पडला असता.' बाबासाहेबांना प्रचंड राग आला होता. त्यांनी पुढील अनर्थ होऊ नये म्हणून आवरला. गुन्हेगार म्हणून पोलीस केस होणेही त्यांच्या सहलीच्या दृष्टीने योग्य नव्हते असा विचार करून बाबासाहेबांनी स्वत:ला व लोकांना आवरले. तेथील एक मुसलमान सतत 'प्रत्येकाने आपल्या धर्माप्रमाणे वागावे' असे म्हणत होता. एव्हाना बाबासाहेबांचा संयम सुटला होता. आवाज चढवत त्यांनी त्याला प्रतिप्रश्न केला, "तुझा धर्म हेच शिकवितो का? हे अस्पृश्य मुस्लीम झाले, तर त्यांना या हौदातून पाणी घ्यायला तू अडवले असते का?'" या प्रश्नावर ते थोडेसे गडबडले आणि बाबासाहेबांनी त्याच 'टोन'मध्ये पहारेकऱ्याला "आम्ही किल्ला बघण्यास आत जाऊ शकतो की नाही? नसल्यास आम्ही क्षणभरही येथे थांबत नाही." असे म्हणताच त्याने बाबासाहेबांना त्यांचे नाव विचारले. एका चिठ्ठीवर बाबासाहेबांनी नाव लिहून दिले. ते पाहताच सुपरिंटेंडंट बाहेर आला आणि त्यांनी आपण किल्ल्यात जाऊ शकता फक्त जेथे कोठे पाणी आहे, त्याला हात लावू नये.' असे सांगत त्याची ऑर्डर बाबासाहेब आणि मंडळी पाळतात की नाही हे पाहण्यासाठी एक सैनिक बरोबर दिला. विशेष म्हणजे हा मुस्लिमांचा रमजानचा महिना होता. शोकांतिका पहा, बाबासाहेबांनी त्यावर असे म्हटले आहे की, 'मागच्या प्रसंगात मी पारशांची वर्तवणूक सांगितली होती. जो हिंदूंना अस्पृश्य असतो तो मुसलमानांनाही अस्पृश्यच असतो.'

हिंदूंच्या दुर्गुणाची लागण इतर धर्माला कशी होते याचे हे उत्तम उदाहरण होय. म्हणूनच एके ठिकाणी बाबासाहेबांनी नमूद केले आहे की, हिंदू जिथे कुठे जातील, तेथे तेथे ते जातिव्यवस्था घेऊन जातील. हा धोका आजच्या घडीला अधिक जाणवतो.

पुढील दोन घटना दुसऱ्यांच्या बाबतीत घडलेल्या आहेत. ते प्रसंग त्यांनी दिले आहेत. त्यापैकी एक अनुभव हा १२ डिसेंबर १९२९च्या महात्मा गांधींच्या 'यंग इंडिया'त प्रसिद्ध झाला आहे. तो शाळेतील शिक्षकाचा आहे. त्याचे नाव प्रसिद्ध करण्यात आलेले नाही परंतु हिंदू डॉक्टरच्या अस्पृश्य रुग्णांना तपासण्यास दिलेल्या नकारांमुळे त्याला आपल्या नुकत्याच जन्मलेल्या मुलीस व बायकोला वाचवता न आल्याचा अनुभव त्याने तेथे पत्रातून केला आहे. गावचा डॉक्टर अस्पृश्यांच्या घरी येणार नाही व अस्पृश्याला तपासायलाही येणार नाही, म्हणून नकार देतो. गावच्या नगरसेठला भेटून डॉक्टरांनी मुलीला व बायकोला तपासावे अशी विनंती केल्यावर दोन रुपये फी दिली तर तो हात न लावता व वस्तीत न येता तपासेल असे सांगितल्यामुळे तो शिक्षक मुलीला व बायकोला वस्तीबाहेर घेऊन येतो. डॉक्टर थर्मामीटर एका मुस्लिमाकडे देतो, तो मुस्लीम शिक्षकाकडे देतो आणि हा मग बायकोला देतो आणि पुन्हा त्याच क्रमाने तो थर्मामीटर वापस करतो. पेशंटला न्यूमोनिया झाल्याचे रात्री ८ वा. सांगतो आणि निघून जातो आणि औषधी पाठवितो. तोपर्यंत हा शिक्षक बायकोला झाडपाल्याचे औषध देतो. पुन्हा डॉक्टर बघायला येत नाही. शेवटी दुपारी २ वा. ते दोघेही मरतात. हा अस्पृश्य म्हणून आलेला अनुभव प्रचंड भयानक आहे. त्याविषयी बाबासाहेबांनी म्हटले आहे की, डॉक्टरचा धर्म हा आजारी मनुष्यावर उपचार करण्याचा असतो. तशी त्यांनी शपथही घेतलेली असते. परंतु इथे त्याला आपल्या व्यवसायधर्म नैतिक कर्तव्यापेक्षा व त्यांना अमानवी होण्यात हिंदू डॉक्टरला महत्त्वाचे वाटते हा अस्पृश्यांचा भयानक अनुभव आहे.

सहावा अनुभव हा परमार कालिदास शिवराम या अस्पृश्य असलेल्या पटवारी म्हणून काम करणाऱ्या भंगी तरुणाचा आहे. त्याला शिक्षक व्हायचे होते पण जागा नसल्यामुळे तो बॅकवर्ड क्लास ऑफिसर अहमदाबादला यांच्याकडे नोकरी मिळावी म्हणून अर्ज करतो. तलाठी वा पटवारी म्हणून त्याची निवड होते. मामलेदार कचेरीत रुजू होण्यास गेल्या गेल्या "तू कोण आहेस?" म्हणूत तेथील कारकून विचारतो. "मी हरीजन आहे." असे सांगताच "तुझी माझ्याजवळ येण्याची हिंमतच कशी झाली? जा तिकडे दूर उभा राहा, बाहेर भेटला असता, तर सहा लाथा मारल्या असत्या."म्हणून त्याने बजावले. सरकारी कार्यालयात अस्पृश्यता पाळत नाही अशी समजूत होती. पण येथे तर माझे नेमणूकपत्र व सर्टिफिकेट जमिनीवर टाकायला सांगितले गेले व नंतर त्याने ते घेतले. पुढे मामलेदार कचेरीतही मला पाणी पिण्यासाठी स्वत: घेता येत नव्हते. एरवी पाण्यावाला माणूस पाणी वाटत असे. तो नसला तर इतरजन स्वत:च्या हातानी पाणी घेत असत, पण मला परवानगी नव्हती, माझ्यासाठी

एक स्वतंत्र घाणेरडा माठ ठेवला होता. पाणी वाटप्याला मला पाणी देणे कमीपणाचे वाटत असल्यामुळे तो जेव्हा जेव्हा मला पाणी पाहिजे असायचे, तेव्हा तेव्हा तेथून सटकत असायचा. त्यामुळे मला तसाच तहानलेला राहावे लागते असे. त्यानंतर तलाठ्याकडे काम शिकण्यासाठी मामलेदाराने मला पाठविले. त्या तलाठ्याने मला काहीही शिकविले नाही. मला गावच्या तलाठी कचेरीत येऊ दिले जात नसायचे. एकदा तर तेथील ग्रामप्रमुखाने 'तू, तुझा बाप, गावच्या साफसफाईचे काम करायचे सोडून आमच्याबरोबर आफिसमध्ये बसायला मागतोस, लवकर काम सोडून दे' असा सल्ला दिला. साजापूरला कामाला गेलो असता तेथे ग्रामपंचायतीत तलाठी व गावप्रमुख बसला होता. मी बाहेर थांबून त्यांना नमस्कार केला पण त्यांनी तो घेतलाही नाही आणि त्याची दखलही घेतली नाही. कितीतरी वेळ वाट बघून तो बाहेरील खुर्चीवर बसलेला बघून तलाठी व गावप्रमुख काहीही न बोलता निघून गेले आणि थोड्याच वेळात तेथे गावाचे लोक जमले. गावच्या ग्रंथपालाने त्यात पुढाकार घेतला होता. "हा कुत्रा कसा काय माझ्या खुर्चीवर बसला?" असे म्हणत गावच्या कामगाराकडून खुर्ची ओढून घेतली. माझ्याभोवती सर्व गाव जमले व मला शिव्या देऊ लागले. त्यांच्याजवळ शस्त्रे होती. मी त्यांची माफी मागितली तरी ते ऐकायला तयार नव्हते. जीव कसा वाचवावा या विवंचनेत मी होतो. आता मी रावण्णाकडे कागद मागितला आणि मामलेदारास अर्ज लिहून ही हकीकत सांगतोय असे दाखविण्यासाठी मोठ्या मोठ्या अक्षरात मजकूर लिहिला. "मी मेलो तर माझ्या आई-वडिलांना कळवा." असे त्यात मी लिहिले. ते बघून रावण्णाने तो कागद फाडून टाकण्यास सांगितला. मी तसे केले. त्याने 'तुम्ही भंगी आमची जागा घेऊ इच्छिता. तुला आम्ही आमचा तलाठी म्हणून आळखावे असे तुला वाटते.' असे म्हणत त्यांनी मला सायंकाळपर्यंत कोंडून ठेवले. मी कसाबसा सुटलो. हे सर्व होईपर्यंत गावप्रमुख व तलाठी तिकडे फिरकलेच नाहीत. त्यानंतर मी पंधरा दिवसांची रजा घेऊन गावी मुंबईला आलो.

हा या तलाठ्याचा अनुभव डॉ. बाबासाहेबांनी नमूद केला आहे. कासारवाडी, दादर मुंबईत दि. ६ मार्च १९३८ रोजी भरलेल्या एका मीटिंगमध्ये या भंगी तरुणांने ही आपली कहाणी सांगितलेली आहे. काँग्रेसचे मोठे पुढारी इंदुलाल याज्ञिक हे या बैठकीच्या अध्यक्षस्थानी होते. अस्पृश्यतेचा हा मानवास आलेला जगावेगळा अनुभव म्हणून या प्रकरणाकडे बघता येईल.

या लेखनातून बाबासाहेबांनी स्वत:स आलेले अस्पृश्यतेचे अनुभव इतर दोघांच्या अनुभवासह कथन केले आहे. हे बाबासाहेबांचे आत्मकथन म्हणावयास हरकत नाही.

इंग्रजीत लिहिलेले हे आत्मकथन साहित्यक्षेत्रातही दखल घेण्यासारखे आहे. दलित आत्मकथेचा प्रारंभ म्हणूनही या अनुभवकथनाकडे पाहता येऊ शकेल. त्याचबरोबर कधी न दिसणारे, एरवी स्वत:बद्दल न बोलणारे बाबासाहेब येथे व्यक्त होताना आपल्याला दिसतात. यादृष्टीने हे लेखन अभ्यासण्यासारखे आहे. मी स्वत:च्याच देशात 'व्हिसा'साठी वाट पाहतोय, हेसुद्धा काव्यात्मक शीर्षक असून तेवढेच वेदनादायी आहे.

■ ■ ■

२१

राष्ट्रनिर्माते डॉ. बाबासाहेब आंबेडकर

■

डॉ. प्रकाश मोगले

पंचांगवाल्याने गोजिऱ्या बाळाला दुरूनच पाहिले आणि जाणले की, हे बाळ संबंध वैदिक परंपरेच्या मुळावर आले आहे. पण त्याने रामजी बाबाच्या कानात सांगितले की, बाळ मूळ नक्षत्रावर जन्माला आले, म्हणजेच आईच्या मुळावर आले आहे. तेव्हापासून बाळाकडे पाहण्याचा साऱ्यांचा दृष्टिकोन बदलला. अशात थोड्या कालावधीत लहानग्या भिवाला सोडून भीमाबाई मृत्यू पावल्या. १४ लेकरांना जन्म देणारी माय वारली तिच्या आजाराने, पण ठपका ठेवला गेला भिवावर. सख्खी भावडं हिडीसफिडीस करू लागली. घालूनपाडून बोलू लागली. उपेक्षा, अपमान करू लागली. बालपणापासून अपमानाचे कडूजहर घोट घशाखाली घालतघालत भिवाचा भीमराव अन् पुढे बाबासाहेब झाले. पण उपेक्षा, अपमान यांनी मरेपर्यंत आणि मृत्यूनंतरही त्यांची पाठ सोडली नाही. त्यांच्या जन्माला आज १२५ वर्षे होत आली आहेत. पण त्यांची मानखंडना थांबली नाही. थांबण्याची कुठलीही चिन्हे दिसत नाहीत.

जागतिक पातळीवर महाकाव्ये म्हणून ज्यांचा गौरव केला जातो, ती रामायण आणि महाभारत ही महाकाव्ये अथपासून इतिपर्यंत सूडाने भरलेली आहेत. अपमानाचा बदला, कठोर अपमान आणि खुनाचा बदला खून हाच संदेश त्यातून समाजमनावर गडद केला जातो. बहुतांश लोकांना त्यात काही वावगे आहे असे वाटत नाही. याच न्यायाने डॉ. बाबासाहेब आंबेडकर यांनीही आपल्यावर झालेल्या अन्यायाचा, अपमानाचा बदला घेण्याचे ठरविले असते, सुडाने पेटून या देशावर, देशातील अन्यायी व्यवस्थेवर सूड उगवला असता, तर स्वातंत्र्योत्तर कालखंडात आणखी एका

महाभारताची भर पडली असती. एका देशाचे तीन तर झाले होतेच, तिनाचे तेरा व्हायला निमित्त मिळाले असते. महान सम्राट चंद्रगुप्त मौर्य, सम्राट अशोक यांच्या स्वप्नातील अखंड भारत हे स्वप्नच राहिले असते. पेटलेला सूडाग्नी आजूबाजूचा परिवेश बेचिराख करीत जातो म्हणतात. काहीकाहीसुद्धा शिल्लक उरत नाही.

डॉ. बाबासाहेब आंबेडकर यांचे या देशावर प्रचंड उपकार यासाठी आहेत की, त्यांनी सूडाने पेटून या देशाचे कुठलेही नुकसान होईल अशी कृती कधीच केली नाही. डॉ. बाबासाहेब आंबेडकर हेही माणूसच होते, काही साधूपुरुष नव्हते. तरीही त्यांनी उपकाराची परतफेड उपकारानेच केली. सूडाचे रूपांतर सर्जनात झाले. या देशातील अन्यायी व्यवस्थेबद्दल त्यांना राग जरूर होता. पण हा राग प्रेममूलक होता. द्वेषमूलक नव्हता. ही महानता, सर्जकता त्यांना महामानव करून गेली. येणाऱ्या हजारो पिढ्या त्यांच्या कायमस्वरूपी ऋणी राहतील. काळ कितीही बदलो, सत्तेवर कुणीही बसो; या देशाचा इतिहास जेव्हा निरपेक्षपणे, चिकित्सा करून लिहिला जाईल, त्या इतिहासाने डॉ. बाबासाहेब आंबेडकर यांचा राष्ट्रनिर्माते, संविधानासह देशाचे शिल्पकार, महामानव याच विशेषणांनी त्यांचा गौरव केलेला असेल. त्यांच्या कार्याचा ओझरता जरी परिचय करून घेतला, तरी हा गौरव किती सार्थ आहे हे त्यांच्या टीकाकारांना व विरोधकांनाही पटू लागते.

जातीभेद, धर्मभेद, गरीब, श्रीमंत, उच्चनीच स्त्री-पुरुष हे सर्व प्रकारचे भेद देशाच्या एकतेला आणि एकात्मतेला मारत आहेत. देशाच्या प्रगतीतील, विकासाआड येणारे प्रमुख अडथळे आहेत. हे सारे भेद पोटात ठेवून कुठलाही देश कधीच महासत्ता बनू शकत नाही. सार्वभौम, सामर्थ्यशाली असू शकत नाही. या भेदावर, विषमतेवर प्रहार करणारे, कठोर हल्ले करणारेच खरे देशभक्त, राष्ट्रभक्त आहेत, असतात. त्यांनी केलेल्या या पायाभूत कार्यापासूनच राष्ट्रनिर्माणाचा प्रारंभ झालेला आहे, हे एकदा समजून घेतले की, मग लक्षात येते की, म.फुले आणि डॉ. बाबासाहेब आंबेडकर यांच्या विचारकार्यापासूनच राष्ट्रनिर्माणाचे अनमोल कार्य सुरू झाले आहे. देशाच्या स्वातंत्र्यलढ्याचे खरे सेनानी तेच आहेत. वार्षिक सभेच्या अधिवेशनात इंग्लंडच्या राणीचे स्तुतिपर गीत गाणारे, फक्त राजकीय स्वातंत्र्यासाठीच चळवळ करणारे राष्ट्रसभेचे नेते या दोघां महामानवांच्या कार्यापुढे तसे दुय्यमच ठरतात.

१) १९४२ ते १९४६ या कालखंडात युद्धोत्तर पुनर्निर्माण योजनेच्या नियोजन समितीचे सदस्य असताना डॉ. बाबासाहेब आंबेडकर हे केंद्र सरकारच्या जल विद्युत व मजूर आदि खात्यांचे मंत्री होते. या चार वर्षांच्या काळात त्यांनी जे धोरणात्मक कार्य केले, त्या कार्यातून देशाच्या विकासाचा खऱ्या अर्थाने

पाया घातला गेला. आर्थिक नियोजनाची कुठलीही परंपरा नसलेल्या या खंडप्राय देशाला त्यांनी आर्थिक नियोजनाची उपयुक्तता आणि सार्थकता पटवून दिली. पावसाच्या, नदीच्या पाण्यासाठी त्यांनी पहिल्यांदा जलसंपत्ती, जलसंपदा ही संकल्पना वापरली. पुढील काळातील पाण्याचे दुर्भिक्ष आणि विजेचे महत्त्व लक्षात घेऊन त्यांनी पुढील १०० वर्षांत देशाला लागणाऱ्या विजेचे आणि पाणी पुरवठ्याचे नियोजन केले. त्यांनीच देशातील महत्त्वाच्या, मोठ्या १५ धरणांची ब्लू प्रिंट बनवून प्रत्यक्ष कामाला सुरुवातही केली. पाणी आणि वीज याशिवाय देशात औद्योगिकीकरण शक्य होणार नाही, त्याला गती येणार नाही या गोष्टीचे भान देशाला देणारा पहिला नेता म्हणजे डॉ. बाबासाहेब आंबेडकर हेच होते. औद्योगिकीकरणाशिवाय आर्थिक विकास शक्य होणार नाही. आर्थिक विकास झाल्याशिवाय स्वातंत्र्याला, समतेला तसा कवडीचाही अर्थ नसतो. बहिष्कृत समाजाला उन्नतीची, विकासाची संधी तेव्हाच मिळू शकते जेव्हा त्यांना रोजगाराच्या संधी उपलब्ध होतील. कृषी क्षेत्रावरील भार कमी करण्यासाठीही त्यांना औद्योगिकीकरणाची नितांत गरज वाटत होती. म्हणून त्यांनी प्राधान्यक्रमाने वीज आणि पाण्याच्या नियोजनासाठी धरणे बांधणे, नदी खोऱ्यांचा विकास करणे या बाबींना महत्त्व दिले.

२) साऊथबरो कमिशन आणि सायमन कमिशन, भारतीयांना मर्यादित का होईना पण हक्क आणि अधिकार देण्यासाठी नेमण्यात आले होते. एस. सी., एस. टी., ओ.बी.सी. आणि अल्पसंख्याक यांना घटनात्मक अधिकार देण्याची शिफारस करण्यासाठी या कमिशनची नियुक्ती ब्रिटिशांकडून करण्यात आली होती. १७ जानेवारी १९१९ रोजी साऊथबरो कमिटीसमोर साक्ष देण्यासाठी/मागण्या मांडण्यासाठी बाबासाहेब गेले होते. या कमिटीसमोर साक्ष देताना बाबासाहेबांनी २१ वर्षे वयाच्या सर्व नागरिकांना मतदानाचा हक्क देण्यात यावा अशी मागणी केली. सर्वांसाठी मतदानाचा हक्क मागणारे डॉ. बाबासाहेब आंबेडकर हे देशातील पहिले द्रष्टे महामानव होते. देशातील राजे महाराजे, संस्थानिक, काँग्रेसचे काही अखिल भारतीय नेते मतदानाचा अधिकार सर्वांना देण्याच्या विरोधात होते. ते फक्त आयकर भरणाऱ्यांना आणि पदवीधरांनाच मतदानाचा अधिकार देण्यात यावा असे म्हणत होते. तर डॉ. बाबासाहेब आंबेडकर सर्व भारतीयांना मतदानाचा अधिकार मिळावा म्हणून कमिटीच्या सदस्यांशी भांडत होते. त्यांच्या दृष्टीने मतदानाचा हक्क मिळवणे म्हणजे एस.

सी., एस. टी., ओ.बी.सी., स्त्रिया आणि अल्पसंख्याक या सर्वांना देशाचा मालक म्हणून घोषित करणे. १९१९ साली मतदानाचा अधिकार मिळवून देऊन बाबासाहेबांनी सर्व भारतीयांची नावे देशाच्या सातबारावर नोंदवली.

३) १९२८ साली ब्रिटिश सरकारने एच. बी. स्टाट यांच्या अध्यक्षतेखाली मागासवर्गीयांच्या स्थिती गतीचा अभ्यास करण्यासाठी एक कमिटी नेमली होती. डॉ. सोळंकी, अमृतलाल ठक्कर आणि डॉ. बाबासाहेब आंबेडकर आदि या कमिटीचे सदस्य होते. या कमिटीने तत्कालीन मुंबई राज्यातील सामाजिक स्थितीचा अभ्यास करून १) अनुसूचित जाती, २) अनुसूचित जमाती, ३) इतर मागासवर्ग (ओ.बी.सी.) हे तीन गट आर्थिक आणि सामाजिकदृष्ट्या दबलेले, पिचलेले असल्याचे निश्चित केले. समाजातील या तीन गटांना सर्व प्रकारच्या संरक्षणाची गरज असल्याची शिफारस केली होती. यात अग्रभागी आणि आग्रही होते, डॉ. बाबासाहेब आंबेडकर. या कमिटीने ५ मार्च १९३० रोजी अहवाल प्रसिद्ध केला. या अहवालाच्या आधारे देशात ओ.बी.सी. हा प्रवर्ग पहिल्यांदा निर्माण झाला. या कमिटीच्या शिफारशीवरून १९३२ साली एस. सी., एस.टी. आणि ओ.बी.सी. या तीन घटकांच्या कल्याणासाठी, विकासासाठी मागासवर्गीय विकास खाते, आताचे समाज कल्याण खाते निर्माण झाले.

ओ.बी.सी. या प्रवर्गाच्या कल्याणासाठी ३४० व्या कलमानुसार सरकार एक आयोग नेमेल अशी संविधानात तरतूद असताना, नेहरू सरकारने इतर मागासर्गीयांच्या विकासासाठी असा कुठलाही आयोग नेमला नाही. नेहरू सरकारच्या या ओ.बी.सी. विरोधी धोरणाचा निषेध म्हणून डॉ. बाबासाहेब आंबेडकरांनी २७ सप्टेंबर १९५१ रोजी केंद्रीय कायदेमंत्री पदाचा राजीनामा दिला. नेहरू सरकारने १० ऑक्टोबर १९५१ रोजी राजीनामा मंजूर केला. पण इतर मागासवर्गीयांसाठी आयोग मात्र नेमला नाही. पुढे बाबासाहेबांच्या दबावामुळे काका कालेलकर आयोग नेमला, पण कित्येक वर्षे बासनात बांधून ठेवला. कारण काका कालेलकरांना आणि नेहरुंनाही इतर मागासवर्गीयांबद्दल कधी प्रेम, जिव्हाळा नव्हता. त्यांच्या विकासाशी काही देणे-घेणे नव्हते.

४) पक्षीय राजकारण करून कायदेमंडळामध्ये जाऊन अस्पृश्यांचे, ओ.बी.सी., एस.टी. आणि स्त्रियांचे प्रश्न मार्गी लावण्यासाठी, त्यांच्या समस्यांची सोडवणूक करण्यासाठी बाबासाहेब आंबेडकरांनी १९३७ साली मजूर पक्षाची स्थापना

केली. या पक्षाचे ध्येयधोरण अस्पृश्यांच्या उद्धारासोबत देशाच्या उद्धाराचाही विचार करणारे होते. या पक्षाच्यावतीने जो जाहीरनामा प्रसिद्ध करण्यात आला, त्या जाहीरनाम्यातील एक प्रमुख कलम होते- सक्तीचे शिक्षण आणि कुटुंब नियोजनाचा पुरस्कार. पक्षाच्या जाहीरनाम्यातून अधिकृतपणे कुटुंब नियोजनाचा पुरस्कार करणारा मजूर पक्ष हा देशातील नव्हे, तर आशिया खंडातील पहिला पक्ष होता. ज्या काळात कुटुंब नियोजनाचा प्रचार, प्रसार केला म्हणून डॉ. रघुनाथराव कर्वे यांच्यावर गुन्हे दाखल केले जात होते, त्या काळात कुटुंब नियोजनाचा पुरस्कार करणे हे काळाच्या पुढचे धाडसी पाऊल होते. परिणामाची पर्वा न करता देशहिताचे असल्यामुळे बाबासाहेबांनी ते कलम जाहीरनाम्यात घातले. डॉ. रघुनाथराव कर्वे यांच्या कार्याला जाहीर पाठिंबा दिला. त्यांचे वकीलपत्र घेतले. १९३८ साली विरोधी पक्षात असताना बाबासाहेब आंबेडकरांनी कुटुंब नियोजनविषयक विधेयक मुंबई विधी मंडळात सादर केले. काँग्रेस सरकारने बाबासाहेबांच्या या प्रयत्नांना पाठिंबा दिला असता, तर पुढे आणीबाणीत कुटुंब नियोजनाचा जो अतिरेक करण्यात आला, तो करण्याची वेळच आली नसती. कुटुंब नियोजनाचा निसंदिग्ध शब्दांत पुरस्कार करणाऱ्या डॉ. बाबासाहेब आंबेडकरांनी 'अष्टपुत्रा सौभाग्यवती भव' हा आशीर्वाद खोटा ठरवला. हा आशीर्वाद नसून शाप असल्याचे देशवासियांना ओरडून सांगितले. बाबासाहेबांनी आशीर्वाद देणारी भाषा, मानसिकता, संस्कार, संस्कृती, धर्म आणि धर्मग्रंथही नाकारले.

५) १८८५ साली स्थापन झालेल्या राष्ट्रीय सभेच्या कोणत्याही नेत्याने शेती प्रश्नाचा सांगोपांग अभ्यास केला नाही. शेती, शेतकरी, शेतमजूर यांच्या समस्या जाणून घेऊन त्यांच्या सोडवणुकीसाठी प्रयत्न केले नाहीत. म. फुले यांनी 'शेतकऱ्याचा आसूड' लिहिला. बडोदा नरेशांना कुणब्याच्या वतीने पत्र लिहिले. स्वत: धरणाचे पाणी शेतीला देऊन आधुनिक शेती करण्याचा संदेश शेतकऱ्यांना दिला. कारण शेतीबद्दल, शेतकऱ्यांबद्दल त्यांच्या मनात आत्मीयता होती, आस्था होती. अशीच तळमळ डॉ. बाबासाहेब आंबेडकरांच्याठायी शेतकऱ्यांबद्दल होती.

शेतकरी, शेतमजुरांचे शोषण करणाऱ्या खोती पद्धतीविरूद्ध त्यांनी सत्याग्रह केला. विधान सभेत बिल मांडले. लढा दिला. खोतांच्या बळा-छळातून त्यांनी शेतकरी, शेत मजुरांना मुक्त करण्याचा प्रयत्न केला. 'कसेल त्याची जमीन' यासाठी चरीचा सत्याग्रह केला. खोती आणि खोतांच्या

विरोधात रान पेटविले. त्यासोबत शेती आणि शेतकरी यांची दुरावस्था का होते? याची कारणे जाणून घेऊन त्यावर उपायही सूचविले. 'स्मॉल होल्डिंग्ज इन इंडिया अँड देअर रेमिडिज' या १९१८ साली मांडलेल्या संशोधनात त्यांनी शेती कायदेशीर ठरण्यासाठी शेतीचे छोट्याछोट्या तुकड्यात विभागणी होणे बंद केले पाहिजे, असे निदान केले. शेतीवरील मनुष्यबळाचा भार कमी केल्याशिवाय शेती आणि शेतकरी सुधारणार नाही असे ठामपणे प्रतिपादन केले. शेतीवरील भार कमी करण्यासाठी, ग्रामीण भागात शेतीपूरक व्यवसायाच्या संधी निर्माण करणे गरजेचे आहे. यासाठी ग्रामीण भागात औद्योगिकीकरणाची वाढ केली पाहिजे. औद्योगिकीकरणामुळे शेतीवरील लोकसंख्येचा भार हलका होईल आणि शेतीमधील दरडोई उत्पन्न वाढायला मदत होईल यासाठी डॉ. बाबासाहेब आंबेडकरांनी आयुष्यभर औद्योगिकीकरणाचा पाठपुरावा केला. विषमताग्रस्त ग्रामीण अर्थव्यवस्थेत बहिष्कृत समाजाला सन्मानाने जगता येत नाही. विविध प्रकारच्या विषमतेला आणि जातीयतेला कवटाळून बसलेल्या खेडेगावापासून अस्पृश्य समाजाला मुक्त करायचे असेल, तर औद्योगिकीकरण हाच पर्याय त्यांच्यासमोर होता. शेतीवरील अतिरिक्त भार कमी झाला. औद्योगिकीकरणामुळे निर्माण झालेल्या रोजगाराच्या संधींमुळे शेतीतील गुंतवणूक वाढेल, या गुंतवणुकीमुळे आणि शेतीचा आकार वाढल्यामुळे शेती आणि शेतकरी दारिद्र्याच्या गर्तेतून बाहेर पडेल. शेतीच्या विकासासाठी औद्योगिकीकरण करणे हाच उपाय त्यांनी १८१८ साली मांडला जो आजही कसोटीला तंतोतंत उतरला आहे. ग्रामीण भागात उद्योगांचे जाळे उभारले असते, तर आज एकही शेतकरी आत्महत्या करताना आढळला नसता. दारिद्र्य रेषेखाली जगणाऱ्यांची संख्या कमी झाली असती.

६) केंद्र सरकार आणि राज्य सरकारे यांच्यात अनेक वेळा वाद उद्भवतात. देशातील वित्तीय साधन सामग्रीचे वाटप केंद्र सरकार व राज्य सरकार यांच्यात कसे, कोणत्या मार्गदर्शक सूत्राआधारे केले पाहिजे हे ठरविण्यासाठी बाबासाहेबांच्या प्रयत्नामुळे, प्रतिभेतून 'वित्त आयोग' या घटनात्मक संस्थेची निर्मिती झाली. केंद्र आणि राज्य सरकारे यांच्यातील संबंध ताणले जाऊ नयेत, वित्तीय साधन सामग्री वाटपासंबंधीचे वाद, भांडणे सामोपचाराने मिटविण्याचे काम वित्त आयोग करते. राज्य सरकारेही केंद्र सरकारचे आश्रित नाहीत, त्याचबरोबर त्यांना फुटून निघण्याचाही अधिकार नाही. या दोघांचे परस्परावलंबन एकमेकांस पूरक कसे होईल? संतुलन कसे राहील? यावरही वित्त आयोग

देखरेख ठेवत असतो. आजपर्यंत झालेले १३ केंद्रीय वित्त आयोग हे बाबासाहेबांच्या दूरदृष्टीची नि कार्याची साक्ष देत आहेत.

७) १९४२ ते १९४६ या कालावधीत ते व्हाईसरॉयच्या कार्यकारी मंडळाचे सदस्य होते. ऊर्जा, जल आणि मजूर कामगार मंत्री म्हणूनही त्यांनी काम पाहिले. त्यांच्या प्रयत्नांमुळे प्रत्येक जिल्ह्याच्या ठिकाणी रोजगार विनिमय केंद्रांची उभारणी करण्यात आली. कामगार या विषयाचा त्यांनी केंद्र सरकार व राज्य सरकार यांच्या सामाईक सूचीमध्ये समावेश केला. यामुळे देशभरात कामगारविषयक धोरणात, पगार, भत्ते, बोनस, वेतन यात एकवाक्यता राहिली. कामगार, कष्टकऱ्यांना सामाजिक सुरक्षेचे छत्र मिळायला हवे यासाठी त्यांनी जसे प्रयत्न केले, त्याचबरोबर कामगारांची उत्पादकता कशी वाढेल या गोष्टीवरही त्यांनी भर दिला.

कामगारांचा, कष्टकऱ्यांचा उद्योगांच्या धोरण निर्मितीतच सहभाग असायला हवा म्हणून त्यांनी कामगार संघटनांना मान्यता मिळवून दिली. कामगारांच्या हिताचे संरक्षण करण्यासाठी, कामगारविषयक तंट्याचा न्याय निवाडा करण्यासाठी बाबासाहेबांच्या प्रयत्नातून 'कामगार आयुक्त' या घटनात्मक संस्थेची निर्मिती केली गेली. कामगार कल्याणाच्या योजना आखून कार्यान्वित केल्या गेल्या.

डॉ. बाबासाहेब आंबेडकरांचा या देशाच्या निर्मितीत, राष्ट्रबांधणीत सिंहाचा वाटा आहे. असे एकही क्षेत्र नसेल ज्या क्षेत्रात त्यांचा सहभाग नसेल. म्हणून ते केवळ दलितांचे उद्धारक नव्हते, तर तमाम देशवासियांचे उद्धारक होते. ही बाब आम्ही त्यांच्या १२५ व्या जयंतीनिमित्त का होईना समजून घेतली, तरच त्यांची अवहेलना, उपेक्षा थांबेल. भारतीय लोकांमध्ये कृतज्ञता हा गुण आहे हेही जगाला दिसून येईल.

संदर्भ

१) नदी खोरे योजना, मराठी विश्वकोश, खंड-०८ पाने ३०५-३१०

२) डॉ. बाबासाहेब आंबेडकर, भाषणे आणि लेखने, खंड-१४, भाग-२, पाने १३, १९

३) डॉ. बाबासाहेब आंबेडकर, भाषणे आणि लेखने, खंड-०१, पान २४३ ते २७८

■ ■ ■

२२

डॉ. आंबेडकर व हिंदू कोड बिल : एक पुनर्दृष्टिक्षेप

■

डॉ. संगीता ठोसर

पाश्चिमात्य जगतातील स्त्री चळवळीतील महत्त्वाचा प्रवाह असणाऱ्या जहाल स्त्रीवादी प्रवाहाने स्त्रियांच्या दुय्यमत्व व शोषणास 'खासगी व राजकीय ' या विभागणीस जबाबदार मानले. जहाल स्त्रीवाद्यांनी त्याच्या विरोधात 'जे जे खासगी, ते ते राजकीय' अशी भूमिका घेतली व ती नंतर त्यांचे घोषवाक्य बनली. स्त्रियांवरील पुरुषांच्या वर्चस्वाची घडण ही कुटुंबांतर्गत केली जाते. कुटुंबसंस्था ही पितृसत्तेचा प्राथमिक आधार आहे. दुसऱ्या बाजूला कुटुंब हे खासगी क्षेत्रात मोडते, त्याचा सार्वजनिक वा राजकीय क्षेत्राशी संबंध नसतो. अशी पितृसत्ताक शक्तींनी सोयीस्कर भूमिका घेतलेली होती. जहाल स्त्रीवाद्यांनी त्यावर टीका करून स्त्रियांच्या दुय्यमत्वास ही विभागणीच जबाबदार असल्याचे जोरदार प्रतिपादन केले आणि त्यावर आधारित कृती-कार्यक्रम योजिले. पाश्चिमात्य वर्गीय समाजामध्ये जहाल स्त्रीवाद्यांच्या या भूमिकेचा चांगलाच प्रभाव पडला व त्यास बरेच यशही मिळाले. भारतात १९७५ नंतर मोठ्या प्रमाणावर स्वायत्त स्त्रीवादी गटांचा व संघटनांचा उदय घडून आला. त्यांनी मोठ्या प्रमाणावर जहाल स्त्रीवादी मांडणीचा स्वीकार केला. त्याचबरोबर 'जे जे खासगी, ते ते राजकीय', ही भारताच्या स्वायत्त स्त्रीवादी चळवळीचीही घोषणा बनली. मात्र, भारतीय स्वायत्त स्त्रीवाद्यांनी या घोषणेचा स्वीकार करत असताना त्यांच्या केवळ पितृसत्ताक आधाराकडेच लक्ष दिले. त्यांनी त्यांच्या जातिव्यवस्थापक संबंधाकडे दुर्लक्ष केले. वस्तुत: जातिव्यवस्था व पितृसत्ता यांचा अन्योन्यसंबंध हे भारतीय समाजवास्तवाचे मूलभूत वैशिष्ट्य आहे.

भारतीय स्त्रीदास्याची अनन्यता

ब्रिटिश सत्ता भारतात स्थापन होईपर्यंत येथील समाजवास्तव हे जातपितृसत्ताधिष्ठित होते. ब्रिटिशांनी येथील समाजवास्तवावर भांडवलशाहीचे कलम केल्यानंतर वर्गविग्रहाची प्रक्रिया सुरू झाली. स्वातंत्र्यप्राप्तीपर्यंत तिचा वेग बराच मंद होता. त्यामुळे येथील समाजवास्तवावर वर्गाच्या तुलनेत जातीपितृसत्तेचाच अधिक प्रभाव होता. जातींच्या उदयामध्ये आणि ती टिकविण्यामध्ये स्त्रियांवरील निर्बंधाची मोठी भूमिका राहिली. जातीच्या मूलभूत वैशिष्ट्यांमध्ये जातीअंतर्गत बेटीव्यवहार हे महत्त्वाचे वैशिष्ट्य होते. जातीच्या बाहेर विवाह घडून येणे जातिव्यवस्थेच्या अस्तित्वासाठी धोक्याचे होते. म्हणून आंतरजातीय विवाहांवर अत्यंत कडक निर्बंध लादण्यात आलेले दिसून येतात. मनुस्मृतीसारख्या धर्मग्रंथामध्ये वर्गसंकर वा जातीसंकर टाळण्यावर सर्वाधिक भर दिलेला आहे. जातीबाहेर लग्न करणाऱ्यांना देहदंडासारख्या कडक शिक्षेची तरतूद करण्यात आली. त्याचबरोबर जातीबाहेर लग्न करणाऱ्यांच्या कुटुंबांना जातीबहिष्कृत केले जाई. जातपंचायतीसारख्या संस्थांमार्फत जातीच्या सभासदांच्या वर्तनावर नियंत्रण ठेवले जाई. जातिव्यवस्था व पितृसत्तेच्या अन्योन्यसंबंधामुळे जातीच्या रक्षणाची जबाबदारी केवळ स्त्रियांची असल्याचे मानण्यात आले. त्यासाठी स्त्रियांच्या लैंगिकतेवर आत्यंतिक कडक नियंत्रणे लादून तिला पुरुषाधीन बनवण्यात आले. एवढेच नव्हे, तर तिला सार्वजनिक अवकाश नाकारून घरांच्या भिंतीत बंदिस्त करण्यात आले. अशा प्रकारे जातीपितृसत्तेच्या रक्षणासाठी खासगी व सार्वजनिक क्षेत्राची विभागणी करण्यात आली. दलित व कष्टकरी जातीय स्त्रियांना उपजीविकेसाठी काम करणे भाग असल्याने त्यांना सार्वजनिक क्षेत्र उपलब्ध होते; परंतु दुसऱ्या बाजूला त्यांना अशुद्ध व चारित्र्यहीन लेखण्यात आले. जातिव्यवस्थेच्या रक्षणासाठी प्रामुख्याने उच्चजातीय स्त्रियांची शुद्धता महत्त्वाची होती. अशा परिस्थितीत उच्चजातीयांच्या वासनेला दलित स्त्रियांना बळी पडावे लागे. अत्यंत असुरक्षित आणि त्याच वेळी सन्मानहीन असा सार्वजनिक अवकाश दलित–कष्टकरी जातीत स्त्रियांना उपलब्ध होता. तसेच कुटुंबांतर्गत पितृसत्ताक व्यवहारालाही त्यांना सामोरे जावे लागत असे. दलित–कष्टकरी जातीय स्त्रियांच्या सार्वजनिक अवकाशाची ही मर्यादा लक्षात ठेवणे आवश्यक आहे. स्त्रियांच्या दास्यावर धार्मिकतेचा मुलामा चढवण्यात आला. त्यांना वारसा हक्क, घटस्फोटाचा हक्क आदी नाकारण्यात आले. कारण स्त्रियांचे आर्थिक परावलंबन हे जातीपितृसत्तेच्या सुरक्षिततेसाठी आवश्यक होते.

डॉ. आंबेडकर आणि हिंदू कोड बिल

भारतीय स्त्रियांचे दास्य व त्याला कारणीभूत जातीपितृसत्ता व त्यांचा एकात्मिक

संबंध यांची जाण डॉ. बाबासाहेब आंबेडकरांना होती. 'भारतातील जाती' या आपल्या लघुनिबंधामध्ये त्यांनी त्यासंबंधीची चर्चा केलेली आहे.

'स्त्रिया या जातिव्यवस्थेच्या प्रवेशद्वार आहेत' हे त्यांचे विधान तर सर्वश्रुत आहे. म्हणजेच जातिव्यवस्था टिकवून ठेवण्यामध्ये स्त्रियांवर लादण्यात आलेले निर्बंध कळीची भूमिका बजावतात हे त्यांनी जाणले होते. लैंगिकतेवर नियंत्रण आणि अधिकारहीनता हे निर्बंधामागचे उद्देश जातीपितृसत्तेला सुरक्षितता प्रदान करत होते. या निर्बंधांना धर्मनियमांचा आधार देण्यात आलेला होता आणि वासाहतिक कालखंडात धर्म ही खासगी बाब मानण्यात येऊ लागली होती. प्रत्यक्षात धर्मरूप खासगी बाब व्यक्तीच्या विवाह, वारसा हक्क इ. जीवनात मोठाच हस्तक्षेप करीत होती. स्त्रियांच्या दास्यमुक्तीच्या दृष्टीने व एकूणच जातीपितृसत्तेच्या अंताच्या संदर्भात परिस्थितीची व्यामिश्रता समजून घेणे व त्यानुसार कृती-कार्यक्रम निश्चित करणे गरजेचे होते. डॉ. आंबेडकरांनी उपरोक्त परिस्थितीची व्यामिश्रता चांगलीच जाणली होती. त्या दृष्टीनेच त्यांनी 'हिंदू कोड बिल' मांडले.

हिंदू कोड बिलामधे डॉ. आंबेडकरांनी जातीपितृसत्तेच्या अन्योन्यसंबंधाचा सूक्ष्म पातळीवर विचार केल्याचे प्रतिबिंबित होते. हिंदू कोड बिलाचे वरकरणी उद्दिष्ट स्त्रियांना किमान भांडवली कायद्यांची सुरक्षितता प्रदान करून काही प्रमाणात का होईना स्त्रीमुक्ती साध्य करण्यात दिसत असले, तरी खरे उद्दिष्ट हिंदूंच्या सामाजिक सुधारणांची आधारभूमी तयार करण्याचे होते. शोषणाधिष्ठित सामाजिक व्यवहार बदलण्यासाठी धार्मिक जीवनाला बदलणे गरजेचे असल्याचे डॉ. आंबेडकरांचे मत बनलेले होते. धर्माधिष्ठित व्यक्तिगत कायदे विवाह, घटस्फोट, वारसाहक्क यांसारख्या प्रसंगात सार्वजनिक जीवनावर अतिक्रमण करतात. त्यांना कायद्यांच्या परिघात आणले गेले, तर सामाजिक सुधारणाविषयक तत्त्वांना मान्यता मिळण्याची शक्यता निर्माण होऊ शकते. तसेच धार्मिक व्यवहारांमध्ये पुरोगामी मूल्ये हिंदू कोड बिलाच्या माध्यमातून आणण्याची शक्यता डॉ. आंबेडकरांना दिसत होती. खासगी क्षेत्राची पुनर्व्याख्या व एका मर्यादित अर्थाने पुनर्रचना हिंदू कोड बिलाच्या माध्यमातून करण्याचा डॉ. आंबेडकरांचा प्रयत्न होता. या बिलाच्या तरतुदीअन्वये स्त्रियांना घटस्फोट, वारसाहक्क, संपत्तीचा अधिकार मिळण्यासंबंधी डॉ. आंबेडकर अत्यंत आग्रही होते. व त्यासंदर्भात कोणतीही तडजोड करण्यास त्यांची तयारी नव्हती. वस्तुत: स्वातंत्र्य मिळण्यापूर्वीच 'विशेष विवाह कायदा' (Special Marriage act) अस्तित्वात आलेला होता. या कायद्यान्वये आंतरजातीय विवाह वैध ठरविण्यात आले. तसेच जे नागरी विवाह करारामध्ये येऊ इच्छितात, त्यांना वर उल्लेखिलेले अधिकार व स्वातंत्र्यप्राप्तीची तरतूद करण्यात आलेली होती; परंतु प्रत्यक्षात अत्यंत कमी लोक

विशेष विवाह कायद्यांचा लाभ घेण्यासाठी पुढे येत होते. हिंदू कोड बिलाच्या माध्यमातून मात्र हिंदू व्यक्तिगत कायद्यात वरील अधिकारांचा समावेश होणार होता. ज्यामुळे धार्मिक आधारावर लग्न करणाऱ्या स्त्रियांनाही वरील अधिकारांचा लाभ मिळू शकणार होता. त्यातून बहसंख्याक हिंदूंच्या व्यक्तिगत जीवनात बदलाची प्रक्रिया सुरू होणार होती. स्त्रियांना अधिकारहीन ठेवणाऱ्या खासगी क्षेत्राची पुनर्रचना होणार होती. स्त्रियांच्या अधिकारहीनतेला धार्मिक आधार देणाऱ्या धर्मालाच कायद्याच्या परिघात आणणे शक्य होते. या सर्व बाबींचा संकलित परिणाम स्त्रियांच्या दास्याविरोधात जातीपितृसत्तेला तडा दिला जाणार होता.

जातिव्यवस्थेचे गड असणाऱ्या उत्तरेकडील राज्यांमध्ये आंतरजातीय विवाह करणाऱ्यांना खाप पंचायत क्रूरपणे ठार मारत आहे. आजही विविध ठिकाणी जातपंचायती कमी-अधिक प्रमाणात कार्यरत आहेत. आंतरजातीय विवाह करणाऱ्यांना दंडित करण्याचे काम त्या करत आहेत. हिंदू कोड बिलामुळे जातपंचायती आणि जात अधिकाऱ्यांची भूमिका संपुष्टात येणे शक्य होते.

अशा प्रकारे खासगी क्षेत्रात ढकलून स्त्रियांना अधिकारहीन ठेवण्याची प्रक्रिया बंद होऊन खासगी व सार्वजनिक (राजकीय) भेद शक्य तितका कमी करणे डॉ. आंबेडकरांचे ईप्सित होते. हिंदू कोड बिलाच्या माध्यमातून त्याची पूर्ती करण्याचा ते प्रयत्न करत होते. परंतु जातीपितृसत्ताक शक्तींनी हिंदू कोड बिलाचा पराभव करून डॉ. आंबेडकरांचे ईप्सित पूर्ण होऊ दिले नाही.

भारतातील स्त्रीवाद्यांनी डॉ. आंबेडकरांचा हा वारसा नाकारला. त्यामुळे 'जे जे खासगी, ते ते राजकीय' ही घोषणा आंधळी उसनवारी मात्र ठरली. जातीपितृसत्तेच्या एकात्मिक संबंधाकडे दुर्लक्ष केल्याने त्यांना पितृसत्तेचे सम्यक आकलन होऊ शकले नाही. परिणामी, त्यांच्या लढ्यांचे स्वरूप 'फॅशनेबल' व 'सिंबॉलिझम' मध्ये अडकून राहिले. स्त्रीवादी चळवळीचा विस्तार तर दूर, परंतु त्यांना स्त्रीवादी चळवळीचे अस्तित्व जिवंत ठेवणेही जमले नाही. वैचारिक अपूर्णता ही कृती-कार्यक्रमांच्या भ्रष्टतेमध्ये आणि व्यक्तिगत पातळीवर दुटप्पीपणा व दांभिकतेमध्ये परावर्तित होते. त्यामुळेच गांधीवादी साथीप्रमाणे स्त्रीवादी भगिनीमंडळे 'एनजीओं'च्या फंडिंगमध्ये लीन झाली आहेत. या पार्श्वभूमीवर दलित स्त्री संघटनांना हा डॉ. आंबेडकरांचा वारसा निश्चितच 'मार्गदर्शक' ठरेल.

(सदर लेख हा डॉ. वंदना सोनाळकर यांच्या An Agenda for gender politics EPW, Vol. 34,9 Jan 1999 या इकॉनॉमिक अँड पॉलिटिकल वीकूली नियतकालिकात प्रसिद्ध झालेल्या लेखावर आधारित आहे.)

■ ■ ■

२३

हैदराबाद स्वातंत्र्यसंग्राम व डॉ. बाबासाहेब आंबेडकर

प्रा. डॉ. प्रकाश संभाजी वाघमारे

ब्रिटिश इ. स. १६०० मध्ये ईस्ट इंडिया कंपनीच्या माध्यमातून व्यापार करण्यासाठी भारतात आले. व्यापार करत करत त्यांनी भारतातील राजकारणाचा बारकाईने अभ्यास केला. तेव्हा त्यांच्या एक बाब लक्षात आली की, भारतीय लोक राजकारणापेक्षा धर्मकारणात जास्त व्यस्त आहेत. या संधीचा फायदा घेऊन ब्रिटिशांनी आपल्या हातातील तराजू फेकून दिला व तलवार हातात घेऊन ते या देशाचे शासनकर्ते बनले. हा इतिहास आपणा सर्वांना ज्ञात आहेच. भारतात ब्रिटिशांची राजवट असताना जवळजवळ ५६० संस्थाने भारतात होती. त्या संस्थानांचा कारभार हे देशी संस्थानिक पाहत होते. या वेळी दक्षिणेत तीन संस्थाने होती. त्यात कोल्हापूर, नागपूर व हैदराबाद यातील हैदराबाद संस्थानात 'आसफिया घराण्याची' सत्ता होती. या आसफिया घराण्याचा संस्थापक "निजाम-उल्-मुल्क" (मीर कमरुद्दीन) हा होता. यानेच हैदराबाद राज्याची निर्मिती केली होती. या हैदराबाद संस्थानात मराठवाडा, तेलंगणा व कर्नाटक हे प्रदेश मोडत होते. हैदराबादच्या सत्ताधीशाला 'निजाम' या नावाने ओळखत असत. ब्रिटिशांनी १५ ऑगस्ट १९४७ रोजी भारताला स्वातंत्र्य बहाल केले; परंतु निजामाने आपले राज्य भारतात विलीन न करता स्वतंत्र ठेवण्याचे ठरविले. निजाम हा जुलमी, अन्यायी व अत्याचारी प्रवृत्तीचा होता. याबरोबरच हैदराबाद हे राज्य भारताच्या मध्यभागी होते. त्यामुळे ते स्वतंत्र राहणे देशासाठी हानीकारक होते. म्हणून हैदराबाद संस्थानातील जनतेने हे राज्य भारतात विलीन व्हावे म्हणून ०७ ऑगस्ट १९४७ पासून संघटितपणे सशस्त्र आंदोलन सुरू केले. शेवटी १३ सप्टेंबर १९४८ रोजी भारत सरकारने पोलीस कारवाई (पोलीस ॲक्शन) केली.

यामुळे १७ सप्टेंबर १९४८ रोजी निजाम राजवट संपुष्टात येऊन हैदराबाद संस्थान भारतात विलीन झाले. या विलीनीकरणाच्या प्रक्रियेत भारतीय घटनेचे शिल्पकार डॉ. बाबासाहेब आंबेडकर यांचेही मोठे योगदान होते, हे विसरता येणार नाही.

डॉ. बाबासाहेब आंबेडकर एकदा म्हणाले होते की, "भारतात अधिक द्वेष केला जाणारा मी एक माणूस आहे ते केवळ माझ्या सत्य बोलण्यामुळे!"[१] डॉ. बाबासाहेब आंबेडकरांनी आपल्या संपूर्ण आयुष्यात सत्याचा कधीच बळी जाऊ दिला नाही. आपला स्वाभिमान ते सतत जपत राहिले. यामुळेच प्रतिगामी प्रवृत्तीचे लोक म्हणतात की, डॉ. बाबासाहेबांचे हैदराबाद स्वातंत्र्यसंग्रामात काहीच योगदान नाही. ते मुसलमान धार्जिणे आहेत. त्यामुळेच आकस भावनेतून हिंदूंनी हैदराबाद संस्थानात दलितांवर अन्याय-अत्याचार केले. १९३०च्या नागपूर येथील अधिवेशनात डॉ. बाबासाहेब आंबेडकर यांनी घोषणा केली होती की, "दलितांना विधीमंडळात प्रतिनिधित्व मिळावे, राखीव जागा आणि स्वतंत्र वसाहती मिळाल्या पाहिजेत." या घोषणेमुळे हैदराबाद संस्थानातील दलित जनतेवर आणि त्यांच्या चळवळीवर भयंकर प्रभाव पडला. त्यामुळे येथील दलित जनता निजामाला निवेदने देऊ लागली. त्या वेळचे हैदराबाद संस्थानाचे शिक्षणमंत्री बी. एस. व्यंकटराव होते. (आंबेडकरी विचारांचे दलित नेते). त्यांनी निजामांना विविध मागण्यांचे निवेदन दिले. डॉ. बाबासाहेबांच्या प्रेरणेमुळे संस्थानातील दलितामध्ये राजकीय अधिकाराची जाणीव झाली. हैदराबादच्या जुलमी निजामी सत्तेविरुद्ध जेव्हा जेव्हा उठाव झाले, त्यात डॉ. बाबासाहेब आंबेडकरांच्या नेतृत्वाखाली अखिल भारतीय दलित वर्ग परिषदेच्या कार्यकर्त्यांनी व दलितांनीही सक्रिय भाग घेतला होता.

निजामी राजवटीला विरोध म्हणून संस्थानातील लोकांनी वेगवेगळ्या प्रकारचे सत्याग्रह व चळवळी केल्या होत्या. त्यामध्ये जंगल सत्याग्रह हा एक होता. यामध्ये मोठ्या प्रमाणात शिंदीची झाडे तोडण्यात आली होती. कारण या झाडांपासून निजामांना मोठी आर्थिक मिळकत मिळत होती. ही 'शिंदीची झाडे तोडण्याचे काम प्रामुख्याने अस्पृश्य करीत.' संस्थानातील अस्पृश्य लोकांनी हे काम डॉ. बाबासाहेबांच्या प्रेरणेतून केले होते. हैदराबाद संस्थानातील प्रमुख दलित नेत्यामध्ये बी. एस. व्यंकटराव, बी. शामसुंदर व जे. एस. सुबय्या हे होते. हे तीनही नेते डॉ. बाबासाहेब आंबेडकरांना आपले राजकीय गुरू मानून संस्थानात राजकीय व सामाजिक चळवळी करत. डॉ. बाबासाहेब आंबेडकरांनी मुंबईच्या नायगाव भागात दि. ३० मे ते ०१ जून १९३६ रोजी मुंबई इलाखा महार परिषद आयोजित केली होती. या परिषदेचे अध्यक्ष बी. एस. व्यंकटराव यांना केले होते व याच परिषदेमध्ये डॉ. बाबासाहेबांनी बी. एस.

व्यंकटरावांचा 'दख्खनचे आंबेडकर' या नावाने जनतेस परिचय करून दिला. यामुळेच वरील परिषदेनंतर बी. एस. व्यंकटराव हे हैदराबाद संस्थानात हैदराबादी आंबेडकर म्हणून प्रसिद्ध झाले. व्यंकटराव हे आंबेडकरवादी असल्यामुळे मराठवाडा, तेलंगणा व कर्नाटकातील लोकांनी व्यंकटरावांचे नेतृत्व मान्य केले. म्हणजेच डॉ. बाबासाहेबांमुळेच बी. एस. व्यंकटरावांना दलितांनी आपला नेता मानले. सबंध हैदराबाद संस्थानातील चळवळीची सूत्रे डॉ. बाबासाहेबांनी बी. एस. व्यंकटराव, बी. शामसुंदर, जे. एच. सुबय्या यांच्यावर सोपविली होती. कारण डॉ. बाबासाहेब आंबेडकरांना हैदराबाद राज्यात येऊन सभा घेण्यास निजामाने बंदी घातली होती.[६] यामुळे बाबासाहेबांना प्रत्यक्ष हैदराबाद संस्थानात जाऊन लोकांचे प्रबोधन व निजामाला प्रत्यक्ष विरोध करता येत नसे. त्यामुळे हैदराबादचे दलित नेते डॉ. बाबासाहेब आंबेडकरांनी आयोजित केलेल्या परिषदेला जात असत. "येवला, जि. नाशिक येथे दि. १३ ऑक्टोबर १९३५ रोजी दलितांची सभा आयोजित केली होती. या सभेस हैदराबाद संस्थानातून दलित नेते बी. एस. व्यंकटराव, जे. एस. सुबय्या, सी. एस. इथीराजन, रामस्वामी, पी. आर. व्यंकटस्वामी उपस्थित होते. पुढे जानेवारी १९३६ मध्ये महाराष्ट्र अस्पृश्य तरुण मंडळाची परिषद रा. एन. शिवराज यांच्या अध्यक्षतेखाली संपन्न झाली. या परिषदेचे निमंत्रक म्हणून डॉ. बाबासाहेब आंबेडकर उपस्थित होते. याही परिषदेस बी. एस. व्यंकटराव, इथीराजन, जे. एच. सुबय्या व त्यांचे अनेक सहकारी उपस्थित होते.[७] यामुळे डॉ. बाबासाहेब आंबेडकर व संस्थानातील दलित नेत्यांचा अत्यंत जवळून संबंध आला. प्रत्येक परिषदेमधील डॉ. बाबासाहेबांच्या अभ्यासपूर्ण भाषणांमधून संस्थानातील नेते तयार झाले व त्यांनी संस्थानात निजामाविरुद्ध मोठी चळवळ उभी केली. हे दलित नेते वेळोवेळी डॉ. बाबासाहेबांचे मार्गदर्शन घेऊन त्यांच्या आदेशाप्रमाणे संस्थानात चळवळ करीत असत.

निजामाच्या जुलमी राजवटीबद्दल डॉ. बाबासाहेब आंबेडकरांचे काय मत होते, हे पुढील माहितीवरून लक्षात येईल. निजामाने बळजबरीने अस्पृश्यांच्या चालवलेल्या धर्मांतराबाबत डॉ. बाबासाहेब म्हणतात की "धर्मांतराच्या बाबतीत माझ्या अस्पृश्य बांधवांना माझे असे निक्षून सांगणे आहे की, मुसलमानांच्या छळापासून आपला बचाव करण्यासाठी म्हणून सुखासुखी धर्मांतर करू नका. धर्मांतर करण्यापेक्षा त्यांनी मेलेले बरे. त्यांना पुन्हा निक्षून सांगतो की, जुलमाचा जर अगदी कहरच होऊन त्या जुलमाने मुसलमान व्हावे लागल्यास आपण कायमचे आपल्या जातीला मुकलो असे मात्र त्यांनी मुळीच समजू नये. सुदैवाने सवर्ण हिंदूंवर धर्मशास्त्राची जी कडक बंधने आहेत, ती आपल्यावर नाहीत. त्यामुळे बाटाबाटी झाल्यानंतरही आपण आपल्या

जातीत आणि धर्मात संधी सापडताच बेशक परत येऊ शकतो. जुलूम-जबरदस्तीमुळे माझे जे दुर्दैवी बांधव मुसलमान झाले असतील, त्यांना प्रेमाने आपल्या जातीत घेतले जाईल व सन्मानाने वागविले जाईल. हैदराबाद संस्थानातील अस्पृश्य बंधूंना मी असा इशारा देतो की, त्यांनी कोणत्याही परिस्थितीत आणि कितीही संकटे ओढवली, तरी निजामाला आणि इत्तेहादुल मुसलमीनला साथ देता कामा नये. सवर्ण हिंदू आपणावर कितीही जुलूम करीत असोत त्यामुळे आपण आपली बुद्धी बहकू देता कामा नये आणि त्यांच्याविषयीच्या रागामुळे आपली जात सोडून देऊन आपल्या शत्रूला सामील होता कामा नये. निजाम हा आपल्या मातृभूमीचा शत्रू आहे ही गोष्ट अस्पृश्यांनी लक्षात घेतली पाहिजे."[८] डॉ. बाबासाहेबांच्या वरील भूमिकेवरून ते निजामधार्जिणे होते का, या प्रश्नाचा खुलासा होतो. डॉ. बाबासाहेबांची निजामाच्या बाबतीत भूमिका अगदी स्वच्छ होती. त्यांनी म्हटले होते की "पाकिस्तान किंवा हैदराबादेतील अनुसूचित जातींनी मुसलमान व मुस्लीम लीगवर विश्वास ठेवणे आत्मघातीपणाचे ठरेल. निजाम हा भारताचा नंबर एकचा शत्रू असल्यामुळे अनुसूचित जातीच्या एकाही व्यक्तिने निजामाशी सहकार्य करून आपल्या जातीला कलंकित करू नये. निजामाने आंतरराष्ट्रीय न्यायालयात व युनोमध्ये हैदराबाद संस्थानाची बाजू मांडावी म्हणून केलेली विनंती डॉ. बाबासाहेबांनी धुडकावून लावली होती.[९] डॉ. बाबासाहेबांनी स्थापन केलेली शेड्युल्ड कास्ट फेडरेशन ही राजकीय संघटना हैदराबादमध्ये हैदराबाद स्टेट शेड्युल्ड कास्ट फेडरेशन या नावाने १९४२ पासून काम करत होती. जे. एस. सुबय्या यांच्या नेतृत्वाखाली शेड्युल्ड कास्ट फेडरेशनने निजाम, इत्तेहाद व रझाकार यांना विरोध करण्याची भूमिका घेतली होती; परंतु मंत्रिपदाचे डोहाळे लागलेल्या सुबय्यानी आझाद हैदराबादला पाठिंबा देणारे पत्रक वृत्तपत्रातून प्रसिद्ध केले होते. डॉ. बाबासाहेबांनी लगोलग हैदराबाद संस्थानाने भारतात विलीन व्हावे असा मुद्दा ठासून मांडला व निजाम विरुद्धची पत्रके फ्री प्रेस जर्नल (०५ जून १९४७), दि बॉम्बे क्रॉनिकल (१८ जून १९४७), दि टाईम्स ऑफ इंडिया (०८ जुलै १९४७), दि नॅशनल स्टँडर्ड (२८ नोव्हें. १९४७) मधून प्रसिद्ध केली. यामुळे सुबय्या सावरले. त्यांनी परत एकदा निजामविरोधी भूमिका तीव्र केली. निजामाने इतेहादूल मुसलमीनच्या मागणीनुसार ११ जून १९४७ ला स्वातंत्र्याची घोषणा केली. तेव्हा डॉ. बाबासाहेब म्हणाले, "भारतीय संघराज्याव्यतिरिक्त संस्थानांना स्वतंत्र अस्तित्व नाही. संस्थाने ही भारताचे अविभाज्य अंगच आहेत."[१०] डॉ. बाबासाहेबांच्या सल्यानुसार हैदराबाद संस्थानात काम करणाऱ्या दलित नेत्यांत बी. एस. व्यंकटराव, बी. शामसुंदर व जे. एच. सुबय्या हे होते. १९४८मध्ये भारत सरकार कोणत्याही

क्षणी हैदराबादविरुद्ध सैनिकी कारवाई करील अशी स्थिती निर्माण झाली होती. कासीम रझवी तेव्हा क्रुद्ध झाला होता. त्याच्या मनात हिंदूंच्या सामूहिक कतलीचा कट घोळत होता. दि. ३१ मार्च १९४७ ला गुप्त बैठक घेऊन त्यात रझवीने कतलेआमचा ठराव मांडला. तेव्हा बी. एस. व्यंकटराव व बी. शामसुंदर स्तंभित झाले. त्यांनी या प्रस्तावाला कडाडून विरोध केला. रझवीने अनेक युक्तिवाद करून सामूहिक कत्तल करण्याचा आग्रह धरला; परंतु दोघांच्याही थंड प्रतिसादाने तो थिजून गेला. 'इत्तेहाद' आणि 'पस्तअख्वाम' मधील समझोता रद्द करू, पण सामूहिक हत्याकांड होऊ देणार नाही अशी भूमिका उभयतांनी घेतली. दोघांपैकी एकाने जरी अनुकूलता दर्शविली असती, तर पोलीस ॲक्शनपूर्व 'कतलेआम' मध्ये हजारो निष्पाप हिंदू मारले गेले असते; परंतु व्यंकटराव व शामसुंदर यांनी हे होऊ दिले नाही.''[११]

डॉ. बाबासाहेबांनी हैदराबाद संस्थानच्या सीमेनजिकच्या तडवळे (जिल्हा सोलापूर) व मक्रनपूर (जिल्हा चाळीसगाव) येथे दलितांच्या परिषदा घेऊन त्यांनी निजाम सत्तेला हादरे देण्याचे आवाहन केले. डॉ. बाबासाहेबांनी १९३८ मध्ये झालेल्या मक्रणपूरच्या परिषदेत भाषण करताना म्हटले होते की ''इस्लाम धर्मात श्रीमंत व गरीब एकाच मशिदीत बसू शकतात असे सांगण्यात येते, पण याच निजाम सरकारच्या राज्यात मुस्लीम बांधवांनीच अस्पृश्यता पाळावी ही अत्यंत लाजीरवाणी गोष्ट आहे.''[१२] हैदराबाद संस्थानात पोलीस कारवाई करण्याचा निर्णय भारत सरकारने घेतला, तेव्हा निजामाने संस्थानाची भूमिका मांडण्यासाठी आपले प्रतिनिधी पॅरिसला पाठविले होते. तेव्हा युनोला प्रतिवाद करण्यासाठी यत्किंचितही जागा राहणार नाही अशा रीतीने पोलीस कारवाई करणे आवश्यक होते. त्यासाठी आंतरराष्ट्रीय कायद्याचा मागोवा घेणे जरुरीचे होते. म्हणून सरदार वल्लभभाई पटेल डॉ. बाबसाहेबांशी सतत कायदेशीर बाबीवर चर्चा करीत व बाबासाहेब पटेलांना योग्य तो कायदेशीर सल्ला देत. 'डॉ. बाबासाहेब आंबेडकरांनी सरदार पटेलांना मोठ्या नेटाने पाठिंबा दिला होता.'[१३] पोलीस कारवाईचा निर्णय घेण्यापूर्वी सरदार पटेल यांनी डॉ. बाबासाहेबांशी सविस्तर चर्चा केली होती. हैदराबादचा इतिहास व भूगोल पाहिला, तर निजाम स्वतंत्र राहणे शक्यच नाही असे स्पष्टीकरण डॉ. बाबासाहेबांनी सरदार पटेलांना दिले होते. तसेच डॉ. बाबासाहेब पटेलांना म्हणाले की ''आपण जर सैन्य पाठविण्याचा निर्णय घेणार असाल, तर आंतरराष्ट्रीय पातळीवर त्याचे विपरीत परिणाम होतील. या घटनेची युनोमध्ये चर्चा होईल. भारताचे सैन्य हैदराबाद संस्थानात घुसले व त्यांनी हैदराबाद संस्थानावर आक्रमण केले असे अनेक अर्थ निघू शकतील. म्हणून आपण सैन्यच

पाठवू परंतु या कृतीला नाव मात्र 'पोलीस ॲक्शन' देऊ.'' डॉ. बाबासाहेबांच्या या सूचनेचा सरदार पटेल यांनी स्वीकार केला. संस्थानात घुसविले सैन्य व नाव दिले पोलीस ॲक्शन पोलीस ॲक्शन. हा शब्दप्रयोग डॉ. बाबासाहेबांमुळेच वापरण्यात आला.[१४] अशा प्रकारे वरील कारवाई करून हैदराबाद संस्थान खालसा करण्यात आले व १७ सप्टेंबर १९४८ रोजी ते भारतात विलीन करण्यात आले.

संदर्भ

१) दैनिक वृत्तरत्न सम्राट, संपादक बबन कांबळे, दि. १८ सप्टेंबर २०१३, पृ. ०४

२) कित्ता पृ. ०४

३) डॉ. शेषराव नरवाडे, डॉ. बाबासाहेब आंबेडकर आणि हैदराबाद संस्थान, निर्मल प्रकाशन, नांदेड, द्वितीय आवृती, १७ सप्टेंबर २०११, पृ. ५१

४) कित्ता पृ. ६५

५) डॉ. कठारे अनिल व डॉ. वाघमारे महादेव, हैदराबाद स्वातंत्र्यसंग्राम आणि मराठवाड्यातील दलित समाज, कल्पना प्रकाशन, नांदेड, प्रथम आवृत्ती, सप्टेंबर २००६, पृ. ९५

६) कित्ता पृ. १०१

७) कित्ता पृ. ९५

८) डॉ. शेषराव नरवाडे, उपरोक्त पृ. ६७

९) दैनिक लोकमत, दि. २१.०९.१९९९

१०) कित्ता

११) दैनिक सकाळ दि. १७ सप्टेंबर २०१३ पृ. ०६

१२) कित्ता पृ. ०६

१३) धनंजय कीर, डॉ. बाबसाहेब आंबेडकर चरित्र, पॉप्युलर प्रकाशन, मुंबई १९७६ पृ. ४१४

१४) गवई रा. सू., डॉ. बाबासाहेब आंबेडकर मराठवाडा विद्यापीठ : मराठवाड्यातील आम जनतेच्या दरबारात कैफियत, रिपब्लिकन पार्टी ऑफ इंडिया, १९९४ पृ. १२, १३

■ ■ ■

२४

डॉ. बाबासाहेब आंबेडकर : विद्रोही–सर्जनशील संस्कृतीचा महान आदर्श

■

डॉ. राजेश्वर दुडूकनाळे

प्रास्ताविक

सत्य–असत्य, समता–विषमता, स्वातंत्र्य–गुलामी यांच्यातील लढाई प्रकाश आणि अंधार यांच्या लढाईइतकीच जुनी आहे. अर्थातच, प्राचीन काळापासून समाजामध्ये सत्तासंघर्ष चालू असलेला दिसून येतो. या सत्तासंघर्षामधूनच समाजजीवनात विषमता, गुलामी निर्माण होते. स्वत:चे वर्चस्व सिद्ध करण्यासाठी, स्वार्थासाठी समाजातील एक विशिष्ट वर्ग बहुसंख्य लोकांवर अन्याय–अत्याचार करीत असतो. या वर्गाकडूनच माणसाच्या मेंदूला गुलाम बनविण्यासाठी एक शोषणाधिष्ठित व्यवस्था निर्माण केली जाते. अशा व्यवस्थेचा भाग किंवा घटक असणारा माणूस एक तर 'शोषक' असतो नाही तर 'शोषित' असतो. शोषकांनी निर्माण केलेल्या व्यवस्थेमध्ये बहुसंख्य माणसांचे बौद्धिक, भावनिक, धार्मिक, वैचारिक, सामाजिक, शैक्षणिक, आर्थिक आणि सांस्कृतिक अशा अनेक पातळ्यांवर शोषण सुरू असते. अर्थातच, शोषित वर्ग जीवनाच्या सर्वच क्षेत्रात मागासलेला असतो आणि शोषक वर्ग पुढारलेला, निर्ढावलेला, मुजोर बनलेला असतो. समाजजीवनातील या दोन वर्गांमध्ये चालणारा संघर्ष समाजाच्या अस्तित्वाइतकाच जुना आहे. या संघर्षामध्ये, समाजजीवनाच्या इतिहासामध्ये 'विद्रोह' या मूल्याचे महत्त्व अनन्यसाधारण आहे.

समता, स्वातंत्र्य, न्याय, बंधुभाव, सौजन्य, सत्यनिष्ठा, सौंदर्य, विवेकनिष्ठा ही विविध प्रकारची मूल्ये मानवी जीवनाला उज्ज्वल भविष्याकडे घेऊन जातात. या मानवी जीवनाला उन्नत करणाऱ्या मूल्यांचे मूळ मात्र विद्रोहामध्ये असते. या अर्थाने

'विद्रोह' हे एक 'महामूल्य' ठरते. आधुनिक भारताच्या इतिहासामध्ये महात्मा फुले, राजर्षी शाहू महाराज आणि डॉ. बाबासाहेब आंबेडकर यांच्या 'विद्रोहात्मक' जीवनसंघर्षातून समता, स्वातंत्र्य, न्याय, बंधुता ही जीवनमूल्ये विकसित झाली आहेत.

विद्रोहाचा अर्थ

कोणत्याही समाजात आणि कोणत्याही काळामध्ये माणसासमोर जगण्याचे प्रमुख असे दोन मार्ग असतात. एक म्हणजे परंपरेने चालत आलेले जीवन सर्वांगाने स्वीकारणे. स्वत:च्या वाट्याला आलेले जीवन आपल्या दैवाचा भाग समजणे, हा होय. या मार्गामध्ये माणूस गुलामीलाही धर्म, संस्कृती समजतो. अशा प्रकारचे जीवन चाकोरीबद्ध, परंपरागत विचारांवर आधारलेले असते. म्हणून या मार्गात संघर्षाचा संबंधच येत नाही. जीवनाचा दुसरा मार्ग यापेक्षा संघर्षमय, रोमांचकारी आहे. तो म्हणजे परंपरेने चालत आलेले जीवन सर्वांगाने 'जसेच्या तसे' न स्वीकारता त्या जीवनमार्गातील अन्यायकारक, शोषक गोष्टींना विरोध करणे आणि संपूर्ण मानवजातीला हितकारक ठरणाऱ्या चांगल्या गोष्टींचा स्वीकार करणे हा होय. या मार्गाने जो माणूस, जो समाज प्रवास करण्याचा प्रयत्न करतो त्या माणसाची, समाजाची प्रगती होऊ शकते. जीवन मार्गाच्या या दुसऱ्या वाटेवर जाणीवपूर्वक टाकलेले पहिले पाऊस म्हणजे 'विद्रोहा'चे बीजारोपण होय. प्रचंड अशा काळोखाच्या विरुद्ध दिशेने पडलेला सूर्याचा पहिला किरण होय.

'विद्रोह' या शब्दाचा अर्थ शब्दकोशामध्ये 'अनिष्ट परंपरेविरुद्ध उठाव' किंवा 'निषेध' असा दिला आहे.[१] 'विद्रोह' म्हणजे कशाचा तरी निषेध करणे किंवा एखादी गोष्ट नाकारणे असा सर्वसाधारण समज आहे. विद्रोहाच्या प्रक्रियेमध्ये नकार, निषेध असतो हे जरी खरे असले तरी केवळ नकार म्हणजे विद्रोह नव्हे! 'विद्रोहा'मध्ये नकाराबरोबरच स्वीकाराची प्रक्रियाही महत्त्वाची असते. अर्थातच, वाईटाचा नकार आणि चांगल्याचा स्वीकार हे 'विद्रोहा'चे मुख्य सूत्र असते. विद्रोहाचा अर्थ सांगताना डॉ. आ. ह. साळुंखे म्हणतात, " 'विद्रोह' म्हणजे प्रस्थापितांच्या गुलामगिरीतून मुक्त होण्यासाठी वंचितांनी केलेले सर्वांगीण स्वातंत्र्ययुद्ध होय. विद्रोह म्हणजे आपल्या श्वासोच्छ्वासांवरची, आपल्या नाडीच्या ठोक्यांवरची, आपल्या स्वत्वावरची, किंबहुना आपल्या एकूण अस्तित्वावरचीच अनिष्ट बंधने तोडणे, आपल्याला गुदमरवून टाकणारी दडपणे झुगारून देणे होय. असा विद्रोह करताना काहीसा कर्कश आवाज, काही मोडतोड, काही विध्वंस होणारच. पण एवढ्यावरून विद्रोह म्हणजे काही तरी अनिष्ट अशी केवळ नकारात्मक संकल्पना आहे, असे मात्र कोणी म्हणू नये."[२] यावरून

विद्रोह केवळ नकारात्मक नसतो हे लक्षात येते. केवळ नकारातून नवी संस्कृती निर्माण होऊ शकत नाही, याचे भान ठेवूनच विद्रोहात्मक संघर्ष चालू राहतो. 'विद्रोह' संकल्पनेच्या संदर्भात डॉ. नागनाथ कोत्तापल्ले म्हणतात, "साधारणतः आपल्याला दिसते की, नैसर्गिक न्याय आणि व्यवस्था यांच्यामधल्या संघर्षाला आपणाला 'विद्रोह' असे म्हणता येईल. कारण विद्रोह करायचा तो कशाशी करायचा किंवा कोणाशी करायचा हा महत्त्वाचा प्रश्न असतो. जी काही एक व्यवस्था निर्माण झालेली असते, त्या व्यवस्थेशी हा विद्रोह केला जातो."[३] माणसाचे नैसर्गिक हक्क-अधिकार ज्या व्यवस्थेमध्ये हिरावून घेतलेले असतात, त्या व्यवस्थेच्या विरोधामध्ये विद्रोह करावा लागतो.

विद्रोहाच्या संस्कृतीमध्ये द्वेष, विश्वासघात बसत नाही. माणसा-माणसामध्ये जिव्हाळ्याचे, प्रेमाचे संबंध निर्माण करणे, मानवतावादी मूल्ये रुजविणे, जात, धर्म, पंथ, लिंग, भाषा इत्यादींच्या पलीकडे जाऊन माणसा-माणसाचे केवळ 'माणूस' म्हणून अतूट नाते निर्माण करणे हे विद्रोही संस्कृतीचे अंतिम ध्येय आहे.

विद्रोहाची संकल्पना समजून घेत असताना शोषक आणि शोषित यांच्यातील संघर्षही विचारात घ्यावा लागतो. कारण या संघर्षातूनच विद्रोहाचा जन्म होत असतो. प्रत्येक काळात, प्रत्येक समाजव्यवस्थेत शोषकांकडून सामान्य लोकांचे शोषण चालू असते. शोषित वर्ग गुलामी झुगारून देण्याचा जेव्हा प्रयत्न करतो तेव्हा खऱ्या अर्थाने संघर्षाला सुरुवात होते. एका अर्थाने शोषितांचा संघर्ष हा त्यांच्या हितासाठी जसा असतो तसा शोषकांना सुधारण्यासाठी, स्वतःमध्ये परिवर्तन घडवून आणण्यासाठी दिलेली ती एक संधीही असते.

व्यक्तीकडून किंवा समाजाकडून केला जाणारा विद्रोह हा एखाद्या विशिष्ट व्यक्तीच्या, जातीच्या, वर्णाच्या, धर्माच्या किंवा वर्गाच्या विरोधात नसतो. प्रतिगामी प्रवृत्तीच्या विरोधामध्ये हा विद्रोह चालू असतो. वाईट गोष्टींचा प्रतिकार जसा विद्रोहामध्ये असतो तसा स्वत्वाचा शोधही असतो. 'माणूस' म्हणून असणारे स्वतःचे अस्तित्व अधिकाधिक न्यायमूल्यांच्या आधारे विकसित करणे, हीदेखील विद्रोहाच्या मागची प्रेरणा असते. यासंदर्भात डॉ. भालचंद्र फडके म्हणतात, "दलित लेखकांचा विद्रोह विशिष्ट व्यक्तींविरुद्ध वा विशिष्ट जमातीविरुद्ध नाही तर हा विद्रोह, ही बंडखोरी स्वत्व शोधासाठी आहे. प्रतिगामी प्रवृत्ती आणि कालबाह्य जीवनादर्श यांच्याविरुद्ध हा विद्रोह सतत चालू राहणार."[४] समाजातील प्रस्थापित वर्गाचे आदर्श विस्थापित वर्गाचे आदर्श होऊ शकत नाहीत. कारण शोषणाला पोषक असणारे आदर्शच शोषित वर्गावर लादले जातात. मग ते कालबाह्य असोत किंवा विकृत असोत, असे

आदर्श प्रस्थापितांच्या व्यवस्थेला बळकटी आणण्याचे काम करतात. अशा आदर्शांना मोडीत काढण्याचे काम विद्रोह करणाऱ्या व्यक्तीला किंवा समूहाला करावे लागते. एकूणच, विद्रोह हा जात, पंथ, धर्म, लिंग, वर्णाच्या भिंती ओलांडून विशाल अशा मानवतावादाच्या प्रदेशात प्रवेश करणारा असतो.

विद्रोह आणि नवनिर्मिती

विद्रोही जाणिवेचा आणि सर्जनाचा अत्यंत घनिष्ठ संबंध आहे. कारण विद्रोहानंतरचा महत्त्वाचा टप्पा म्हणजे नवनिर्माण होय. हे नवनिर्माण गुलामीच्या बेड्या तोडणारे आणि माणसांना जोडणारे असते. या संदर्भात डॉ. आ. ह. साळुंखे लिहितात, "विद्रोह म्हणजेच 'सर्जन' किंवा विद्रोहामुळे आपोआपच नवनिर्मिती होते, असे मी म्हणत नाही. कारण, विद्रोहाद्वारे गुलामगिरीची बंधने तोडल्यानंतरही शहाणपणाने अपार कष्ट केल्याशिवाय निर्दोष अशी नवी व्यवस्था निर्माण होत नाही, असे मी मानतो. तरीदेखील नवी व्यवस्था निर्माण करण्याच्या वाटेतील अडथळे विद्रोहामुळे दूर होतात, हे विसरता येत नाही. याचा अर्थ असा की, विद्रोहाच्या उदरातच सर्जनाचे बीज रुजत असते. विद्रोह हेच विकासाच्या दिशेने टाकलेले पहिले पाऊल असते. निदान आपल्या समाजाच्या बाबतीत तरी हे वस्तुनिष्ठ सत्य आहे."[५] विद्रोहाचे अंतिम ध्येय हे नवसमाजनिर्मिती असते. भारतीय समाजाचा सामाजिक आणि सांस्कृतिक इतिहास विचारात घेता अशा विद्रोहात्मक सर्जनातूनच आजची लोकशाही व्यवस्था अस्तित्वात आल्याचे आढळून येते. म्हणून विद्रोहाच्या उदरातच सर्जनाची, नवनिर्मितीची बीजे असतात, असे म्हटले जाते. केवळ चीड, नकार व्यक्त करून चालणार नाही तर त्यापुढे जाऊन एक विधायक पर्याय द्यावा लागतो. सकारात्मक भूमिकेतून नवी शोषणमुक्त व्यवस्था निर्माण करावी लागते. म्हणून विद्रोहाच्या प्रक्रियेमध्ये नवनिर्मितीला अत्यंत महत्त्व आहे.

विद्रोहातून अस्तित्वात येणाऱ्या समाज व्यवस्थेमध्ये माणूस मानसिक दृष्ट्या स्वतंत्र असतो. तो निर्भय असतो. असा माणूस कोणाचा गुलामही असत नाही आणि उद्दामही असत नाही. तो कोणाचा अन्याय सहन करत नाही आणि तो दुसऱ्यावर अन्याय करत नाही. अशा विद्रोहात्मक सर्जनामध्ये सर्वांना उमलण्याची, फुलण्याची समान संधी असते. प्रत्येकाला माणूस म्हणून जगण्याचा आणि स्वत:ची प्रगती करण्याचा हक्क-अधिकार असतो.

'विद्रोह' संकल्पनेचा उदय आणि विकास

समाजसंघर्षाच्या इतिहासाइतका विद्रोह संकल्पनेचा इतिहास जुना आहे. कारण

सत्य आणि असत्यामधला संघर्ष समाजाच्या निर्मितीपासून चालत आलेला आहे. अर्थातच, विद्रोहाची मुळे प्राचीन काळापासून चालत आलेल्या सामाजिक, धार्मिक, सांस्कृतिक संघर्षामध्ये दडलेली आहेत.

जगाच्या पाठीवर उद्योगाच्या क्षेत्रात झालेल्या क्रांतीमुळे मानवाच्या आधुनिक जीवनाला सुरुवात झाली. शिक्षणाच्या, विज्ञान-तंत्रज्ञानाच्या प्रगतीमुळे सामाजिक-धार्मिक आणि सांस्कृतिक संघर्षाला नवी वळणे प्राप्त झाली. यातूनच पाश्चात्त्य देशांमध्ये अठराव्या शतकात 'विद्रोहा'च्या संकल्पनेचा जन्म झाला. यासंदर्भात प्रा. रा. ग. जाधव यांनी म्हटले आहे, "विद्रोहाची संकल्पना आधुनिक आहे. पश्चिमी देशांत अठराव्या शतकापासून म्हणजे औद्योगिक समाजाच्या उदयानंतरच 'प्रोटेस्ट'ची किंवा निषेधाची वा विद्रोहाची संकल्पना प्रचलित झाल्याचे दिसते. हे विसावे शतक तर विद्रोहाचेच शतक मानले जाते. अमेरिकेतील निग्रो समाज, ऱ्होडेशियातील आफ्रिकी समाज, ऑस्ट्रेलियातील आदिवासी समाज आणि भारतातील आजवर अस्पृश्य मानला गेलेला समाज हे सर्व विद्रोही विचारप्रणालीने पेटलेले समाज आहेत."[६] अर्थात, आधुनिक काळाच्या पार्श्वभूमीवरच हे मत लक्षात घ्यावे लागते.

भारताचा सामाजिक, सांस्कृतिक इतिहास हा क्रांती-प्रतिक्रांतीचा आहे. आर्यांच्या आक्रमणानंतर वैदिक समाजव्यवस्था, धर्मव्यवस्था अस्तित्वात आली होती. चार वर्णांमध्ये समाजाची विभागणी करून माणसा-माणसात भेदभाव करण्यास सुरुवात झाली होती. समाजातील विशिष्ट वर्गाकडे सर्व अधिकार देऊन बहुसंख्य लोकांना त्यांच्या न्याय-हक्क-अधिकारापासून वंचित ठेवण्यात आले होते. अशा शोषण व्यवस्थेला चार्वाक, बुद्धांसारख्या महामानवांनी आव्हान देऊन विद्रोह पुकारला. अर्थातच, भारतीय समाजातील विद्रोहाची परंपरा प्राचीन काळापासून विकसित होत आली आहे.

आधुनिक भारतीय समाजामध्ये इंग्रजी साम्राज्याच्या आगमनानंतर अनेक क्षेत्रांत परिवर्तने होऊ लागली. इंग्रजी शिक्षणाच्या संपर्कामुळे भारतीय समाजमनाला एक नवे भान आले. नवी दृष्टी आली. याचा परिणाम म्हणून एकोणिसाव्या शतकात समाजप्रबोधनाला प्रारंभ झाला. शिक्षणाच्या प्रचार-प्रसारामुळे आणि समाजसुधारकांच्या प्रबोधनात्मक कार्यामुळे विद्रोही चळवळीला पोषक असणारे वातावरण निर्माण झाले होते. म. जोतीराव फुले, राजर्षी शाहू महाराज आणि डॉ. बाबासाहेब आंबेडकर यांच्या विचार आणि कृतीतून भारतीय समाजाला एक नवे आत्मभान आले. अर्थातच, या महापुरुषांच्या कार्यातूनच आधुनिक भारताच्या इतिहासात 'विद्रोह' संकल्पनेचा, 'विद्रोही' चळवळीचा विकास झालेला दिसून येतो.

डॉ. बाबासाहेब आंबेडकर

भारतीय समाजात हजारो वर्षांपासून सामाजिक विषमता अस्तित्वात आहे. वैदिक धर्मव्यवस्थेमुळे सुरुवातीला समाजात चार वर्ण अस्तित्वात आले. पुष्यमित्र शुंगाच्या काळात मनुस्मृतीच्या रचनेनंतर समाजात जातीयता आणि अस्पृश्यता निर्माण झाली. वर्णाच्या आणि जातीच्या आधारे माणसाची गुणवत्ता ठरवली जाऊ लागली. परिणामी, भारतीय समाजात पराकोटीची सामाजिक विषमता निर्माण झाली. या सामाजिक विषमतेच्या विरोधात डॉ. बाबासाहेब आंबेडकरांनी बंड पुकारले. तथागत गौतम बुद्ध, संत कबीर आणि महात्मा जोतीराव फुले यांना गुरू, प्रेरणास्थान मानून त्यांनी वैदिक धर्म व्यवस्थेच्या विरुद्ध विद्रोह पुकारला.

डॉ. बाबासाहेबांचे जीवन म्हणजे विद्रोही जाणिवांचा उत्कट आविष्कारच! आंबेडकरांचे दुसरे नावच संघर्ष! हजारो वर्षांपासून ज्यांचे माणूसपण नाकारण्यात आले, ज्यांना स्वातंत्र्यापासून, हक्क-अधिकारांपासून वंचित ठेवण्यात आले अशा शोषितांना न्याय देण्यासाठी डॉ. आंबेडकरांनी हा संघर्ष केला. "गुलामाला गुलामीची जाणीव करून द्या म्हणजे तो बंड करून उठेल." हे डॉ. आंबेडकरांचे विधान म्हणजे गुलामीच्या अंधाराला, व्यवस्थेला उद्ध्वस्त करणारे क्षेपणास्त्रच होय. डॉ. आंबेडकरांच्या या संघर्षातून शोषित माणसाला जगण्याचे बळ मिळाले. जीवनाचा नवा मार्ग सापडला. म्हणून डॉ. गंगाधर पानतावणे म्हणतात, "डॉ. बाबासाहेब आंबेडकर हा एक विजेचा कल्लोळच. त्यांचे जीवन म्हणजे दीप्तीमान प्रकाश. अखंड स्रवणारा. मूकांना वाचा देणारा. पांगळ्यांना पर्वत चढण्याचे सामर्थ्य देणारा. सामर्थ्यहीनांना सामर्थ्याचे भक्कम बाहू देणारा. इच्छाशक्तींचा अंगार उसळविणारा. दलितांनी शासनकर्ती जमात व्हावी म्हणून अहर्निश झटणारा. 'फेकून दिलेला भाकरीचा तुकडा आम्हाला नको, आम्हाला हवे स्वाभिमानाचे जिणे' असे तडफेने सांगणारा हा झंझावात, दलितांच्या जीवनाला झपाटून टाकण्यासाठी आला."[७] शोषित वर्गाला अन्याय, अत्याचाराच्या विरोधात लढण्यासाठी डॉ. आंबेडकर नेहमी प्रेरणा देत असत. अस्पृश्यांना दिलेल्या एका संदेशामध्ये ते म्हणतात, "ज्या लोकांमध्ये आपला जन्म झाला त्यांचा उद्धार करणे आपले कर्तव्य आहे अशी ज्यांना जाणीव आहे ते धन्य होत. गुलामगिरीवर हल्ला चढविण्यासाठी जे आपले तन, मन, धन आणि तारुण्य कुरबान करतात ते धन्य होत! आणि अस्पृश्यांना आपली माणुसकी पूर्णपणे मिळेपर्यंत जे बऱ्याची-वाईटाची, सुखाची-दुःखाची, संकटांची-वादळांची, मानाची-अपमानाची पर्वा न करता एकसारखे झगडत राहतील ते धन्य होत."[८] अशा संदेशामुळेच शोषित वर्गाला आत्मभान आले. तो सामाजिक अन्यायाच्या विरोधात संघटित होऊन संघर्ष करू लागला.

आत्मभानामुळे गुलामीत जगणारा माणूस आपल्या हक्क, अधिकाराबद्दल जागृत होतो. आत्मभानातून येणारे आत्मतेज माणसात आत्मविश्वास निर्माण करते. यासंदर्भात डॉ. बाबासाहेब आंबेडकरांचे मत अत्यंत महत्त्वाचे आहे. ते म्हणतात, ''आत्मतेज उत्पन्न होण्यास ज्याने त्याने आपल्या जीविताची जबाबदारी आपल्या शिरावर घेतली पाहिजे. आलेल्या परिस्थितीशी झगडले पाहिजे. आपल्या बलाची, बुद्धीची व कर्तृत्वशक्तीची पराकाष्ठा केली पाहिजे. सर्वत्र चाललेल्या जीवनकलहात दंड थोपटून उभे राहिले पाहिजे. आपल्या प्रतिस्पर्ध्यांच्या मनगटाशी मनगट घासून होईल तितके यश संपादन केले पाहिजे. त्याशिवाय मनुष्यमात्र स्वतंत्र होऊन दुसऱ्याच्या आदरास कधीच पात्र होणार नाही.''[९] या विवेचनावरून आत्मभानाचे महत्त्व लक्षात येते. अर्थातच, आत्मभान, आत्मतेज प्राप्त होणे म्हणजे माणसाच्या मनात विद्रोही जाणीव निर्माण होणे होय.

''हिंदू म्हणून जन्माला आलो; तरी हिंदू म्हणून मरणार नाही.'' ही घोषणा डॉ. आंबेडकरांनी १४ ऑक्टोबर १९५६ला खरी करून दाखविली. विषमतेवर, शोषणावर आधारलेल्या वैदिक धर्माला म्हणजेच हिंदू धर्माला नाकारून समताप्रिय, विवेकवादी बौद्ध धर्माचा जाहीरपणे स्वीकार केला. डॉ. आंबेडकरांचा हा 'नकार' आणि 'स्वीकार' म्हणजे भारताच्या सामाजिक, धार्मिक इतिहासातील मोठी क्रांतीच होती. आंबेडकरांच्या या विद्रोहाबद्दल डॉ. गंगाधर पानतावणे म्हणतात, ''चौदा ऑक्टोबर म्हणजे अंधाराला चिरत जाणारा प्रकाश. चौदा ऑक्टोबर म्हणजे नवे जीवनगाणे. चौदा ऑक्टोबर म्हणजे मानवतावादाने दिलेली हाक. नव्या निर्मितीचा उधाणक्षण म्हणजे चौदा ऑक्टोबर. या दिवसाची प्रतीक्षा करीत अस्पृश्यांच्या हजारो पिढ्या बर्बाद झाल्या-बेचिराख झाल्या.''[१०] डॉ. आंबेडकरांची धर्मांतराची ही कृती म्हणजे विकृतीचा धिक्कार आणि संस्कृतीचा स्वीकार होय. मानवतावादाचा आविष्कार होय.

स्वातंत्र्य, समता, न्याय आणि बंधुभाव या मूल्यांवर आधारलेली लोकशाही प्रस्थापित करणे हे डॉ. बाबासाहेब आंबेडकरांच्या जीवनसंघर्षाचे ध्येय होते. अर्थातच, डॉ. आंबेडकरांनी केलेल्या विद्रोहाचे मधुर फळ म्हणजे 'भारतीय राज्यघटना' होय. लोकशाहीचा आधारस्तंभ असलेली राज्यघटना प्रत्येकाला माणूस म्हणून जगण्याचा हक्क देते. व्यक्तिस्वातंत्र्याचा पुरस्कार करते. डॉ. आंबेडकरांनी आपल्या तत्त्वज्ञानामध्ये 'स्वातंत्र्य' या मूल्याला खूप महत्त्व दिले आहे. यासंदर्भात डॉ. जनार्दन वाघमारे म्हणतात, ''लोकशाही समाजव्यवस्थेचा प्राणबिंदू म्हणजे व्यक्तिस्वातंत्र्य! डॉ. बाबासाहेब आंबेडकरांनी व्यक्तिस्वातंत्र्याच्या मूल्यासाठी आयुष्यभर संघर्ष केला. 'एक व्यक्ती, एक मूल्य' हे सूत्र आमच्या हाती दिले.''[११] खरे तर माणसाच्या

जीवनात स्वातंत्र्यापेक्षा श्रेष्ठ दुसरे काही असूच शकत नाही. स्वातंत्र्य म्हणजे संपूर्ण मानवजातीला उन्नत करणारे मूल्य होय. या मूल्याला केंद्रबिंदू मानूनच डॉ. बाबासाहेब आंबेडकरांनी समृद्ध अशा लोकशाहीचा विचार भारतीयांना दिला.

विद्रोही जाणिवेमध्ये स्वातंत्र्य, समता, सामाजिक न्याय, बंधुभाव, मानवता या मूल्यांना अनन्यसाधारण महत्त्व असते. विद्रोही जाणिवेचा आविष्कार म्हणजे ही जीवनमूल्ये होत. कारण स्वातंत्र्य, समता, सामाजिक न्याय, बंधुभाव, मानवता या मूल्यांवर आधारलेली शोषणमुक्त समाजव्यवस्था निर्माण करून प्रत्येकाला माणूस म्हणून जगण्याचा हक्क प्राप्त करून देणे आवश्यक असते. विद्रोही मन संघर्षमय प्रवास करीत शेवटी या जीवनमूल्यांना आविष्कृत करते. यासंदर्भात प्रा. रा. ग. जाधव यांनी मांडलेले मत अतिशय महत्त्वाचे आहे. ते लिहितात, 'विद्रोह हा मराठी वाङ्मयीन सर्जनशीलतेचा एक स्थायी भाव आहे व त्याची विविध रंगरूपे मराठी वाङ्मयाच्या इतिहास-परंपरेत वेळोवेळी प्रकट झालेली आहेत. विद्रोहाचे आणि समता, बंधुता, स्वातंत्र्य, सामाजिक न्याय या लोकशाही मूल्यांच्या प्रतिष्ठापनेचे एक सर्जनशील तत्त्वज्ञान आधुनिक महाराष्ट्राला म. फुले, छत्रपती शाहू महाराज व डॉ. आंबेडकर या महामानवांनी दिले. या तत्त्वज्ञानाची ग्राह्यता व प्रस्तुतता उत्तरोत्तर अधिकाधिक तीव्रतेने आपणास जाणवत आहे. हे तत्त्वज्ञान ही केवळ महाराष्ट्राचीच नव्हे, तर भारताचीच एक नवी सांस्कृतिक ओळख आहे व भारताच्या सर्वांगीण सांस्कृतिक जडणघडणीची नवी दिशाही आहे.''[१२] सर्व प्रकारच्या स्वातंत्र्याची प्राप्ती करणे हे विद्रोही संस्कृतीचे ध्येय असते. सामाजिक, धार्मिक, राजकीय, सांस्कृतिक, मानसिक, बौद्धिक स्वातंत्र्य प्राप्त झाल्याशिवाय कोणत्याही समाजाची सर्वांगीण प्रगती अशक्य आहे.

डॉ. आंबेडकरांच्या जीवनसंघर्षाला, मानवमुक्तीच्या लढ्याला सम्यक तत्त्वज्ञानाचे अधिष्ठान आहे. त्यांचा लढा फक्त दलितवर्गापुरताच मर्यादित नव्हता. समाजातील प्रत्येक शोषित, उपेक्षित घटक हा त्यांच्या आंदोलनाचा अविभाज्य भाग होता. ''त्यांचा लढा केवळ जातिव्यवस्थेच्या निर्मूलनासाठी, अस्पृश्यांच्या उत्थानासाठी नव्हता तर मानवतेवर अन्याय करणाऱ्या सर्व अमानुष शक्तींच्या विरोधात होता. विषमताप्रधान समाजव्यवस्था नष्ट करून 'मानव तितुका एकच आहे.' या तत्त्वाची प्रस्थापना करणे हा त्यांचा जीवनोद्देश होता आणि म्हणूनच माणुसकीच्या प्राप्तीसाठी जगभर सुरू असलेल्या लढ्याचे बाबासाहेब आंबेडकर हे स्फूर्तिस्थान ठरते.''[१३] हे अरुण कांबळे यांचे मत डॉ. आंबेडकरांची व्यापक मानवतावादी भूमिकाच व्यक्त करणारे आहे.

डॉ. आंबेडकरांच्या तत्त्वज्ञानातून, विचार-कृतीतून एक मध्यवर्ती असे महत्त्वाचे विचारसूत्र आपल्या लक्षात येते. ते म्हणजे नकार-स्वीकार-सर्जनात्मकता आणि अंगीकार. प्रस्थापित व्यवस्थेला, त्यातील शोषणाला नकार, मानवतेला उन्नत करणाऱ्या, फुलवणाऱ्या जीवनमूल्यांचा स्वीकार. स्वातंत्र्य, समता, बंधुभाव आणि सामाजिक न्याय आदी मूल्यांना आविष्कृत करणारे सर्जनात्मक लेखन आणि अशा लेखनाला स्वतःच्या जगण्याचा व समाजाच्या अस्तित्वाचा अविभाज्य भाग बनविणारी, अंगीकार करणारी उच्च कोटीची नीतिमत्ता म्हणजे डॉ. बाबासाहेब आंबेडकर! 'बुद्ध आणि त्यांचा धम्म', 'भारतीय राज्यघटना' ही बाबासाहेबांची नवनिर्मिती म्हणजे देशाच्या सांस्कृतिक आणि सामाजिक जीवनाला मांगल्याच्या, समतेच्या आणि स्वातंत्र्याच्या पायावर उभे करणारी महान कृती होय. म्हणूनच डॉ. बाबासाहेब आंबेडकर हे आधुनिक काळातल्या विद्रोही-सर्जनशील संस्कृतीचे महान आदर्श ठरतात.

संदर्भ

१) भावे ह. अ. (सं.) : 'वरदा मराठी शब्दकोश', वरदा प्रकाशन, पुणे, दु. आ.२००२, पृ. ३४३.

२) साळुंखे आ. ह. : 'संवाद सहृदय श्रोत्यांशी', लोकायत प्रकाशन, सातारा, प्र. आ. २००२, पृ. ११-१२.

३) तौर पृथ्वीराज (सं.) : 'साहित्य आणि विद्रोह', चिन्मय प्रकाशन, औरंगाबाद, प्र. आ. २००८, पृ. २६.

४) फडके भालचंद्र : 'दलित साहित्य : वेदना आणि विद्रोह', श्रीविद्या प्रकाशन, पुणे, प्र. आ. १९७७, पृ. ७०.

५) साळुंखे आ. ह. : 'संवाद सहृदय श्रोत्यांशी', उनि. पृ. १२.

६) जाधव रा. ग. : 'निळी पहाट', श्रीविद्या प्रकाशन, पुणे, चौ. आ. १९९५, पृ. २२, २३.

७) पानतावणे गंगाधर : 'मूकनायक', निर्मल प्रकाशन, नांदेड, चौ. आ. १९९८, पृ. ५८, ५९.

८) कांबळे अरुण (सं.) : 'जनता पत्रातील लेख : डॉ. बाबासाहेब आंबेडकर', प्रतिमा प्रकाशन, पुणे, दु. आ. २००३, पृ. ४८.

९) मून वसंत (सं.) : 'डॉ. आंबेडकरांचे बहिष्कृत भारत व मूकनायक', महाराष्ट्र शासनचे मुंबई, प्र. आ. १९९०, पृ. ९९.

१०) पानतावणे गंगाधर : 'मूकनायक', उनि. पृ. ११.

११) वाघमारे जनार्दन : 'समाजपरिवर्तनाच्या दिशा', साकेत प्रकाशन, औरंगाबाद, प. आ. १९९५, पृ. १०९.

१२) पारगावकर अरुण (सं.) : संमेलनाध्यक्ष रा. ग. जाधव, (अध्यक्षीय भाषण, ७७ वे अ. भा. म. सा. सं. औरंगाबाद, जानेवारी २००६), प्रतिमा प्रकाशन, पुणे, प्र. आ. २००४, पृ. २९५.

१३) कांबळे अरुण (सं.) : जनता पत्रातील लेख : डॉ. बाबासाहेब आंबेडकर, उनि. पृ. ३४.

■ ■ ■

सर्वदर्शी आंबेडकर

(शतकोत्तरी रौप्य महोत्सवी वर्षानिमित्त विनम्र अभिवादन)

हे महानायका

युगानुयुगाचा मिट्ट काळोख
तुझ्या प्रज्ञेने निघाला उजळून
स्थळ आणि काळालाच नाही तर
देश आणि धर्मालाही तू दिलेस नवे वळण
गुलामीचे, दास्याचे, अस्पृश्यांचे, दारिद्र्याचे
हीनत्वाचे, अवमानाचे जोखड
गळून पडले तुझ्यामुळे
ओसाड वाळवंटावर बहरून यावे एखादे समुद्ध,
सुंदर फूल आणि दरवळून जावा अवघा आसमंत
अशी अद्‌भुत किमया केलीस तू या पृथ्वीवर

हे राष्ट्रनायका

सोपे नसतेच कधी परंपरेचा घट्ट रस्ता सोडून
नवी वाट निर्माण करणं अथवा
रूढ धर्मश्रद्धेचा त्याग करून
विवेकबुद्धीनं सद्‌धम्माची शिकवण देणं
कठोर कठोर पाषाणावर आपल्या अस्तित्वाची
अक्षरं कोरणंही असतंच कठीण
आणि गोष्टी खूप खूप अवघड असतात जेव्हा
दुःख, दैन्याच्या खोल खाईत फसतो आपला पाय
तेव्हा आपली केविलवाणी धडपडही निरर्थक ठरत असते
पण तुझ्या अपूर्व प्रयत्नांनी चिरडून टाकले
जुलमाचे प्राचीन पाय आणि लाखो जीवांच्या जीवात
रुजत गेली 'स्वाभिमाना'ची उत्कट इच्छा

हे ज्ञानसाधका

सद्भावनेचा शब्द पेरण्याआधी तू सदाचाराचा धम्म झालास
सत्य-संपूर्ण सत्य आणि केवळ सत्याचेच तत्त्व झालास
मैत्री, करुणा आणि भ्रातृभाव, स्वावलंबन आणि आत्मोद्धाराचा
मूलमंत्र झालास
निष्णात कायदेपंडित आणि दुबळ्यांचा श्वास झालास
ध्येयाच्या दिशेने प्रवास करणारा निपुण असा ज्ञानसाधक झालास
कोणती अद्भुत शक्ती व्यापून होती तुझ्या बुद्धीला?

हे लोकनेत्या

'काळाची चाके फिरत नसतात कधी उलटी' हे विधान
तू कृतीने खोटे ठरवलेस
वाऱ्यानेही बदलून घ्यावी आपली दिशा इतके इतके तुफान होतास तू
परिवर्तनाचा थोर थोर उद्गार होतास तू
अज्ञान आणि पूर्वग्रहांच्या पोथ्यांना मूठमाती देऊन
आत्मसन्मानाची गुढी उभारणारा लोकनेता होतास तू
गरिबांचा आश्रयदाता आणि अखंड तळमळीचा झरा होतास तू
पृथ्वी उजळून टाकणारा देदीप्यमान सूर्य होतास तू

हे मूकनायका

'सामाजिक उत्कर्ष 'हेच जीवनाचे ध्येय इतक्या निष्ठेने
करत गेलास एकेक कृती
प्रथा-परंपरांच्या पानांवरचे शब्द बदलून टाकलेस
कृतिशील विचारांनी भ्रामकतेला गाडून टाकलेस
माणसामाणसातल्या अदृश्य संघर्षाला मानवतेची किनार दिलीस
पाटीवरच्या अक्षरांना तू अर्थ दिलास
मौनाच्या आवाजालाही तू निरंतर विश्वास दिलास
'तहान म्हणजे पाणी नाही
पाणी म्हणजे आत्मसन्मान'
हा जाणिवेचा मंत्र दिलास!

हे विश्वरत्ना

सनातन संस्कृतीच्या संघर्षातूनच तर वर्ण व्यवस्थेचा
जन्म होत असतो
वैदिक-अवैदिक भेदातूनच तर काल आखून ठेवत असतो
कर्मकांडाची सांस्कृतिक रेषा
जी पारलौकिकतेची आस बाळगणाऱ्यांना कधीच दिसत नसते.
दुःखाच्या प्रतिलिपीचा उद्‌गार ज्यांनी पचवलेला असतो
आयुष्यभर त्यांना दुःखाचा अर्थ सांगावा लागत नाही
अभ्युदयाचा रस्ता ते स्वतःच तयार करतात
झिजलेल्या पायांमध्ये लख्ख लख्ख ऊर्जा पेरतात.

हे मानवमुक्तीच्या अग्रदूता

तू इथल्या हरेक पराभूत मनात घट्ट घट्ट रोवलेस
अस्मितेचे डौलदार झाड
ज्याला कोणताच प्रतिगामी वणवा जाळू शकला नाही
'खोट्या अहंतेची फळं गळून पडली की
विषमतेचा व्यवहार संपायला वेळ लागत नाही'
एवढ्या स्वच्छ जाणिवेनं तू जातीअंताची लढाई लढलीस आणि
उपेक्षित खिडक्यांना स्वातंत्र्याचे अंगण बहाल केलेस
प्रतिगामी संहितेला विवेकी अक्षरांचे साज चढवलेस

संविधानाचा शिल्पकार तू

स्वातंत्र्य, समता आणि बंधुभावाचा
एकमेव आधार तू
चारित्र्य आणि शील तू, स्वाभिमान आणि सन्मान तू
ज्ञानाचा मार्ग तू, विकासाचा महानप्रवर्तक तू
दलितोद्धारक तू, करुणामय तू
अपूर्व अपूर्व आणि अपूर्व तू
धर्माची पुनर्मांडणी करणं असो की
सांस्कृतिक परंपरांविषयी बोलणं असो
सोपं नसतंच कधी पराजितांनीच पराजितांचा इतिहास लिहिणं
पण

हे ‘समाजोद्धारका’
तू केवळ इतिहास लिहिला नाहीस
तर तू इतिहास झालास....
अवघ्या जगाचा लाडका ‘भीम’ झालास!

–पी. विठ्ठल

स्वामी रामानंद तीर्थ
मराठवाडा विद्यापीठ, नांदेड.

विद्यापीठ गीत

विद्येची अन् पवित्रतेची इथे वाहते ज्ञानधारा
मानवतेचा मंगलमय हा इथे खेळतो विश्वतारा ।। धृ. ।।
तेजोमय उजळितो प्रकाश
श्रमाचे, कष्टाचे आकाश
संपविते सौदामिनी, युगांचा अंधार सारा
विद्येची अन् पवित्रतेची इथे वाहते ज्ञानधारा ।। १ ।।
चंदनाची व्रतस्थ भूमि
प्रज्ञा, प्रतिभा गगनगामी
समतेचा ममतेचा हा साधनेचा अढळ तारा
विद्येची अन् पवित्रतेची इथे वाहते ज्ञानधारा ।। २ ।।
बुद्धकरुणेचा विहार इथे
शिवरायाचा आचार इथे
निरंतर न्यायासाठी स्वातंत्र्याचा इथे पहारा
विद्येची अन् पवित्रतेची इथे वाहते ज्ञानधारा ।। ३ ।।
विचार-विवेक विज्ञानाचे
ज्ञानतीर्थ हे महात्मतेचे
मातीच्या मोहराचा गोदावरीचा इथे किनारा
विद्येची अन् पवित्रतेची इथे वाहते ज्ञानधारा ।। ४ ।।

– फ. मुं. शिंदे

www.ingramcontent.com/pod-product-compliance
Lightning Source LLC
LaVergne TN
LVHW092033051026
849518LV00012B/296

* 9 7 8 8 1 8 4 8 3 6 9 7 4 *

സ്വാമി ആത്മചൈതന്യ

സ്വാമി ആത്മചൈതന്യ, കണ്ണൂർ അഴിക്കോട് ഉപ്പായിച്ചാലിൽ നില കൊള്ളുന്ന ശാന്തി മഠം സ്ഥാപകൻ എന്ന നിലയിൽ ആദ്ധ്യാത്മിക ജ്യോതിസ്സാണ്. ഭാരതത്തിലും വിദേശ രാജ്യങ്ങളിലും ധാരാളം ശിഷ്യ സഞ്ചയമുള്ള ആത്മീയാചാര്യനാണ്. കണ്ണൂർ ഇരിക്കൂറിനടുത്തു നായാട്ടുപാറയിൽ ചൈതന്യപുരി ആശ്രമം, ബാംഗ്ലൂർ ഹെസരക്കട്ടയിലുള്ള ചൈതന്യപുരി ആശ്രമം എന്നിവ ആദ്ധ്യാത്മിക വഴിയിൽ യാത്ര ചെയ്യുന്നവർക്ക് ഇഷ്ട സങ്കേതങ്ങളാണ്. ഭാരതത്തിൽ മാത്രമല്ല ഇംഗ്ലണ്ട്, അമേരിക്ക, യൂറോപ്പ്, ഓസ്ട്രേലിയ, കാനഡ, ന്യൂസിലാൻഡ് തുടങ്ങി ലോകത്താകമാനമായും ശിഷ്യ സഞ്ചയങ്ങളും ആത്മീയ സങ്കേതങ്ങളും അദ്ദേഹത്തിന്റെ അനുഗ്രഹാശിസ്സുകളാൽ സേവന നിരതമായിട്ടുണ്ട്.

അനേകം ബിരുദങ്ങൾ ഡിസ്റ്റൻസ് സ്റ്റഡീസിലൂടെ നേടിയിട്ടുണ്ട്. ലോകത്താകമാനം വർഷാവർഷം സഞ്ചരിച്ചു ആത്മീയതയുടെയും സേവനത്തിന്റെയും ഉദാത്തമാതൃക കാഴ്ചവെക്കുന്ന സ്വാമികൾ അന്താരാഷ്ട്ര യോഗ ഫൌണ്ടേഷൻ ഉപദേശിയും അനേകം വൈദ്യശാസ്ത്ര ഉപശാസ്ത്ര മേഖലകളിൽ അനവധി സംഭാവനകൾ നൽകിയ മഹനീയ വ്യക്തിത്വവുമാണ്.

ദേശീയ അന്തർദേശീയ തലത്തിൽ അനവധി പുരസ്കാരങ്ങളും ബഹുമതികളും സ്വാമികളെ തേടി വന്നിട്ടുണ്ട്. വൈദ്യശാസ്ത്രരംഗത്തു അദ്ദേഹത്തിന്റെ അമൂല്യ സംഭാവനകൾക്ക് ഉത്തമ ഉദാഹരണങ്ങളാണ് 'The Art and Science of Ayurveda, Homoeopathy in Daily Life' എന്നീ രണ്ടു മഹത്തായ കൃതികൾ . ആത്മീയമായ അനുഭൂതികളുടെ നിറകുടങ്ങളാണ് സ്വാമികൾ രചിച്ചിട്ടുള്ള 'Jewels of Spiritual Thoughts, The Path of Wisdom- Dialogue with the Master , Sri Chaithanya Yoga, Divine Fountain of Wisdom' എന്നീ അമൂല്യ രചനകൾ. പ്രപഞ്ചം തന്നെ ഈശ്വരാനുഭൂതി ആണെന്ന് സമർത്ഥിക്കുന്ന ദിവ്യാനുഭൂതികളാണ് സ്വാമികൾ രചിച്ച 'Universal Nectar, വിശ്വമഹിമ, Treasures of Eternal Bliss, Universal Vision Poems of Inspiration, Cosmic Glory' എന്നീ കവിതാ രത്നങ്ങൾ. ഇതിൽ ചില ഗ്രന്ഥങ്ങൾ ഇംഗ്ലണ്ടിലെ കംബ്രിഡ്ജ് സർവകലാശാലയിലെ ലൈബ്രറിയിൽ സ്ഥാനം പിടിച്ചിട്ടുണ്ട്.

Malayalam Language
Prapancha Mahima
(Poems)
by
Swami Athmachaithanya
Translated by
Rajesh Warrier

♦

Published in January 2022
by Kairali Books Private Limited
Thalikkavu Road, Kannur.
Ph : 0497-2761200
E-Mail : kairalibooksknr@gmail.com

♦

Cover Design
Prasanth Mangad

♦

Printed at
Printing Park, Tly

91/21-22/Sl.No.1282/500/NS 18.6
ISBN 978-93-49727-33-5